വെള്ള പുതപ്പിക്കുന്നവർ

സിനാൻ അൻതൂൺ

നോവൽ

വെള്ള പുതപ്പിക്കുന്നവർ

സിനാൻ അൻതൂൺ

അറബിയിൽ നിന്നും നേരിട്ടുള്ള വിവർത്തനം

ഡോ. എൻ. ഷംനാദ്

ഗ്രീൻ ബുക്സ്

green books private limited
gb building, civil lane road, ayyanthole,
thrissur- 680 003, kerala, ph: +91 487-2381066, 2381039
website: www.greenbooksindia.com
e-mail: info@greenbooksindia.com

original arabic title
wahdahā shajara al-rummān

malayalam
vella puthappikkunnavar
novel
by
sinan antoon

translated from the original language
by
dr. n. shamnad

first published may 2017

published by arrangement with
RAYA agency for arabic literature and Kadalu.

cover design : rajesh chalode

branches:
thrissur 0487-2422515
palakkad 0491-2546162
kannur 0497-2763038
thiruvananthapuram 0471-2335301

isbn : 978-93-86440-40-2

GBPL/911/2017

മുഖക്കുറി

ബാഗ്ദാദിലെ ഫൈൻ ആർട്സ് അക്കാദമിയിലെ വിദ്യാർത്ഥി,
ജവാദ് കാസിമിന്റെ അസാധാരണമായ ജീവിതകഥ.
യുദ്ധഭീകരതയുടെ അനിശ്ചിതാവസ്ഥയിൽ,
സ്വപ്നങ്ങളും മോഹങ്ങളും നഷ്ടപ്പെട്ട ജവാദ്,
തലമുറകളായി തങ്ങളുടെ കുടുംബം ചെയ്തുവരുന്ന,
മൃതദേഹങ്ങൾ കുളിപ്പിക്കുന്ന തൊഴിൽ വിമുഖതയോടെ
ഏറ്റെടുക്കുന്നു. മരണമുഖങ്ങളുടെ ഭീകരമായ
തെരുവോരക്കാഴ്ചകൾ കുളിപ്പുരയുടെ പശ്ചാത്തലത്തിൽ
അടയാളപ്പെടുത്തുമ്പോൾ, സമകാലിക ഇറാഖിൽ ജീവിക്കാൻ
വിധിക്കപ്പെട്ടവരുടെ ദുഃഖങ്ങളും ദുരിതങ്ങളും
എത്ര കഠിനമാണെന്നോർത്തു പോകുന്നു നമ്മൾ!
കലാകാരനായിട്ടും ശവക്കച്ചകൾക്കിടയിൽ
അന്യം നിന്നുപോയ ജവാദ് കാസിം,
നമ്മുടെ ഹൃദയത്തിൽ ഉളവാക്കുന്ന മുറിവ് ചെറുതല്ല.
ആത്മാവിഷ്കാരങ്ങൾക്ക് സാദ്ധ്യതയില്ലാത്തവിധം
മനുഷ്യത്വഹീനമായ ഒരു കുരുതിക്കളമായി ഇറാഖ് മാറി.
ഒരിക്കൽ മതേതരത്വത്തിൽ വിശ്വസിച്ചിരുന്ന മഹത്തായ
ഒരു രാജ്യം, എത്ര വേഗത്തിലാണ് തലകുത്തിമറിഞ്ഞത്!

കൃഷ്ണദാസ്
മാനേജിങ് എഡിറ്റർ

ആമുഖം

അറബ് കഥാലോകത്തിന്റെ മഹത്തായ സംസ്കൃതിക്ക് പതിനാറ് നൂറ്റാണ്ടോളം പഴക്കമുണ്ട്. ആയിരത്തൊന്നുരാവുകൾ ('അൽഫ് ലൈല വ ലൈല') എന്ന കൃതിക്ക് ലോക കഥാസാഹിത്യത്തിൽ സവിശേഷമായ സ്ഥാനമുണ്ട്. എന്നാൽ പത്തൊമ്പതാം നൂറ്റാണ്ടിൽ മാത്രമാണ് അറബ് ലോകത്ത് നോവൽ സാഹിത്യം പ്രത്യക്ഷപ്പെടുന്നത്. 1870-കളിൽ സിറിയയിലെ സലീം അൽ-ബുസ്താനിയായിരുന്നു ആദ്യമായി നോവലുകൾ എഴുതിയത്. പിന്നീട് അറബി നോവൽ ശാഖ വളർന്നുപന്തലിച്ചത് ഇരുപതാം നൂറ്റാണ്ടിന്റെ ആദ്യദശകങ്ങളിൽ ഈജിപ്തിലായിരുന്നു.

അറബി നോവൽ സാഹിത്യത്തിൽ സവിശേഷമായ സ്ഥാനമാണ് ഇറാഖിനോവൽ ശാഖയ്ക്കുള്ളത്. 1928-ൽ പ്രസിദ്ധീകരിക്കപ്പെട്ട മഹ്മൂദ് അഹ്മദ് അൽ-സയ്യിദിന്റെ 'ജലാൽ ഖാലിദ്' ആദ്യ ഇറാഖിനോവലായി കരുതപ്പെടുന്നു. ഗാഇബ് ത്വഅ്മ ഫർമാനിന്റെ 'അൽ-നഖ്ലവൽ-ജീറാൻ' (1966) എന്ന കൃതിയാണ് ആദ്യ ലക്ഷണമൊത്ത ഇറാഖി നോവലായി കണക്കാക്കുന്നത്. പിന്നീട് നോവലുകൾ ധാരാളമായി പിറവി എടുത്തപ്പോൾ അവ ഭൂരിപക്ഷവും റിയലിസ്റ്റിക് സ്വഭാവമുള്ളവയായിരുന്നു. മാത്രമല്ല സോഷ്യലിസ്റ്റ്-കമ്മ്യൂണിസ്റ്റ് ആശയങ്ങൾ ഉൾക്കൊള്ളുന്നവരായിരുന്നു മിക്ക ഇറാഖി നോവലിസ്റ്റുകളും. ഓരോ ഇറാഖി എഴുത്തുകാരനും തന്റെ കൃതികൾക്ക് ജന്മം നൽകുന്നത് യുദ്ധങ്ങളുടെയും വംശീയ കലാപങ്ങളുടെയും രാഷ്ട്രീയ പീഡനങ്ങളുടെയും ലോകത്തിരുന്നായിരിക്കും. ഇറാഖിനോവലിനെ തരംതിരിക്കുന്നത് - രാഷ്ട്രീയ അടിച്ചമർത്തലുകൾ സഹിച്ചുകൊണ്ട് എഴുതിയവ, വിദേശത്ത് പ്രവാസിയായിരിക്കെ എഴുതിയവ എന്നിങ്ങനെയാണ്. മതം, ലൈംഗികത, രാഷ്ട്രീയം തുടങ്ങിയവയുമായി ബന്ധപ്പെട്ട ഭരണകൂട അതിരുകൾ ഭേദിക്കാൻ ശ്രമിക്കുന്ന കൃതികളൊന്നും തന്നെ അച്ചടിമഷി പുരളാൻ ഇറാഖിലെ വിവിധ ഭരണകൂടങ്ങൾ അനുവദിക്കാറില്ലായിരുന്നു. അതിശക്തമായ സെൻസറിങ് ഉള്ളതിനാൽ

പ്രമുഖ എഴുത്തുകാരുടെ കൃതികളെല്ലാം പ്രസിദ്ധീകരിക്കപ്പെട്ടത് ഇറാഖിന് പുറത്തുള്ള മറ്റേതെങ്കിലും രാജ്യത്ത് നിന്നായിരിക്കും. ലെബനോൺ, ഈജിപ്ത് തുടങ്ങിയവയായിരിക്കും ഇവരുടെ പ്രധാന ഇഷ്ടരാജ്യങ്ങൾ. അബ്ദുൽ റഹ്മാൻ മജീദ് അൽ-റുബാഇ, ഫുആദ് അൽ-തികർലി, ദുന്നൂൻ അയ്യൂബ്, അബ്ദുൽ ഖാലിക് അൽ-രികാബി, മൂഫിഖ് ഖദിർ, മഹ്മൂദ് സഈദ് തുടങ്ങിയ എഴുത്തുകാരാൽ കലാസമ്പന്നമാണ് ഇറാഖിലെ അറബി നോവൽശാഖ.

പുകൾപെറ്റ ഇറാഖി അറബി സാഹിത്യലോകത്തെ നിർണായക വ്യക്തിത്വമാണ് സിനാൻ അൻതൂൺ. കവി, നോവലിസ്റ്റ്, വിവർത്തകൻ, അദ്ധ്യാപകൻ, പത്രാധിപർ, ഡോക്യുമെന്ററി സംവിധായകൻ തുടങ്ങിയ നിലകളിലൊക്കെ കഴിവ് തെളിയിച്ച അറബ് ലോകത്തിലെ ഏറ്റവും വായിക്കപ്പെടുന്ന എഴുത്തുകാരിലൊരാളാണ് സിനാൻ.

1967-ൽ ഇറാഖ് തലസ്ഥാനമായ ബാഗ്ദാദിൽ ഇറാഖുകാരനായ പിതാവിന്റേയും അമേരിക്കൻ സ്വദേശിയായ മാതാവിന്റേയും മകനായാണ് സിനാൻ അൻതൂൺ ജനിച്ചത്. 1990ൽ ബാഗ്ദാദ് സർവ്വകലാശാലയിൽനിന്നും ഇംഗ്ലീഷ് സാഹിത്യത്തിൽ ബിരുദം നേടി. തൊട്ടടുത്തവർഷം ഇറാഖ് കുവൈറ്റ് അധിനിവേശം നടത്തിയതിനെത്തുടർന്ന് രണ്ടാം ഗൾഫ് യുദ്ധം ആരംഭിച്ചു. അതോടെ അദ്ദേഹം ഇറാഖിൽനിന്നും അമേരിക്കയിലേക്ക് കുടിയേറി. 1995ൽ അമേരിക്കയിലെ ജോർജ്ജ് ടൗൺ സർവ്വകലാശാലയിൽനിന്നും അറബ് സ്റ്റഡീസിൽ മാസ്റ്റർ ബിരുദവും, 2006-ൽ ഹാർവാർഡ് സർവ്വകലാശാലയിൽനിന്നും പി.എച്ച്.ഡി. ബിരുദവും നേടി. മധ്യകാല ഇറാഖി അറബി കവി ഇബ്നു അൽ-ഹജ്ജാജിന്റെ കാവ്യലോകത്തെ പറ്റിയുള്ള പഠനമായിരുന്നു അദ്ദേഹത്തിന്റെ ഗവേഷണപ്രബന്ധം. 2005 മുതൽ ന്യൂയോർക്ക് സർവ്വകലാശാലയിൽ അറബി സാഹിത്യവിഭാഗത്തിൽ പ്രൊഫസറായി ജോലി നോക്കുന്നു.

അമേരിക്കൻ പൗരനായി ജീവിക്കുമ്പോൾ തന്നെ 2003-ലെ അമേരിക്കയുടെ ഇറാഖി അധിനിവേശത്തെ നിശിതമായി വിമർശിച്ച ബുദ്ധിജീവികളിലൊരാളായിരുന്നു സിനാൻ അൻതൂൺ. ദി ഗാർഡിയൻ, ന്യൂയോർക്ക് ടൈംസ്, ദി നേഷൻ, അൽ-ഹയാത്ത് തുടങ്ങിയവയിൽ സ്ഥിരമായി എഴുതാറുള്ള സിനാൻ പ്രശസ്തമായ 'ജദലിയ്യ' മാഗസിന്റെ സഹസ്ഥാപകനും സഹപത്രാധിപരുമാണ്.

മറ്റ് പല എഴുത്തുകാരെപ്പോലെ ധാരാളം കൃതികളുടെ ഉപജ്ഞാതാവല്ല സിനാൻ അൻതൂൺ. നാല് നോവലുകൾ, മൂന്ന്

കവിതാ സമാഹാരങ്ങൾ, പിന്നെ കുറച്ച് വിവർത്തനങ്ങളും പഠനങ്ങളും. ഇതാണ് സിനാനിന്റേതായി അച്ചടിമഷി പുരണ്ടി ട്ടുള്ള കൃതികൾ. ഈ കൃതികൾ ഒൻപതോളം ഭാഷകളിലേക്ക് വിവർത്തനം ചെയ്യപ്പെട്ടിട്ടുണ്ട്.

സിനാൻ അൻതൂൺ എന്ന എഴുത്തുകാരനെ അടയാള പ്പെടുത്തുന്നത് അദ്ദേഹത്തിന്റെ നോവലുകൾ തന്നെയായിരിക്കും. 2002ൽ ബൈറൂത്തിൽനിന്നും പ്രസിദ്ധീകരിക്കപ്പെട്ട 'ഇഅ്ജാം' എന്ന കൃതിയാണ് ആദ്യ നോവൽ. സെൻട്രൽ ബാഗ്ദാദിലെ സദ്ദാം ഹുസൈന്റെ പൊലീസുകാരുടെ പീഡനഅറകളുടെ കഥ അനാവരണം ചെയ്യുന്ന ഈ നോവൽ സിനാനും റെബേക്കാ ജോൺസണും ചേർന്ന് "I'jaam : An Iraqi Rhaspody" എന്ന പേരിൽ 2007-ൽ ഇംഗ്ലീഷിലേക്ക് വിവർത്തനം ചെയ്തിരുന്നു. ജർമ്മൻ, നോർവീജിയൻ, സ്പാനിഷ്, തുർക്കി ഭാഷകളിലേക്കും 'ഇഅ്ജാം' വിവർത്തനം ചെയ്യപ്പെട്ടു.

രണ്ടാമത്തെ നോവൽ 2010-ൽ ബൈറൂത്തിൽ പ്രസിദ്ധീകരി ക്കപ്പെട്ടു. 'വഹ്ദഹാ ശജറത് അൽ-റുമ്മാൻ' (മാതളമരം മാത്രം) എന്ന രണ്ടാമത്തെ നോവലിന്റെ നേരിട്ടുള്ള മലയാള വിവർത്ത നമാണ് 'വെള്ള പുതപ്പിക്കുന്നവർ' എന്ന ഈ പുസ്തകം. 2013ൽ പുനഃപ്രസിദ്ധീകരിക്കപ്പെട്ട നോവലിന്റെ ഇംഗ്ലീഷ് വിവർത്തനം നിർവ്വഹിച്ചത് നോവലിസ്റ്റ് തന്നെയായിരുന്നു. 'The Corpse Washer' എന്ന 2013ൽ പുറത്തിറങ്ങിയ ഇംഗ്ലീഷ് വിവർത്തനം പ്രസിദ്ധീകരിച്ചത് യേൽ യൂണിവേഴ്സിറ്റി പ്രസ് ആയിരുന്നു. 2014-ലെ ബാനിപാൽ മാഗസിന്റെ സൈഫ് ഗോബാഷ് ലിറ്റററി ട്രാൻസ്‌ലേഷൻ പുരസ്കാരം ലഭിച്ചത് ഈ കൃതിക്കായിരുന്നു. നോവലിസ്റ്റ് തന്നെ വിവർത്തനം ചെയ്യുന്ന ഒരു കൃതിക്ക് ഈ വിഖ്യാത പുരസ്കാരം ലഭിക്കുന്നത് ആദ്യമായിട്ടായിരുന്നു. ഏറ്റവും മികച്ച അറബ്-അമേരിക്കൻ കൃതിക്കുള്ള 2014-ലെ പുരസ്കാരവും ഈ കൃതിയിലൂടെ സിനാനെ തേടിയെത്തി. 'Seul le Grenadier' എന്ന ഫ്രഞ്ച് വിവർത്തനം ഈ വർഷം പുറത്തി റങ്ങും.

ഇറാഖിലെ ക്രൈസ്തവ ജനതയുടെ കഥ പറയുന്ന "യാ മർയം" ആണ് മൂന്നാമത്തെ നോവൽ. 2012ൽ പുറത്തിറങ്ങിയ ഈ നോവൽ 2010 ഒക്ടോബറിൽ ബാഗ്ദാദിലെ അൽ-നജാത്ത് ക്രിസ്ത്യൻ പള്ളിയിൽ നടന്ന ഭീകരാക്രമണത്തിന്റെ പശ്ചാത്ത ലത്തിൽ എഴുതപ്പെട്ട കൃതിയാണ്. അറബ് ലോകത്തെ ഏറ്റവും വിഖ്യാത സാഹിത്യപുരസ്കാരമായ അറബ് ബുക്കർ സമ്മാന ത്തിനുള്ള 2013-ലെ ചുരുക്കപ്പട്ടികയിൽ ഇടംനേടിയ 'യാ മർ യമി'ന്റെ സ്പാനിഷ് വിവർത്തനം 'Fragments de Bagdad' 2014ൽ പ്രസിദ്ധീകരിക്കപ്പെട്ടു.

2016ൽ പുറത്തിറങ്ങിയ 'ഫിഹ്രിസ്' ആണ് സിനാനിന്റെ നാലാമത്തെ നോവൽ. 2013-ലെ അമേരിക്കൻ അധിനിവേശത്തെ തുടർന്ന് അമേരിക്കയിൽനിന്നും തന്റെ ജന്മനാടായ ബാഗ്ദാദിലേക്ക് തിരികെയെത്തുന്ന ഇറാഖി പ്രവാസി എഴുത്തുകാരൻ കാണുന്ന യാതനകളുടെ ദൃശ്യങ്ങളാണ് ഈ നോവലിന്റെ ഇതിവൃത്തം.

നോവലുകൾക്കൊപ്പം കവിയെന്ന രീതിയിലും പേരെടുത്ത എഴുത്തുകാരനാണ് സിനാൻ അൻതൂൺ. 2003-ൽ കെയ്റോയിൽ പ്രസിദ്ധീകരിക്കപ്പെട്ട "മൗശൂർ മുബല്ലൽ ബിൽ ഹുറൂബ്" (A prism - Wet with wars), 2010-ൽ ബൈറൂത്തിൽനിന്നും പുറത്തിറങ്ങിയ "ലൈലുൻവാഹിദ് ഫീ കുല്ലിൽ മുദൻ" (One night in all cities) എന്നിവയാണ് സിനാനിന്റെ അറബിയിലുള്ള രണ്ട് കാവ്യ സമാഹാരങ്ങൾ. 2006-ൽ അമേരിക്കയിൽ പ്രസിദ്ധീകരിക്കപ്പെട്ട ഒരു ഇംഗ്ലീഷ് കവിതാ സമാഹാരവുമുണ്ട്. 'The Baghdad Blues' എന്ന ഈ കൃതിക്ക് ഇറ്റാലിയൻ, ജർമ്മൻ, സ്പാനിഷ്, തുർക്കി ഭാഷകളിൽ വിവർത്തനവുമുണ്ട്.

ഒരു വിവർത്തകനെന്ന നിലയിൽ പേരെടുത്ത സിനാൻ തന്റെ സ്വന്തം കൃതികൾക്കൊപ്പം മറ്റ് പല പ്രശസ്തരുടെ കൃതികളും വിവർത്തനം ചെയ്തിട്ടുണ്ട്. അതിലേറ്റവും പ്രശസ്തമായത് പലസ്തീൻ ദേശീയ കവിയായ മഹ്മൂദ് ദർവീശിന്റെ "ഫീ ഹദ്റത്ത് അൽ-ഗിയാബ്" എന്ന കൃതിയുടെ "In the presence of Absence" എന്ന തലക്കെട്ടിലുള്ള വിവർത്തനമായിരിക്കും. 2011ൽ പുറത്തിറങ്ങിയ ഈ കൃതിക്ക് അമേരിക്കൻ ലിറ്ററി ട്രാൻസ്ലേറ്റേഴ്സ് അസോസിയേഷന്റെ ഏറ്റവും മികച്ച വിവർത്തനത്തിനുള്ള പുരസ്കാരം ലഭിച്ചിട്ടുണ്ട്. മറ്റൊരു വിവർത്തനം ഇറാഖി കവി സഅദി യൂസുഫിന്റെ കവിതകളുടേതാണ്.

2003-ലെ അമേരിക്കൻ അധിനിവേശത്തെത്തുടർന്ന് ഇറാഖിൽ തിരികെ എത്തിയ സിനാൻ അൻതൂൺ യുദ്ധത്തിൽ തകർന്നടിഞ്ഞ ബാഗ്ദാദിന്റെ ദുരന്തചിത്രം വരച്ചുകാട്ടുന്ന "About Baghdad" എന്ന ഡോക്യുമെന്ററി തയ്യാറാക്കിയിരുന്നു. സദ്ദാം യുഗത്തിന് ശേഷമുള്ള ബാഗ്ദാദിന്റെ ദൃശ്യം പകർത്തിയ ആദ്യത്തെ ഡോക്യുമെന്ററിയായിരുന്നു ഇത്.

സിനാൻ അൻതൂണിന്റെ കൃതികളിൽ ഏറ്റവും അധികം നിരൂപകപ്രശംസ നേടിയ നോവലാണ് 'വഹ്ദഹാ ശജറത് അൽ-റുമ്മാൻ". യുദ്ധവും വംശീയതയും തകർത്തെറിഞ്ഞ ഇറാഖിന്റെ ദയനീയ ചരിത്രം രേഖപ്പെടുത്തുന്നു ഈ നോവലിൽ. ബാഗ്ദാദിലെ കാസിമിയ്യയിലെ മൃതദേഹങ്ങൾ കുളിപ്പിക്കുന്ന തൊഴിൽ പരമ്പരാഗതമായി ചെയ്യുന്ന ഒരു ശിയാ കുടുംബത്തിന്റെ കഥയാണിത്.

തുടക്കം മുതൽ ഒടുക്കംവരെ മരണം നൃത്തമാടുന്ന ബാഗ്ദാദിന്റെ വിവിധ തെരുവോരങ്ങളിലൂടെ വായനക്കാരേയും കൂട്ടി നോവലിസ്റ്റ് നടത്തുന്ന ഭീകരത നിറഞ്ഞുനിൽക്കുന്ന യാത്രയാണ് ഈ നോവൽ.

ബാഗ്ദാദിലെ ഫൈൻ ആർട്ട്സ് അക്കാദമിയിലെ കലാ വിദ്യാർത്ഥിയായ ജവാദ് കാസിമിന് അറിയപ്പെടുന്നൊരു ശില്പി യാകാനാണ് മോഹം. എന്നാൽ യുദ്ധവും മരണവും അവന്റെ മോഹങ്ങളേയും സ്വപ്നങ്ങളേയും പ്രണയത്തേയും ശിഥിലീകരി ക്കുകയാണ്. തലമുറകളായി തങ്ങളുടെ കുടുംബം ചെയ്തുവരുന്ന മൃതദേഹങ്ങൾ കുളിപ്പിച്ച് ശവക്കച്ച പുതച്ചുനൽകുന്ന തൊഴിൽ ചെയ്യുന്ന പിതാവുമായി പിണങ്ങേണ്ടിവരുന്നു ജവാദിന്. 1980 മുതൽ 88 വരെ നീണ്ടുനിന്ന ആധുനിക കാലത്തെ ഏറ്റവും ദൈർഘ്യ മേറിയ യുദ്ധമെന്ന് വിശേഷിപ്പിക്കപ്പെട്ട ഇറാൻ-ഇറാഖ് യുദ്ധത്തി നിടയ്ക്ക് നിർബന്ധിത സൈനിക സേവനം ചെയ്യാൻ വിധിക്കപ്പെട്ട ഡോക്ടറായ ജവാദിന്റെ സഹോദരൻ കൊല്ലപ്പെടുന്നു. പിന്നെ 2003-ൽ ഇറാഖിനെ അമേരിക്ക ആക്രമിച്ചപ്പോൾ യുദ്ധവിമാനങ്ങൾ വീടിനടുത്ത് വർഷിച്ച ബോംബ് സ്ഫോടനത്തിന്റെ ആഘാത ത്തിൽ ഹൃദയം പൊട്ടി മരിക്കുന്ന പിതാവ്. സ്വന്തം ഉമ്മയെ ചികി ത്സിക്കാൻ പോലും കാശില്ലാതെ നട്ടം തിരിയുന്ന ജവാദ്. 1991-ലെ ഇറാഖിന്റെ കുവൈറ്റ് അധിനിവേശത്തെ തുടർന്ന് അമേരിക്ക അടി ച്ചേല്പിച്ച സാമ്പത്തിക ഉപരോധത്തിൽ നട്ടെല്ല് തകർന്ന അവസ്ഥ യിലായ ഇറാഖിലെ സാധാരണ ജനങ്ങൾ.

2003-ലെ അമേരിക്കൻ അധിനിവേശത്തെ തുടർന്ന് സദ്ദാം ഹുസൈന്റെ ഭരണം അവസാനിച്ചെങ്കിലും ഇറാഖിനെ കാത്തിരു ന്നത് അരാജകത്വത്തിന്റെ നാളുകളായിരുന്നു. കൊള്ളയും കൊല യുമാണ് എങ്ങും. സുന്നി-ശിയാ വംശീയ സംഘർഷങ്ങൾ അതിന്റെ പാരമ്യതയിലെത്തി. ബാഗ്ദാദിന്റെ തെരുവോരങ്ങളിലും ചവറുകൂനകളിലും ടൈഗ്രീസ് നദിയിലും അടിഞ്ഞുകൂടിയ മൃത ദേഹങ്ങൾക്ക് അവകാശികൾ പോലുമില്ലായിരുന്നു. മോർച്ചറികൾ നിറഞ്ഞുകവിഞ്ഞതിനാൽ തെരുവിൽ മരിച്ചുവീഴുന്നവരുടെ മൃത ദേഹങ്ങൾ തെരുവ് നായ്ക്കൾ കടിച്ചുകീറുന്നു. അങ്ങനെ മൃത്യു വിന്റെ അംഗരക്ഷകനായി മൃതദേഹങ്ങൾ കഴുകുന്ന ജോലിയുമായി ജവാദ് തന്റെ കുളിപ്പുരയിലേക്ക് തിരിച്ചെത്തുന്നു. ഓടിയൊളിക്കാൻ എത്ര ശ്രമിച്ചാലും അയാൾക്ക് അവിടെനിന്നും മോചനമില്ല. രണ്ട് പെൺകുട്ടികളെ സ്നേഹിച്ചെങ്കിലും അവരിലാരെയും സ്വന്ത മാക്കാൻ വിധി അയാളെ അനുവദിക്കുന്നില്ല. സത്യത്തിൽ സമകാലിക ഇറാഖിൽ ജീവിക്കാൻ വിധിക്കപ്പെട്ട ഏതൊരു മനുഷ്യന്റെയും

പ്രതീകമാണ് ജവാദ്. കുളിപ്പുരയിൽ മൃതദേഹങ്ങളെ കഴുകുന്ന വെള്ളം ഒഴുകി എത്തുന്നത് സമീപത്തുള്ള തോട്ടത്തിലെ മാതള മരത്തിന്റെ ചുവട്ടിലേക്കാണ്. ജവാദിന്റെ ദുഃഖങ്ങളും മോഹങ്ങളും യാതനകളും പേടിസ്വപ്നങ്ങളുമൊക്കെ അറിയുന്നത് ഈ മാതളമരം മാത്രമാണ്.

ചെറുതും വലുതുമായ അമ്പത്തിയഞ്ച് അദ്ധ്യായങ്ങളാണ് നോവലിലുള്ളത്. ഇതിൽത്തന്നെ പതിമൂന്നോളം അദ്ധ്യായങ്ങൾ ജവാദ് കാണുന്ന പേടിസ്വപ്നങ്ങളാണ്. മരണവും, ഭീകരതയും നിറഞ്ഞുനിൽക്കുന്ന സർറിയലിസ്റ്റിക് ആഖ്യാനമായിരിക്കും ഈ അദ്ധ്യായങ്ങളിൽ കാണുക. അദ്ധ്യായങ്ങൾ തമ്മിൽ യാതൊരു തുടർച്ചയുമില്ലാത്ത അവസ്ഥയാണ് പകുതിയോളം ഭാഗങ്ങളിൽ. അരാജകത്വംമൂലം കുത്തഴിഞ്ഞ ജീവിതത്തെ പ്രതിനിധാനം ചെയ്യുന്ന അദ്ധ്യായങ്ങളുടേയും കുത്തഴിഞ്ഞത് പോലെ. സംഭാഷണങ്ങൾ ഏതാണ്ട് മുഴുവനായി ഇറാഖി പ്രാദേശിക ഭാഷാഭേദത്തിലാണ്.

ഒരു രാജ്യം കടന്നുപോകുന്ന ഭീകരത എത്രമാത്രം ബീഭത്സമാണെന്ന് വരച്ചുകാട്ടുന്ന അദ്ധ്യായങ്ങളാണ് നോവൽ നിറയെ. അങ്ങേയറ്റം റിയലിസ്റ്റിക്കായ വിവരണരീതിയിലൂടെ മരണത്തിന്റെ കരാളനൃത്തം വരച്ചിടുകയാണ് സിനാൻ അൻതൂൺ. സദ്ദാമിനെയും ബഅസ് സോഷ്യലിസ്റ്റ് പാർട്ടിയുടെ സ്വേച്ഛാധിപത്യഭരണത്തെയും അമേരിക്കയുടെ അധിനിവേശത്തിനുശേഷം അരങ്ങേറുന്ന സുന്നി -ശിയാ വംശീയ കൊലവിളികളെയും ഒരുപോലെ വിമർശിക്കുന്നുണ്ട് നോവൽ. മരണത്തിന്റെ വിവിധ രൂപങ്ങൾ ഏറ്റവും നന്നായി പ്രതിഫലിപ്പിക്കാനാകണം മൃതദേഹങ്ങൾ കഴുകുന്ന കുളിപ്പുര എന്ന ആശയം സ്വീകരിക്കപ്പെട്ടത്. അവിടെ എത്തുന്ന കത്തിക്കരിഞ്ഞതും ഉടലുള്ളതും അല്ലാത്തതുമായ ഓരോ ശവശരീരങ്ങൾക്കും പറയാനുള്ളത് മുറിവുകളുടെ കഥകളായിരിക്കും.

സദ്ദാമിന്റെ കാലത്ത് കമ്മ്യൂണിസ്റ്റുകളെ വേട്ടയാടിയപ്പോൾ നാടുവിട്ടോടിയ ജവാദിന്റെ അങ്കിൾ തിരികെ എത്തുന്ന ഒരദ്ധ്യായമുണ്ട്. ഒരാഴ്ചക്കാലം ബാഗ്ദാദിൽ ചുറ്റിക്കറങ്ങുന്ന ആ മനുഷ്യന് അമേരിക്കൻ അധിനിവേശവും വംശീയതയും സൃഷ്ടിച്ച കാഴ്ചകൾ കണ്ടു നിൽക്കാനാകുന്നില്ല. ഇതിനേക്കാൾ ഭേദമായിരുന്നു സദ്ദാമിന്റെ കിരാതഭരണമെന്ന് അയാൾക്ക് തോന്നിപ്പോകുന്നു. ഒപ്പം തന്റെ പാർട്ടിക്കാരായിരുന്ന കമ്മ്യൂണിസ്റ്റുകളടക്കം വംശീയ വാദത്തിനും അമേരിക്കൻ പാദസേവയ്ക്കും മുന്നിൽ തലകുനിക്കുന്ന കാഴ്ചകളും ആ മനുഷ്യന് കാണേണ്ടിവരുന്നു. തെരുവോരങ്ങളിൽ പൊട്ടിത്തെറിക്കുന്ന ചാവേറുകൾ, തട്ടിക്കൊണ്ടു പോകപ്പെടുന്ന

നിരപരാധികൾ, അമേരിക്കൻ മിസൈലുകളേറ്റ് വാഹനങ്ങൾക്കുള്ളിൽതന്നെ കത്തിക്കരിഞ്ഞുപോകുന്ന യാത്രക്കാർ, സ്വന്തം മകന്റെ ശിരസ്സ് മാത്രം ബാക്കി ലഭിക്കുന്ന പിതാവ്, നിർബന്ധിത സൈനിക സേവനത്തിന്റെ പേരിൽ വിദ്വേഷത്തിന്റെ യുദ്ധത്തിലേർപ്പെടേണ്ടി വരുന്ന യുവാക്കൾ, 1991ലെ കുവൈറ്റ് യുദ്ധവേളയിൽ ബസറ ഹൈവേയിൽ അമേരിക്കൻ വ്യോമാക്രമണത്തിൽ കത്തിക്കരിഞ്ഞ വാഹനങ്ങൾക്കുള്ളിലെ മൃതദേഹങ്ങൾ തെരുവ് നായ്ക്കൾ കടിച്ചുകീറുന്നത് നിസ്സഹായതയോടെ നോക്കി നിൽക്കേണ്ടി വരുന്ന സൈനികർ, വിദ്യാഭ്യാസ സ്ഥാപനങ്ങളെപ്പോലും വെറുതെ വിടാതെ മിസൈൽ ആക്രമണം നടത്തുന്ന അമേരിക്കൻ പട്ടാളക്കാർ, യുദ്ധത്തിന്റെ ബാക്കിപത്രമായ ഭീകര രോഗങ്ങൾക്കടിമപ്പെട്ട മനുഷ്യർ, സാമ്പത്തിക ഉപരോധത്തിൽ നട്ടം തിരിയുന്ന സാധാരണക്കാർ, ദുഃസ്വപ്നങ്ങളെ പേടിച്ച് രാത്രി ഉറക്കം നഷ്ടപ്പെട്ട യുവാക്കൾ, മകന്റെ പേര് സുന്നിയുടേതായിപ്പോയതിനാൽ ശിയാ തീവ്രവാദികളാൽ വേട്ടയാടപ്പെടുന്ന കുടുംബം. ഇങ്ങനെ എണ്ണിയാലൊടുങ്ങാത്ത യാതനകളുടെ ചിത്രങ്ങളാണ് നോവൽ നിറയെ.

ബ്രിട്ടനിലെ ഡർഹാം യൂണിവേഴ്സിറ്റി അറബി വിഭാഗം പ്രൊഫസർ പോൾസ്റ്റാർക്കി ബാനിപാൽ മാഗസിനിൽ എഴുതിയ നിരൂപണത്തിൽ ഈ നോവലിനെ വിലയിരുത്തിയത് ഗൾഫ് യുദ്ധാനന്തര ഇറാഖിന്റെ യാതനകൾ വിവരിക്കുന്ന ഏറ്റവും ശക്തമായ നോവലെന്നായിരുന്നു. വൈയക്തികമായ തലത്തിലും, സാമൂഹിക തലത്തിലുമുള്ള യുദ്ധത്തിന്റെ മുറിവുകളും ആഘാതങ്ങളുമൊക്കെ നോവലിൽ ആദ്യാവസാനം വരച്ചുകാണിക്കുകയാണ് നോവലിസ്റ്റ്.

ഇറാഖി നിരൂപകൻ അലി അൽ-ഷൗക് 'അൽ-ഹയാത്ത്' പത്രത്തിലെഴുതിയ നിരൂപണത്തിൽ നോവലിനെ വിലയിരുത്തിയത് ഇങ്ങനെയായിരുന്നു:

"എന്റെ മുന്നിലുള്ള ഈ നോവൽ പോലൊരു കൃതി എത്രയോ വർഷങ്ങളായി ഞാൻ വായിച്ചിട്ട്. അതിശയിപ്പിക്കുന്നൊരു നോവലാണിത്. ഇറാഖി ദുരന്തത്തെക്കുറിച്ചെഴുതപ്പെട്ട ഏറ്റവും മനോഹരമായ നോവൽ. ജീവിതത്തിലിന്നോളം വായിച്ചിട്ടുള്ള ഏറ്റവും മികച്ച നോവലുകളിലൊന്നായി ഈ കൃതിയെ വിലയിരുത്തുന്നതിൽ എനിക്കൊരു ശങ്കയുമില്ല. കഥാപാത്രങ്ങളുടെ ഹൃദയത്തിൽ തൊടുന്ന സംഭാഷണങ്ങൾ വായിക്കുമ്പോൾ നിങ്ങൾക്ക് സ്വന്തം ആളുകൾക്കരികിലാണെന്ന വികാരമായിരിക്കും അനുഭവപ്പെടുക."

പ്രാദേശിക ഭാഷയിലുള്ള സംഭാഷണങ്ങൾ മലയാളത്തിലേക്ക് വിവർത്തനം ചെയ്യുക എന്നത് അങ്ങേയറ്റം ദുഷ്കരമായ വെല്ലുവിളി തന്നെയായിരുന്നു. അതിനാൽത്തന്നെ നോവലിസ്റ്റുമായി നിരന്തരമായി ഇ-മെയിലിലൂടെ ബന്ധപ്പെടേണ്ടി വന്നു. സംശയങ്ങൾക്കുള്ള മറുപടിയും വിശദീകരണങ്ങളും ഇരുപത്തിനാല് മണിക്കൂറുകൾക്കകം ലഭിച്ചുകൊണ്ടിരുന്നു എന്നത് നന്ദിയോടെ സ്മരിക്കുന്നു. യുദ്ധവും വംശീയതയും ഉപരോധവും സാമ്രാജ്യത്വവും സ്വേച്ഛാധിപത്യവും മതവർഗീയതയും ഒരു ജനതയുടെ ജീവിതം എത്രമാത്രം നരകതുല്യമാക്കി മാറ്റിയെന്ന് ഈ നോവൽ വായിക്കുമ്പോൾ വായനക്കാർക്ക് ബോധ്യപ്പെടും. ഓരോ അണുവിലും മരണം പതിയിരിക്കുന്ന ലോകത്തിലേക്കാണ് വായനക്കാരന് പോകേണ്ടത്. അല്പംപോലും പ്രതീക്ഷയുടെ കിരണങ്ങൾ കടന്നെത്താത്ത ലോകത്തേക്ക്.

ഡോ. എൻ. ഷംനാദ്

വെള്ള പുതപ്പിക്കുന്നവർ

ഒന്ന്

ചുമരുകളോ, മേൽക്കൂരയോ ഇല്ലാത്ത തുറസ്സായൊരിടത്ത് മാർബിൾ ബഞ്ചിൽ നഗ്നയായി കിടക്കുകയായിരുന്നു അവൾ. ഒരിടത്തും ആരേയും കാണാനില്ല. കണ്ണെത്താദൂരത്തോളം ചക്രവാളം വരെ നീണ്ടുകിടക്കുന്ന മണലാരണ്യം മാത്രം. സൂര്യരശ്മികളെ തടഞ്ഞുകൊണ്ട് ആകാശത്ത് കറങ്ങുന്ന മേഘക്കീറുകൾ മാത്രമാണ് ചക്രവാളത്തിലെങ്ങും കാണാനുള്ളത്. ഞാനാകട്ടെ നഗ്നനും നഗ്നപാദനും ചുറ്റുമുള്ള കാര്യങ്ങളിൽ അന്താളിച്ച അവസ്ഥയിലുമായിരുന്നു. കാലടികളിൽ മണൽത്തരികൾ ഞെരിഞ്ഞമരുന്നത് തിരിച്ചറിയാം. ഒപ്പം തണുത്ത കാറ്റും. അവൾ തന്നെയാണെന്ന് ഉറപ്പിക്കാനായി ബഞ്ചിന് നേരെ ഞാൻ പതിയെ നീങ്ങാൻ തുടങ്ങി. ഇക്കഴിഞ്ഞ വർഷങ്ങൾക്കെല്ലാമപ്പുറം എപ്പോഴായിരിക്കും അവൾ തിരികെ എത്തിയത്? അതിന്റെ കാരണമെന്താകും? കറുത്ത് നീണ്ട തലമുടി ശിരസ്സിന്റെ ഒരു ഭാഗത്ത് കൂനകൂട്ടിവച്ച നിലയിലായിരുന്നു. കുറച്ച് കൂന്തലുകൾ വലത്തേ കവിൾ മൂടിയിട്ടുണ്ട്. കാലത്തിന് മാറ്റം വരുത്താൻ സാധിക്കാത്ത ആ മുഖത്തെ സംരക്ഷിക്കുന്നത് പോലുള്ള മുടിയിഴകൾ. സൂക്ഷ്മമായി അരികൊതുക്കിയ പുരികങ്ങൾ, തിങ്ങിയ കൺപീലികൾ അടഞ്ഞിരിക്കുന്ന കൺപോളകൾ, ഇപ്പോഴും ജീവനുണ്ട് അല്ലെങ്കിൽ മരിച്ചിട്ട് അധികം നേരമായിട്ടില്ല എന്ന് തോന്നിപ്പിക്കും വിധത്തിൽ പീതനിറമുള്ള ലിപ്സ്റ്റിക് പുരട്ടിയ അധരങ്ങളെ സംരക്ഷിക്കുന്ന മൂക്ക്, ശസ്ത്രക്രിയ ചെയ്തുവെന്ന് സൂചിപ്പിക്കുന്ന അടയാളമേതുമില്ലാത്ത മാറിടങ്ങളിൽ കൂർത്തുനിൽക്കുന്ന മുലക്കണ്ണുകൾ, നാഭിക്ക് മുകളിൽ മുറുകെപ്പിടിച്ചിരിക്കുന്ന കൈകൾ, അധരങ്ങളിൽ കണ്ട അതേ പീതനിറമുള്ള പോളിഷ് ധരിച്ച കൈകാലുകളിലെ നഖങ്ങൾ, ക്ഷൗരം ചെയ്ത സ്വകാര്യഭാഗങ്ങൾ.

അവർ ഉറങ്ങുകയായിരിക്കുമോ അതോ മരിച്ചുകഴിഞ്ഞോ എന്ന് സ്വന്തം മനസ്സിനോട് ചോദിക്കുകയായിരുന്നു ഞാൻ. ഒന്ന് തൊട്ടുനോക്കാൻ എനിക്ക് ഭയമായിരുന്നു. അവളുടെ മുഖത്തേക്ക് നോക്കി ഞാൻ പേര് വിളിച്ചു.

“റീം”

അവൾ പുഞ്ചിരിച്ചെങ്കിലും കണ്ണുകൾ തുറന്നില്ല. പിന്നെ ആ കണ്ണുകൾ തുറന്നപ്പോൾ കൃഷ്ണമണികളുടെ കറുപ്പുനിറം പോലും പുഞ്ചിരി തൂകുകയായിരുന്നു. എന്താണ് സംഭവിച്ചുകൊണ്ടിരിക്കുന്നതെന്ന് എനിക്കൊന്നും മനസ്സിലായില്ല. ഉറക്കെയായിരുന്നു ഞാൻ ചോദിച്ചത്.

“റീം, നീ ഇവിടെ എന്താണ് ചെയ്യുന്നത്?”

അവളെയൊന്ന് ആശ്ലേഷിച്ച് ചുംബിക്കാൻ ആയുകയായിരുന്നു ഞാൻ. എന്നാൽ അവൾ വിലക്കുകയായിരുന്നു എന്നെ.

“എന്നെ ചുംബിക്കരുത്. ആദ്യം എന്നെ കുളിപ്പിക്കൂ. അങ്ങനെ നമുക്ക് ഒന്നായി മാറാം. പിന്നീട്....”

“എന്താണീ പറയുന്നത്? നീ ഇപ്പോഴും ജീവനോടെ ഇരിക്കുകയല്ലേ?”

“കുളിപ്പിക്കൂ എന്നെ. അങ്ങനെ നമുക്ക് ഒന്നായി മാറാം. എനിക്ക് നിന്നെ വല്ലാതെ നഷ്ടപ്പെട്ടു.”

“പക്ഷേ നീ മരിച്ചയാളല്ലല്ലോ?”

“എന്നെ കുളിപ്പിക്കൂ, പ്രിയപ്പെട്ടവനേ.”

“എന്ത് ഉപയോഗിച്ച് കുളിപ്പിക്കാനാണ്? ഇവിടെ ഒന്നുമില്ലല്ലോ?”

“എന്നെ കുളിപ്പിക്കൂ.”

മഴത്തുള്ളികൾ വീഴാൻ തുടങ്ങിയതോടെ അവൾ കണ്ണുകളടച്ചു. ആ മൂക്കിൽ പതിച്ച മഴത്തുള്ളി ഞാൻ ചൂണ്ടുവിരൽകൊണ്ട് തുടച്ചുമാറ്റി. ചർമ്മത്തിന് ഊഷ്മളതയുണ്ടായിരുന്നു. അതിനർത്ഥം അവൾക്ക് ഇപ്പോഴും ജീവനുണ്ടെന്നാണ്. തലമുടിയിൽ തഴുകിക്കൊടുക്കുമ്പോൾ അവളെ മഴവെള്ളത്തിൽ കുളിപ്പിച്ചാലോ എന്നാണ് ചിന്തിച്ചത്. ഞാൻ ചിന്തിച്ച കാര്യം കേട്ടതുപോലെ അവൾ പുഞ്ചിരിതൂകി. ഇടത്തേ പുരികത്തിൽ വന്ന് പതിച്ച മറ്റൊരു മഴത്തുള്ളികൂടി ഞാൻ തുടച്ചുമാറ്റി.

ഒരു വാഹനം അടുത്തേക്കെത്തുന്ന ശബ്ദം കേട്ടു. തിരിഞ്ഞുനോക്കിയപ്പോൾ കണ്ടത് ഭ്രാന്തമായ വേഗതയിൽ പാഞ്ഞടുക്കുന്ന ഒരു ഹംവി പട്ടാളജീപ്പായിരുന്നു. പിറകിൽ വൻപൊടിപടലവും കാണാം. വന്ന അതേ വേഗതയിൽ വലത്തേക്ക് തിരിഞ്ഞ ഹംവി ഞങ്ങൾ നിൽക്കുന്നതിന്റെ കുറച്ചുവാര അകലെ വന്നുനിന്നു. വാതിലുകൾ തുറന്ന് നാലഞ്ച് ആളുകൾ പുറത്തേക്കിറങ്ങി. മുഖം മറച്ച്, കാക്കി വസ്ത്രം ധരിച്ചിരുന്ന അവർ തോക്കുകളുമായി ഞങ്ങൾക്ക് നേരെ ഓടിയടുത്തു. വലത്തേ കൈകൊണ്ട് അവളെ സംരക്ഷിച്ചു നിർത്താൻ ഞാൻ ശ്രമിച്ചുനോക്കി. പക്ഷേ അതിനുള്ളിൽത്തന്നെ അവരിലൊരാൾ എനിക്കരികിലേക്ക് എത്തിക്കഴിഞ്ഞിരുന്നു. കൈയിലിരിക്കുന്ന തോക്കിന്റെ പാത്തികൊണ്ട് അയാൾ എന്റെ മുഖത്തടിച്ചു. നിലത്ത് തള്ളിയിട്ടശേഷം അയാൾ എന്റെ വയറ്റിലും അരക്കെട്ടിലും മുതുകിലുമൊക്കെ ചവിട്ടാൻ തുടങ്ങി. മറ്റൊരാളാകട്ടെ ബഞ്ചിനരികിൽ നിന്നും അകറ്റാനായി എന്റെ കൈയിൽ പിടിച്ച് വലിച്ചിഴയ്ക്കാൻ തുടങ്ങി. ആരും എന്നോട് ഒരു വാക്കുപോലും ഉരിയാടുന്നുണ്ടായിരുന്നില്ല. അലറിവിളിക്കുകയും ശാപവാക്കുകൾ ഉരുവിടുകയും ചെയ്തെങ്കിലും എനിക്ക് സ്വന്തം ശബ്ദം കേൾക്കാൻ സാധിക്കുന്നില്ല.

രണ്ടാളുകൾ എന്നെ മുട്ടുകുത്തി നിർത്തി. ഒരു വള്ളി ഉപയോഗിച്ച് അവരെന്റെ കൈകൾ മുതുകിന് പിറകിൽ കെട്ടിയിട്ടു. ഒരാൾ കഴുത്തിൽ കത്തി ചേർത്തു പിടിക്കുമ്പോൾ മറ്റൊരാൾ എന്റെ കണ്ണുകൾ കെട്ടി. അവരുടെ

പൊട്ടിച്ചിരികൾക്കിടയിലും റീമിന്റെ അലർച്ചയും ഞരക്കങ്ങളുമൊക്കെ എനിക്ക് കേൾക്കാം. കുതറിമാറാൻ ശ്രമിച്ചെങ്കിലും അവരെന്നെ ബലമായി പിടിച്ചു നിർത്തുകയായിരുന്നു. ഞാൻ ഉറക്കെ നിലവിളിച്ചു. എന്നിട്ടും നില വിളി ശബ്ദം മാത്രം കേൾക്കാൻ എനിക്ക് സാധിക്കുന്നില്ല. കേൾക്കാൻ കഴിയുന്നത് റീമിന്റെ അലർച്ചയും പുരുഷന്മാരുടെ പൊട്ടിച്ചിരികളും അലർച്ചയും പിന്നെ കോരിച്ചൊരിയുന്ന മഴയുടെ ശബ്ദവും.

തണുത്തുറഞ്ഞ കത്തി കഴുത്തിൽ ആഴ്ന്നിറങ്ങുമ്പോൾ കടുത്ത വേദ നയാണ് തോന്നിയത്. ചൂട് ചോര നെഞ്ചിലേക്കും മുതുകിലേക്കും ഒഴുകി യിറങ്ങി. എന്റെ ശിരസ്സ് ഉടലിൽനിന്നും വേർപ്പെട്ട് പന്ത് കണക്കെ മണ ലിൽ ഉരുണ്ടുവീണു. കാലടികൾ അടുത്ത് വരുന്നത് കേൾക്കാം. അവരി ലൊരാൾ കണ്ണുകളിൽ കെട്ടിയിരുന്ന തുണി അഴിച്ച് തന്റെ കീശയിൽ തിരുകി. നടന്നകലുന്നതിന് മുമ്പ് അയാളെന്റെ മുഖത്തേക്ക് തുപ്പി. ബഞ്ചിന്റെ ഇടതുവശത്ത് രക്തക്കളത്തിൽ കുളിച്ചുകിടക്കുന്ന എന്റെ ഉടൽ കാണാൻ കഴിയുന്നുണ്ട്.

മറ്റുള്ള ആളുകൾ ഹംവിക്ക് തിരികെപ്പോകുമ്പോൾ രണ്ടുപേർ റീമിന്റെ കൈകളിൽ പിടിച്ച് വലിച്ചിഴച്ചുകൊണ്ടുപോയി. ഞാൻ കിടന്ന ഭാഗത്തേക്ക് ശിരസ്സ് തിരിക്കാൻ അവൾ ശ്രമിച്ചപ്പോൾ ഒരാൾ അവളെ മർദ്ദിച്ചു. അവ ളുടെ പേര് ഉറക്കെ വിളിച്ചുവെങ്കിലും എനിക്കെന്റെ ശബ്ദം കേൾക്കാനേ സാധിച്ചില്ല. ഹംവിയുടെ പിറകുവശത്തെ സീറ്റിലേക്ക് അവളെ വലിച്ചെറി ഞ്ഞശേഷം അവർ വാതിലടച്ചു. എൻജിൻ സ്റ്റാർട്ടാവുന്ന ശബ്ദം കേട്ടു. അതിവേഗതയിൽ ഹംവി കുതിച്ചകന്നു. പിന്നെ ചക്രവാളത്തിലെങ്ങോ അത് അപ്രത്യക്ഷമായി. ആളൊഴിഞ്ഞ ബഞ്ചിലേക്ക് മഴ അപ്പോഴും കോരി ച്ചൊരിയുന്നുണ്ടായിരുന്നു.

വിയർപ്പിൽ കുളിച്ചുകൊണ്ടായിരുന്നു ഞാൻ ഞെട്ടിയുണർന്നത്. നെറ്റി യിലെയും മുഖത്തെയും വിയർപ്പ് തുടച്ചു. ആഴ്ചകളായി കാണുന്ന അതേ പേക്കിനാവ് തന്നെയാണ് ഇന്നും കണ്ടത്. ചെറിയ വ്യത്യാസങ്ങളുണ്ടെ ന്നത് ശരിയാണ്. ചില നേരങ്ങളിൽ റീമിന്റെ ഛേദിച്ച ശിരസ്സ് ബഞ്ചിന്മേലി രിക്കുന്നതായിരിക്കും കാണുക. അന്നേരവും അവൾ പറയുക 'എന്നെ കുളി പ്പിക്കൂ, പ്രിയപ്പെട്ടവനേ' എന്നായിരിക്കും. എന്നാൽ ഇതാദ്യമായിട്ടാണ് മഴ ഒരു ഘടകമായി കടന്നെത്തിയത്. അതിന്റെ ഉറവിടമേതാണെന്ന് എനിക്കി പ്പോൾ തിരിച്ചറിയാം. വീടിനു പുറത്ത് നിന്നും മഴ സ്വപ്നത്തിലേക്കു കടന്നു വന്നതാണ്. കിടക്കയ്ക്കരികിലെ ജനാലക്കണ്ണാടിക്കപ്പുറം മഴ പെയ്തിറ ങ്ങുന്ന ശബ്ദം എനിക്കു കേൾക്കാൻ കഴിയുന്നുണ്ട്. വാച്ചിൽ നോക്കിയ പ്പോൾ സമയം മൂന്നരയായിരിക്കുന്നു. കഠിനവും സുദീർഘവുമായ ഒരു പകൽ കഴിഞ്ഞിട്ട് മൂന്ന് മണിക്കൂറിലധികം ഉറങ്ങാൻ സാധിച്ചിട്ടില്ല. ഉറക്കമില്ലായ്മയ്ക്ക് അർത്ഥമെന്തെന്നറിയാത്ത ഈ പേക്കിനാവിനുമിട യിൽ ഞാനാകെ ക്ഷീണിതനാണ്. എന്നിട്ടും അതെന്നെ വിടാതെ പിന്തുട രുന്നു. മരണം എന്നെ നോക്കി പൊട്ടിച്ചിരിച്ചുകൊണ്ട് പറയുന്നത് ഇങ്ങനെ യായിരിക്കും:

"എന്നിൽനിന്നും ഓടിയൊളിക്കാൻ കഴിയുമെന്നാണോ, വിഡ്ഢീ നീ കരുതിയിരിക്കുന്നത്?"

പകൽ ഉണർന്നിരിക്കുന്ന നേരങ്ങളിൽ വേട്ടയാടിയത് പോരാത്തതിനാൽ ഉറക്കത്തിലും മരണം പിന്തുടരാൻ വാശിപിടിക്കുകയാണ്. പകൽ മുഴുവൻ മരണത്തിന്റെ നിത്യഅതിഥികളുടെ കാര്യങ്ങൾ ശ്രദ്ധിക്കുകയും അതിന്റെ മടിത്തട്ടിൽ അവർക്ക് ഉറങ്ങാൻ സൗകര്യങ്ങൾ ഒരുക്കിയിട്ടും ഈ മരണത്തിന് മതിയായില്ലേ? ആ നഖങ്ങളുടെ പിടിയിൽനിന്നും കുതറിയോടുവാൻ കഴിയുമെന്നെ വിശ്വാസമുള്ളതിനാൽ മരണം എന്നെ ശിക്ഷിക്കുകയായിരിക്കുമോ? വാപ്പ ജീവിച്ചിരിപ്പുണ്ടായിരുന്നെങ്കിൽ ഈ ചിന്തകളുടെ പേരിൽ അദ്ദേഹമെന്നേ പരിഹസിച്ചേനേ. ആണുങ്ങൾക്ക് ചേരാത്ത ബാലചാപല്യങ്ങളെന്ന് പറഞ്ഞ് അവയെ തള്ളിപ്പറഞ്ഞേനെ. ഒരിക്കൽപോലും മരണത്തെ കുറ്റപ്പെടുത്താതെ പതിറ്റാണ്ടുകളോളം ദിവസേനയെന്നോണം അദ്ദേഹം തന്റെ തൊഴിൽ നിർവ്വഹിച്ചിട്ടുള്ളതാണല്ലോ? ഇക്കാലത്തെ മരണങ്ങളേക്കാൾ എല്ലാനിലയിലും കുറവായിരുന്നു അക്കാലത്തെ മരണങ്ങൾ. മരണത്തിന്റെ വാക്കുകൾ എനിക്ക് കേൾക്കാം:

"പഴയ ഞാൻ തന്നെയാണ്. എനിക്കൊരു മാറ്റവുമില്ല. ഞാനൊരു പോസ്റ്റുമാൻ മാത്രമാണ്."

മരണമൊരു പോസ്റ്റുമാനാണെങ്കിൽ അതിന്റെ കത്തുകൾ കൈപ്പറ്റുന്നവരിൽ ഒരാൾ ഞാനായിരിക്കും. രക്തപങ്കിലമായ കീറിയ കത്തുകൾ ശ്രദ്ധയോടെ തുറന്ന്, കഴുകി, മരണത്തിന്റെ സ്റ്റാമ്പുകൾ നീക്കി, ഉണക്കി, സുഗന്ധം പുരട്ടി, വിശ്വാസമില്ലെങ്കിൽപോലും മന്ത്രങ്ങൾ ഉരുവിട്ട് ശ്രദ്ധയോടെ വെള്ള പുതപ്പിക്കുന്നതൊക്കെ ഈ ഞാനായിരിക്കും. കുഴിമാടമെന്ന അവസാന വായനക്കാരന്റെ അടുക്കലേക്ക് ആ കത്തുകൾ ചെന്നണയുന്നത് അങ്ങനെയായിരിക്കും.

പക്ഷേ ഈ കത്തുകൾ കുന്നുകൂടുകയാണല്ലോ വാപ്പാ? ഒരാഴ്ചക്കാലത്ത് താങ്കൾ കണ്ടിരിക്കാവുന്നതിന്റെ എത്രയോ ഇരട്ടി കത്തുകളായിരിക്കും ഒന്നോ രണ്ടോ ദിവസങ്ങൾക്കുള്ളിൽതന്നെ എന്റെ കൺമുന്നിലൂടെ കടന്നുപോകുന്നത്. ജീവനോടെ ഉണ്ടായിരുന്നെങ്കിൽ ഇതെല്ലാം വിധിയാണെന്നോ, ദൈവഹിതമാണെന്നോ താങ്കൾ പറയുമായിരുന്നോ? താങ്കൾ ഇവിടെ ഉണ്ടായിരുന്നെങ്കിലെന്ന് ഞാൻ കൊതിച്ചുപോകുകയാണ് വാപ്പാ. അങ്ങനെയായിരുന്നെങ്കിൽ ഉമ്മയെ താങ്കളെ ഏല്പിച്ചശേഷം കുറ്റബോധമൊന്നുമില്ലാതെ ഞാൻ എങ്ങോട്ടെങ്കിലും ഒളിച്ചോടിപ്പോയേനെ. താങ്കൾക്ക് വിശ്വാസം ആയുധമായിരുന്നു. ആ വിശ്വാസത്താൽ മലമുകളിലെ കോട്ടകണക്കെ സുരക്ഷിതമായിത്തീർന്നേനെ താങ്കളുടെ ഹൃദയം. നേരെമറിച്ച് എന്റെ മനസ്സാകട്ടെ തകർന്ന ജനാലകളും വിജാഗിരികൾ ഇളകിയ വാതിലുകളുമുള്ള ഒരു ഉപേക്ഷിക്കപ്പെട്ട വീടുപോലെയായിരിക്കുന്നു. അതിനുള്ളിൽ വിലസുന്നത് പ്രേതങ്ങളും, കൊടുങ്കാറ്റുമായിരിക്കും.

കുട്ടിയായിരിക്കുമ്പോൾ ശബ്ദം കേൾക്കാതിരിക്കാനായി രണ്ടാമതൊരു തലയണകൊണ്ട് ഞാൻ തലയിൽ ചേർത്തുപിടിക്കുമായിരുന്നു. ഇപ്പോൾ ആ തലയണ തിരയുമ്പോൾ കിടക്കയ്ക്ക് കീഴേ ചെരുപ്പുകൾക്കരികെ വീണുകിടക്കുന്നതാണ് കണ്ടത്. അത് കൈയിലെടുത്ത് തലയൊളിപ്പിക്കുമ്പോൾ അവശേഷിക്കുന്ന രാത്രിയെ എങ്കിലും സ്വന്തമാക്കണമെന്ന മോഹമായിരുന്നു മനസ്സിൽ. അപ്പോഴേക്കും മുടിയിൽ പിടിച്ച് വലിച്ചിഴച്ചുകൊണ്ടുപോകുന്ന റീമിന്റെ ചിത്രം മനസ്സിലേക്ക് വീണ്ടും തിരിച്ചെത്തിക്കഴിഞ്ഞിരുന്നു.

കുറച്ച് ആഴ്ചകൾക്ക് മുമ്പുവരെ എന്റെ ഈ പേക്കിനാവുകളിലൊന്നും റീം കടന്നുവരാറേ ഉണ്ടായിരുന്നില്ല. അവൾ ഇപ്പോൾ എവിടെയായിരിക്കും? കുറച്ച് വർഷങ്ങൾക്ക് മുമ്പ് കേട്ടത് അവൾ ആംസ്റ്റർഡാമിലാണെന്നായിരുന്നു. നാളെ ജോലികഴിഞ്ഞ് വരുമ്പോൾ ഇന്റർനെറ്റ് കഫേയിൽ പോയി അവളെക്കുറിച്ച് ഗൂഗിളിൽ തിരയണം. ഇംഗ്ലീഷിലുള്ള അവളുടെ പേരിന്റെ വ്യത്യസ്തമായ 'സ്പെല്ലിംഗ്' ഉപയോഗിച്ച് 'സെർച്ച്' ചെയ്ത് നോക്കാം. ചിലപ്പോൾ എന്തെങ്കിലും വിവരം കിട്ടിയാലോ? പക്ഷേ, ഇപ്പോൾ എനിക്കുറങ്ങണം. ഒന്നോ രണ്ടോ മണിക്കൂറെങ്കിലും!

രണ്ട്

വലിയ തടിവാതിൽപ്പടിയിൽ ഉമ്മയ്ക്കൊപ്പം നിൽക്കുകയായിരുന്നു ഞാൻ. പതിവുപോലെ തന്റെ വലത്തേ കൈക്കൊണ്ട് എന്റെ കൈയിൽ ഉമ്മ പിടിമുറുക്കിയിരിക്കുകയാണ്. ഞാൻ ഓടിപ്പൊയ്ക്കളയുകയോ, അല്ലെങ്കിൽ ദൂരേക്കെങ്ങാനും പറന്നുപോകുകയോ ചെയ്തേക്കാമെന്ന ഭാവത്തിലാണ് അവർ. അവരുടെ ഇടത്തേ കൈയിൽ വാപ്പയ്ക്കുള്ള ഉച്ചഭക്ഷണം അടക്കം ചെയ്ത ചോറ്റുപാത്രവുമുണ്ട്. മൂന്ന് ചെമ്പ് പാത്രങ്ങൾ ഒന്നിന് മുകളിൽ മറ്റൊന്നായി അടുക്കിയ പാത്രമാണത്. ചെറിയൊരു കെട്ടിടം കണക്കെ തോന്നുന്ന ചെമ്പ് പാത്രം. മുകളിലത്തെ തട്ടിൽ അരിയാഹാരമായിരിക്കും. മധ്യത്തെ പാത്രത്തിൽ വെണ്ടയ്ക്ക സ്റ്റൂവും രണ്ടു കഷണം മാംസവും കാണും. താഴത്തെ തട്ടിൽ ഉമ്മ സാധാരണ നിറയ്ക്കാറുള്ളത് കുറച്ച് പഴങ്ങളായിരിക്കും. ഇന്ന് വാപ്പയ്ക്ക് ഇഷ്ടപ്പെട്ട ചെറിയൊരു വെള്ള മുന്തിരിക്കുലയാണ് ഉമ്മ അടിയിലുള്ള തട്ടിൽ വച്ചിട്ടുള്ളത്. 'ആടിന്റെ മുലക്കണ്ണ്' എന്നാണ് ഇത്തരം മുന്തിരിങ്ങയെ ഞങ്ങൾ വിളിക്കാറുള്ളത്. ഇടത്തേ കൈത്തണ്ടിൽ തൂക്കിയിട്ടിരിക്കുന്ന നൈലോൺ സഞ്ചിയിൽ വീട്ടിലുണ്ടാക്കിയ ചൂടുള്ള റൊട്ടിയുമുണ്ട്.

ഇടത്തേ പാദം ഉമ്മറപ്പടിയിൽ വച്ചശേഷം കൈത്തണ്ടിലെ പിടി താല്ക്കാലികമായൊന്നു വിട്ടു. തടിവാതിലിൽ നാല് തവണ വലത്തേ കൈക്കൊണ്ട് തള്ളി. അതിന്റെ ശക്തി കാരണം വാതിൽ പതിയേ മലർക്കേ തുറന്നുപോയി. വാതിൽക്കൽ നിന്നു കുറച്ചുവാര മാറി ഒരാൾ ചുമരിൽ ചാരിയിരിക്കുന്നത് താൻ കണ്ടിട്ടില്ല എന്ന മട്ടിലാണ് ഉമ്മയുടെ നില്പ്.

കറുത്ത വസ്ത്രം ധരിച്ചിരുന്ന ആ യുവാവ് തലയിൽ കൈ കൊടുത്തിരിക്കുകയായിരുന്നു. അയാൾ കരയുകയാണെന്നാണ് എനിക്കു തോന്നിയത്. അയാളുടെ ഇടത്തേ കൈയിൽ സിഗരറ്റ് കുറ്റി പുകയുന്നുണ്ട്. മുതിർന്നൊരു പുരുഷൻ കരയുന്നത് ആദ്യമായിട്ടാണ് കാണുന്നത്. കരച്ചിൽ സ്ത്രീകളുടെയും കുട്ടികളുടെയും മാത്രം സ്വഭാവമാണെന്നായിരുന്നു സത്യത്തിൽ ഇതുവരെ കരുതിയിരുന്നത്.

കാപ്പിനിറത്തിലുള്ള ഉമ്മയുടെ കണ്ണുകളിലേക്ക് നോട്ടം പായിച്ചുകൊണ്ട് ഞാൻ ശബ്ദം താഴ്ത്തി ചോദിച്ചു.

"ഇയാളെന്തിനാണ് കരയുന്നത്?"

എന്നെ നിശ്ശബ്ദനാക്കാനെന്നവണ്ണം ചൂണ്ടുവിരൽ ചുണ്ടോട് ചേർത്തുകൊണ്ട് ഉമ്മ പിറുപിറുത്തു.

"അപമര്യാദ പറയല്ലേ..."

പിന്നീട് എന്റെ കൈയിൽ വീണ്ടും പിടിമുറുക്കി. മുറിക്കുള്ളിൽ എന്താണ് നടക്കുന്നതെന്നറിയാനുള്ള ആകാംക്ഷ അടക്കാനായി ഞാൻ ഇടത്തേക്ക് തിരിഞ്ഞുനോക്കി. വാപ്പയുടെ ജോലിസ്ഥലത്തേക്ക് ഇതാദ്യമായിട്ടാണ് ഉമ്മ എന്നെ കൂട്ടിക്കൊണ്ടുവരുന്നത്. രാവിലെ പോകുമ്പോൾ സാധാരണ തന്റെ ചോറ്റുപാത്രം വാപ്പ കൈയിലെടുക്കാറുണ്ട്. എന്നാൽ ഇന്ന് അക്കാര്യം വാപ്പ മറന്നുപോയിരുന്നു.

ഉയരമേറിയ മേൽക്കൂരയുള്ള വിശാലമായൊരു മുറിയിലേക്കാണ് ആ ഇടുങ്ങിയ ഇടനാഴി അവസാനിക്കുന്നത്. വാതിൽക്കൽ അകത്തെ ദൃശ്യം മറയ്ക്കും വിധത്തിൽ മൂന്നോ, നാലോ ആളുകൾ തിരിഞ്ഞു നില്പുണ്ട്. വാപ്പ ജോലി ചെയ്യുന്നത് നോക്കിനിൽക്കുകയാണോ ഈ ആളുകൾ? നിശ്ശബ്ദമായ തെരുവാണ് പുറത്ത്. ഇടനാഴിക്ക് നീളമേറെയാണെങ്കിലും വെള്ളം തുടർച്ചയായി ഒഴിക്കുന്ന ശബ്ദം കേൾക്കാം. അതിനൊപ്പം തിരിച്ചറിയാൻ കഴിയാത്ത എന്തൊക്കെയോ വാചകങ്ങൾ വാപ്പ ഉരുവിടുന്നതും കേൾക്കാം. അവയ്ക്കിടയിൽ 'അല്ലാഹു' എന്ന വാക്ക് മാത്രമാണ് എനിക്ക് പരിചയമുണ്ടായിരുന്നത്.

തുറന്ന് കിടന്ന വാതിലിൽ ഇത്തവണ അല്പം കൂടുതൽ ആത്മവിശ്വാസത്തോടെയും, ശക്തിയോടെയും ഉമ്മ മുട്ടിവിളിച്ചു.

"ഹമ്മൂദീ"

നിൽക്കുന്ന പുരുഷന്മാരിൽ ഒരാൾപോലും തിരിഞ്ഞുനോക്കിയില്ല. എന്നാൽ ഇടത്തേ അറ്റത്ത് നിൽക്കുകയായിരുന്ന ആൾ അല്പം മാറി നിന്നതോടെ വാപ്പയുടെ സഹായിയായ ഹമ്മൂദിയുടെ മുഖം കണ്ടു. വാതിൽക്കലേക്ക് മുടന്തിമുടന്തി ധൃതിയിൽ വരികയായിരുന്നു അയാൾ. യഥാർത്ഥത്തിൽ ഉള്ളതിനേക്കാൾ കൂടുതൽ പ്രായം തോന്നും അയാളെ കണ്ടാൽ. കറുത്ത തലമുടിയും പിന്നെ പെയിന്റ് ബ്രഷ് പോലെയുള്ള തിങ്ങിയ കൺപീലികളും. നീല സ്പോർട്സ് പാന്റ്സും വെള്ള ടീ ഷർട്ടും പല

സ്ഥലത്തും വെള്ളം വീണ് നനഞ്ഞ നിലയിലാണ്. ധൃതിയിൽ അഭിവാദ്യമർപ്പിച്ചുകൊണ്ട് ചോറ്റുപാത്രവും റൊട്ടി സഞ്ചിയും കൈമാറിയശേഷം ഉമ്മ പറഞ്ഞു:

"ഹമ്മൂദീ, അമ്മൂരിയുടെ വാപ്പയുടെ ഉച്ചഭക്ഷണമാണ്. രാവിലെ എടുക്കാൻ മറന്നുപോയി."

നന്ദി പറഞ്ഞിട്ട് വാതിലും അടച്ച് അയാൾ അകത്തേക്ക് ധൃതിയിൽ തിരികെ പോയി. എന്റെ കൈയും പിടിച്ച് ഉമ്മ വീട്ടിലേക്ക് തിരികെപ്പോകാൻ തുടങ്ങി. ചുമരിൽ ചാരിയിരിക്കുന്ന മനുഷ്യനെ ഒരു നോക്കുകൂടി കാണാനായി ഞാൻ തിരിഞ്ഞുനോക്കി. അയാൾ ഇപ്പോഴും തലയ്ക്ക് കൈകൊടുത്തിരിക്കുകയാണ്. മുന്നിൽ നോക്കി നടന്നില്ലെങ്കിൽ വഴുതിവീഴുമെന്ന് പറഞ്ഞ് ഉമ്മ എന്നെ വഴക്കു പറഞ്ഞു.

വാപ്പയുടെ ജോലി എന്താണെന്നോ, അതിന്റെ വിശദാംശങ്ങളോ ആ പ്രായത്തിൽ എനിക്കറിയില്ലായിരുന്നു. അദ്ദേഹം ഒരു 'മുഗസ്സിൽചി' ആണെന്ന് മാത്രമായിരുന്നു എനിക്കറിയാവുന്നത്. എന്നാൽ ഈ പദത്തിന്റെ അർത്ഥമെന്തെന്നത് തികച്ചും നിഗൂഢമായിരുന്നു. 'ചീ' എന്ന് അവസാനിക്കുന്ന പദങ്ങളുപയോഗിച്ചാണ് ഇറാഖിൽ സാധാരണ വിവിധ തൊഴിലുകൾ അറിയപ്പെടാറുള്ളത് എന്നുമാത്രം അറിയാം. അന്ന് ഞാൻ അല്പം ഭയന്നുപോയി എന്നതാണ് സത്യം.

"വാപ്പ ആളുകളെ ഉപദ്രവിക്കുമോ ഉമ്മാ?"

"ഇല്ല മോനേ, ഒരിക്കലുമില്ല. മറിച്ചാണ് അദ്ദേഹത്തിന്റെ പ്രവർത്തനം. നീ എന്താ അങ്ങനെ ചോദിച്ചത്?"

"പക്ഷേ, അവിടെ ഉണ്ടായിരുന്ന മനുഷ്യൻ കരയുകയായിരുന്നല്ലോ?"

"ശരിയാണ്. എന്നാൽ അത് വാപ്പ കാരണമല്ല. അയാൾക്ക് വിഷമം വന്നതിലാണ്."

"അതെന്താ അയാൾക്ക് വിഷമം വന്നത്? അകത്ത് അവരൊക്കെ എന്താണ് ചെയ്തുകൊണ്ടിരുന്നത്?"

വാപ്പ മരിച്ചയാളുകളുടെ ശവശരീരങ്ങൾ കുളിപ്പിക്കുകയാണെന്നും മഹത്തരമായ ഇത്തരമൊരു കർമ്മം ചെയ്യുന്നവർക്ക് വലിയ പ്രതിഫലം ദൈവത്തിൽനിന്ന് ലഭിക്കുമെന്നും ഉമ്മ പറഞ്ഞു. വീട്ടിലേക്ക് മടങ്ങുന്ന വേളയിൽ ഞാൻ ഉമ്മയോട് ചോദിച്ചു: വാപ്പ മരിച്ചുപോയവരുടെ ശരീരങ്ങൾ കുളിപ്പിക്കുന്നതെന്തിനാണ്? മരിച്ചവരുടെ ശരീരങ്ങൾ മലിനമായതുകൊണ്ടാണോ? ഉമ്മയുടെ മറുപടി അല്ല എന്നായിരുന്നു. എങ്കിലും മരണപ്പെട്ടവരുടെ ശരീരങ്ങളിൽനിന്നും അഴുക്കുകൾ നീക്കാനായി അവരെ കുളിപ്പിക്കേണ്ടതുണ്ടത്രെ. മരിച്ചവർ എങ്ങോട്ടാണ് പോകുന്നതെന്ന് ചോദിച്ചപ്പോൾ അല്ലാഹുവിന്റെ അരികിലേക്കാണെന്ന് ഉമ്മ പറഞ്ഞു. മരിച്ചവരെ മറമാടുന്നതിനുമുമ്പ് പരിപാലിക്കുന്ന ജോലിയാണ് വാപ്പയുടേത്. മണ്ണിൽ അടക്കം ചെയ്യപ്പെട്ടാൽ പിന്നെയെങ്ങനെ മരിച്ചവർക്ക് ദൈവത്തിന്റെ

അരികിലേക്ക് പോകാനാകുമെന്ന് ഞാൻ ചോദിച്ചു. ആത്മാവ് ആകാശ ത്തിലേക്ക് ഉയർന്നുപോകും. എന്നാൽ ശരീരമാകട്ടെ അതിന്റെ ഉറവിടമായ ഭൂമിയിൽത്തന്നെ തുടരും. "നിങ്ങളെല്ലാം ആദമിന്റെ സന്തതികളാണ്. ആദ മാകട്ടെ മണ്ണിൽ നിന്നുള്ളവനും."

ഉമ്മയുടെ വാക്കുകൾ ശ്രവിച്ച ഞാൻ ആകാശത്തേക്ക് കണ്ണുകൾ ഉയർത്തി. അഞ്ചോളം മേഘപടലങ്ങൾ ഒന്നിനരികെ മറ്റൊന്നായി കൂട്ടം കൂടി നിൽക്കുന്നു. ഞാൻ അദ്ഭുതപ്പെടുകയായിരുന്നു. ആ മരിച്ച മനുഷ്യന്റെ ആത്മാവ് ഇതിൽ ഏത് മേഘത്തിലേക്കായിരിക്കും ഉയർന്നു പോയിട്ടുണ്ടാ കുക? ഇനി എവിടേക്കായിരിക്കും ഈ മേഘങ്ങൾ ആ ആത്മാവിനെ കൂട്ടി ക്കൊണ്ടുപോകുക?

മൂന്ന്

വാപ്പ കരയുന്നതായി ഞാനാകെക്കൂടി കണ്ടിട്ടുള്ളത് എന്റെ സഹോദരൻ അമീർ മരിച്ച വാർത്ത കേട്ടപ്പോഴായിരുന്നു. എന്നേക്കാൾ അഞ്ച് വയസ്സ് പ്രായക്കൂടുതലുണ്ടായിരുന്നു അമീറിന്. ഒരു ഡോക്ടറായിരുന്ന അമീർ അങ്ങനെ രക്തസാക്ഷിയായി.

വീട്ടിലെ സ്വീകരണമുറിയിലുള്ള ടെലിവിഷന് മുകളിലായി ചുമരിന്റെ ഹൃദയഭാഗത്ത് അമീർ എന്ന അമ്മൂരിയുടെ ബ്ലാക്ക് ആന്റ് വൈറ്റ് ചിത്രം സ്ഥാനം പിടിച്ചിരുന്നു. എന്നാൽ വാപ്പയുടെ മനസ്സിൽ അതിനേക്കാൾ വലിപ്പ മായിരുന്നു അമ്മൂരിക്ക്. മുമ്പും അത് അങ്ങനെ തന്നെയായിരുന്നു. മാതൃകാ യോഗ്യനായ അമീർ എന്ന മകനെയോർത്ത് വാപ്പ എക്കാലവും അഭിമാനം കൊണ്ടിരുന്നു. പഠിക്കുന്ന കാലത്ത് എന്നും ക്ലാസ്സിൽ ഒന്നാമനായിരുന്നു. സ്ഥിരമായി മികവുകാട്ടിയിരുന്ന വിദ്യാർത്ഥി. സ്കൂൾ പൊതുപരീക്ഷകളിൽ 95 ശതമാനം മാർക്ക് നേടിയശേഷം ഒരു സർജൻ ആകുക എന്ന ലക്ഷ്യ ത്തോടെ മെഡിക്കൽപഠനത്തിന് ചേർന്നു. ഒരു ക്ലിനിക്ക് തുറന്നശേഷം വാപ്പയെ വിശ്രമിക്കാൻ അനുവദിക്കണമെന്നായിരുന്നു അമീറിന്റെ ആഗ്രഹം. എന്നാൽ മരണം വരെ താൻ ഈ തൊഴിൽ തുടരുമെന്നായി രുന്നു വാപ്പയുടെ നിർബന്ധം. ഇറാനുമായുള്ള യുദ്ധക്കാലത്ത് ഇറാഖി പട്ടാളത്തിൽനിന്നും ചെറിയ അവധിദിനങ്ങൾ ആസ്വദിക്കാൻ നാട്ടിലെത്തു മ്പോഴെല്ലാം അമീർ വാപ്പയെ ജോലിയിൽ സഹായിക്കാൻ നിർബന്ധം കാണിക്കാറുണ്ട്. അങ്ങനെ ഇരിക്കവെയാണ് അൽ-ഫാവ് യുദ്ധങ്ങൾക്കിട യിൽ അമീർ കൊല്ലപ്പെടുന്നത്.

വീടിന്റെ രണ്ടാം നിലയിലുള്ള സ്വന്തം മുറിയിലിരുന്ന് എന്തോ വായി ച്ചുകൊണ്ടിരിക്കുകയായിരുന്നു ഞാൻ. അപ്പോഴാണ് ഒരു കാർ വീടിന് മുന്നിൽ വന്ന് നിൽക്കുന്നതും ഡോർ തുറന്നടയുന്ന ശബ്ദവും കേട്ടതും. കുറച്ച് നിമിഷങ്ങൾ കഴിഞ്ഞതും പുതിയ കോളിംഗ് ബെൽ മുഴങ്ങി. ഞാൻ പലതവണ നന്നാക്കാൻ ശ്രമിച്ച പഴയ ബെൽ ചീത്തയായതിനെത്തുടർന്ന്

അമീറായിരുന്നു ഈ പുതിയ കോളിംഗ് ബെൽ വാങ്ങിക്കൊണ്ടുവന്ന് വീടിന് മുന്നിൽ ഘടിപ്പിച്ചത്. മുറിയിലെ കർട്ടൻ നീക്കിയപ്പോൾ ഒരു ടാക്സി കാറിന് മുകളിൽ ദേശീയപതാക പുതപ്പിച്ച പെട്ടി ഇരിക്കുന്നു. അഗാധ മായൊരു ഗർത്തത്തിലേക്ക് പതിക്കുന്നതുപോലെയാണ് തോന്നിയത്. ഉമ്മയുടെ നിലവിളി ചാട്ടുളി കണക്കെ മനസ്സിൽ പതിച്ചു. ഞാൻ ചെരുപ്പു കൾപോലും ഇടാതെ പടികളിറങ്ങി താഴേക്ക് കുതിക്കുകയായിരുന്നു. ദേശീയ പതാക പുതപ്പിച്ച ശവപ്പെട്ടികളുമായി ടാക്സികാറുകൾ തെരുവി ലൂടെ പോകുന്നത് പലപ്പോഴും കണ്ടിട്ടുണ്ട്. അപ്പോഴൊക്കെ ഒരുനാൾ അമ്മൂരിയും ഇതുപോലെ ടാക്സിയിൽ വീട്ടിലേക്ക് മടങ്ങിവരുമോ എന്ന ചിന്ത മനസ്സിലേക്കെത്തും. ഉടനെത്തന്നെ ആ ചിന്തയെ മനസ്സിൽനിന്നും ആട്ടിയകറ്റുകയാണ് പതിവ്. വീടിന് മുന്നിലേക്ക് ഞാനെത്തുന്നതിനു മുമ്പ്തന്നെ മേൽക്കുപ്പായമിടാതെ തന്റെ ദിഷ്ദാഷ കുപ്പായവും ധരിച്ചു കൊണ്ട് ഉമ്മ കാറിനരികിലെത്തിയിരുന്നു. കാറിന് മുകളിലിരിക്കുന്ന പെട്ടി യിലേക്ക് നോക്കി ശിരസ്സിലടിച്ചുകൊണ്ട് ഉമ്മ അലറിക്കരഞ്ഞു.

"അമ്മൂരീ.... എന്റെ അമ്മൂരി പോയേ... എന്റെ മോൻ പോയേ..."

ഇതൊക്കെ കണ്ടുകൊണ്ട് കാറിനരികിൽ നിൽക്കുകയായിരുന്നു ഒരു പട്ടാളക്കാരൻ.

"അല്ലാഹു അനുഗ്രഹിക്കട്ടെ! ആദരാഞ്ജലികൾ."

ഇത്രയും പറഞ്ഞശേഷം മൃതദേഹം കൈപ്പറ്റിയെന്ന രേഖയിൽ ഒപ്പിട്ടു കൊടുക്കുവാൻ അയാൾ എന്നോടു പറഞ്ഞു. അയാൾ നൽകിയ ബോൾ പോയിന്റ് പേനകൊണ്ട് ഞാൻ രണ്ട് പകർപ്പ് രേഖകൾ വായിച്ചുനോക്കു കയോ, മറിച്ചുനോക്കുകയോ പോലും ചെയ്യാതെ ഒപ്പിട്ടു നൽകി. പേന അയാൾ തന്റെ പട്ടാളക്കുപ്പായത്തിന്റെ പോക്കറ്റിലേക്ക് തിരികെവെച്ചു. ഒരു പകർപ്പ് രേഖ ഞാൻ മടക്കി കുപ്പായത്തിന്റെ കീശയിലേക്ക് വച്ചു.

ഉമ്മയുടെ നിലവിളിയെത്തുടർന്ന് അയൽവാസികൾ പുറത്തേക്ക് വരാൻ തുടങ്ങി. ചിലർ കാറിന് ചുറ്റും കൂടിനിന്നു. ആശ്വസിപ്പിക്കാനെത്തിയ കുറേ സ്ത്രീകൾ ഉമ്മയ്ക്കൊപ്പം നിലവിളിക്കാൻ തുടങ്ങി. കയറിന്റെ മുകളിൽ വച്ചിരുന്ന പെട്ടിയുടെ കയർ അഴിച്ചുമാറ്റിയ കഷണ്ടിക്കാരനായ ടാക്സി ഡ്രൈവർ കയറും മറ്റും ഡിക്കിയിൽകൊണ്ടുവച്ചശേഷം ഒരല്പം കാത്തു നിന്നു. ഉമ്മയെ കെട്ടിപ്പിടിക്കുവാൻ ഞാനവരുടെ അരികിലേക്കു ചെന്നു. അപസ്മാരബാധയേറ്റതുപോലെ ഉമ്മയുടെ ചുറ്റുമുള്ള സ്ത്രീകൾ മുഖ ത്തടിച്ച് കരയുന്നുണ്ടായിരുന്നു. വാപ്പയുടെ ദുർബല ഹൃദയത്തിന് ഈ വാർത്ത എങ്ങനെ താങ്ങാനാകുമെന്ന ചിന്തയായിരുന്നു എന്റെ മനസ്സ് നിറയെ.

ഞങ്ങളാരെങ്കിലും സഹായിക്കണമെന്ന് സൂചിപ്പിക്കുംവിധത്തിൽ ഡ്രൈവർ കാറിന് മുകളിലിരിക്കുന്ന മൃതദേഹം അടക്കംചെയ്ത പെട്ടി ഒന്നു തിരിച്ചു. അതോടെ ഞാനും അയൽപക്കത്തുള്ള കുറെ ചെറുപ്പക്കാരും ഡ്രൈവറും ചേർന്ന് പെട്ടി കാറിൽനിന്നിറക്കി വീട്ടിനുള്ളിലേക്ക് കയറ്റാനുള്ള ശ്രമം തുടങ്ങി. ഇതിനിടയ്ക്ക് ആരോ പറയുന്നതു കേട്ടു.

"അമ്മൂരിയുടെ വാപ്പ ജോലി ചെയ്യുന്ന സ്ഥലത്തുപോയി ആരെങ്കിലും ഒന്ന് വിവരമറിയിക്കണം."

ആരും പോകേണ്ടായെന്നും ഈ പെട്ടി താഴെ ഇറക്കിയശേഷം വാപ്പയുടെ അരികിൽ പോയി വിവരം അറിയിച്ചുകൊള്ളാം എന്ന് ഞാൻ പറഞ്ഞു. പെട്ടി സ്വീകരണമുറിയിലേക്ക് കൊണ്ടുപോയി.

അമ്മൂരിയുടെ മരണവാർത്ത വാപ്പയെ അറിയിക്കാനായി പോകുമ്പോൾ അറിയാതെ കണ്ണുനീർ കവിളിലേക്ക് വീണു. തെരുവിൽ ഞങ്ങൾ ഒരുമിച്ച് ഫുട്ബോൾ കളിക്കുമായിരുന്നു. ഒരു വേനൽക്കാലത്ത് പനമരത്തിന്റെ ചുള്ളി ഉപയോഗിച്ച് കടലാസ്പട്ടം ഉണ്ടാക്കുന്നവിധം പഠിപ്പിച്ചത് അമ്മൂരിയായിരുന്നു. അയൽക്കാരന്റെ പനമരത്തിൽ പട്ടം കുരുങ്ങിപ്പോയപ്പോൾ അതെടുക്കുവാനായി മരത്തിൽ കയറുമായിരുന്നു അമ്മൂരി. ഇരുപത് വർഷങ്ങളോളം ഞങ്ങൾ ഒരു മുറിയിലായിരുന്നു കിടന്നുറങ്ങിയിരുന്നത്. ഇടയ്ക്കൊക്കെ കൂർക്കം വലിക്കും. ഇക്കാര്യത്തെക്കുറിച്ച് പറഞ്ഞാൽ കൂർക്കം വലിയുടെ കാര്യം വെറുതെ ഉണ്ടാക്കിപ്പറയുന്നതാണെന്ന് ആരോപിക്കും. ഒരു ദിവസം കുളിമുറിക്കുള്ളിൽ സ്വയംഭോഗം ചെയ്യുകയായിരുന്ന എന്നെ അമ്മൂരി കൈയോടെ പിടികൂടി. വാതിൽ കുറ്റിയിടുന്ന കാര്യം മറന്നുപോയി. എന്നാൽ പുഞ്ചിരിയോടെ ക്ഷമ ചോദിച്ച് വാതിലടക്കുകയായിരുന്നു അവൻ. ഇതൊരു സാധാരണ ആഗ്രഹമാണെന്നും എന്നാൽ അധികമാകുകയോ, നിത്യമാകുകയോ ചെയ്യരുതെന്നും അമ്മൂരി ഉപദേശിച്ചു. ഉയരം കൂടിയപ്പോൾ തന്റെ 24 ഇഞ്ച് നീല സൈക്കിൾ എനിക്കു നൽകിയശേഷം അവൻ 26 ഇഞ്ചുള്ള മറ്റൊരു സൈക്കിൾ വാങ്ങി. സ്ഥിരമായി മത്സരയോട്ടം നടത്തുമായിരുന്നു ഞങ്ങൾ. എന്നാൽ ഒടുവിൽ ജയിക്കുവാൻ എന്നെ അനുവദിക്കുകയും ചെയ്യും. കുറേക്കാലം സ്കൂളിൽ പോകാൻ സാധിക്കാതെ വന്നപ്പോൾ തിരിച്ച് ക്ലാസിൽ കയറുന്നതിനുള്ള അനുവാദം ലഭിക്കാനായി സ്കൂൾ പ്രിൻസിപ്പലിനെ കാണാൻ വാപ്പായ്ക്ക് പകരം താൻ വരാമെന്ന് സമ്മതിച്ചത് എന്റെ രഹസ്യസൂക്ഷിപ്പുകാരൻ കൂടിയായ അമ്മൂരിയായിരുന്നു. എന്റെ കലാതാത്പര്യങ്ങൾ മനസ്സിലാക്കുകയും ശില്പകല വിദ്യാഭ്യാസത്തിനും തൊഴിലിനും വേണ്ട മേഖലയായി ഞാൻ തിരഞ്ഞെടുത്തത് അംഗീകരിക്കുകയും ചെയ്തിരുന്ന അമ്മൂരി തന്റെ മേഖല അല്ലാതിരുന്നിട്ടു കൂടെ കലയെ ബഹുമാനിച്ചിരുന്നു. തന്നെപ്പോലെ ഞാനുമൊരു ഡോക്ടറോ അല്ലെങ്കിൽ എൻജിനീയറോ ആകണമെന്നായിരുന്നു അമ്മൂരിയുടെ ആഗ്രഹം. സ്കൂൾ പൊതുപരീക്ഷകളിൽ എനിക്ക് 87 ശതമാനം മാർക്ക് മാത്രമാണ് ലഭിച്ചതെന്നറിഞ്ഞപ്പോൾ അവൻ തന്റെ നിരാശ മറച്ചുവച്ചതുമില്ല. ഈ മാർക്ക് ഫൈൻ ആർട്സ് അക്കാദമിയിൽ അഡ്മിഷൻ ലഭിക്കാൻ മതിയാകും. എന്നാലിത് തന്റെ ഇളയ സഹോദരനെ സംബന്ധിച്ച മോഹങ്ങൾ പൂവണിയുവാൻ സഹായിക്കുന്ന മാർക്കല്ല. ഇനി ആഗ്രഹിച്ചാൽപോലും ഈ റിസൽട്ട് വച്ച് ബാഗ്ദാദിലേയോ, മറ്റേതെങ്കിലും പ്രധാന പ്രവിശ്യകളിലേയോ എൻജിനീയറിംഗ് കോളേജുകളിൽ പ്രവേശനം ലഭിക്കുകയുമില്ല. മാതാപിതാക്കളുടെ വിമർശനങ്ങൾ വകവയ്ക്കാതെ എന്റെ

വീക്ഷണങ്ങൾ വിശദീകരിക്കുവാൻ ശ്രമിച്ചു. വീട്ടിൽ എന്നെ പിന്തുണച്ചിരുന്ന അമ്മൂരി ഞാൻ പ്രതിഭയുള്ള വ്യക്തിയാണെന്ന് പറയും. സ്വന്തം വഴി തിരഞ്ഞെടുക്കാനുള്ള സ്വാതന്ത്ര്യം എനിക്കു നൽകണമെന്നും അതിന്റെ പ്രത്യാഘാതങ്ങൾ ഞാൻ തന്നെ സ്വയം അനുഭവിച്ചുകൊള്ളുമെന്നും പറയും. ഒരു അവധിക്കാലത്ത് ഫൈൻ ആർട്സ് അക്കാദമിയിൽ രണ്ടാം വർഷം ഞങ്ങൾ സംഘടിപ്പിച്ച എക്സിബിഷൻ കാണാൻ വന്ന അമ്മൂരി എന്നെ പ്രോത്സാഹിപ്പിക്കുകയും എന്റെ സൃഷ്ടികൾ വിശദീകരിച്ചുകൊടുക്കുകയും ചെയ്തു. ശ്രദ്ധയോടെ കേട്ടശേഷം തന്റെ മതിപ്പ് പ്രകടിപ്പിച്ചു. പ്രോത്സാഹിപ്പിക്കുമ്പോൾ എന്നെ അമ്മൂരി കളിയാക്കുകയും ചെയ്യും. ഒരു നാൾ ബാഗ്ദാദിലെ തെരുവുകൾ മുഴുവൻ എന്റെ സൃഷ്ടികൾകൊണ്ട് നിറയുമെന്നു അമ്മൂരി പറഞ്ഞപ്പോൾ എനിക്ക് ദേഷ്യമാണ് തോന്നിയത്.

സുന്ദരനും പെൺകുട്ടികളെ കാണുമ്പോൾ നാണം കുണുങ്ങിയുമായിരുന്നു ഡോക്ടർ അമ്മൂരി. എന്നാൽ അയൽപക്കത്തെ പെൺകുട്ടി വസനിനെ തന്റെ പ്രണയത്തിൽ വീഴ്ത്താൻ വർഷങ്ങൾക്കുമുമ്പ് തന്നെ അവന് സാധിച്ചു. മകൻ ബിരുദം നേടുന്നതിനുമുമ്പുതന്നെ അവളുമായുള്ള വിവാഹം ഉറപ്പിക്കുന്നതിനായിരുന്നു ഉമ്മയുടെ ശ്രമം. കറുത്ത നീണ്ട തലമുടിയും സുന്ദരമായ കാലുകളുമുള്ള വസൻ ടെക്നോളജി സർവ്വകലാശാലയിൽ ആർക്കിടെക്ചർ എൻജിനീയറിങ്ങിന് പഠിക്കുകയായിരുന്നു. എന്റെ സ്വപ്നങ്ങളിലും കാമമോഹങ്ങളിലുമൊക്കെ ഈ പെൺകുട്ടി നിറഞ്ഞുനിൽക്കുന്നതിൽ വല്ലാത്ത കുറ്റബോധമുണ്ടായിരുന്നു. ഏവരുടേയും പ്രിയങ്കരനും കേമനും മാതൃകായോഗ്യനുമായ അമ്മൂരിയോട് എനിക്ക് വല്ലാത്ത അസൂയ തോന്നിപ്പോയി. സ്വന്തം മനസ്സിനെ നിയന്ത്രിക്കാനാകാത്തതിൽ കുറ്റബോധം തോന്നി. ഈ നിമിഷത്തിൽപോലും സ്വാർത്ഥതയോടെയായിരിക്കും അമ്മൂരിയെക്കുറിച്ച് ചിന്തിക്കാൻ തോന്നുക. ഉടനെയെങ്ങും അവസാനിക്കുമെന്ന് തോന്നാത്ത ഈ യുദ്ധത്തിനിടയിൽ ഞാനെങ്ങാനും മരിച്ചുപോയാലോ? അമ്മൂരിയുടെ വേർപാട് സൃഷ്ടിച്ചതിന്റെ നാലിലൊന്ന് വേദനയോ, ദുഃഖമോ മറ്റുള്ളവർക്കുണ്ടാകുമോ?

കണ്ണുനീർ തുടയ്ക്കുന്നതിനിടയിൽ എന്റെ ആത്മാരാധനയെ തള്ളിക്കളയാൻ കൂടി ശ്രമിച്ചു.

മൃതദേഹങ്ങൾ കഴുകുന്ന കുളിപ്പുരയുടെ വാതിൽ തുറന്ന് കിടപ്പുണ്ടായിരുന്നു. ഇടനാഴി കടന്നെത്തിയശേഷം ഇടതുവശത്തേക്കു നോക്കിയപ്പോൾ 'സർവ്വ ആത്മാക്കളും മരണ രുചിയറിഞ്ഞിരിക്കും' എന്ന വിശുദ്ധ ഖുർആൻ സൂക്തം സുന്ദരമായ ദീവാനിലിപിയിൽ വെള്ളയും മഞ്ഞയും കലർന്ന ചുമരിനോട് ചേർന്ന വാതിലിൽ എഴുതി തൂക്കിയിരിക്കുന്നത് കണ്ണിൽപ്പെട്ടു. കുളിപ്പുരയിലെ ഈർപ്പം കാരണം ചുമരിലെ പെയിന്റിന്റെ പല ഭാഗങ്ങളും ഇളകിപ്പോയിരിക്കുന്നു.

മുറിയുടെ ഇടത്തേ മൂലയിലിട്ടിരുന്ന തടിക്കസേരയിൽ ഇരിക്കുകയായിരുന്ന വാപ്പ റേഡിയോ കേൾക്കുന്നത് കണ്ടു. മരണം തന്റെ അരികിലേക്ക്

പറഞ്ഞയയ്ക്കുന്ന മൃതദേഹങ്ങളേയും കാത്തിരിക്കുന്ന ചെറിയ ഇടവേളകളിൽ ഇത് അദ്ദേഹത്തിന്റെ പതിവാണ്. ഈ സ്ഥലത്തിന്റെ ഓരോ ചുവടിലും മരണത്തിന്റെ ഗന്ധവും ഓർമ്മകളും വിവരണങ്ങളുമായിരിക്കും അടയാളങ്ങൾ അവശേഷിപ്പിച്ചിട്ടുണ്ടാകുക. സത്യത്തിൽ ഈ സ്ഥലത്തിന്റെ യഥാർത്ഥ ഉടമ മരണമാണെന്നും എന്റെ വാപ്പ ഇവിടത്തെ വെറുമൊരു ജീവനക്കാരൻ മാത്രമാണെന്നും തോന്നിപ്പോകുന്നു. ഒപ്പം അദ്ദേഹം കരുതുന്നതുപോലെ ദൈവത്തിന് വേണ്ടിയല്ല, മരണത്തിന് വേണ്ടിയാണ് വാപ്പ പണിയെടുക്കുന്നതെന്നും ചിലപ്പോൾ ചിന്തിച്ചുപോകാറുണ്ട്.

ജോലിസ്ഥലത്തെ സ്ഥിരം സാന്നിദ്ധ്യമായിരുന്ന മരണം തന്റെ സാമീപ്യം അറിയിക്കാൻ വീണ്ടുമെത്തിയിരിക്കുകയാണ്. വാപ്പയുടെ ഹൃദയത്തിലും ഭാവിജീവിതത്തിലും അടയാളം അവശേഷിപ്പിക്കുംവിധം കഠിനവും ക്രൂരവുമായിരിക്കും ആ വരവ്. മൃതദേഹങ്ങൾ കുളിപ്പിക്കാനുപയോഗിക്കുന്ന ബെഞ്ച് കാലിയാണ്. നനവുമില്ല. വാപ്പയുടെ കൈയിലിരുന്ന കുന്തിരക്കത്തിന്റെ നിറത്തിലുള്ള ജപമാല ടിക് ടിക് ശബ്ദത്തോടെ തിരിയുന്നു. എന്തോ സാധനം വാങ്ങാനായി ഹമ്മൂദി പുറത്തേക്ക് പോയതിനാൽ വാപ്പ തനിച്ചായിരുന്നു. കാലടി ശബ്ദം കേട്ടതോടെ വാപ്പ എന്റെ നേരെ നോക്കി.

“വാപ്പാ, ദൈവം അനുഗ്രഹിക്കട്ടെ.”

“വാ മോനെ, എന്തുപറ്റി?”

കഴിഞ്ഞ ഒരു വർഷക്കാലത്തിലധികമായി ഞാനവിടെ കാലുകുത്തിയിട്ട്. മരണത്തിന്റെ അരികിൽനിന്നും അകന്നു നിൽക്കാനായിരുന്നു എന്റെ ശ്രമം. അതോടെ വാപ്പയുമായുള്ള ബന്ധത്തിലും മുഷിച്ചിലുണ്ടായി. എന്റെ ശബ്ദത്തിലെ സ്വരവ്യത്യാസവും മൂടിനിന്ന വേദനയും അദ്ദേഹം തിരിച്ചറിഞ്ഞിട്ടുണ്ടാകണം. ആ ശബ്ദത്തിൽ ആശങ്ക നിറഞ്ഞുനിന്നു:

“എന്തുപറ്റി? ഉമ്മയ്ക്ക് വല്ലതും....?”

“ഇല്ല, വാപ്പാ?”

“പിന്നെ?”

അടുത്തേക്ക് ചെന്നശേഷം കസേരയിൽ ഇരിക്കുകയായിരുന്ന വാപ്പയെ ഞാൻ കുനിഞ്ഞ് കെട്ടിപ്പിടിച്ചു.

“എന്തുപറ്റി? ഇനി അമ്മൂരിയ്ക്ക് വല്ലതും പറ്റിയോ?”

കഴിഞ്ഞ രണ്ട് ദിവസങ്ങളിലായി ലഭിച്ചുകൊണ്ടിരിക്കുന്ന വാർത്തകൾ അൽ-ഫാവ് മേഖലയിൽ നടന്നുകൊണ്ടിരിക്കുന്ന രക്തപങ്കിലമായ യുദ്ധത്തെ സംബന്ധിച്ചായിരുന്നു. വടക്കൻ മേഖലയിലായിരുന്ന അമ്മൂരിയുടെ സൈനിക യൂണിറ്റിനെ രണ്ട് മാസങ്ങൾക്ക് മുമ്പ് ഇവിടേക്ക് മാറ്റിയിരുന്നു. സൈന്യം അനുഭവിച്ചുകൊണ്ടിരുന്ന അപാരമായ നാശനഷ്ടങ്ങളെ സംബന്ധിച്ചും വാർത്തകൾ കേൾക്കുന്നു. ഈ ഗൗരവമായ വാർത്ത അറിയിക്കുന്നത് ഒരല്പം താമസിപ്പിക്കാനെന്ന വണ്ണം ഞാൻ കുറേ നിമിഷങ്ങൾ നിശ്ശബ്ദത പാലിച്ചു.

“വാപ്പാ, താങ്കൾക്ക് ദീർഘായുസ്സായിരിക്കട്ടെ! അവർ അവനെ വീട്ടിലേക്ക് കൊണ്ടുവന്നു.”

വാപ്പയെ കെട്ടിപ്പിടിച്ച് ഇടത്തേ കവിളിൽ ചുംബിക്കുമ്പോൾ എനിക്ക് കണ്ണുനീരടക്കാൻ സാധിച്ചില്ല. കൈകൊണ്ട് എന്നെ ചുറ്റിപ്പിടിച്ചശേഷം വിറയാർന്ന ശബ്ദത്തിൽ വാപ്പ പറഞ്ഞു.

“ശക്തിയും അധികാരവും ദൈവത്തിനല്ലാതെ മറ്റാർക്കുമില്ല. അല്ലാഹു അല്ലാതെ മറ്റൊരു ആരാധ്യനുമില്ല. അവന് മാത്രമേ അമരത്വമുള്ളൂ.”

പിന്നെ ഒരു കൊച്ചുകുഞ്ഞിനെപ്പോലെ പൊട്ടിക്കരയുവാൻ തുടങ്ങിയ വാപ്പയെ സർവ്വശക്തിയും ഉപയോഗിച്ച് കെട്ടിപ്പുണരുകയായിരുന്നു ഞാൻ. കുറേ നേരത്തേക്ക് ഞങ്ങൾ വാപ്പയും മകനും റോളുകൾ പരസ്പരം വച്ചുമാറുകയായിരുന്നു. അദ്ദേഹത്തിന്റെ ചുടുകണ്ണുനീർ വീണ് എന്റെ കവിൾ നനഞ്ഞു. എഴുന്നേൽക്കാൻ ആഗ്രഹിക്കുന്നു എന്നു മനസ്സിലായപ്പോൾ ഞാൻ കൈയുടെ പിടി ഒന്നയച്ചു. കസേരയിൽനിന്നും എഴുന്നേൽക്കുമ്പോൾ ജപമാല താഴെവയ്ക്കാതെ വലത്തേ കൈപ്പത്തിയുടെ പുറംഭാഗം കൊണ്ട് അദ്ദേഹം കണ്ണുനീർ തുടച്ചു. റേഡിയോ അടച്ചുവച്ചശേഷം തന്റെ മേൽക്കുപ്പായം എടുത്തുധരിച്ചു. കുളിപ്പുരയുടെ വാതിൽ പൂട്ടിയശേഷം ഞങ്ങൾ ഒരുമിച്ച് വീട്ടിലേക്ക് മടങ്ങി. വഴിയിൽവച്ച് ഒന്നും മിണ്ടിയതേയില്ല.

പിന്നീടൊരിക്കലും എന്റെ മുന്നിൽവെച്ച് വാപ്പ കരയുന്നത് കണ്ടിട്ടേയില്ല. എങ്കിലും അന്ന് അദ്ദേഹത്തിന്റെ കണ്ണുകളിലും ശബ്ദത്തിലും കണ്ട തകർച്ച പിന്നീട് ചിലപ്പോഴൊക്കെ ആ മുഖത്ത് തളം കെട്ടിനിന്നിരുന്നു. ചുമരിൽ തൂക്കിയിരുന്ന അമ്മൂരിയുടെ ചിത്രത്തിലേക്ക് നോക്കുമ്പോഴെല്ലാം വാപ്പ അവനോട് സംസാരിക്കുകയാണെന്ന് തോന്നിപ്പോകും.

അമ്മൂരിയുടെ ദേഹം ഖബറിൽവച്ച് മണ്ണ് വാരിയിടുന്ന നേരവും വാപ്പയുടെ മുഖത്ത് അതേ നോട്ടം കണ്ടു. അന്നേരം ഖബർ കുഴിക്കുന്ന വ്യക്തി പ്രാർത്ഥിക്കുന്നത് കേട്ടു.

“നാം ദൈവത്തിങ്കൽ നിന്നുള്ളവരാണ്. അവന്റെ അരികിലേക്ക് തന്നെയായിരിക്കും ഞങ്ങളുടെ മടക്കവും. ദൈവമേ, ഈ ഖബറിനെ നീ വിശാലമാക്കണേ. ഇതിനുള്ളിലെ ആത്മാവിനെ നിന്നിലേക്ക് ഉയർത്തുകയും നിന്റെ തൃപ്തി ചൊരിയുകയും, ഈ ഖബറിൽ അനുഗ്രഹം നിറയ്ക്കുകയും ചെയ്യണേ. നിന്റേതല്ലാതെ മറ്റാരുടേയും സഹായം ഈ ആത്മാവിന് ആവശ്യമില്ല. നിന്നിലും പുനരുത്ഥാനനാളിലും വിശ്വസിച്ചതിനുള്ള പ്രതിഫലം. ഇതാണ് അല്ലാഹുവും അവൻ ദൂതനും ഞങ്ങൾക്ക് നൽകിയ വാഗ്ദാനം. അവർ പറഞ്ഞത് തന്നെയാണ് യഥാർത്ഥ ശരിയും. ദൈവമേ, ഞങ്ങൾക്ക് കൂടുതൽ വിശ്വാസവും സമാധാനവും പ്രദാനം ചെയ്യണേ.”

ശവസംസ്കാരച്ചടങ്ങുകൾ കഴിഞ്ഞശേഷം ഞങ്ങളുടെ തെരുവിന്റെ തുടക്കത്തിൽ സ്ഥിതിചെയ്യുന്ന വീടിന്റെ ചുമരിൽ മാസങ്ങളോളം ഒരു കറുത്ത ബാനർ വലിച്ചുകെട്ടിയിരുന്നു. അതിൽ ഇങ്ങനെ രേഖപ്പെടുത്തിയിരുന്നു:

“ദൈവമാർഗത്തിൽ കൊലചെയ്യപ്പെട്ടവരെ മരിച്ചവരായി കരുതരുത്. അവർ തങ്ങളുടെ രക്ഷിതാവിന്റെ അരികിൽ ജീവിച്ചിരിക്കുകയാണ്. ഭക്ഷണം കഴിക്കുകയും ചെയ്യുന്നു.

ശഹീദ് ഡോക്ടർ അമീർ കാസിം ഹസൻ, 17-04-1988 ൽ അൽ-ഫാവ് വിമോചിപ്പിക്കുവാനായി നടന്ന യുദ്ധത്തിൽ രക്തസാക്ഷിയായി.”

വാപ്പ ഒരു സംഭാഷണപ്രിയനോ, തമാശക്കാരനോ ഒന്നുമായിരുന്നില്ല. എന്നാൽ അമ്മൂരിയുടെ മരണാനന്തരം അദ്ദേഹത്തിന്റെ നിശ്ശബ്ദതയും, വിഷണ്ണതയും കൂടിവന്നു. എപ്പോഴും മ്ലാനവദനനായിട്ടായിരിക്കും. അദ്ദേഹം പൊട്ടിത്തെറിക്കുമ്പോൾ ഉമ്മ അതൊക്കെ സഹിക്കുന്നത് എന്തെങ്കിലും പിറുപിറുത്തായിരിക്കും. ഇടയ്ക്ക് വാപ്പ ബഹളം വയ്ക്കും. “മതിയാക്കൂ”, “ടി.വി. അണയ്ക്കൂ”. സത്യത്തിൽ ടെലിവിഷനായിരുന്നു ഉമ്മയുടെ ഒരേയൊരു ആശ്വാസം. അമ്മൂരിയുടെ മരണത്തിനുമുമ്പും ഞാൻ വീട്ടിൽ അധികം സമയം ചെലവഴിച്ചിരുന്നില്ല. എന്നാൽ അതിനുശേഷം ഞാനും വാപ്പയും തമ്മിലുള്ള കൊമ്പുകോർക്കലുകൾ വർദ്ധിച്ചുവന്നു. ഈ വഴക്കുകൾ ഒഴിവാക്കാനായി വാപ്പയുമായി കണ്ടുമുട്ടുന്നത് തന്നെ കുറയ്ക്കുകയായിരുന്നു ഞാൻ. രാത്രികളിൽ വീട്ടിലേക്ക് തിരികെ വരുന്നത് കാണുമ്പോൾ ഞാൻ സ്വന്തം വീടിനെ ഹോട്ടൽമുറിയായി കരുതുന്നുവെന്നായിരുന്നു വാപ്പ പറഞ്ഞത്.

അമ്മൂരിയുടെ മരണം കഴിഞ്ഞ് രണ്ടരവർഷമായപ്പോൾ 1990 ൽ സദ്ദാം ഹുസൈൻ കുവൈറ്റിൽ അധിനിവേശം നടത്തി. ഇറാനുമായുള്ള കിഴക്കൻ മുന്നണി സുരക്ഷിതമാക്കാനും പിന്നെ ആ മേഖലയിലുള്ള ഇറാഖി സൈന്യത്തെ പിൻവലിച്ച് കുവൈറ്റിലേക്ക് നിയോഗിക്കുന്നതിനുമായി സദ്ദാം ഇറാനികളുടെ സർവ്വ നിബന്ധനകളും അംഗീകരിച്ചു. എന്തിനുവേണ്ടിയാണോ ഇത്രയും കാലം യുദ്ധം ചെയ്തത്? ആ ആവശ്യങ്ങളിൽനിന്നൊക്കെ പിൻമാറുകയും ചെയ്തു. ഈ വാർത്ത അറിഞ്ഞപ്പോൾ മുഷ്ടി ചുരുട്ടി ഇടിച്ചുകൊണ്ട് വാപ്പ അലറി: “നശിച്ചുപോകട്ടെ!”

“എന്തിനാണ് നാം എട്ട് വർഷക്കാലം യുദ്ധം ചെയ്തത്? അമ്മൂരിയുടെ ജീവത്യാഗം എന്തിനുവേണ്ടിയായിരുന്നു?”

ഉമ്മയാകട്ടെ മുഖത്ത് കൈചേർത്തുവച്ച് മകനെ ഓർക്കുമ്പൊഴെല്ലാം തേങ്ങി. സഹോദരി അവരെ കെട്ടിപ്പിടിച്ച് ആശ്വസിപ്പിക്കാൻ ശ്രമിക്കും. അവരിരുവരും മുങ്ങിത്താഴുക വല്ലാത്ത ദുഃഖക്കയത്തിലേക്കായിരിക്കും.

നാല്

വാപ്പയുടെ ജോലിയുടെ വിശദാംശങ്ങൾ എന്തെന്നറിയുവാനായി മറ്റു കുട്ടികളെപ്പോലെതന്നെ ആകാംക്ഷയോടെ അദ്ദേഹത്തെ ചോദ്യംചെയ്ത് ശല്യപ്പെടുത്തുന്നവനായിരുന്നു ഞാനും. മുതിർന്ന വ്യക്തിയാകുമ്പോൾ, അല്ലെങ്കിൽ സമയമാകുമ്പോൾ എല്ലാം പറഞ്ഞുതരാമെന്നും അപ്പോൾ ഒപ്പം

ജോലിസ്ഥലത്തേക്ക് പോകാമെന്നും മാത്രമായിരിക്കും അദ്ദേഹത്തിന്റെ മറുപടി.

"ഇപ്പോൾ അതിനുള്ള സമയമായിട്ടില്ല. നീ ഇപ്പോൾ പഠനത്തിൽമാത്രം ശ്രദ്ധിക്കുക."

വാപ്പയുടെ ജോലിയേയും തൊഴിലിടത്തേയും ചുറ്റിപ്പറ്റിനിൽക്കുന്ന നിഗൂഢത തന്നെയാണ് എന്താണ് നടക്കുന്നതെന്ന് അറിയാനുള്ള ആകാംക്ഷ വർദ്ധിപ്പിച്ചത്. പതിനഞ്ച് വയസ്സായതോടെ വാപ്പയെ സഹായിക്കാനായി അമ്മൂരി അദ്ദേഹത്തിന്റെ ജോലിസ്ഥലത്തേക്ക് പോകാൻ തുടങ്ങി. പതിനെട്ട് വയസ്സ്മുതൽ മൃതദേഹങ്ങൾ കുളിപ്പിക്കുന്ന ജോലി ചെയ്യാനും തുടങ്ങി. എന്നാൽ തന്റെ ജോലിക്കിടയിൽ ഞാൻ കടന്നുവരുന്നത് വാപ്പ അംഗീകരിച്ചിരുന്നില്ല. ജോലിസ്ഥലത്ത് ജോലി, വീട്ടിലെത്തിയാൽ കുടുംബകാര്യം, ഇതായിരുന്നു വാപ്പയുടെ രീതി. വാപ്പയുടെ ജോലിയുടെ വിശദാംശങ്ങളെക്കുറിച്ച് അമ്മൂരിയോട് ചോദിച്ചാൽ അവൻ കൂടുതലൊന്നും പറയില്ല. ആകെക്കൂടി പറയുന്നത് ഇത് കുട്ടിക്കളിയല്ലെന്നും കുട്ടിയായ ഞാൻ മുതിർന്നവരുടെ കാര്യങ്ങളൊന്നും അറിയേണ്ട എന്നുമായിരിക്കും.

എന്നാൽ ഒൻപതാം തരം വാർഷിക പരീക്ഷകൾ കഴിഞ്ഞ് വേനലവധി തുടങ്ങിയ ഒരു നാളിൽ വാപ്പ എന്നോട് പറഞ്ഞത് എനിക്കിപ്പോൾ അദ്ദേഹത്തോടൊപ്പം ജോലിസ്ഥലത്തേക്ക് പോകാമെന്നും തൊഴിലിന്റെ രീതികളും നിയമങ്ങളുമൊക്കെ പഠിക്കാമെന്നുമായിരുന്നു. അന്ന് ഞാൻ വല്ലാതെ സന്തോഷിച്ചുപോയി. എന്നാൽ വാപ്പയുടെ പിറകിൽ അദ്ദേഹത്തിന്റെ ജോലിസ്ഥലത്തെ ഉമ്മറപ്പടിയിൽനിൽക്കുമ്പോൾ എനിക്ക് സംഭ്രമവും തോന്നിയിരുന്നു. വലത്തെ കൈയിലിരുന്ന ചോറ്റുപാത്രം ഇടത്തേ കൈയിലേക്ക് മാറ്റിയശേഷം പാന്റ്സിന്റെ പോക്കറ്റിലേക്ക് കൈ കടത്തി താക്കോൽ തിരയുകയായിരുന്നു വാപ്പ. മേഘങ്ങളേതുമില്ലാതെ തെളിഞ്ഞ ആകാശമായിരുന്നു അന്ന്. എന്നാൽ ആ സ്ഥലത്ത് യാതൊരു തരത്തിലുമുള്ള അടയാളബോർഡുകളില്ല എന്നത് ഞാൻ പ്രത്യേകം ശ്രദ്ധിച്ചു. അന്വേഷിച്ചപ്പോൾ അതിന്റെ ആവശ്യമൊന്നുമില്ല എന്നായിരുന്നു മറുപടി. കാരണം ഇതൊരു കടയോ, വ്യാപാരസ്ഥലമോ ഒന്നുമല്ലല്ലോ? വാതിലിന്റെ പൂട്ടിൽ താക്കോൽ തിരിക്കുന്നതിനിടയിൽ 'മഗൈസിൽ' എന്നറിയപ്പെടുന്ന മൃതദേഹങ്ങൾ കുളിപ്പിക്കുന്ന സ്ഥലം എവിടെയാണെന്ന് എല്ലാവർക്കും അറിയാമെന്ന് അദ്ദേഹം പറഞ്ഞു. ബാഗ്ദാദിലെ ശിയാക്കളുടെ ഒരേയൊരു മഗൈസിലാണിത്. ബാക്കിയുള്ള ഭൂരിപക്ഷം മഗൈസിലുകളും മറ്റൊരു നഗരമായ നജഫിൽ ആണത്രെ. കാസിമിയ്യയിലെ സർവ്വർക്കും ഈ മഗൈസിലിനെ സംബന്ധിച്ച് അറിയാമെന്ന് വാപ്പ പറഞ്ഞത് അത്യധികം ആത്മാഭിമാനത്തോടെയായിരുന്നു.

വർഷങ്ങൾക്കുമുമ്പ് ഉമ്മയ്ക്കൊപ്പം ആ ഉമ്മറപ്പടിയിൽ നിന്നിരുന്ന കാലം മുതലേ സത്യത്തിൽ ഞാൻ സങ്കല്പിച്ചിരുന്നതിനേക്കാളും അല്പം വലിപ്പക്കുറവായിരുന്നു മഗൈസിലിന്. താമരപ്പൂവിന്റെയും കർപ്പൂരത്തിന്റെയും

ഗന്ധം വമിക്കുന്നു. വായുവിന്റെ ഈർപ്പം ആഴ്ന്നിറങ്ങുന്നുണ്ട്. അകത്ത് കയറി വാതിൽ അടച്ചശേഷം ഞാൻ ഉള്ളിലേക്ക് നീങ്ങി. ഇടനാഴി കടന്ന് പ്രധാന മുറിയിലേക്ക് കടന്നപ്പോൾ ആദ്യം കണ്ണിൽപ്പെട്ടത് ഒരു മാർബിൾ ബഞ്ചായിരുന്നു. മൃതദേഹങ്ങൾ കുളിപ്പിക്കുന്നത് അതിന്മേലാണ്. ശിരസ്സ് വയ്ക്കാറുള്ള വടക്കേഭാഗം അല്പം ഉയർന്നാണിരിക്കുന്നത്. അപ്പോൾ വെള്ളം കെട്ടിനിൽക്കാതെ സുഗമമായി ഒഴുകിപ്പോകും. ആറ് പതിറ്റാണ്ടിലധികം പഴക്കമുണ്ടത്രെ ഈ കുളിപ്പുരയ്ക്ക്. എന്റെ പൂർവ്വികന്മാരൊക്കെ ഇവിടെയാണ് ഈ തൊഴിൽ ചെയ്തിരുന്നത്. വാപ്പയുടെ പിതാവ് ഈ ജോലി ചെയ്തിരുന്നത് ഞാൻ ജനിക്കുന്നതിന് തന്നെ മുമ്പായിരുന്നു. മഞ്ഞ കലർന്ന വെള്ള നിറമായിരുന്നു ചുമരുകൾക്കും മേൽക്കൂരയ്ക്കും. എന്നാൽ കാലവും ഈർപ്പവും കാരണം ശിശിരകാലത്ത് ഇലകൾ പൊഴിയുന്നത് പോലെ പല സ്ഥലങ്ങളിൽനിന്ന് പ്രത്യേകിച്ച് മേൽക്കൂരയിൽനിന്നും പെയിന്റ് ഇളകിയിട്ടുണ്ട്. വാപ്പ ചുമരിലെ സ്വിച്ച് അമർത്തിയതോടെ മേൽക്കൂരയുടെ മധ്യഭാഗത്തായി സ്ഥിതിചെയ്യുന്ന ഫാൻ കറങ്ങാൻ തുടങ്ങി. വലതുവശത്തേക്ക് തിരിഞ്ഞുനോക്കിയപ്പോൾ കണ്ടത് വഖഫ് മന്ത്രാലയത്തിൽനിന്നും കൊണ്ടുവന്ന ശവപ്പെട്ടികൾ. അവ ഒരു മൂലയിൽ അടുക്കിവച്ചിരിക്കുന്നു.

അതിന് മുകളിലായി ചുമരിലൊരു ഇടത്തരം വലിപ്പമുള്ള ജനാലയുണ്ട്. അതിലൂടെ കടന്നുവരുന്ന സൂര്യപ്രകാശത്തിലാണ് ആവശ്യത്തിനുള്ള വെളിച്ചം ലഭിക്കുന്നത്. അരിച്ചിറങ്ങുന്ന സൂര്യകിരണങ്ങൾ നിലത്ത് പാകിയിരിക്കുന്ന മരച്ചില്ലകളുടെ ചിത്രങ്ങളുള്ള ടൈലുകളിൽ വർണശബളത സൃഷ്ടിക്കുന്നുണ്ട്. എന്നാൽ നമ്മുടെ ഉയരത്തേക്കാളും മുകളിലായിരുന്നു ജനാലയുടെ സ്ഥാനം. ഇത് കാരണം മുറിയുടെ ചില ഭാഗങ്ങളിൽ കുറച്ച് ഇരുട്ടായിരിക്കും. അതിലൂടെ നോക്കിയാൽ ആകാശത്തിന്റെ കുറച്ച് ഭാഗം കാണാം. മേൽക്കൂരയുടെ മധ്യഭാഗത്തുള്ള ഫാൻ ഇടയ്ക്കിടയ്ക്ക് പ്രകാശകിരണങ്ങളുടെയും, സ്ഥലങ്ങളുടെയും സ്വഭാവമനുസരിച്ച് എതിർവശത്തുള്ള ചുമരിൽ പറക്കുംചിറകുകളുടെ ചിത്രം കോറിയിടുന്നു. ജനാലയുടെ കീഴേ ഒരു വാതിലുണ്ട്. അത് തുറക്കുന്നത് ചെറിയൊരു പൂന്തോട്ടത്തിലേക്കായിരിക്കും. വാപ്പയ്ക്ക് വളരെയേറെ ഇഷ്ടമായിരുന്ന ഒരു മാതളമരമുണ്ട് ആ തോട്ടത്തിൽ. മൃതദേഹങ്ങൾ കുളിപ്പിക്കുമ്പോൾ അതിനരികിലായുള്ള തടിബഞ്ചിലായിരിക്കും ബന്ധുക്കൾ കാത്തിരിക്കുന്നത്.

മാർബിൾ ബഞ്ചിൽനിന്നും ഒരു രണ്ടുമീറ്റർ മാറി വടക്കുഭാഗത്തായി വലിയൊരു ടാങ്കുണ്ട്. അതിന് മുകളിലായി ചെമ്പ് നിറത്തിലുള്ള പൈപ്പും കാണാം. താഴ്ഭാഗത്ത് ചെമ്പ്കപ്പുകളും ബക്കറ്റും ഇരുമ്പ്പാത്രങ്ങളും നിരത്തിവച്ചിരിക്കുന്നു. വാപ്പ പ്ലാസ്റ്റിക് തീരെ ഉപയോഗിക്കാറില്ല. ടാങ്കിന്റെ ഇടതുഭാഗത്ത് താഴെയായി മറ്റൊരു പൈപ്പ് കൂടിയുണ്ട്. കുളിപ്പുരകളിൽ കുളിക്കുന്ന നേരം ഇരിക്കാനായി നാം ഉപയോഗിക്കുന്ന തരത്തിലുള്ള ചെറിയൊരു തടി സ്റ്റൂൾ ഈ പൈപ്പിന് മുന്നിലുണ്ട്. ടാങ്കിന്റെ വലതുഭാഗത്ത്

കണ്ണാടി വാതിലുകളുള്ള ഒരു വലിയ ചുമരലമാര കാണാം. പിന്നീടാണ് എനിക്ക് മനസ്സിലായത് അതിനുള്ളിലാണ് താമരപ്പൂ ഇതളുകളും കർപ്പൂരവും ധാന്യവും കഫൻ തുണികളും ഫൈബർ നാരുകളും പഞ്ഞിയും സോപ്പുകളും ഒക്കെ അടങ്ങുന്ന സഞ്ചികൾ സൂക്ഷിക്കുന്നതെന്ന്.

മാർബിൾ ബെഞ്ച് ദീർഘചതുരാകൃതിയിലായിരുന്നു. അതിന് ചുറ്റുമായി വെള്ളം ഒഴുകിപ്പോകാനായി വെള്ള സെറാമിക് ടൈലുകൾ പാകിയ ഒരു പാത്തിയുണ്ട്. ബഞ്ചിൽനിന്നും ഒഴുകി ഇറങ്ങുന്ന വെള്ളം ഈ പാത്തിയിലൂടെ ആ ചെറുപൂന്തോട്ടത്തിലേക്കായിരിക്കും പോകുക. മൃതദേഹങ്ങൾ കുളിപ്പിക്കുന്ന വെള്ളം അഴുക്കുചാലിലേക്ക് പോകാതിരിക്കാനാണ് ഇങ്ങനെ ചെയ്യുന്നത്. ഇടത് മൂലയിൽനിന്നും ഒരു ചെറിയ ഇടനാഴി കുളിമുറിയിലേക്കും ചെറിയൊരു സ്റ്റോർറൂമിലേക്കും തുറക്കുന്നു. പടിഞ്ഞാറെ ചുമരിൽ കട്ടിയുള്ള ഒരു തടിഫലകം തൂക്കിയിട്ടിരിക്കുന്നു. 'എല്ലാ ആത്മാക്കളും മരണത്തിന്റെ രുചി അറിയുക തന്നെ ചെയ്യും' എന്ന വിശുദ്ധ ഖുർ ആൻ സൂക്തം ദീവാനിലിപിയിൽ ആ ഫലകത്തിൽ രേഖപ്പെടുത്തിയിരിക്കുന്നു. അതിന് തൊട്ട് താഴെയായി ഒരു തടിവാതിലുണ്ട്. അത് നേരെ പോകുന്നത് സമീപത്തുള്ളൊരു ചെറിയ മുറിയിലേക്കായിരിക്കും. വാപ്പ മിക്കവാറും സമയങ്ങളിൽ അവിടെ പോയിരിക്കാറുണ്ട്. ആ മുറിയുടെ മധ്യഭാഗത്തായി പഴയ രണ്ട് തടിക്കസേരകളും അവയ്ക്കിടയിൽ ഒരു ചെറിയ മേശയും ഇട്ടിട്ടുണ്ട്. ആകെക്കൂടിയുള്ള ഒരു ജനാലയുടെ അരികിലായി ഇമാം അലിയുടെ ചിത്രം തൂക്കിയിട്ടിരിക്കുന്നു.

മുറിയിലേക്ക് കയറിയ വാപ്പ മേൽക്കുപ്പായം ഊരി സ്റ്റോർ റൂമിൽ തൂക്കി. തിരിച്ചുവന്നശേഷം മുറിയിലേക്ക് കയറി അവിടെ കിടക്കുകയായിരുന്ന തടിക്കസേരയിൽ ഇരുന്നു. മേശപ്പുറത്തിരിക്കുകയായിരുന്ന ചെറിയ റേഡിയോ ഓൺ ചെയ്തശേഷം ഇഷ്ടപ്പെട്ട സ്റ്റേഷൻ ട്യൂൺ ചെയ്തു. എന്നോട് വാപ്പ ഇരിക്കാൻ പറഞ്ഞു. ഞാൻ ഒരിക്കൽകൂടി ആ സ്ഥലം സൂക്ഷിച്ചുനോക്കുകയായിരുന്നു.

അപ്പോൾ തന്നെ ജോലി തുടങ്ങണമെന്ന് എന്തുകൊണ്ടാണ് എനിക്ക് തോന്നിയതെന്നറിയില്ല. എന്നാൽ തുടക്കത്തിൽ താനും ഹമ്മൂദിയും ചെയ്യുന്ന കാര്യങ്ങൾ കണ്ടുപഠിക്കാനായിരുന്നു വാപ്പയുടെ നിർദ്ദേശം. കുറച്ച് ആഴ്ചകൾകൊണ്ട് കാര്യങ്ങൾ പഠിക്കാമത്രെ. തുടക്കത്തിൽ ഞാൻ അദ്ദേഹത്തെ സഹായിക്കണം, പിന്നീട് ആവശ്യപ്പെടുന്ന കാര്യങ്ങൾ ചെയ്തുകൊടുക്കുകയും വേണം. ജോലി നന്നായി പഠിക്കുന്നത് വരെ ഒറ്റയ്ക്ക് മൃതദേഹങ്ങൾ കുളിപ്പിക്കാൻ പാടില്ലെന്ന് വാപ്പ പറഞ്ഞത് കേട്ട് ഞാൻ അനുസരണയോടെ തലകുലുക്കി.

അരമണിക്കൂർ കഴിഞ്ഞപ്പോഴേക്കും ഹമ്മൂദി തിരികെയെത്തി. വളരെ ചെറുപ്പം മുതലേ അയാൾ വാപ്പയെ സഹായിക്കുകയാണ്. എന്തെങ്കിലും ചെയ്യാനുണ്ടോയെന്ന് ചോദിച്ചപ്പോൾ കുളിപ്പുര അടിച്ചുവാരണമെന്നും ചുമരലമാരകൾ പരിശോധിച്ച് ആവശ്യത്തിനുള്ള സാധനങ്ങളെല്ലാം ഉണ്ടോ, എന്ന് പരിശോധിക്കണമെന്നും വാപ്പ ഹമ്മൂദിയോട് പറഞ്ഞു.

അയാൾക്കൊപ്പം പോകാൻ വാപ്പ എന്നോട് പറഞ്ഞു. ഞാൻ അതനുസരിക്കുകയും ചെയ്തു. ഒരാവശ്യവുമില്ലെങ്കിൽപോലും മാർബിൾ ബഞ്ചും മുറികളുടെ മൂലകളുമൊക്കെ തൂത്തുവൃത്തിയാക്കുന്ന ഹമ്മൂദിയെ തന്നെ നോക്കിനിൽക്കുകയായിരുന്നു ഞാൻ. ചൂൽ സ്റ്റോർറൂമിൽ കൊണ്ടുവച്ച ശേഷം എനിക്ക് കാര്യങ്ങൾ വിശദീകരിക്കുവാൻ വലിയ ഉത്സാഹമായിരുന്നു ഹമ്മൂദിക്ക്. കുളിപ്പുരയുടെ ഓരോ മൂലകളെസംബന്ധിച്ചും ഈ തൊഴിലിന്റെ രഹസ്യങ്ങളെക്കുറിച്ചുമൊക്കെ ഉള്ള തന്റെ അറിവ് വിവരിക്കുമ്പോൾ ഹമ്മൂദിയുടെ മുഖത്ത് സന്തോഷം വിരിയുന്നുണ്ടായിരുന്നു. ഈ തൊഴിൽ ചെയ്യുന്നവർ അയാളുടെ കുടുംബത്തിൽ വേറെയും ആളുകളുണ്ടത്രെ. ഹമ്മൂദിയുടെ ഉമ്മ സ്ത്രീകളുടെ 'മഗൈസിൽ' നടത്തിയിരുന്നു. ഞങ്ങളുടെ കുളിപ്പുരയുടെ മറുവശത്തുണ്ടായിരുന്ന സ്ത്രീകളുടെ കുളിപ്പുരയുടെ വാതിൽ പിറകിലത്തെ തെരുവിലേക്കായിരുന്നു തുറക്കപ്പെടുന്നത്. എന്നേക്കാൾ അഞ്ച് വയസ്സ് കൂടുതലായിരുന്നു ഹമ്മൂദിക്ക്. അയാൾക്ക് മൂന്ന് വയസ്സുണ്ടായിരുന്നപ്പോൾ പിതാവ് മരിച്ചുപോയി. രണ്ടു വർഷം കഴിഞ്ഞപ്പോൾ ഹമ്മൂദിയുടെ ഉമ്മ വേറൊരാളെ വിവാഹം ചെയ്തു. എന്നാൽ ഇറാനുമായുള്ള യുദ്ധത്തിൽ ആ മനുഷ്യൻ തടവുകാരനായത്രെ. ജനകീയ സൈന്യവിഭാഗങ്ങളിൽ അംഗമായിരുന്ന അദ്ദേഹം യുദ്ധത്തിനു ശേഷം കാണാതായ വ്യക്തിയായി കരുതപ്പെടുകയായിരുന്നു. പിന്നീട് ആ സ്ത്രീയെ വേറെ ആരും വിവാഹം ചെയ്തില്ല. അവരെ വിവാഹം കഴിക്കുന്നയാൾ മരണപ്പെടും എന്നുവരെ ആളുകൾ പറയാൻ തുടങ്ങി. മകനെ ഒപ്പം ജോലിക്ക് നിർത്താമോ എന്ന് ഹമ്മീദിയുടെ ഉമ്മ ചോദിച്ചപ്പോൾ എന്റെ വാപ്പ സമ്മതിക്കുകയായിരുന്നു.

പത്താംതരം കഴിഞ്ഞതോടെ സ്കൂൾ പഠനം ഉപേക്ഷിച്ച് ഉമ്മയെ സഹായിക്കാൻ കൂടെ ചേരുകയായിരുന്നു ഹമ്മൂദി. വലത്തേക്കാലിൽ മുടന്തുണ്ടായിരുന്നതിനാൽ നിർബന്ധസൈനികസേവനത്തിൽനിന്നും ഒഴിവാക്കപ്പെട്ടു. കാസിമിയ്യയിലെ തെരുവുകളിലൊന്നിൽ സൈക്കിൾ ഓടിച്ചുപോകുന്നതിനിടയിൽ വേഗതയേറിയൊരു കാർ വന്നിടിച്ചാണ് കാലിന് അപകടമുണ്ടായത്.

വേഗത്തിലൊരു വിവരണം നൽകിയശേഷം ചുമരലമാരകൾ തുറന്ന്, താമരപ്പൂ ഇതളുകളും കർപ്പൂരവും പഞ്ഞിയും കഫൻതുണിയും മറ്റ് സാധനങ്ങളുമൊക്കെ കാണിച്ചുതരികയും ചെയ്തു. പിന്നീട് ഞങ്ങൾ പോയത് സ്റ്റോർ റൂമിലേക്കായിരുന്നു. അവിടെയായിരുന്നു ടവ്വലുകളും, കഫൻ തുണി അടക്കംചെയ്ത പെട്ടികളും, താമര ഇതളുകളുടേയും കർപ്പൂരത്തിന്റെയും, സോപ്പുകളുടേയും കരുതൽ ശേഖരവും സൂക്ഷിച്ചിരുന്നത്. അതുപോലെ ചായ തയ്യാറാക്കാനും, ഭക്ഷണം ചൂടാക്കാനുമുള്ള ഒരു ചെറിയ സ്റ്റൗവുമുണ്ടായിരുന്നു.

ഞങ്ങൾ സമീപത്തെ മുറിയിലേക്ക് ചെന്നു. പൂന്തോട്ടത്തിൽ കിടന്ന ഒരു കസേര കൂടി ഹമ്മൂദി എടുത്തുകൊണ്ടുവന്നു. ചായ ഇടാൻ വാപ്പ പറഞ്ഞു. കസേരയിൽ ഇരുന്ന ശേഷം മേശപ്പുറത്ത് കിടന്ന തലേ

ദിവസത്തെ പത്രങ്ങൾ മറിച്ചുനോക്കുകയായിരുന്നു ഞാൻ. ചായത്തട്ടുമായി തിരികെവന്ന ഹമ്മൂദി അത് മേശപ്പുറത്ത് വച്ചു. ഏലക്കായുടെ മണമായിരുന്നു അവിടം നിറയെ. റേഡിയോയിൽനിന്നും കേൾക്കുന്ന സുഹൂർ ഹുസൈനിന്റെ ശബ്ദത്തിൽ മതിമറന്നിരിക്കുകയായിരുന്നു വാപ്പ. ചായക്കപ്പിൽ പഞ്ചസാര അലിയിക്കാനായി സ്പൂൺ കൊണ്ടിളക്കുന്ന ശബ്ദത്തിനൊപ്പം കലരുകയായിരുന്നു റേഡിയോയിലെ സംഗീതം. ചായ കുടിച്ച ശേഷം ഞങ്ങൾ കപ്പുകൾ മേശപ്പുറത്തേക്ക് തിരികെവച്ചു. 'അൽ സൗറ' പത്രത്തിലെ കായികവാർത്തകളടങ്ങിയ പേജ് മറിച്ചുനോക്കുകയായിരുന്നു ഹമ്മൂദി. അരമണിക്കൂറോളം നീണ്ട നിശ്ശബ്ദത അവസാനിച്ചത് വാതിൽപ്പുറത്തേറ്റ അതിശക്തമായ മുട്ട് കേട്ടപ്പോഴായിരുന്നു.

ഹമ്മൂദി വാതിലിലേക്ക് നീളുന്ന ഇടനാഴിയിലേക്ക് വേഗത്തിൽ നടന്നു. 'മഗൈസിൽ' ഇതുതന്നെയാണോ എന്ന് ഏതോ പുരുഷൻ ചോദിക്കുന്ന ശബ്ദവും അതേ എന്ന ഹമ്മൂദിയുടെ മറുപടിയും കേട്ടു. വന്നയാളെ അകത്തേക്ക് ക്ഷണിച്ചു. എന്നാൽ വാഹനത്തിനടുത്തേക്ക് പോയി ശവശരീരം എടുത്തുകൊണ്ടുവരണമെന്ന് വന്നയാൾ പറഞ്ഞു. പഴയൊരു ഗാനം കേട്ടുകൊണ്ടിരുന്ന റേഡിയോ ഓഫാക്കിയശേഷം വാപ്പയും വാതിലിന് നേരെ നടന്നു. കൈയിലിരുന്ന പത്രം മേശപ്പുറത്ത് വച്ചശേഷം ഞാൻ വാപ്പയെ നോക്കി. എന്നാൽ ഞാനവിടെ ഉണ്ടെന്ന കാര്യം പോലും അദ്ദേഹം ശ്രദ്ധിക്കുന്നില്ലായെന്നാണ് തോന്നിയത്. അഞ്ച് മിനിറ്റ് നേരം കഴിഞ്ഞപ്പോഴേക്കും ഹമ്മൂദിയും വേറെ രണ്ടാളുകളും കൂടി വെള്ളവസ്ത്രത്തിൽ പൊതിഞ്ഞ മൃതദേഹവും ചുമന്നുകൊണ്ടുവന്നു. മാർബിൾ ബഞ്ചിൽ മൃതദേഹം കൊണ്ടുവയ്ക്കുവാൻ ഹമ്മൂദി ആംഗ്യം കാട്ടുകയും അവർ അപ്രകാരം പ്രവർത്തിക്കുകയും ചെയ്തു.

ഫോറൻസിക് മെഡിസിൻ ഓഫീസിൽനിന്നും ലഭിക്കുന്ന മരണസർട്ടിഫിക്കറ്റും വാങ്ങിയായിരിക്കും ആളുകൾ മൃതദേഹങ്ങളുമായി 'മഗൈസിലി'ലേക്ക് വരുന്നത്. മൃതദേഹം കുളിപ്പിച്ചു തുടങ്ങുന്നതിനുമുമ്പ് ഈ സർട്ടിഫിക്കറ്റ് വായിച്ചുനോക്കാൻ വാപ്പ പ്രത്യേകം ശ്രദ്ധിക്കാറുണ്ട്. വാപ്പയുടെ പ്രായമുണ്ടായിരുന്ന പുരുഷന്മാർക്കിടയിലെ ആദ്യത്തെയാളിന് അൻപത് വയസ്സ് തോന്നിപ്പിക്കും. അയാളുടെ കറുത്ത തലമുടിയിലും മീശയുടെ ഇരുവശത്തും കുറച്ച് നര കയറിയിട്ടുണ്ട്. കാപ്പി നിറമുള്ള കണ്ണുകളിൽ കരഞ്ഞതിന്റേയോ, അല്ലെങ്കിൽ പരിക്ഷീണത്തിന്റേയോ ഫലമായുണ്ടായ ചുവപ്പ് നിറം കാണാം. ഇതേ തലമുടിയും ശാരീരിക സവിശേഷതകളുമുണ്ടായിരുന്ന രണ്ടാമന് പ്രായം അല്പം കുറവായിരുന്നു. കുറ്റിമീശയും താടിയുമായിരുന്നു അയാൾക്ക്. രണ്ടുപേരും കറുത്ത വസ്ത്രമായിരുന്നു ധരിച്ചിരുന്നത്. പ്രായമായ മനുഷ്യൻ കൂലി എത്രയാകുമെന്ന് വാപ്പയോട് തിരക്കി.

"നിങ്ങളെക്കൊണ്ട് നൽകാനാകുന്ന തുക. പിന്നെ കഫൻ തുണിയുടെ തുകയും നൽകണം. അത് പിന്നീട്. ആരാണ് മരിച്ചയാൾ?"

"ഞങ്ങളുടെ സഹോദരനാണ്. പക്ഷാഘാതം വന്ന് മരിച്ചതാണ്."

"ശക്തിയും അധികാരവും ദൈവമല്ലാതെ മറ്റാർക്കുമില്ല. അല്ലാഹു അദ്ദേഹത്തെ അനുഗ്രഹിക്കട്ടെ. നിങ്ങൾക്ക് ദീർഘായുസ്സുണ്ടാകട്ടെ."

വാപ്പയുടെ പ്രാർത്ഥന കേട്ടതോടെ മുതിർന്നയാളും പ്രാർത്ഥിച്ചു.

"ദൈവം നിങ്ങളുടെ മാതാപിതാക്കളേയും അനുഗ്രഹിക്കട്ടെ."

ഇളയ സഹോദരൻ ഒന്നും മിണ്ടിയില്ല. തടി ബഞ്ചിൽ വന്നിരിക്കുകയോ, അല്ലെങ്കിൽ നിൽക്കുകയോ ചെയ്യാമെന്ന് വാപ്പ അവരോട് പറഞ്ഞു. മൃതദേഹം കുളിപ്പിച്ച് കഫൻ തുണി പുതപ്പിക്കുന്ന ജോലി ഏതാണ്ട് മുക്കാൽ മണിക്കൂർ നേരത്തോളം നീണ്ടുനിൽക്കുമെന്ന് അദ്ദേഹം പറഞ്ഞു. ഒന്നും മിണ്ടാതെ മൂത്ത സഹോദരൻ മറ്റേയാൾക്കൊപ്പം മാർബിൾ ബഞ്ചിൽനിന്നു ഒരു മൂന്നു മീറ്റർ ദൂരത്തേക്ക് മാറിനിന്നു. ഇരിപ്പുമുറിയുടെ അരികിലായി കുളിപ്പുരയ്ക്ക് അഭിമുഖമായി ചുമരിൽ ചാരിനിൽക്കുകയായിരുന്നു ഞാൻ.

മൃതദേഹത്തിന്റെ വലതുവശത്തേക്ക് ചെന്ന വാപ്പ അതിനെ മൂടിയിരുന്ന വെള്ളത്തുണി നീക്കം ചെയ്തു. അപ്പോൾ പുറത്തേക്ക് കണ്ടത് വിളറിയ മുഖവും കുഴിഞ്ഞ കണ്ണുകളുമായിരുന്നു. അൻപതുകളുടെ അവസാനങ്ങളിലെന്ന് തോന്നിക്കുന്ന പുരുഷന്റേതായിരുന്നു മൃതദേഹം. എന്റെ നെഞ്ചിനുള്ളിൽ വല്ലാത്ത പിരിമുറുക്കവും ഭയവുമാണ് അനുഭവപ്പെട്ടത്. ഇത്ര അടുത്തുനിന്ന് മരിച്ചൊരാളുടെ ശവശരീരം കാണുന്നത് ആദ്യമായിട്ടാണ്. എനിക്ക് അഞ്ചുവയസ്സുള്ളപ്പോഴായിരുന്നു ഉപ്പൂപ്പ മരിച്ചത്. എന്നാൽ അദ്ദേഹത്തിന്റെ മുഖമോ, ദേഹമോ ഒന്നും എന്നെ കാണാൻ അനുവദിച്ചിരുന്നില്ല. ഇതാണ് മരണം മനുഷ്യനോട് ചെയ്യുന്നത്. തലയിലും മീശയിലും നരകയറിയിരിക്കുന്നു. മീശ ചെറുതായിരുന്നെങ്കിലും താടി കുറേ ദിവസമായി വടിച്ചിട്ടില്ലെന്ന് തോന്നും.

ഹമ്മൂദി മാർബിൾ ബഞ്ചിന്റെ ഇടതുഭാഗത്തേക്ക് ചെന്നു. വാപ്പ മൃതദേഹത്തിന്റെ മുകൾഭാഗം ഉയർത്തികൊടുത്തപ്പോൾ ഹമ്മൂദി താഴ്ഭാഗത്തു കൂടെ ഷീറ്റ് നീക്കി. ഇതുപോലെ താഴ്ഭാഗവും ഉയർത്തി ഷീറ്റ് നീക്കി. ശേഷം അടുത്തുനിൽക്കുകയായിരുന്ന സഹോദരന്റെ കൈവശം ആ ഷീറ്റ് നൽകി. മൃതദേഹത്തിൽ അകക്കുപ്പായവും ചാരനിറമുള്ള പാന്റ്സും ഉണ്ടായിരുന്നു. കാലുകളിൽ ചെരുപ്പുകളില്ല. ഇരുകൈകളും ആകെ മരവിച്ച അവസ്ഥയിലായിരുന്നു. വലത്തേ കൈയിൽ പിടിച്ച് പതിയെ വിരലുകൾ തുറക്കാൻ വാപ്പ ശ്രമിച്ചപ്പോൾ ഹമ്മൂദി ഇടത്തേ കൈ തുറക്കാൻ ശ്രമിച്ചു. വെള്ള അടിവസ്ത്രമൊഴികെയുള്ള മറ്റ് വസ്ത്രങ്ങളൊക്കെ ഊരിമാറ്റി. ഹമ്മൂദി നൽകിയ വെള്ളത്തുണി മൃതദേഹത്തിൽ മൂടി. പൊക്കിൾ മുതൽ തുടയുടെ മുകൾഭാഗം വരെ ഈ തുണി മൂടിക്കിടക്കുന്നതിന് അടിയിൽക്കൂടി അടിവസ്ത്രവും ഊരിമാറ്റി. ഈ വസ്ത്രങ്ങളെല്ലാം കൂടി ഹമ്മൂദി ഒരു സഞ്ചിയിലേക്ക് മടക്കിവച്ചു. വേണമെങ്കിൽ ഈ വസ്ത്രങ്ങൾ എടുത്തുകൊള്ളുവാൻ ഹമ്മൂദി മരിച്ചയാളിന്റെ സഹോദരനോട് പറഞ്ഞു. ബന്ധുക്കൾക്ക് ആവശ്യമില്ലെങ്കിൽ ഇത്തരം വസ്ത്രങ്ങൾ വാപ്പ പാവങ്ങൾക്ക് നൽകുകയാണ് പതിവ്.

വെള്ളം നിറച്ച ടാങ്കിനരികിലേക്ക് പോയ വാപ്പ ചെരുപ്പുകൾ ഊരിമാറ്റിയ ശേഷം ഇടതുവശത്ത് ആണിയിൽ തൂക്കിയിട്ടിരുന്ന വെള്ളനിറത്തിലുള്ള ഏപ്രൺ എടുത്തു ധരിച്ചു. നെഞ്ചുമുതൽ കാൽമുട്ടുവരെ നീളുന്നതായിരുന്നു ഏപ്രൺ. എന്നിട്ടത് പിറകുവശത്ത് കെട്ടിവച്ചു. ഒരു സോപ്പ് കഷണം കൈയിലെടുത്ത് കുപ്പായകൈ മുട്ടിലേക്ക് മടക്കിവച്ചശേഷം പൈപ്പുതുറന്ന് വെള്ളം നനച്ചു. കൈപ്പത്തിയും മുട്ടുവരെയുള്ള ഭാഗവും സോപ്പ് ഉപയോഗിച്ച് തേച്ചശേഷം വെള്ളമുപയോഗിച്ച് കഴുകി. ഇങ്ങനെ രണ്ടുതവണകൂടി ആവർത്തിച്ചു. ശേഷം ടവ്വൽ ഉപയോഗിച്ച് കൈ തുടയ്ക്കുമ്പോൾ ഹമ്മൂദി ഒരു പരന്ന പാത്രം രണ്ടാമത്തെ പൈപ്പിന് കീഴേ കൊണ്ടുവച്ചു. പൈപ്പ് തുറന്നതോടെ വെള്ളം ശക്തിയായി പാത്രത്തിലേക്ക് വീഴാൻ തുടങ്ങി. ചുമരലമാരയിൽനിന്ന് രണ്ട് സഞ്ചികളെടുത്തശേഷം അവയിലൊന്ന് അലമാരയോടു ചേർന്ന മേശപ്പുറത്ത് വച്ചു. ശേഷം രണ്ടാമത്തെ സഞ്ചിയിൽ നിന്നെടുത്ത എന്തോ വസ്തു പരന്ന പാത്രത്തിലെ വെള്ളത്തിൽ വിതറി. താമരപ്പൂവിന്റെ സുഗന്ധമായിരുന്നു വായുവിൽ. വാപ്പ വീട്ടിലേക്ക് മടങ്ങിവരുമ്പോൾ ഈ ഗന്ധം മണക്കാറുള്ളത് ഓർമ്മവന്നു.

വലതുവശത്തുകൂടി മാർബിൾ ബഞ്ചിനോട് അടുത്തശേഷം പതിഞ്ഞ സ്വരത്തിൽ വാപ്പ പ്രാർത്ഥിക്കാൻ തുടങ്ങി:

"പരമകാരുണികനും കരുണാനിധിയുമായ ദൈവത്തിന്റെ നാമത്തിൽ, ദൈവമേ മാപ്പ് നൽകണേ. നിന്റെ വിശ്വാസിയായ അടിമയുടെ ദേഹമാണിത്. അതിന്റെ ആത്മാവിനെ നീ വേർപെടുത്തിയിരിക്കുന്നു. ശരീരവും ആത്മാവും വേർപെട്ടിരിക്കെ നീ മാപ്പ് നൽകണേ, മാപ്പ് നൽകണേ."

ഉള്ളിലുള്ള മാലിന്യങ്ങളൊക്കെ പുറത്തേക്കു പോയി എന്നുറപ്പാക്കാനായി വാപ്പ മൃതദേഹത്തിന്റെ വയറിൽ പതിയെ അമർത്താൻ തുടങ്ങി. മാർബിൾ ബഞ്ചിനരികിലായി ഹമ്മൂദി ഒരു സ്റ്റൂൾ കൊണ്ടുവന്ന് ഇട്ടു. വാപ്പയുടെ കൈയെത്തുന്ന ദൂരത്തായി വെള്ളപ്പാത്രം അതിന്റെ മുകളിൽകൊണ്ട് വയ്ക്കാം. വെള്ളം നിറഞ്ഞ പാത്രം സ്റ്റൂളിന്റെ മുകളിൽകൊണ്ടുവച്ചശേഷം കുറേ താമരപ്പൂ ഇതളുകൾ അതിൽ വിതറി. ശേഷം ഒരു ലോഹക്കപ്പ് അതിനകത്തേക്ക് ഇടുകയും ചെയ്തു. വെള്ളത്തിന്റെ ഉപരിതലത്തിൽ കപ്പ് തട്ടുന്ന ശബ്ദം കേൾക്കാമായിരുന്നു. കപ്പിൽ വെള്ളം കോരിയ ശേഷം വാപ്പ ഹമ്മൂദിയെ നോക്കി. അയാൾ അല്പം താമരപ്പൂ ഇതളിന്റെ പൊടി മൃതദേഹത്തിന്റെ ശിരസ്സിൽ വിതറി. അതിന്റെ പത ഉപയോഗിച്ച് തല ഉരച്ചു കഴുകി.

തല കഴുകിക്കഴിഞ്ഞതോടെ മൃതദേഹത്തെ ഒരു വശത്തേക്ക് തിരിക്കുവാൻ ഹമ്മൂദി സഹായിച്ചു. വലതുഭാഗം കഴുകുന്നതിനിടയിൽ വാപ്പ പ്രാർത്ഥിക്കുന്നുണ്ടായിരുന്നു:

"ദൈവമേ, നീ മാപ്പ് നൽകണേ, മാപ്പ് നൽകണേ."

ആദ്യം ശിരസ്സും പിന്നെ മുഖമടക്കം വലതുഭാഗവും കഴുത്ത്, തോൾ, കൈ, കൈപ്പത്തി, പിന്നീട് നെഞ്ചും വയറും. വെള്ളം ഒഴിക്കുന്നതിനൊപ്പം

ശരീരത്തിൽ കൈയോടിക്കുന്നുണ്ടായിരുന്നു. ഒപ്പം പ്രാർത്ഥിക്കുകയും ചെയ്തുകൊണ്ടിരുന്നു.

“ദൈവമേ നീ മാപ്പ് നൽകണേ, മാപ്പ് നൽകണേ.”

അടിവയറ്റിലേക്കെത്തിയതോടെ മുകളിൽ കിടന്ന തുണി മാറ്റാതെ തന്നെ സ്വകാര്യഭാഗങ്ങൾ കഴുകി. പിന്നീട് തുടയും വലത്തേക്കാൽപാദത്തിലെ വിരലുകൾ വരേയും വെള്ളമൊഴിച്ച് കഴുകി. മൃദുലമായി തന്റെ കരം കൊണ്ടായിരുന്നു വാപ്പ മൃതദേഹം കുളിപ്പിച്ചുകൊണ്ടിരിക്കുന്നത്.

ശേഷം ദേഹം വീണ്ടും മലർത്തിക്കിടത്തി. മറുവശത്തേക്ക് പോയ ശേഷം വാപ്പ മൃതദേഹത്തെ ഇടതുവശം ചരിച്ചുകിടത്തി. ഇനി ഇടതു വശവും നേരത്തെ ചെയ്തതുപോലെ വളരെ സൂക്ഷ്മതയോടെ ശിരസ്സ് മുതൽ ഇടത്തേ പാദത്തിന്റെ ഉള്ളം കാല് വരെയുള്ള ഭാഗങ്ങൾ കഴുകി. ഹമ്മൂദി മറ്റൊരു പാത്രത്തിൽ കൂടി വെള്ളം നിറച്ചുവച്ചു. ആദ്യത്തെ പാത്രത്തിലെ വെള്ളം തീരാൻ കാത്തുനിൽക്കുകയാണ്. അങ്ങനെയാകുമ്പോൾ അത് മാറ്റി പുതുതായി നിറച്ച പാത്രം വയ്ക്കാം.

മൃതദേഹത്തെ ആദ്യത്തെ പ്രാവശ്യം കഴുകിക്കഴിഞ്ഞതോടെ വെള്ള ടാങ്കിനരികിലേക്ക് പോയ വാപ്പ കൈകൾ മുട്ടുവരെ കഴുകി. മാർബിൾ ബഞ്ചിന് ചുറ്റുമുള്ള ഭാഗം മുഴുവൻ നനഞ്ഞിരുന്നു. എന്നാൽ ഒഴുകി ഇറങ്ങുന്ന വെള്ളം ചുറ്റുമുള്ള ഓവുചാലിലൂടെ ചെറിയ പൂന്തോട്ടത്തിലേക്ക് ഒഴുകിപ്പോകുന്നുണ്ടായിരുന്നു.

ഹമ്മൂദി ചുമരലമാരയിൽനിന്നും കർപ്പൂരം സൂക്ഷിച്ചിരുന്ന സഞ്ചി പുറത്തേക്കെടുത്തു. അതിൽനിന്നും രണ്ട് കഷണം കർപ്പൂരം എടുത്ത് വിരൽ ഉപയോഗിച്ച് പൊടിച്ചു. ആ പൊടി വെള്ളം നിറച്ച പാത്രത്തിലേക്ക് തട്ടി. മൃതദേഹത്തിന്റെ വയറ് ഭാഗം ഒരിക്കൽ കൂടി മൃദുവായി അമർത്തിയശേഷം കർപ്പൂരം കലർത്തിയ വെള്ളം ഉപയോഗിച്ച് വലത്തേഭാഗം തലമുതൽ വീണ്ടും കഴുകാൻ തുടങ്ങി. അത് വലത്തേ കാൽപാദംവരെ നീണ്ടു. പിന്നീട് ഇടതുഭാഗം തലമുതൽ കഴുകിത്തുടങ്ങി. രണ്ടാംവട്ടം കഴുകൽ പൂർത്തിയായതോടെ സ്വന്തം കൈകൾ മുട്ടുവരെ വാപ്പ വീണ്ടും കഴുകി. മൂന്നാമത്തേതും അവസാനത്തേതുമായ കുളി ആരംഭിക്കുന്നതിനുമുമ്പ് വയറിൽ പതിവുപോലെ അമർത്തിത്തടകിയില്ല. ഇത്തവണ താമരഇതളുകളോ, കർപ്പൂരമോ കലർത്താത്ത വെറും വെള്ളം മാത്രമാണ് ഉപയോഗിച്ചത്.

കുളിപ്പിക്കുന്ന നേരത്ത് വാപ്പയുടെ കണ്ണുകൾ ഏതാണ്ട് അടഞ്ഞ അവസ്ഥയിലാണ്. അത് കണ്ടാൽ അദ്ദേഹം ഉറങ്ങുകയാണോ എന്ന് തോന്നിപ്പോകും. വളരെ ഉന്മേഷത്തോടും ശക്തിയോടും എന്നാൽ മാർദ്ദവത്തോടെയുമാണ് അദ്ദേഹത്തിന്റെ കരങ്ങൾ ശരീരം ഉരച്ചുകഴുകിക്കൊണ്ടിരുന്നത്.

താഴ്ഭാഗത്തുണ്ടായിരുന്ന പൈപ്പിനരികിലേക്ക് പോയശേഷം വാപ്പ കൈകൾ തോൾവരേയും കാലുകൾ മുട്ടുവരേയും മൂന്നുതവണ കഴുകി.

പിന്നെ ഹമ്മൂദി നൽകിയ ടവ്വൽ വാങ്ങി തുടച്ചു. ചുമരലമാരയിൽ നിന്നു മൊരു വെള്ള ടവ്വൽ എടുത്ത് മൃതദേഹം ശ്രദ്ധയോടെ തുടയ്ക്കാൻ തുടങ്ങി. ശേഷം ഹമ്മൂദി ആ ടവ്വൽ വാങ്ങി സ്റ്റോർ റൂമിൽ കൊണ്ടുചെന്നുവച്ചു.

കർപ്പൂരത്തിന്റെ കൂട് കൈയിലെടുത്തശേഷം വാപ്പ ഒരു ചെറിയ സ്പൂണിൽ കുറച്ച് കർപ്പൂരമെടുത്ത് ഒരു പാത്രത്തിൽ ഇട്ടു. ശേഷം മാർബിൾ ബഞ്ചിനരികിലേക്ക് പോയി. മൃതദേഹത്തിന്റെ ഏഴ് ശരീരഭാഗ ങ്ങളിൽ കർപ്പൂരപ്പൊടി തേച്ചുപിടിപ്പിച്ചു. നെറ്റിയിലും മൂക്കിലും കവിളു കളിലും താടിയിലും കൈവെള്ളയിലും കാൽമുട്ടുകളിലും പിന്നെ കാലിന്റെ തള്ളവിരലുകളിലും. വാപ്പ സ്വന്തം കൈകാലുകൾ ഒരിക്കൽ കൂടി കഴുകി. ഹമ്മൂദിയും അപ്രകാരം ചെയ്തു. ചുമരലമാരയിൽനിന്നും കുറച്ച് പഞ്ഞി യെടുത്ത് പരേതന്റെ നാസാദ്വാരങ്ങളിൽ തിരുകി. കുറച്ച് പഞ്ഞി ഇരുതുട കൾക്കുമിടയിലും വച്ചു. ശരീരം കമഴ്ത്തികിടത്തിയശേഷം നിതംബങ്ങൾ ക്കിടയിലും പഞ്ഞിവച്ചു. മരിച്ചയാളിന്റെ ശരീരത്തിൽനിന്നും രക്തം പുറ ത്തേക്ക് വരാതിരിക്കാൻ വേണ്ടിയാണ് ഇപ്രകാരം ചെയ്യുന്നതെന്ന് പില്ക്കാ ലത്താണ് എനിക്ക് മനസ്സിലായത്. പിന്നെ വാപ്പ ആഴത്തിൽ നിശ്വസിച്ചു.

ഒരു വലിയ തുണിയും കത്രികയുമായി വന്ന ഹമ്മൂദി അത് വാപ്പയ്ക്ക് കൈമാറി. അതിൽനിന്നും അല്പം നീളത്തിൽ തുണി മുറിച്ചെടുത്തശേഷം കത്രികയും ബാക്കി തുണിയും ഹമ്മൂദിക്ക് തിരികെ നൽകി. മരിച്ചയാളുടെ തുടകൾ ചേർത്തുവെച്ചശേഷം രണ്ട് തവണ തുണി ചുറ്റി. ബാക്കി തുണി വാങ്ങിയ ഹമ്മൂദി ശിരസ്സിൽ അത് ചുറ്റി താടിയോട് ചേർത്തുകെട്ടുകയും ചെയ്തു. അയാൾ പിന്നീട് മൂന്നുകഷണം കഫൻ തുണിയുമായി വന്നു. ആദ്യത്തെ തുണി വാങ്ങിയശേഷം വാപ്പ മൃതദേഹത്തിന്റെ മുകളിൽ വിരിച്ചു. പൊക്കിൾ മുതൽ കാൽമുട്ട് വരെയുള്ള ഭാഗങ്ങൾ മറയുന്ന നിലയിലായി രുന്നു അപ്പോൾ. അതിനു മുകളിൽ കർപ്പൂരം വിതറുകയും ചെയ്തു. പിന്നീട് ഹമ്മൂദി കുറച്ചുകൂടി വലിപ്പമുള്ള തുണിക്കഷണം നൽകി. തോൾഭാഗം മുതൽ പാദങ്ങൾക്ക് തൊട്ട് മുകൾഭാഗം വരെ മറയ്ക്കുന്ന തുണി. വാപ്പയും ഹമ്മൂദിയും കൂടി മൃതദേഹത്തിന്റെ അടിഭാഗത്തുകൂടി ഈ തുണി ചുറ്റി. പിന്നീട് നൽകിയത് ഏറ്റവും വലിയ തുണിക്കഷണം. ഇതുപയോഗിച്ച് ദേഹം മുഴുവൻ മറയ്ക്കാം. ഇരുവശത്തുമായി കുറച്ച് തുണി നീണ്ടുകിടക്കുകയും ചെയ്യും. ഇതിന്റെ അരികുകളിലായി കുറച്ച് പ്രാർത്ഥനകൾ നിറത്തിൽ രേഖ പ്പെടുത്തിയിരിക്കും. തുണികൊണ്ട് ഉണ്ടാക്കിയ മൂന്ന് നാടകൾ ഹമ്മൂദി വാപ്പയ്ക്ക് കൈമാറി. ആദ്യത്തെ നാട വാങ്ങിയശേഷം പാദങ്ങൾക്ക് കീഴിൽ കുടുക്കിട്ട് കെട്ടി. പിന്നീട് രണ്ടുപേരുംകൂടി തോളിന്റെ ഭാഗത്ത് പിടിച്ച് മൃത ദേഹം ഉയർത്തി. വാപ്പ വലത്തേകൈ ഉപയോഗിച്ച് മുതുകിനടിയിലൂടെ രണ്ടാമത്തെ നാട കൈമാറിയപ്പോൾ മറുഭാഗത്തുകൂടി ഹമ്മൂദി അത് വലി ച്ചെടുത്തു. ശേഷം ശിരസ്സിന്റെ ഭാഗത്തെ കഫൻ തുണി മുറുക്കികെട്ടി. കഫൻ ചെയ്ത മൃതദേഹത്തെ നോക്കി വളരെ ആഴത്തിൽ നിശ്വസിച്ച ശേഷം വാപ്പ ഉറക്കെ പ്രാർത്ഥിച്ചു: "ശക്തിയും അധികാരവും ദൈവ ത്തിനല്ലാതെ മറ്റാർക്കുമില്ല" തുണിയിൽ പൊതിഞ്ഞൊരു ശിശുവിനെ

പ്പോലെയായിരുന്നു വെള്ള പുതച്ച ആ മൃതദേഹം കണ്ടപ്പോൾ തോന്നിയത്. ചലനമോ, കരച്ചിലോ ഇല്ലെന്ന് മാത്രം. കുളിപ്പിക്കുന്നതിനിടയിൽ പ്രാർത്ഥനകൾ ഉരുവിട്ടുകൊണ്ടിരുന്ന വാപ്പ ഹമ്മൂദിയോട് അധികമൊന്നും സംസാരിക്കുന്നത് കണ്ടില്ല. അവർ രണ്ടുപേരും എത്രയോ വർഷങ്ങളായി ഒരുമിച്ച് ജോലി ചെയ്യുന്നു. അതിനാൽതന്നെ നോട്ടങ്ങളും ആംഗ്യങ്ങളുമായി അവർ പരസ്പരം മനസ്സിലാക്കുകയും, ഒരേ താളക്രമത്തിൽ ജോലി ചെയ്യുകയുമാണ്.

ശവപ്പെട്ടി മാർബിൾ ബഞ്ചിനരികിലേക്ക് എടുത്തുകൊണ്ടുവരുവാനായി ഹമ്മൂദി സഹോദരന്മാരിലൊരാളുടെ സഹായം തേടി. പിന്നീട് ശവപ്പെട്ടികൾ അടുക്കിവച്ചിരുന്ന വലത്തേ മൂലയിലേക്ക് പോയി. പെട്ടി എടുത്തു ബഞ്ചിനരികിലേക്ക് കൊണ്ടുവരുവാൻ ഇളയസഹോദരൻ സഹായിച്ചു. മൃതദേഹം തോളിൽ തൂക്കി ഉയർത്താനായി വാപ്പ ശിരസ്സിന്റെ ഭാഗത്ത് നിലയുറപ്പിച്ചു. മറുഭാഗത്ത് നിന്ന ഹമ്മൂദിയാകട്ടെ പാദത്തിന്റെ ഭാഗം ഉയർത്താൻ തയ്യാറായിനിന്നു.

"യാ അല്ലാഹ്"

വാപ്പ ഇങ്ങനെ പറഞ്ഞത് മൃതദേഹം ഉയർത്താനുള്ള സൂചനയായിരുന്നു. ഇരുവരും ചേർന്ന് ദേഹം പെട്ടിക്കുള്ളിലേക്ക് എടുത്തുവച്ചു.

ഹമ്മൂദി അരികത്തെ ചെറിയ പൂന്തോട്ടത്തിലേക്കു പോയി. ഈന്തപ്പനയുടെ ഒരു ചില്ല കൊണ്ടുവന്ന് വാപ്പയ്ക്ക് നൽകി. അദ്ദേഹം അത് രണ്ടായി മുറിച്ചു. അതിലൊന്ന് മൃതദേഹത്തിന്റെ വലതുഭാഗത്തായി തോളെല്ലിന്റെ ഭാഗം മുതൽ കൈവരെയുള്ള ഭാഗത്തോട് ചേർത്തുവച്ചു. രണ്ടാമത് ഇടത്തേ വശത്ത് ഇതേഭാഗത്തും വച്ചു. ഖബറിൽ തന്നെ കാത്തിരിക്കുന്ന ദൈവ ശിക്ഷകൾ ഇല്ലാതാകാനാണത്രെ ഇങ്ങനെ ചെയ്യുന്നതെന്ന് വാപ്പ പില്ക്കാലത്ത് പറഞ്ഞിട്ടുണ്ട്. ചിലപ്പോഴൊക്കെ ഈന്തപ്പനയ്ക്ക് പകരം താമരയുടേയോ, മാതളത്തിന്റേയോ ശിഖരങ്ങളും ഇതുപോലെ മൃതദേഹത്തോട് ചേർത്ത് വയ്ക്കാറുണ്ട്. ശവപ്പെട്ടി മൂടുന്നതിനിടയിൽ അദ്ദേഹം സഹോദരന്മാരോട് പറഞ്ഞു:

"അല്ലാഹു പരേതനോട് കരുണ കാണിക്കട്ടെ."

മൃതദേഹം കുളിപ്പിക്കുന്ന ചടങ്ങുകളൊക്കെ അവസാനിച്ചു എന്നതിന്റെ സൂചനയാണിത്. കഫൻ തുണിയുടേത് അടക്കമുള്ള കുറച്ച് കൂടുതൽ തുക മൂത്ത സഹോദരൻ നൽകി. അത് വാങ്ങിയശേഷം വാപ്പ നന്ദി പറഞ്ഞു. ശേഷം ശവപ്പെട്ടി ഉയർത്തുവാൻ സഹോദരന്മാർ തുനിഞ്ഞപ്പോൾ ഹമ്മൂദി അവരെ സഹായിച്ചു. അവർക്കായി വാതിൽ തുറന്നു കൊടുക്കുവാൻ വാപ്പ പറഞ്ഞു. ഞാൻ അപ്രകാരം ചെയ്തു. അവർ പുറത്തിറങ്ങിയശേഷം ഞാൻ വാതിൽ അടച്ചു.

ഉള്ളിലേക്ക് തിരികെ എത്തിയപ്പോൾ കണ്ടത് വാപ്പ പാത്രങ്ങളും കപ്പുകളുമൊക്കെ അടുക്കിവയ്ക്കുന്നതാണ്. എന്നാൽ മാർബിൾ ബഞ്ചിനരികെയുള്ള ഒരു പാത്രം മാത്രം അവിടെത്തന്നെ ഇരുന്നു. ഒരു പത്ത് മിനിറ്റ്

നേരം കഴിഞ്ഞപ്പോൾ ഹമ്മൂദി തിരികെയെത്തി. ശേഷം ആ പാത്രത്തിൽ ചൂട് വെള്ളം നിറച്ചു. അതിൽ കുറച്ച് താമര ഇതളുകൾ വിതറി. പിന്നീട് സ്പോഞ്ച് ഉപയോഗിച്ച് ബഞ്ച് ഉരച്ചുകഴുകി.

സമീപത്തുള്ള മുറിയിലേക്ക് പോയ വാപ്പ തന്റെ കസേരയിൽ ചെന്നിരുന്നു. ജപമാലയിലെ മണികൾ കൂട്ടിമുട്ടുന്ന ശബ്ദം കേട്ടു. പിന്നെ റേഡിയോ ഓണാക്കിയതോടെ പുറത്തേക്കു വന്ന ഗാനത്തിന്റെ ശബ്ദത്തിൽ അത് മുങ്ങിപ്പോയി. കുറച്ചുമുമ്പ് വരെ ഈ മുറി മരണത്തിൽ മുങ്ങിപ്പോയിരുന്നു. എന്നാൽ അതിൽ തീർത്തും മുങ്ങിപ്പോകാത്ത വിദൂരമായൊരു ലോകത്തിൽനിന്നും കടന്നുവരുന്നതുപോലെയുള്ളതായിരുന്നു ആ ഗാനം. ഓരോ തവണ മൃതദേഹങ്ങൾ കുളിപ്പിച്ചശേഷവും ഇവിടെ ദിവസം മുഴുവൻ ചെലവഴിച്ചശേഷവും ഒന്നും സംഭവിക്കാത്തതുപോലെ വളരെ എളുപ്പത്തിൽ സ്വന്തം ജീവിതതാളത്തിലേയ്ക്ക് തിരികെപ്പോകാനുള്ള വാപ്പയുടെ കഴിവ് എന്നെ അദ്ഭുതപ്പെടുത്തിയിട്ടുണ്ട്. ഒരു മുറിയിൽനിന്നും മറ്റൊന്നിലേക്ക് നീങ്ങുന്നത് മരണത്തിനെ പിറകിൽ ഉപേക്ഷിച്ചായിരിക്കും. ശവപ്പെട്ടിയിൽ നിന്നും പുറത്തേക്കിറങ്ങിയ മരണം ശവപ്പറമ്പിലേക്ക് മടങ്ങുമ്പോൾ ജീവിതം ഇവിടേക്ക് വീണ്ടും തിരികെ എത്തുന്നത് പോലെ. എന്നാൽ മൃതദേഹവുമായി ആളുകൾ പുറത്തേക്കു പോയശേഷവും മരണം അവിടെ നിറഞ്ഞു നിൽക്കുന്നതായാണ് എനിക്ക് തോന്നിയത്. മരണം എന്നെ വീടുവരെ പിന്തുടരുന്നതുപോലെ. ഞങ്ങൾക്ക് വേണ്ടി വാപ്പ വാങ്ങി നൽകുന്ന വസ്തുക്കളെല്ലാം മരണത്തിന്റെ ഔദാര്യമാണെന്ന യാഥാർത്ഥ്യം എന്നെ വിടാതെ പിന്തുടർന്നു. ഭക്ഷണം വരെ ഞങ്ങൾക്കായി വാങ്ങി നൽകുന്നത് മരണമാണല്ലോ!

വൈകുന്നേരം വീട്ടിലേക്ക് തിരികെ ചെന്നപ്പോൾ വാപ്പയുടെ ജോലിസ്ഥലത്തെ ആദ്യദിനം എങ്ങനെയുണ്ടായിരുന്നുവെന്ന് ഉമ്മ തിരക്കി.

“നന്നായിരുന്നു”

എന്റെ മറുപടി കേട്ട് സന്തോഷത്തോടെ ഉമ്മ പറഞ്ഞു

“എനിക്കറിയാം നീയൊരു മിടുക്കനാണെന്ന്.”

എന്നാൽ ആ മരിച്ച മനുഷ്യന്റെ മുഖം അന്നുരാത്രി എന്നെ വിടാതെ പിന്തുടർന്നു. കണ്ണുകൾ കാണാനില്ല. കൺകുഴികൾ മാത്രം. ആ വേനൽക്കാലത്ത് ഇടയ്ക്കിടയ്ക്കായി എന്നെ വേട്ടയാടിക്കൊണ്ടിരുന്ന ഈ പേക്കിനാവിനെക്കുറിച്ച് ഞാൻ വാപ്പയോടോ ഉമ്മയോടോ ഒന്നും പറഞ്ഞില്ല. ചിലപ്പോഴൊക്കെ ആ മനുഷ്യന്റെ മുഖം കാണാൻ കഴിയില്ല. അന്നേരം മരിച്ച മറ്റാളുകളുടെ മുഖമായിരിക്കും കാണുക. എന്നാൽ അവരുടെ കൺകുഴികളിൽ കണ്ണുകൾ കാണാൻ കഴിയില്ല. പക്ഷേ, ആ മനുഷ്യന്റെ മുഖം തിരികെ എത്തുകയും പിന്നെ കണ്ണിമവെട്ടാതെ തുറിച്ചുനോക്കിക്കൊണ്ടിരിക്കുകയും ചെയ്യും. ശരീരം വെടിഞ്ഞ നിഴൽരൂപങ്ങൾ. ആ രാത്രി ഭക്ഷണം കഴിക്കുമ്പോൾ ഞാൻ വാപ്പയെയും റൊട്ടിക്കഷണം കീറി വായിലേക്ക് വയ്ക്കുന്ന അദ്ദേഹത്തിന്റെ വിരലുകളെയും നോക്കി ഇരിക്കുകയായിരു

ന്നു. കുറച്ച് മണിക്കൂറുകൾക്ക് മുമ്പ് ഒരു മൃതദേഹം തേച്ചുകഴുകിയ അതേ വിരലുകൾ തന്നെയാണോ ഇവയെന്ന് വിശ്വസിക്കാൻ കഴിയാത്ത അവസ്ഥയിലായിരുന്നു ഞാൻ.

മരണപ്പെട്ടവരുടെ ദുഃഖങ്ങളും രൂപങ്ങളും തിരിച്ചറിയൽ അടയാളങ്ങളുമൊക്കെ മാറി മാറി വരും. എന്നാൽ കുളിയുടെ താളത്തിന് മാത്രം യാതൊരു മാറ്റവുമുണ്ടായില്ല. അപൂർവ്വ അവസരങ്ങളിലൊഴികെ വിശദാംശങ്ങളിലും മാറ്റമില്ല. ആ വേനൽക്കാലം അവസാനിക്കുന്നതിന് മുമ്പ് തന്നെ പെട്രോകെമിക്കൽസ് പ്ലാന്റുകളിലൊന്നിൽ നടന്ന അപകടത്തിൽ വെന്തുമരിച്ച ഒരു മനുഷ്യന്റെ മൃതദേഹം കൊണ്ടുവന്നു. ദേഹം മുഴുവൻ പൊള്ളലേറ്റിരുന്നു. ചർമ്മം മുഴുവൻ പൊള്ളിപോകുകയും പല ഇടങ്ങളിലും നിറംപോലും മാറിപ്പോകുകയും ചെയ്തിരുന്നു. ഈ ദൃശ്യം കണ്ടുനിൽക്കാൻ സാധിക്കാത്തതിനാൽ ബന്ധുക്കൾ മഗൈസിലിന് പുറത്ത് നിൽക്കുകയായിരുന്നു. വളരെ ബുദ്ധിമുട്ടിയായിരുന്നു വാപ്പ മൃതദേഹത്തിലെ വസ്ത്രങ്ങൾ നീക്കം ചെയ്തത്. താമരപ്പൂ ഇതളുകളോ, കർപ്പൂരമോ ഒന്നും ഉപയോഗിക്കുകയോ, തേച്ചുകഴുകുകയോ ചെയ്യാതെ വെറുതേ വെള്ളം ഒഴിച്ചശേഷം പഞ്ഞി വെച്ച് കഫൻ തുണി പൊതിയുകയായിരുന്നു. ഞാനന്ന് ഛർദ്ദിച്ചുപോയി. പിന്നെ ഇതിന്റെ വല്ലായ്മ കാരണം കുറേ ദിവസത്തേക്ക് കുളിപ്പുരയിലേക്ക് വാപ്പയ്ക്കൊപ്പം പോയതുമില്ല. എന്നാൽ ഇത് കാര്യമാക്കാതിരുന്ന വാപ്പ പറഞ്ഞത് "പേടിക്കേണ്ട, ഇതൊക്കെ ശീലമായിക്കോളും" എന്നായിരുന്നു. അടുത്ത വേനലവധിവരെ ഞാൻ പിന്നീട് കുളിപ്പുരയിലേക്ക് പോയതേയില്ല.

അഞ്ച്

"**നീ** എന്താണ് ഈ എഴുതുന്നത്?"

കൂടെക്കരുതാറുള്ള ചെറുനോട്ടുപുസ്തകത്തിൽ ഞാൻ കുറിക്കുന്നത് കണ്ടപ്പോൾ വിചിത്രഭാവത്തോടെയായിരുന്നു വാപ്പ ചോദിച്ചത്. മൃതദേഹങ്ങൾ കുളിപ്പിക്കുന്നതിന്റെ വിശദാംശങ്ങൾ രേഖപ്പെടുത്തുകയാണ് എന്നായിരുന്നു എന്റെ മറുപടി. മറന്നുപോകരുതല്ലോ? അപ്പോൾ ചിരിയോടെ അദ്ദേഹം പറഞ്ഞു:

"ഇതെന്താ സ്കൂൾ വല്ലതുമാണെന്നാണോ നീ കരുതിയിരിക്കുന്നത്? പരീക്ഷ ഉണ്ടാകുമെന്ന ഭയമൊന്നും വേണ്ട കേട്ടോ?"

ഒരക്ഷരം പോലും എഴുതിവയ്ക്കാതെ താൻ എല്ലാ കാര്യങ്ങളും പഠിച്ചെടുത്തതും പരിശീലനത്തിലൂടെയായിരുന്നു. ഹമ്മൂദിയും അതിന് മുമ്പ് ഒപ്പം ജോലിചെയ്തിരുന്നവരുമൊക്കെ ഇങ്ങനെതന്നെയായിരുന്നു. അതേ സമയം ഈ തൊഴിലിനെ സംബന്ധിച്ച എന്റെ ചോദ്യങ്ങൾക്കെല്ലാം മറുപടി നൽകാനുള്ള ക്ഷമ വാപ്പയ്ക്കുണ്ടായിരുന്നു. തന്റെ പിൻഗാമിയാകണമെന്ന് അദ്ദേഹം ആഗ്രഹിക്കുന്ന ഞാൻ ഈ തൊഴിലിന്റെ വിശദാംശങ്ങൾ

മനസ്സിലാക്കുന്നതിൽ ആഗ്രഹിക്കുന്നുവെന്ന് തിരിച്ചറിഞ്ഞ നാൾ മുതൽ വാപ്പ വളരെയേറെ സന്തോഷിച്ചിട്ടുണ്ടാകുമെന്ന് എനിക്ക് ഉറപ്പായിരുന്നു. അദ്ദേഹത്തിന്റെ സംതൃപ്തി നേടലായിരുന്നു എന്റെ ആഗ്രഹം. അമ്മൂരിയെപ്പോലെ എനിക്കും അദ്ദേഹത്തെ സഹായിക്കാൻ സാധിക്കുമെന്നും മരണത്തെ ആണൊരുത്തനെപ്പോലെ നേരിടാൻ കഴിയുമെന്നും അദ്ദേഹം അറിയണം. എന്നാൽ വർഷങ്ങൾകൊണ്ട് പൂർത്തിയായ പിതാവിന്റെ കണക്കു പുസ്തകം മുഴുവൻ അദ്ദേഹത്തിന്റെ ശിരസ്സിലായിരുന്നു.

മരിച്ചവരെ കുളിപ്പിക്കുന്നത് എന്തിനാണെന്ന് കുട്ടിയായിരിക്കെ ഒരു തവണ ഞാൻ വാപ്പയോട് തിരക്കിയിട്ടുണ്ട്. അതുപോലെ ഉമ്മയോടും ചോദിച്ചു. അപ്പോൾ വാപ്പ പറഞ്ഞത് പരേതൻ മാലാഖമാരേയും പരലോകവാസികളേയും പിന്നെ പരിശുദ്ധനായ ദൈവത്തേയുമൊക്കെ കണ്ടുമുട്ടാനുള്ളയാളാണ്. അതിനാൽ അഴുക്കുകളിൽ നിന്നെല്ലാം ശുദ്ധനായിരിക്കണം. ആ വേനലവധിക്കാലത്തു ഇതേ ചോദ്യം വാപ്പയോടു തിരക്കി. ഉത്തരം പഴയതുതന്നെയായിരുന്നു. ഒപ്പം കൂട്ടിച്ചേർത്തത് ശരീരം ചീത്തയായിപോകാൻ പാടില്ലെന്നും സുഗന്ധം പരത്തുന്നതായിരിക്കണമെന്നും ജീവനോടെ ഇരിക്കുന്നവരുടെ ഹൃദയങ്ങൾ കഠിനമായിപ്പോകാതിരിക്കാനായി ആ മൃതദേഹം കഫൻ തുണികൊണ്ട് ആവരണം ചെയ്യണം എന്നുമായിരുന്നു.

മൃതദേഹങ്ങൾ കുളിപ്പിക്കുന്നതിൽ ശിയാക്കളും പിന്നെ സുന്നി മുസ്ലീംകളും തമ്മിലെന്താണ് വ്യത്യാസമെന്ന് ഞാൻ വാപ്പയോട് ചോദിച്ചു. വളരെ ചെറിയ വിശദാംശങ്ങളിൽ ലളിതമായ വ്യത്യാസങ്ങൾ മാത്രമേ ഇക്കാര്യത്തിൽ ഉള്ളൂവെന്ന് അദ്ദേഹം പറഞ്ഞു. ശിയാ ഇമാമുമാരെക്കുറിച്ചുള്ള പരാമർശങ്ങളും പിന്നെ കഫൻ തുണിയിൽ രേഖപ്പെടുത്തുന്ന പ്രാർത്ഥനകളും പോലെയുള്ള ചില വ്യത്യാസങ്ങൾ. എന്നാൽ ഇവയൊന്നും വലിയ ഘടകങ്ങളുമല്ല. മുസ്ലീംകളിൽപ്പെട്ടവരായ കുളിപ്പിക്കുന്നവരെ ലഭിച്ചില്ലെങ്കിൽ ക്രിസ്ത്യാനികൾക്കോ, യഹൂദന്മാർക്കോ ഒക്കെ വിശ്വാസികളുടെ മൃതദേഹങ്ങൾ കുളിപ്പിക്കാൻ സാധിക്കുമെന്ന് അദ്ദേഹം പറഞ്ഞു. പ്രധാനപ്പെട്ട കാര്യം മനുഷ്യരുടെ ഉദ്ദേശ്യമെന്താണ് എന്നതാണ്. പിന്നീട് വാപ്പ ഒരു പ്രവാചകവചനം ഉദ്ധരിച്ചു:

"ഉദ്ദേശ്യശുദ്ധിയുടെ അടിസ്ഥാനത്തിലായിരിക്കും പ്രവർത്തനങ്ങൾ വിലയിരുത്തുക."

അതേ സമയം ഒരേ ലിംഗക്കാരാകണം മരിച്ചവരെ കുളിപ്പിക്കേണ്ടത്. അതനുസരിച്ച് മരിച്ച പുരുഷന്മാരെ കുളിപ്പിക്കേണ്ടത് പുരുഷന്മാരും സ്ത്രീകളുടെ മൃതദേഹം സ്ത്രീകളുമായിരിക്കണം. പുരുഷന്മാർ ഇല്ലെങ്കിൽ എന്തുചെയ്യുമെന്ന് ഞാൻ ചോദിച്ചു. മറുപടി ഭർത്താവിന് ഭാര്യയേയോ സ്ത്രീപുരുഷന്മാരുടെ മൃതദേഹങ്ങൾ അവരെ വിവാഹം കഴിക്കൽ അനുവദനീയമല്ലാത്ത അടുത്ത ബന്ധുക്കൾക്കോ കുളിപ്പിക്കാം എന്നായിരുന്നു. ഉദാഹരണമായി ഒരു മാതാവിന് തന്റെ മകന്റെ മൃതദേഹം കുളിപ്പിക്കാം. കർപ്പൂരമോ താമര ഇതളുകളോ ഇല്ലെങ്കിലോ എന്നായിരുന്നു എന്റെ

അടുത്ത ചോദ്യം. വെറും വെള്ളമുപയോഗിച്ച് കുളിപ്പിക്കാം എന്നായിരുന്നു മറുപടി. അദ്ദേഹം പറഞ്ഞ കാര്യങ്ങൾ എഴുതിവച്ചശേഷം ഞാൻ ചോദിച്ചു.

"കുളിപ്പിക്കാനായി ജലം ലഭിച്ചില്ലെങ്കിലോ?"

തല കുലുക്കി പുഞ്ചിരിതൂകിക്കൊണ്ട് വാപ്പ പറഞ്ഞു:

"ശുദ്ധമായ മണ്ണോ, പൊടിയോകൊണ്ട് ശുദ്ധി നടത്താം" പിന്നീടദ്ദേഹം "തയമ്മും" എന്ന് പറഞ്ഞു. അതെന്തുകൊണ്ടാണെന്ന് ഞാൻ ചോദിച്ചു. ജീവന്റെ വേരുകൾ ജലത്തിലും, മണ്ണിലുമാണെന്നും, അംഗസ്നാനമോ, കുളിയോ നിർവ്വഹിക്കേണ്ട വേളയിൽ വെള്ളം ലഭ്യമാകാത്തപക്ഷം ശുദ്ധമായ മണ്ണ് ഉപയോഗിക്കാമെന്നും വാപ്പ പറഞ്ഞു. പിന്നീട് 'തയമ്മും' ചെയ്യുന്നവിധം അദ്ദേഹം കാണിച്ചുതന്നു.

കൈപ്പത്തികൾ ചേർത്തുവച്ചശേഷം മണ്ണിൽ ഉള്ളംകൈ കൊണ്ട് അടിച്ച് കുടയണമെന്ന് വാപ്പ പറഞ്ഞു. പിന്നെ മണ്ണിൽ അടിക്കുന്ന ഭാവത്തിൽ അദ്ദേഹം വായുവിൽ അടിച്ചു. ഇത്തരത്തിൽ നിശ്ശബ്ദമായ അഭിനയം കണ്ടപ്പോൾ എനിക്ക് ചിരിയാണ് വന്നത്. എങ്കിലും ഞാനത് അടക്കിപ്പിടിച്ചു. പിന്നീട് വാപ്പ നെറ്റിയിൽ മുടി മുളയ്ക്കുന്ന ഇടം മുതൽ മൂക്കുവരെയുള്ള ഭാഗം ചേർത്തുവച്ച കൈപ്പത്തികൾകൊണ്ട് തഴുതി. ശേഷം ഇടത്തേ കൈപ്പത്തികൊണ്ട് വലത്തേ കൈയുടെ മുട്ടുമുതൽ വിരൽത്തുമ്പുകൾ വരേയും തള്ളവിരലും തഴുകി. പിന്നീട് വലത്തേ കൈപ്പത്തികൊണ്ട് ഇടത്തേ കൈ തഴുകി. 'മഗൈസിലി'ൽ വച്ച് എപ്പോഴെങ്കിലും 'തയമ്മും' ചെയ്യാൻ നിർബന്ധിതനായിട്ടുണ്ടോ എന്ന് ഞാൻ ചോദിച്ചു. ഇല്ലാ എന്നായിരുന്നു മറുപടി. കുളിപ്പുരയുടെ മേൽക്കൂരയിൽമൂന്ന് വെള്ളടാങ്കുകൾ ഉണ്ടെന്നും അടിയന്തരസാഹചര്യങ്ങളിൽ വെള്ളം ലഭിക്കാതെ വന്നാൽ ഉപയോഗിക്കാനായി ഈ ടാങ്കുകളിലേക്ക് വെള്ളം പമ്പ് ചെയ്ത് നിറച്ചിട്ടുണ്ടാകുമെന്നും വാപ്പ പറഞ്ഞു.

വാപ്പ കുളിപ്പിക്കുന്നതായി ഞാൻ കണ്ടിട്ടുള്ള ബഹുഭൂരിപക്ഷം മൃതദേഹങ്ങളും വികൃതമാകാത്ത കുഴപ്പങ്ങളൊന്നുമില്ലാത്തവയായിരുന്നു. എന്നാൽ ഒരു തവണ, റോഡ് മുറിച്ചുകടക്കവേ കാറിടിച്ച് മരിച്ചൊരു ചെറുപ്പക്കാരന്റെ മൃതദേഹം കൊണ്ടുവന്നു. രക്തം പുരണ്ട നൈലോൺ തുണിയിൽ പൊതിഞ്ഞ നിലയിലായിരുന്നു ശവശരീരം കൊണ്ടുവന്നത്. കൈകളിൽ ഗ്ലൗസ് ധരിക്കുവാൻ വാപ്പ ഹമ്മൂദിയോട് നിർദ്ദേശിച്ചു. വാപ്പയും അപ്രകാരം ചെയ്തു. ശേഷം അവർ ആ മനുഷ്യന്റെ മൃതദേഹം മാർബിൾ ബഞ്ചിലേക്ക് എടുത്തുവച്ചു. ഒരു കൂട്ടം ചെന്നായ്ക്കൾ ആക്രമിച്ച് മാംസം കടിച്ചുപറിച്ചതുപോലെയുള്ള ആ ശരീരം കണ്ടപ്പോൾ ഞാൻ വിറച്ചുപോയി. ശവശരീരത്തിൽ ഹൃദയമെന്ന വസ്തു അവശേഷിക്കുവോളം മൃതദേഹങ്ങൾ കുളിപ്പിക്കുകയും കഫൻ തുണി പൊതിയുകയും തന്നെ വേണമെന്ന് വാപ്പ ഒരിക്കൽ പറഞ്ഞിട്ടുണ്ട്. മരിച്ചുപോയെങ്കിൽപോലും മൃതശരീരത്തിന് വേദന അറിയുവാൻ കഴിയുമെന്ന് എനിക്ക് തോന്നിയിട്ടുണ്ട്. ഈ ശരീരത്തിൽ ഉരച്ചുകഴുകുകയോ, കർപ്പൂരമോ താമര ഇതളുകളോ ചേർത്ത്

വെള്ളം ഉപയോഗിച്ച് കുളിപ്പിക്കുകയോ ചെയ്യാതെ വെറുതെ വെള്ളം ഒഴിക്കുകമാത്രമാണ് ചെയ്തത്. ഇടയ്ക്കിടയ്ക്ക് ശരീരത്തിൽനിന്നും രക്തം പൊടിയുന്നുണ്ടായിരുന്നു. മൂന്ന് തവണ ദേഹം മുഴുവൻ വെള്ളമൊഴിച്ചു. രക്തസ്രാവം തടയുന്നതിനായി കുറേയേറെ പഞ്ഞി ഉപയോഗിച്ചു. എങ്കിലും കഫൻ തുണി ചുറ്റിയശേഷവും വലതുഭാഗത്ത് രക്തം പൊടിഞ്ഞുവരുന്നത് കണ്ടു. എന്നാൽ അതൊന്നും മൃതദേഹം സംസ്കരിക്കുന്നതിൽ ഒരു ന്യൂനതയും സൃഷ്ടിക്കില്ലെന്ന് പറഞ്ഞ് വാപ്പ ആ ചെറുപ്പക്കാരന്റെ ബന്ധുക്കളെ ആശ്വസിപ്പിക്കുകയായിരുന്നു.

ആറ്

നീണ്ട നരച്ച തലമുടിയും താടിയുമുള്ള ഒരു വൃദ്ധനായിരുന്നു എന്നെ ഉറക്കത്തിൽനിന്നും വിളിച്ചുണർത്തിയത്. പിന്നീട് വിദൂരതയിൽനിന്നുമുള്ള ഒരു ശബ്ദത്തിൽ ആ മനുഷ്യൻ പറഞ്ഞു:

"എഴുന്നേൽക്കൂ ജവാദ്. ആ പേരുകൾ മുഴുവൻ എഴുതിവയ്ക്കൂ."

ആ മനുഷ്യൻ എന്റെ പേര് എങ്ങനെ മനസ്സിലാക്കിയെന്ന അദ്ഭുതത്തിലായിരുന്നു ഞാൻ. കൺകുഴികൾക്കുള്ളിൽ ആണ്ടുകിടക്കുന്ന ആ മിഴികളിലേക്ക് നോക്കിയപ്പോൾ കണ്ടത് അപൂർവ്വമായ ആകാശനീലിമയായിരുന്നു. ഒരു നൂറ് വയസ്സ് പ്രായമായിക്കാണും എന്ന് സൂചിപ്പിക്കുന്ന തരത്തിലുള്ള ചുളിവുകൾ നിറഞ്ഞ മുഖം.

"താങ്കൾ ആരാണ്? ഏത് പേരുകളുടെ കാര്യമാണ് താങ്കൾ പറയുന്നത്?"

പുഞ്ചിരിയോടെയായിരുന്നു മറുപടി:

"നിനക്കെന്നെ അറിയില്ലേ? ഒരു കടലാസും പേനയുമെടുത്ത് പേരുകളെല്ലാം എഴുതിവയ്ക്കൂ ജവാദ്. ഒരു പേരുപോലും വിട്ടുപോകരുത്. നാളെ ഞാൻ ജീവനെടുക്കാൻ പോകുന്ന വ്യക്തികളുടെ പേരുകളാണവ. അവരുടെ ശവശരീരങ്ങൾ കഴുകി ശുദ്ധീകരിക്കാനായി ഞാൻ നിനക്കായി അവശേഷിപ്പിക്കുകയും ചെയ്യും."

കിടക്കയിൽനിന്നും എഴുന്നേറ്റശേഷം ഞാനൊരു നോട്ടുപുസ്തകവും പേനയും കൈയിലെടുത്തു. അദ്ദേഹത്തിന് മുന്നിൽ മുട്ടുകുത്തിനിന്നു.

"ഞാൻ തയ്യാറാണ്."

കണ്ണുകൾ അടച്ചശേഷം അദ്ദേഹം നൂറുകണക്കിന് വ്യത്യസ്തമായ പേരുകൾ പറയാൻ തുടങ്ങി. ഞാൻ അതെല്ലാം എഴുതിവച്ചു. ഈ അവസ്ഥയിൽ എത്രനേരം തുടർന്നുവെന്നറിയില്ല. എന്നാൽ അവസാനത്തെ പേരും പറഞ്ഞ ആ മനുഷ്യൻ കണ്ണുകൾ തുറന്നു. പിന്നീട് ആഴത്തിൽ ശ്വാസം വലിച്ചുവിട്ടു. എന്നിട്ട് പതിഞ്ഞ ശബ്ദത്തിൽ പറഞ്ഞു:

"ഞാൻ നാളെ വരാം."

ആ മനുഷ്യൻ എങ്ങോട്ടോ മാഞ്ഞുപോയി. എന്റെ കൈയിലിരുന്ന നോട്ടുപുസ്തകത്തിലേക്ക് നോക്കിയപ്പോൾ അതിനുള്ളിൽ ആകെക്കൂടി ഒരൊറ്റ വാക്യം മാത്രമായിരുന്നു.

പുസ്തകത്തിലെ കടലാസുകളിലൊക്കെ ഇതേ വാക്യം നൂറുകണക്കിന് തവണ ആവർത്തിച്ചാവർത്തിച്ച് എഴുതിയിരിക്കുന്നു:

"എല്ലാ ആത്മാക്കളും മരണത്തിന്റെ രുചി അറിയുകതന്നെ ചെയ്യും."

ഏഴ്

ആദ്യത്തെ വേനലവധിക്കാലത്ത് മടുപ്പ് അനുഭവപ്പെട്ടെങ്കിലും ഞാന ക്കാര്യത്തെക്കുറിച്ച് വാപ്പയോട് ഒന്നും പറഞ്ഞില്ല. എന്നാൽ അമ്മൂരിയോട് പറഞ്ഞപ്പോൾ പ്രതികരണം ഞാനൊരു കുട്ടിയല്ലെന്നും ഈ തൊഴിലടക്കം എല്ലാ കാര്യങ്ങളിലും ആസ്വാദനം കണ്ടെത്തണമെന്നുമായിരുന്നു.

"ഇതൊരു കുട്ടിക്കളിയല്ല."

വാപ്പ ചെയ്യുന്ന ജോലിയുടെ പ്രാധാന്യവും അദ്ദേഹത്തെ സഹായി ക്കേണ്ടതിന്റെ ആവശ്യകതയും ബോധ്യപ്പെടുത്താൻ ശ്രമിക്കുകയായിരുന്നു സഹോദരൻ.

മരിച്ചുപോയവരെ വളരെ അടുത്തുനിന്ന് നോക്കിക്കാണുവാൻ എനിക്ക് കഴിഞ്ഞു. എന്നാൽ ആദ്യത്തെ വേനൽക്കാലത്ത് ഒരിക്കലും ഒരു മൃത ദേഹത്തെപ്പോലും ഞാൻ കൈക്കൊണ്ട് തൊട്ടില്ല. തൊട്ടടുത്തവർഷം വേനലവധി ആയതോടെ വാപ്പയെ സഹായിക്കാൻ ഞാൻ 'മഗൈസിലി' ലേക്ക് തിരികെയെത്തി. ഒരു മാസം കഴിഞ്ഞപ്പോഴേക്കും വളരെ ഉന്മേഷ ത്തോടെ ഈ ജോലി ഏറ്റെടുക്കാൻ ഞാൻ നിർബന്ധിതനായി മാറി. ജൂലൈ മാസത്തിൽ ഹമ്മൂദിക്ക് എന്തോ അസുഖം ബാധിച്ചു. തുടർന്ന് രണ്ടാഴ്ച യോളം അയാൾക്ക് ജോലിക്ക് വരാൻ സാധിക്കാതെ വന്നപ്പോഴായിരുന്നു അത്. വളരെ പതിയെയായിരുന്നു ആ ദിനങ്ങൾ കടന്നുപോയത്. ചില നേര ങ്ങളിൽ ഒരു മൃതദേഹത്തെപ്പോലും കുളിപ്പിക്കാൻ ഉണ്ടാകാറില്ല. നരക ത്തിന്റെ ചൂട് പോലെ ഉഷ്ണമയമായ ആ ദിനങ്ങളിൽ നെറ്റിയിൽ നിന്നും വിയർപ്പ് ഒഴുകിക്കൊണ്ടേയിരിക്കും. ഇടയ്ക്ക് പോയിരിക്കാറുള്ള മുറിയിലെ എയർകണ്ടീഷണർ പോലും ഈ ചൂടിനോട് പൊരുതുന്നതിൽ സഹായ കരമായില്ല.

അന്നൊരു ഉച്ചനാളിൽ വാപ്പയെ സഹായിക്കുന്നതിനായി കുളിപ്പിച്ചു കഫൻതുണി ചുറ്റുന്ന വേളയിൽ ആ ശവശരീരത്തിന്റെ തണുപ്പും സ്പർശവും തൊട്ടറിഞ്ഞത് ഓർമ്മ വരുന്നു. അറുപതിലധികം വയസ്സു ണ്ടായിരുന്ന ഒരു വൃദ്ധന്റെ മൃതദേഹമായിരുന്നു അത്. ചർമ്മം നിറയെ ചുളിവുകൾ. വിചിത്രമായ മഞ്ഞ നിറമായിരുന്നു ദേഹത്തിന്. വല്ലാത്തൊരു ഗന്ധമായിരുന്നു ശരീരത്തിൽനിന്നും വമിച്ചുകൊണ്ടിരുന്നത്. കുളിപ്പിക്കുന്ന വേളയിൽ താമരപ്പൂ ഇതളുകളും കർപ്പൂരവും ഉപയോഗിക്കുന്നതിലെ യുക്തി

അന്നാണ് എനിക്ക് മനസ്സിലായത്. ആ മൃതദേഹം ഓർമ്മിപ്പിച്ചത് പാചകം ചെയ്യുന്നതിന് മുമ്പ് ശുദ്ധീകരിക്കുന്നതിനായി അടുക്കളയിലെ മേശപ്പുറത്ത് ഉമ്മ കൊണ്ടുവച്ചിരുന്ന മത്സ്യത്തിന്റെ രൂപമായിരുന്നു. ആകാംക്ഷയും പിന്നെ അതിന്റെ വിചിത്രമായ തൊലിയും കാരണം ഞാൻ ആ മത്സ്യത്തെ തൊട്ടുനോക്കി. അപ്പോൾ ഒരേ സമയം അതിശയവും അറപ്പുമാണ് തോന്നിയത്. അത് ഒരു വശം തിരിഞ്ഞുകിടക്കുന്ന കാഴ്ച ഞാൻ കുറേയേറെ നേരം നോക്കിയിരുന്നു. ഒരു മനുഷ്യന്റെ ശിരസ്സുപോലെയുള്ള തലയും തുറന്ന വായയും തടിച്ച ചുണ്ടുകളും കണ്ടാൽ വെള്ളത്തിലേക്ക് തിരിച്ചു കൊണ്ട് ചെന്നാക്കൂ എന്ന് നിലവിളിക്കുകയാണെന്നേ തോന്നൂ. തുറന്നുതന്നെയിരിക്കുന്ന കണ്ണുകൾ അതിനെ ശാപ്പിടുവാൻ തയ്യാറായിനിൽക്കുന്ന നമ്മെത്തന്നെ നോക്കി ഇരിക്കുകയായിരിക്കും. മൃതദേഹത്തിന്റെ കണ്ണുകളും വായയും അടഞ്ഞാണിരിക്കുന്നത് എന്ന വ്യത്യാസം മാത്രമേയുള്ളൂ. ഒരിക്കലും ഉണരാത്ത നിത്യമായ ഉറക്കം.

അന്ന് എന്റെ പരുങ്ങലും ധൃതിയുമൊക്കെ വാപ്പ ശ്രദ്ധിച്ചു. വെള്ളം കോരി ഒഴിക്കുന്നതിലെ ധൃതി കണ്ടാൽ ഞാൻ ഈ ജോലി എത്രയും വേഗം അവസാനിപ്പിക്കുവാൻ ആഗ്രഹിക്കുന്നുവെന്നേ തോന്നൂ. രണ്ടു തവണ അദ്ദേഹത്തിന് എന്നോട് പറയേണ്ടിവന്നു :

“പതുക്കെ ഒഴിക്കൂ മോനേ... ധൃതി കാണിക്കാതെ...”

അതുകഴിഞ്ഞ ഉടനെ ഞാൻ പുറത്തേക്ക് ഇറങ്ങി ഓടി. എനിക്ക് ശുദ്ധവായു ശ്വസിക്കേണ്ടിയിരുന്നു. വാപ്പയെപ്പോലെ ഈ തൊഴിൽ വർഷങ്ങളോളം ചെയ്യേണ്ടിവരുമോ എന്ന സംശയത്തിലായിരുന്നു ഞാൻ. മരണം അവശേഷിപ്പിച്ചുപോകുന്ന കാര്യങ്ങൾ സഹിക്കാൻ എനിക്കെങ്ങനെ സാധിക്കുമെന്നറിയില്ല.

എട്ട്

ആത്മവിശ്വാസം നിറഞ്ഞ ചുവടുകളോടെയായിരുന്നു അദ്ദേഹം ക്ലാസ് റൂമിലേക്ക് കടന്നുവന്നത്. കൈയിലിരിക്കുന്ന തോൽബാഗിൽനിന്നും ഒരു കെട്ട് ഡ്രോയിംഗ് പുസ്തകങ്ങളും, ഒരു കൂട് നിറയെ ഡ്രോയിംഗ് പെൻസിലുകളും പുറത്തെടുത്ത് മേശമേൽവച്ചു. ബോർഡിന് നേരെ തിരിഞ്ഞ് മനോഹരമായ വലിയ കൈപ്പടയിൽ എഴുതി: കല

പിന്നീട് അതിന് താഴെയായി തന്റെ പേരും എഴുതി: റാഇദ് ഇസ്മാഈൽ.

ചുരുണ്ട കറുത്ത തലമുടിയോ, നിറഞ്ഞ താടിയോ കണ്ടാൽ അദ്ദേഹത്തിന് ഇരുപതിലധികം പ്രായമേയുള്ളൂ എന്ന് തോന്നിക്കില്ല. ധരിച്ചിരുന്ന ഇളംപച്ചനിറത്തിലുള്ള ഷർട്ട് ഇരുണ്ട മുഖത്തിന് ഒരല്പംകൂടി പ്രകാശം നൽകുന്നു. ഇട്ടിരുന്ന പാന്റ്സിന് ചെരുപ്പുകളുടേത് പോലെ കറുപ്പ് നിറം തന്നെയായിരുന്നു. ബോർഡിൽനിന്നും മുഖം തിരിച്ച് അദ്ദേഹം ഒന്ന്

പുഞ്ചിരിച്ചു. കിട്ടിയ ഒഴിവുനേരത്തിൽ മുഴുകി ഇരിക്കുകയായിരുന്നു നല്ലൊരു വിഭാഗം വിദ്യാർത്ഥികളും. അദ്ദേഹം കയറി വന്നത് ശ്രദ്ധിച്ചിരുന്നില്ല. അതിനാൽ അവരുടെ ശ്രദ്ധ ആകർഷിക്കാനായി അദ്ദേഹം കൈ കൊട്ടിക്കൊണ്ട് പറഞ്ഞു:

"എല്ലാവരും അവരവരുടെ സ്ഥലങ്ങളിലേക്ക് പോകൂ. നമുക്ക് ആരംഭിക്കാം അല്ലേ?" ശേഷം തന്റെ പിറകിലെ ബോർഡിലേക്ക് ചൂണ്ടിക്കൊണ്ട് തുടർന്നു:

"എന്റെ പേര് റാഇദ്"

സ്കൂളിൽ സ്പോർട്സ്, കല എന്നീ വിഷയങ്ങൾ അവഗണിക്കപ്പെടാറാണ് പതിവ്. ഇവയ്ക്കായി നീക്കിവയ്ക്കപ്പെട്ട സമയങ്ങളിൽ അധികനേരവും ഞങ്ങൾ മറ്റെന്തെങ്കിലും ചെയ്യുകയാണ് സ്ഥിരം രീതി. പ്രത്യേകിച്ച് 'കലാപഠന' പിരീഡുകൾ. ആ സമയം സ്കൂൾ മുറ്റത്ത് ഫുട്ബോൾ കളിക്കാനോ, അയൽപക്കങ്ങളിൽ ചുറ്റിക്കറങ്ങാനോ ആയിരിക്കും ഞങ്ങൾ ശ്രമിക്കുക. ചില വർഷങ്ങളിൽ ഈ വിഷയങ്ങൾ പഠിപ്പിക്കാനായി രണ്ട് അധ്യാപകരെ നിയോഗിക്കാറുണ്ട്. 'സ്പോർട്സ്' വിഷയം കൈകാര്യം ചെയ്യുന്നത് എളുപ്പമാണ്. അധ്യാപകന് ആകെക്കൂടി ആവശ്യമുള്ളത് കുറച്ച് പന്തുകൾ, കുറേ കായികാഭ്യാസങ്ങൾ, പിന്നെ ഒരു മത്സരം എന്നിവയൊക്കെയായിരിക്കും.

എന്നാൽ കലാപഠനം ബുദ്ധിമുട്ട് തന്നെയായിരുന്നു. പ്രധാനമായും ഒരു ആർട്ട് റൂമോ, വർക്ക്ഷോപ്പോ ഇല്ലാത്തതായിരുന്നു കാരണം. കലാ അദ്ധ്യാപകർക്ക് ആവശ്യമായ സാധനസാമഗ്രികളൊന്നും സ്കൂൾ അധികൃതർ ലഭ്യമാക്കുമായിരുന്നില്ല. 'സുപ്രധാന' വിഷയങ്ങൾക്കായിരിക്കും അവിടെ എപ്പോഴും മുൻതൂക്കം ലഭിക്കുമായിരുന്നത്. അതിനാൽതന്നെ മിക്കവാറും കലാ അദ്ധ്യാപകർ ക്ലാസ്സിൽ വന്നാലും ഞങ്ങളുമായി കുശലം പറഞ്ഞ് സമയം കൊല്ലുകയായിരിക്കും പതിവ്. ഇനി അതല്ലെങ്കിൽ മറ്റ് വിഷയങ്ങളിലെ ഹോം വർക്കുകൾ ചെയ്യാനായിരിക്കും. അവർ ആവശ്യപ്പെടുക. ശബ്ദമുയരുമ്പോൾ നിശ്ശബ്ദത പാലിക്കാൻ ആവശ്യപ്പെട്ടുകൊണ്ട് ഈ അദ്ധ്യാപകർ പത്രം വായിക്കുകയോ, ജനാലയിലൂടെ പുറംകാഴ്ചകൾ നോക്കിയോ ഇരിക്കും.

ചിത്രകലയിൽ എനിക്ക് വലിയ താത്പര്യമായിരുന്നു. വാപ്പയ്ക്കൊപ്പം ജോലി ചെയ്തിരുന്ന ആ വേനൽക്കാലത്ത് ഞാൻ ധാരാളം വരയ്ക്കാൻ ശ്രമിച്ചിരുന്നു. ശവശരീരങ്ങളെയും അന്വേഷിച്ചുള്ള അനിഷ്ടകരമായ കാത്തിരിപ്പ് വളരെ ദൈർഘ്യമേറിയതും മടുപ്പുളവാക്കുന്നതുമായിരിക്കും. അതിനാൽ പത്രങ്ങൾ വായിക്കുന്നതോ, ഹമ്മൂദിയുമായി സൊറ പറഞ്ഞിരിക്കുന്നതോ ഒന്നും മതിയാകുമായിരുന്നില്ല. അനുഭവിച്ചുകൊണ്ടിരുന്ന ശ്വാസംമുട്ടലിൽനിന്നും രക്ഷപ്പെടാനുള്ള വഴിയായിരുന്നു എന്തെങ്കിലും വരയ്ക്കുക എന്നത്. മരണം മാത്രമായിരുന്നില്ല. അതിനുള്ള കാരണം, കൗമാരകാല മടുപ്പുകളും കാരണമായിരുന്നു. സാധാരണ ഞങ്ങൾ ഇതിനോട് പൊരുതിയിരുന്നത് ടെലിവിഷൻ കണ്ടുകൊണ്ടോ ഫുട്ബോൾ കളിച്ചുകൊണ്ടോ ആയിരിക്കും.

പുതുലോകങ്ങളിലേക്കായിരുന്നു എന്നെ ചിത്രകല കൂട്ടിക്കൊണ്ടുപോയത്. മൃതദേഹങ്ങൾ കുളിപ്പിക്കുന്നതിനെ സംബന്ധിച്ച ചോദ്യങ്ങളും അവയ്ക്ക് ലഭിച്ച മറുപടികളും നിരീക്ഷണങ്ങളുമൊക്കെ എഴുതിവച്ചപ്പോൾ ഒന്നിലധികം നോട്ട് ബുക്കുകൾ വേണ്ടിവന്നു. പിന്നീട് മഗൈസിലിന്റെ വിവിധ കോണുകളിൽനിന്നുള്ള വാപ്പയുടെ മുഖം വരയ്ക്കുന്നതിലായി എന്റെ ശ്രദ്ധ. വീട്ടിലെത്തിയാൽ അദ്ദേഹം ടെലിവിഷൻ കാണുന്ന ചിത്രവും. അദ്ദേഹത്തിന് അതൊരു ശല്യമായിരുന്നില്ല. ചിലപ്പോഴൊക്കെ എന്നെ കളിയാക്കാറുമുണ്ട്:

"മതിയായില്ലേ? ഞാനെന്താ സദ്ദാം ഹുസൈനാണോ ഇങ്ങനെ വരയ്ക്കാൻ?"

അക്കാലത്ത് രാജ്യത്തിന്റെ ഓരോ കോണുകളും സദ്ദാമിന്റെ ചിത്രങ്ങൾ കൊണ്ട് നിറഞ്ഞിരുന്നു. വാപ്പയുടെ മുഖഭാഗങ്ങൾ എന്നിലെ ചിത്രകാരനെ വളരെയധികം മോഹിപ്പിച്ചിരുന്നു. വിള്ളലുകൾ പോലെ നെറ്റിയിൽ നീണ്ടു കിടക്കുന്ന ചുളിവുകളും ചാരനിറമാർന്ന തിങ്ങിയ കൺപുരികങ്ങളും വലിയ മൂക്കും തുടുത്ത കവിളുകളും പിന്നെ മൂക്കിൽനിന്നും പുറത്തേക്ക് നീണ്ടു നിൽക്കുന്ന വെളുത്ത രോമങ്ങളും. എന്നാൽ തലമുടിയെ അപേക്ഷിച്ച് അധികം നര കയറാതെ വെട്ടിയൊതുക്കിയതായിരുന്നു മീശരോമങ്ങൾ.

ഹമ്മൂദിയേയും ഞാൻ പലതവണ വരച്ചിട്ടുണ്ട്. നീളം കുറഞ്ഞ കൂർത്ത തലമുടിയും, വലിയ കണ്ണുകളും മനോഹരമായ കണ്ണിമകളുമായിരുന്നു ഹമ്മൂദിയുടേത്. എന്നാൽ അദ്ഭുതപ്പെടുത്തിയ കാര്യം തന്റെ ചിത്രം സൂക്ഷിച്ചുവയ്ക്കാനായി അയാൾ എന്നോട് ചോദിച്ചതായിരുന്നു. അടുത്ത ദിവസം വലിയൊരു കടലാസിൽ മുഖത്തിന്റെ ചിത്രം വരച്ചുതരാമെന്ന് പറഞ്ഞപ്പോൾ അയാൾ സമ്മതിച്ചു. എനിക്ക് വരയ്ക്കാൻ സാധിച്ചിരുന്ന ജീവനുള്ള മോഡലുകൾ ഇവർ രണ്ടുപേരും മാത്രമായിരുന്നു. എന്റെ നോട്ട് ബുക്ക് നിറയെ ചിത്രങ്ങളായിരുന്നു. വിവിധ നേരങ്ങളിലെ മാർബിൾ ബഞ്ചിന്റേയും, അതിന് ചുറ്റും തളംകെട്ടിനിൽക്കുന്ന ഇരുട്ടിന്റേയും ചിത്രങ്ങൾ. വാപ്പ കൈകഴുകുന്ന പൈപ്പിന്റെ ചിത്രം വരച്ചശേഷം, അതിന്റെ വായ്‌വട്ടത്തിൽനിന്നും ഇറ്റുവീഴാൻ തുടങ്ങുന്ന വെള്ളത്തുള്ളികളെയും വരച്ചു. പക്ഷേ പലപ്പോഴും അത് വിജയിച്ചില്ല. മുറിയുടെ ചുമരിൽ തൂക്കിയിരുന്ന ഇമാം അലിയുടെ ചിത്രവും വരച്ചു. അതുപോലെ പത്രത്താളുകളിൽ കണ്ട പല മുഖങ്ങൾ വരച്ചുനോക്കാനും ഞാൻ പരിശീലിച്ചുകൊണ്ടിരുന്നു.

ഒരു ദിവസം രാവിലെ താൻ കുളിപ്പിച്ചുകൊണ്ടിരുന്ന ഒരു മൃതദേഹത്തിന്റെ മുഖത്തിന്റെയും ദേഹത്തിന്റെയും ചിത്രം ഞാൻ വരയ്ക്കുന്നത് കണ്ടപ്പോൾ വാപ്പ ദേഷ്യപ്പെട്ടു:

"അപമാനകരം! മരണപ്പെട്ടുപോയവർക്ക് അവരുടേതായ വിശുദ്ധിയുണ്ട്. നിന്റെ പിതാവിന്റെയും ഹമ്മൂദിയുടെയും ചിത്രങ്ങൾ എത്രവേണോ വരച്ചോളൂ. മരിച്ചവരെ വെറുതെ വിട്ടേക്കൂ."

വാപ്പയുടെ ദേഷ്യംകണ്ട് അമ്പരന്നുപോയ ഞാൻ കള്ളം പറഞ്ഞു. വരച്ചത് മൃതദേഹത്തിന്റേതല്ല, മറിച്ച് കൂടെ നിന്ന ബന്ധുവിന്റെ

മുഖത്തിന്റേതാണെന്ന്. എന്റെ കൈയിൽനിന്നും പുസ്തകം പിടിച്ചുവാങ്ങി ചൂണ്ടിക്കൊണ്ട് വാപ്പ പറഞ്ഞു

"നീ എന്നോട് കള്ളം പറയല്ലേ. ഇത് മാർബിൾ ബഞ്ചിൽ കിടക്കുന്ന മൃതദേഹത്തിന്റെ ചിത്രമല്ലേ?"

അദ്ദേഹം പുസ്തകത്തിൽനിന്നും ആ ചിത്രം അടങ്ങുന്ന കടലാസ് വലിച്ചെടുത്ത് പിച്ചിച്ചീന്തി. മാപ്പ് ചോദിച്ച ഞാൻ പിന്നീട് ആ പ്രവൃത്തി ആവർത്തിച്ചതേയില്ല. ലജ്ജയും അപമാനവും കലർന്നൊരു വികാരമായിരുന്നു മനസ്സിൽ തോന്നിയത്. തൊട്ടുചേർന്ന ചെറിയ പൂന്തോപ്പിലേക്ക് ചെന്നശേഷം മുറിവുകൾ ഉണക്കാനെന്നവണ്ണം ആ മാതളമരത്തിന്റെ കീഴിൽ പോയി ഇരുന്നു. പുസ്തകത്തിന്റെ പുതിയൊരു താൾ തുറന്നശേഷം ആ മരത്തിന്റേയും അതിൽ തൂങ്ങിനിൽക്കുന്ന മാതളങ്ങളുടേയും ചിത്രം വരയ്ക്കാൻ തുടങ്ങി.

ഞങ്ങളുടെ അധ്യാപകനായ റാഇദ് സാർ പറഞ്ഞത് ജീവിതം കലയുടെ അനശ്വരമായ വിഷയമാണെന്നാണ്. ഈ ലോകവും, അതിലെ സർവ്വ വസ്തുക്കളും ചിത്രകാരനെ വിളിക്കുക 'എന്നെ വരയ്ക്കൂ' എന്നു പറഞ്ഞായിരിക്കും. എന്നാൽ മരണമോ, മരണപ്പെട്ടവരോ കലയുടെ പരിധിക്ക് പുറത്താണെന്ന് അദ്ദേഹം പറഞ്ഞില്ല. മരിച്ചവരുടെ ചിത്രങ്ങൾ വരയ്ക്കുന്നതിൽ എന്താണ് തെറ്റെന്ന് ഞാൻ വാപ്പയോട് ചോദിക്കണമായിരുന്നു. ഈ ചിത്രംവര കാരണം മരിച്ചവരുടെ കാര്യങ്ങളിൽ എന്തെങ്കിലും മാറ്റം സംഭവിക്കുകയോ, അവരുടെ ശാശ്വതമായ ഉറക്കത്തിന് ഉലച്ചിൽ നേരിടുകയോ ചെയ്യുമോ?

റാഇദ് സാർ വളരെ ഉത്സാഹിയും കലയുമായി ബന്ധപ്പെട്ട കാര്യങ്ങളിൽ വലിയ ഗൗരവക്കാരനുമായിരുന്നെങ്കിൽപോലും അദ്ദേഹത്തെ മറ്റ് അദ്ധ്യാപകരിൽനിന്നും വ്യത്യസ്തനാക്കുന്നത് സുഹൃത്തുക്കളെപ്പോലെ ഞങ്ങളോട് ഇടപെടുന്നതായിരുന്നു. ഞങ്ങളുടെ അഭിപ്രായങ്ങൾ വിലകുറച്ചു കാണുകയോ ഏതെങ്കിലും കാര്യത്തിൽ അഭിപ്രായവ്യത്യാസമുണ്ടായാൽ ഞങ്ങളുടെ വാക്കുകൾക്ക് പ്രാധാന്യമില്ലെന്ന് പറഞ്ഞ് തള്ളുകയോ ചെയ്തില്ല അദ്ദേഹം.

ക്ലാസ്സിലെ ഡെസ്ക്കുകൾക്കിടയിലൂടെ നടക്കുന്നതിനിടയിൽ റാഇദ്സാർ ഡ്രോയിംഗ് പുസ്തകങ്ങളും പെൻസിലുകളും വിതരണം ചെയ്തു. ഈ പെരുമാറ്റം വിശ്വസിക്കാനാകാത്ത വിധത്തിൽ അദ്ദേഹത്തെത്തന്നെ ഉറ്റുനോക്കുകയായിരുന്നു വിദ്യാർത്ഥികളെല്ലാം. ചിത്രകല ഇഷ്ടപ്പെട്ടവരൊക്കെ കൈ ഉയർത്താൻ പറഞ്ഞപ്പോൾ അദ്ദേഹത്തിന്റെ ശ്രദ്ധയാകർഷിക്കുംവിധം ഉയരത്തിലായിരുന്നു ഞാൻ കൈ പൊക്കിയത്. ചുറ്റും നോക്കിയപ്പോൾ ധാരാളം വിദ്യാർത്ഥികൾ കൈ പൊക്കിയിരിക്കുന്നതായി കണ്ടു. ഇത് കണ്ട് പുഞ്ചിരിയോടെ റാഇദ് സാർ പറഞ്ഞു:

"കൊള്ളാം. പിക്കാസോ, ഇരുപതാം നൂറ്റാണ്ടിലെ ഏറ്റവും മഹാന്മാരായ ചിത്രകാരിൽ ഒരാളായിരുന്നു. ഓരോ കുട്ടിയും കലാകാരനായിരിക്കുമെന്ന് പിക്കാസോ പറഞ്ഞിട്ടുണ്ട്. വളരുമ്പോഴും ഉള്ളിലെ ബാല്യത്തെ

അതുപോലെ നിലനിർത്തുക എന്നതായിരിക്കും ഓരോ കലാകാരനും നേരിടുന്ന വെല്ലുവിളി."

ഇതുകേട്ട് പിറകിലിരിക്കുന്ന വിദ്യാർത്ഥികളിലൊരാൾ പറഞ്ഞു:

"അതിന് ഞങ്ങളാരും കൊച്ചുകുട്ടികളല്ലല്ലോ, സാർ?" വിദ്യാർത്ഥികൾക്കൊപ്പം അദ്ദേഹവും ചിരിച്ചു.

"ശരിയാണ്. നിങ്ങൾ കൊച്ചുകുട്ടികളല്ല, യുവാക്കൾ തന്നെയാണ്. ഒരു മുതിർന്നയാളുടെ മനസ്സിനുള്ളിൽ ഉറങ്ങിക്കിടക്കുന്ന കുട്ടിയെ കല പുറത്തുകൊണ്ടുവരും. ലോകത്തേയും അതിലെ സൗന്ദര്യത്തേയും ആസ്വദിക്കാനും അവയുമായി കേളികളിലേർപ്പെടാനും പ്രേരിപ്പിക്കും. ഇത്രമാത്രമാണ് ഞാൻ പറയാനാഗ്രഹിച്ചത്."

കലയെക്കുറിച്ചാകട്ടെ, മറ്റേതെങ്കിലും വിഷയത്തെക്കുറിച്ചാകട്ടെ, റാഇദ് സാർ സംസാരിക്കുന്നത് മനോഹരമായിട്ടായിരിക്കും. അവ നിറയെ ചിത്രസമൃദ്ധമായിരിക്കും. അവയിൽ ഉപയോഗിച്ചിരിക്കുന്ന ഏതെങ്കിലും വാക്കുകൾ മനസ്സിലായില്ലെങ്കിൽപോലും. കവിത തുളുമ്പുന്ന ഒരു ക്യാൻവാസ് പോലെയാണ് അദ്ദേഹത്തിന്റെ സംസാരം. അന്നദ്ദേഹം കലയെക്കുറിച്ചും അതിന്റെ ചരിത്രത്തെക്കുറിച്ചും നടത്തിയ സ്വാഭാവികവും ഹ്രസ്വവുമായ ഒരു പ്രസംഗം ഞാൻ ഇന്നും വ്യക്തതയോടെ ഓർക്കുന്നു.

പൂർവ്വികരെ സംബന്ധിച്ച് അദ്ദേഹം പറഞ്ഞ കാര്യങ്ങൾ എന്നെ വല്ലാതെ ആകർഷിച്ചു. അവർ തങ്ങളുടെ ലോകത്തേയും സന്തോഷവും സന്താപവും നിറഞ്ഞ ജീവിതത്തേയും സംബന്ധിച്ച് ഗുഹകൾക്കുള്ളിലെ ചുമരുകളിൽ ചിത്രങ്ങൾ വരച്ചിരുന്നത്രെ. കല ജീവിതത്തിന്റെയും മനുഷ്യന്റെയും കണ്ണാടിയാണ്. അവൻ തന്നെയും തന്റെ ലോകത്തേയുമായിരിക്കും കലയിൽ ദർശിക്കുക. ഒപ്പം സ്വന്തം പേക്കിനാവുകളും സ്വപ്നങ്ങളും ഭാവനകളും, യാഥാർത്ഥ്യങ്ങളും ഭ്രമചിന്തകളുമൊക്കെ ഈ കലയുമായി ഇഴുകിച്ചേർന്നിരിക്കും.

ഇതുകേട്ട് ക്ലാസ്സിലെ പ്രധാന പ്രശ്നക്കാരനായ ഹാദി സ്വാലിഹ് ഇടയ്ക്ക് കയറി ചോദിച്ചു.

"എങ്കിൽ അടുത്ത തവണ ക്യാൻവാസിന് പകരം കണ്ണാടികൊണ്ടുവന്നാൽ മതിയോ സാർ?"

കുട്ടികളൊക്കെ ചിരിച്ചു. എന്നാൽ റാഇദ് സാർ ദേഷ്യപ്പെടാത്തതായിരുന്നു ഞങ്ങളെ അതിശയിപ്പിച്ചത്. അദ്ദേഹം പുഞ്ചിരിയോടെ ഹാദിയോട് പേര് തിരക്കി. പിന്നീട് സംസാരിക്കാനല്ല ഞങ്ങളോടൊക്കെ കൈ ഉയർത്താനാണ് താൻ സൂചിപ്പിച്ചതെന്ന് പറഞ്ഞു. ക്യാൻവാസിലേതുപോലെ കണ്ണാടിയിൽ ചായമടിക്കുവാൻ സാധിക്കുമെങ്കിൽ താൻ അത് സ്വീകരിച്ചുകൊള്ളാമെന്ന് സാർ ഹാദിയോട് പറഞ്ഞു.

വലിയ താത്പര്യത്തോടെ കലയെ സംബന്ധിച്ച സംസാരം തുടരുകയായിരുന്നു റാഇദ്സാർ. കല അനശ്വരതയുമായി ബന്ധപ്പെട്ടുകിടക്കുന്നു. മരിച്ചുപോകേണ്ടവനായതിനാൽ അനശ്വരത ഓരോ മനുഷ്യന്റേയും

നൈസർഗികമായ മോഹമായിരിക്കും. അതിനാൽ മരിച്ചുപോകുന്നതിനു മുമ്പ് തന്റെ അടയാളം ഈ ലോകത്ത് അവശേഷിപ്പിച്ചുപോകാൻ മനുഷ്യൻ ആഗ്രഹിക്കും. അങ്ങനെ കലയെന്നത് മരണത്തോടും കാലത്തോടുമുള്ള വെല്ലുവിളിയായിരിക്കും. ജീവിതത്തിന്റെ ആഘോഷവും. പുരാതനമായ മെസപ്പെട്ടോമിയയിൽ ജീവിച്ചിരുന്ന ഞങ്ങളുടെ പൂർവ്വപിതാക്കന്മാരായിരുന്നു പുരാണങ്ങളിലും ഗിൽഗാമീഷ് ഇതിഹാസങ്ങളിലുമൊക്കെയായി ഈ ചോദ്യങ്ങൾ ആദ്യമായി ഉന്നയിച്ചതത്രെ. ലോകത്തിലെ ഏറ്റവും പ്രാചീനവും വലുതുമായ കലാശില്പശാലയായിരുന്നത്രെ ഇറാഖ്. എഴുത്തുവിദ്യയുടെ കണ്ടെത്തൽ, ആദ്യകാല നഗരങ്ങളുടേയും ആരാധനാലയങ്ങളുടേയും നിർമ്മാണം തുടങ്ങിയവയ്ക്കൊപ്പം ആദ്യമായി കലാസൃഷ്ടികളും ശില്പകലകളും, പ്രതിഭകളുമൊക്കെ പ്രത്യക്ഷപ്പെട്ടത് സുമേറിയക്കാരുടെ കാലത്ത് പുരാതന ഇറാഖിലായിരുന്നു. ആ കലാസൃഷ്ടികളൊക്കെയാണ് ലോകത്തിലെ വിവിധ മ്യൂസിയങ്ങളിൽ ഇന്ന് നിറഞ്ഞിരിക്കുന്നത്. എന്നാൽ അവയേക്കാളൊക്കെ അധികം സൃഷ്ടികൾ ഇപ്പോഴും മണ്ണിനടിയിൽതന്നെ കഴിയുകയായിരിക്കും.

സമൃദ്ധമായൊരു നാഗരികനിധിയുടെ അനന്തരാവകാശികളാണ് ഞങ്ങളെന്ന് റാഇദ് സാർ പറഞ്ഞു. ബാഗ്ദാദിലെ അൽ-ഹുർറിയ്യ ചത്വരത്തിലെ 'സ്വാതന്ത്ര്യസ്തംഭ'ത്തെക്കുറിച്ച് അറിയാമോ എന്ന് അദ്ദേഹം ചോദിച്ചു. ഞങ്ങളിൽ മിക്കവരുടെയും മറുപടി 'അറിയാം, സാർ' എന്നായിരുന്നു.

"കൊള്ളാം"

ഈ വാക്ക് ഇപ്പോൾ അദ്ദേഹം വളരെയധികം ഉപയോഗിക്കുന്നുണ്ട്. പിന്നീട് ചോദിച്ചത് ഈ കലാസൃഷ്ടിക്ക് ജന്മം നൽകിയത് ആരാണെന്ന് അറിയാമോ എന്നായിരുന്നു. എന്നാൽ ഞങ്ങൾക്ക് അറിയില്ലായിരുന്നു.

"ഈ മനുഷ്യന്റെ പേര് ഓർത്തുവച്ചോളൂ: ജവാദ് സലീം"

വിദ്യാർത്ഥികളിൽ ചിലർ മുദ്രാവാക്യമെന്നതുപോലെ ആ പേര് ഏറ്റുപറഞ്ഞു: "ജവാദ് സലീം"

എന്നാൽ മറ്റ് ചില വിദ്യാർത്ഥികൾ എന്നെ നോക്കി ചിരിക്കുകയായിരുന്നു. എന്റേയും ആ ശില്പിയുടേയും പേരുകൾ തമ്മിൽ സാമ്യമുണ്ടായതായിരുന്നു കാരണം.

"അദ്ദേഹം നമ്മുടെ ക്ലാസ്സിലുള്ള ഈ ജവാദ് അല്ല കേട്ടോ?" ചിരിച്ചുകൊണ്ട് റാഇദ് സാർ പറഞ്ഞു. ജവാദ് സലീം ഇറാഖിലെ മാത്രമല്ല, ആധുനികകാലത്ത് അറബ് ലോകത്തെങ്ങും ജീവിച്ചിരുന്ന കലാകാരന്മാരിൽ ശ്രദ്ധേയനായ ഒരാളാണത്രെ. പഴമയേയും വർത്തമാനത്തേയും തമ്മിലും പാശ്ചാത്യ പൗരസ്ത്യലോകങ്ങളേയും തമ്മിലും കൂട്ടിയിണക്കുന്നവയാണ് അദ്ദേഹത്തിന്റെ ചിത്രങ്ങളും ശില്പങ്ങളുമൊക്കെ. ഇറാഖിന്റെ സർവ്വവിധമായ പുരാണങ്ങളിൽനിന്നും നാടോടി പൈതൃകങ്ങളിൽനിന്നും പ്രചോദനം കൊണ്ട കൃതികൾ. ഇറാഖിലെ മഹാനായൊരു കലാകാരന്റെ പേരിന്റെ ആദ്യഭാഗത്തോട് സ്വന്തം പേരിന് സാമ്യം ഉണ്ടായതിൽ

സന്തോഷിക്കുകയായിരുന്നു ഞാൻ. ജവാദ് സലീമിന്റേതുപോലെ ഭാവിയിൽ മ്യൂസിയങ്ങളിൽ പ്രദർശിക്കുകയോ, പൊതു മൈതാനങ്ങളിൽ അലങ്കൃതമാവുകയോ ചെയ്തേക്കാവുന്ന സുന്ദരമായ സൃഷ്ടികൾക്ക് ജന്മം നൽകുന്നതിനെ സംബന്ധിച്ച് അന്നുമുതൽ ഞാൻ സ്വപ്നം കണ്ടുതുടങ്ങി. ഇതിനിടയ്ക്ക് ഒരു വിദ്യാർത്ഥി ചോദിച്ചു:

"സാർ, ഈ 'പ്രചോദനം കൊണ്ടത്' എന്നതുകൊണ്ട് എന്താണുദ്ദേശിക്കുന്നത്?"

"ഏതെങ്കിലും, ഒരു വസ്തുവിൽനിന്നോ, ആശയത്തിൽനിന്നോ ഊർജ്ജം ഉൾക്കൊള്ളുക എന്നാണുദ്ദേശിച്ചത്. ഉദാഹരണമായി ഞാനൊരു കഥ വായിക്കുകയോ, പാട്ട് കേൾക്കുകയോ ചെയ്തു. അതിൽ ആകൃഷ്ടനായ ഞാൻ ശേഷം ഈ പ്രചോദനത്തിന്റെ അടിസ്ഥാനത്തിൽ ഒരു ചിത്രം വരയ്ക്കുന്നു."

മറുപടി പറഞ്ഞശേഷം അദ്ദേഹം വീണ്ടും കൈകൊട്ടി:

"ശരി, എന്നാൽ നമുക്ക് ആരംഭിക്കാം."

ഡ്രോയിംഗ് പുസ്തകങ്ങൾ നല്ല വലിപ്പമുള്ളവയായിരുന്നു. വരയ്ക്കാൻ മാത്രമുള്ള പ്രത്യേകഗന്ധമുള്ള കടലാസ്സുകൾ. ഇളംപച്ചനിറത്തിലുള്ള പുറംചട്ടയിൽ 'ഡ്രോയിംഗ് പാഡ്' എന്ന് ഇംഗ്ലീഷ് ഭാഷയിൽ എഴുതിയിരിക്കുന്നു. പേര് എഴുതാൻ പ്രത്യേക കള്ളിയുണ്ട്. 'നെയിം' എന്ന് ഇംഗ്ലീഷിൽ അച്ചടിച്ചിരിക്കുന്നതിനരികിലായി ഞാൻ എന്റെ പേരെഴുതി: ജവാദ് കാസിം.

മുമ്പൊരിക്കലും കൈവന്നിട്ടില്ലാത്ത തിളക്കവും പ്രാധാന്യവും പേരിന്റെ അക്ഷരങ്ങൾ എഴുതുമ്പോൾ ഉണ്ടാകുന്നു എന്ന സുന്ദരവും വിചിത്രവുമായ വികാരത്തിന് അടിമപ്പെടുകയായിരുന്നു ഞാൻ ആ നിമിഷങ്ങളിൽ.

തന്റെ ബാഗിൽനിന്നും റാഇദ് സാർ ഒരു ആപ്പിൾ പുറത്തെടുത്തു. ശേഷം ആ ആപ്പിളും ബാഗും മേശപ്പുറത്ത് വച്ചു. അവയുടെ ചിത്രം വരയ്ക്കാനായിരുന്നു അദ്ദേഹം ആവശ്യപ്പെട്ടത്. അതിനായി കാൽ മണിക്കൂർ സമയവും തന്നു. ചെറിയ ക്ലാസ് മുറിയായതിനാൽ എല്ലാവർക്കും മേശപ്പുറം കാണാൻ സാധിക്കും. ആകെ നിശ്ശബ്ദതയായി. പിന്നെ കേൾക്കാൻ കഴിഞ്ഞത് കടലാസിൽ പെൻസിൽ തുമ്പുകൾ ഉരയ്ക്കുന്ന ശബ്ദവും വരച്ച ചിത്രം മായ്ക്കുന്നതിനായി റബ്ബർകട്ട ഉരസുമ്പോൾ ഉണ്ടാകുന്ന ഡെസ്കിന്റെ കിറുകിറു ശബ്ദവും മാത്രം. വിദ്യാർത്ഥികൾ വരയ്ക്കുന്നത് കാണാനും വേണ്ട നിർദ്ദേശങ്ങൾ നൽകുന്നതിനുമായി സാർ ഡെസ്കുകൾക്കിടയിലൂടെ ചുറ്റി നടക്കാൻ തുടങ്ങി. ഞാനും വരയ്ക്കാൻ ആരംഭിച്ചു. പതിവുപോലെ മൂന്നാമത്തെ വരിയിൽ മേശപ്പുറത്തെ ആപ്പിളിന്നരികിലായിരുന്നു എന്റെ ഇരിപ്പിടം. അവസാനത്തെ ബഞ്ചിലിരിക്കുന്ന വിദ്യാർത്ഥികൾക്ക് മാത്രം ഇടയ്ക്കിടയ്ക്ക് മേശപ്പുറത്തേക്ക് എഴുന്നേറ്റ് നോക്കണം. ഞാനിരിക്കുന്ന ഡെസ്കിനരികിലെത്തിയപ്പോൾ സാർ ഒരു നിമിഷംനിന്നു. കുറച്ച് നേരത്തേക്ക് ഒന്നും മിണ്ടിയതുമില്ല. ഞാനാകട്ടെ മേശയുടേയും ബാഗിന്റേയും ആപ്പിളിന്റെയും വര പൂർത്തിയാക്കിയശേഷം അവയുടെ ചില

കോണുകൾക്ക് നിഴൽ നൽകൽ പോലുള്ള സൂക്ഷ്മമായ കാര്യങ്ങൾ ശ്രദ്ധിക്കുകയായിരുന്നു. പ്രത്യേകിച്ച് ആ നേരം മേശയ്ക്കരികിലെ ജനാലയിലൂടെ കടന്നുവരുന്ന സൂര്യകിരണങ്ങൾ. ബാഗിൽ പ്രകാശം പതിക്കുമ്പോൾ അതിന്റെ നിഴൽ ആപ്പിളിന്മേൽ പതിക്കുന്നുണ്ടായിരുന്നു. ഞാൻ വരച്ച ചിത്രത്തെ സാർ വിമർശിക്കുമെന്നാണ് കരുതിയത്. എന്നാൽ അദ്ദേഹം പറഞ്ഞത്:

“അഭിമാനിക്കാം ജവാദ്... വളരെ നന്നായിട്ടുണ്ട്.”

റാഇദ് സാറിന് എന്റെ വര ഇഷ്ടപ്പെട്ടതിലും അതിനെതുടർന്ന് നടത്തിയ പ്രശംസയിലുമൊക്കെ എനിക്ക് വല്ലാത്ത സന്തോഷം തോന്നി. വിദ്യാർത്ഥികൾക്കിടയിലൂടെ നടക്കുന്നതിനിടയ്ക്ക് പത്ത് മിനിറ്റ് കഴിഞ്ഞുവെന്ന് അദ്ദേഹം ഉറക്കെ ഓർമ്മിപ്പിച്ചു. അഞ്ച് മിനിറ്റ് കൂടി കഴിഞ്ഞതോടെ എല്ലാവരോടുമായി വര നിർത്തുവാനും പെൻസിൽ മേശമേൽ വയ്ക്കുവാനും പറഞ്ഞു. പിന്നീട് ഞങ്ങളോട് അദ്ദേഹം ആവശ്യപ്പെട്ടത് ബഹളം കൂട്ടാതെ മറ്റ് ബഞ്ചുകൾക്കരികിലേക്ക് പോയി ബാക്കി വിദ്യാർത്ഥികൾ വരച്ച ചിത്രങ്ങൾ നിരീക്ഷിക്കുവാനായിരുന്നു. പതിയെ സംസാരിക്കാൻ തുടങ്ങിയ വിദ്യാർത്ഥികൾ വിമർശകവേഷവും കെട്ടി. വിരലുകൾ ചൂണ്ടി അനിഷ്ടകരമായ പരാമർശങ്ങളാണ് അവർ നടത്തിയത്.

എന്നാൽ മികവിന്റെ കാര്യത്തിൽ എന്റെ ചിത്രത്തോട് കിടപിടിക്കുന്ന മറ്റൊരു ചിത്രം ശ്രദ്ധയിൽപ്പെട്ടു. ബാക്കിയുള്ളവയൊക്കെ സാധാരണമെന്നോ, ദുർബലമെന്നോ പറയാവുന്നവയായിരുന്നു. ചിലതൊക്കെ അപൂർണവുമായിരുന്നു. പത്ത് മിനിറ്റ് നേരം കഴിഞ്ഞപ്പോൾ വിദ്യാർത്ഥികളോട് അവരവരുടെ ഡെസ്ക്കുകളിലേക്ക് മടങ്ങിപ്പോകാൻ സാർ പറഞ്ഞു. എന്തെങ്കിലും കാര്യമായി ശ്രദ്ധിച്ചോ എന്നു ചോദിച്ചു. അതോടെ പ്രശ്നക്കാരനായ ഹാദി കൈയുയർത്തി.

“പറയൂ ഹാദീ”

“ഒറ്റയാൾക്കും വരയ്ക്കാനറിയില്ല”

ചിലരൊക്കെ ഇതുകേട്ട് ചിരിച്ചു. എന്നാൽ അധികംപേരും ഈ പരുഷമായ വിമർശനത്തിനെതിരെ ശബ്ദം ഉയർത്തിത്തന്നെ പ്രതിഷേധിച്ചു.

“ശരി! ശരി!”

കൈകൊട്ടി ക്ലാസ് നിശ്ശബ്ദമാക്കുവാൻ ശ്രമിക്കുകയായിരുന്നു സാർ. ശേഷം ഹാദിയെ ശകാരിക്കുംവിധം അദ്ദേഹം പറഞ്ഞു.

“ഓരോന്നിനും അതിന്റേതായ നേരമുണ്ട്. എന്നാൽ ഇത്തരത്തിൽ മര്യാദകേട് പറയുന്നത് അംഗീകരിച്ചുതരാനാകില്ല.”

പിന്നെ അദ്ദേഹം പറഞ്ഞത് ഓരോരുത്തരും തങ്ങളുടെ വീക്ഷണകോണിലൂടെയായിരിക്കും ചിത്രം വരച്ചിട്ടുണ്ടാകുക എന്നായിരുന്നു. അതിനാലാണ് ഒരേ ചിത്രം തന്നെ പലർ പല തരത്തിൽ വരയ്ക്കുന്നത്. അതിനാൽത്തന്നെ നിങ്ങൾ എപ്രകാരമാണ് വസ്തുക്കളെ നോക്കിക്കാണുന്നത്

എന്നതിന് ചിത്രകലയിൽ വലിയ സ്ഥാനമുണ്ട്. വസ്തുക്കളുടെ വലിപ്പവും അനുപാതവും പ്രത്യേകം ശ്രദ്ധിക്കണം. ഉദാഹരണമായി ഈ ബാഗ് വളരെ ചെറുതായും ആപ്പിൾ അതിനേക്കാളും വലുതായോ വരയ്ക്കാൻ പാടില്ല. താൻ ഇപ്പോൾ കണ്ട ഏറ്റവും മികച്ച രചന ഞങ്ങൾക്ക് കാണിച്ചുതരാമെന്ന് സാർ പറഞ്ഞു. ശേഷം എനിക്കരികിലേക്ക് വന്ന് എന്റെ ഡ്രോയിംഗ് പുസ്തകവും എടുത്തുകൊണ്ട് അദ്ദേഹം ക്ലാസ്സിന്റെ മധ്യത്തുള്ള ക്യാൻവാസിന് മുൻവശത്ത് പോയിനിന്നു. പുസ്തകം ഉയർത്തിക്കാണിച്ചുകൊണ്ട് അദ്ദേഹം പറഞ്ഞു:

"നിങ്ങളുടെ സഹപാഠിയായ ജവാദ് വരച്ചത് നോക്കൂ. ഓരോ വസ്തുവിന്റേയും അനുപാതത്തിലും വളരെ സൂക്ഷ്മമായ കാര്യങ്ങൾ ഒപ്പിയെടുക്കുന്നതിലും കൃത്യത പുലർത്തിയിരിക്കുന്നു. അഭിമാനിക്കാം ജവാദ്, നന്നായിട്ടുണ്ട്."

കുട്ടികളെല്ലാം എന്നെത്തന്നെ നോക്കുമ്പോൾ അഭിമാനംകൊണ്ട് നിറഞ്ഞ നിലയിലായിരുന്നു ഞാൻ. സാർ ഡ്രോയിംഗ് പുസ്തകം തിരികെ നൽകി. വെളിച്ചത്തേയും, നിഴലിനേയും പിന്നെ അവ തമ്മിലുള്ള ബന്ധത്തേയും സംബന്ധിച്ച്, വരുന്ന ആഴ്ച സംസാരിക്കാമെന്ന് അദ്ദേഹം പറഞ്ഞു. വീട്ടിലെ ടെലിവിഷന്റെ ചിത്രം വരച്ചുകൊണ്ട് വരണമെന്ന ഹോംവർക്കും നൽകി. ക്ലാസ് കഴിഞ്ഞപ്പോൾ നന്ദി പറയാനായി ഞാൻ സാറിന്റെ അടുത്തേക്ക് പോയി. സ്വാഗതം ആശംസിച്ചുകൊണ്ടാണ് അദ്ദേഹം എന്നെ സ്വീകരിച്ചത്. ചിത്രകല പഠിച്ചിട്ടുണ്ടോ എന്ന് ചോദിച്ചപ്പോൾ ഇല്ല എന്ന് പറഞ്ഞു. എന്നാൽ വരയ്ക്കുന്നത് ഇഷ്ടവിനോദമാണെന്നും ഇത്തരത്തിൽ നിറയെ ചിത്രങ്ങൾ വരച്ച കുറേ പുസ്തകങ്ങൾ കൈയിലുണ്ടെന്നും ഞാൻ പറഞ്ഞു.

"ശക്തമായ കരങ്ങളാണ് നിനക്കുള്ളത്. പ്രതിഭയും"

ആ വാക്കുകളിൽ സന്തോഷിച്ച് നന്ദി രേഖപ്പെടുത്തുകയായിരുന്നു ഞാൻ.

ആ വർഷം എനിക്ക് ഏറ്റവും പ്രിയപ്പെട്ട ക്ലാസ് റാഇദ് സാറിന്റേതായിരുന്നു. ക്ഷമയില്ലാതെ അദ്ദേഹത്തിന്റെ പിരീഡ് കാത്ത് കാത്തിരിക്കുമായിരുന്നു. ഓരോ ക്ലാസ്സിലും ഒന്നോ രണ്ടോ മികച്ച ചിത്രങ്ങൾ തിരഞ്ഞെടുത്തശേഷം അവയിലെ ശക്തിദൗർബല്യങ്ങൾ വിവരിക്കും. ഇവയിൽ സിംഹഭാഗവും എന്റെ ചിത്രങ്ങളായിരിക്കും. നീതിമാനും എല്ലാവരേയും ഒരുപോലെ പരിഗണിക്കുകയും പ്രോത്സാഹിപ്പിക്കുകയും ചെയ്യുന്ന ആളാണെങ്കിൽപോലും അദ്ദേഹം എന്നോട് പ്രത്യേകരീതിയിൽ പെരുമാറുന്നതായും മറ്റുകുട്ടികൾക്ക് അസൂയ തോന്നിപ്പിക്കുന്ന തരത്തിൽ എന്നെ ധാരാളമായി പുകഴ്ത്തുന്നതായും തോന്നിയിരുന്നു. ഈ പ്രത്യേക പെരുമാറ്റം ഇഷ്ടപ്പെടാതിരുന്ന ഹാദി സ്വാലിഹ് എന്നെ അപമാനിച്ചുകൊണ്ടിരുന്നു. ഒരു ദിവസം സ്കൂൾ മുറ്റത്ത് മറ്റ് കുട്ടികളുടെ മുന്നിൽവെച്ച് അവൻ പറഞ്ഞു:

“ഈ റാഇദ് ആളൊരു സ്വവർഗാനുരാഗിയാണ്. അയാൾക്ക് നിന്റെ കൂടെ കിടക്കാനാണ് മോഹം”

ദേഷ്യം വന്ന ഞാൻ അവനെ വിഡ്ഢിയെന്നും അസൂയക്കാരനെന്നും വിളിച്ചു.

“പിന്നെ എന്തിനായിരിക്കും എല്ലാ ദിവസവും ക്ലാസ് കഴിഞ്ഞാൽ അയാൾ നിന്നോട് സംസാരിക്കുന്നത്?”

അവൻ “ജവാദ് സ്വവർഗാനുരാഗിയാണ്' എന്ന് പലതവണ പറഞ്ഞു കൊണ്ടേയിരുന്നു. ദേഷ്യം സഹിക്കാൻ വയ്യാതെ ഞാൻ അവനുമായി മൽപ്പിടുത്തം നടത്താൻ ശ്രമിച്ചു. സുഹൃത്തുക്കൾ ഇടയിൽ കയറി ഞങ്ങളെ പിടിച്ചകറ്റുകയായിരുന്നു. ദേഷ്യം വന്ന ഞാൻ മേലിൽ അവനോട് സംസാരിക്കുകയില്ലായെന്ന് പ്രതിജ്ഞയെടുത്തു. ഒന്നുകിൽ അവന്റെ, അല്ലെങ്കിൽ എന്റെ സൗഹൃദം തിരഞ്ഞെടുക്കണമെന്ന് ഞാൻ സുഹൃത്തുക്കളോട് പറഞ്ഞു. കലാപഠനക്ലാസ്സ് തുടങ്ങുന്നതിനുമുമ്പ് ചിലപ്പോഴൊക്കെ എന്റെ മുഖത്ത് നോക്കാതെ അവൻ പറയും:

“നിന്റെ കാമുകൻ വരുന്നുണ്ട്....”

അന്ന് എന്റെ ദുഃഖം കണ്ട് റാഇദ് സാർ കാര്യം തിരക്കിയെങ്കിലും ഇക്കാര്യത്തെക്കുറിച്ച് സംസാരിക്കാൻ ഞാൻ മടിച്ചു. എന്നാൽ വിഷയം അമ്മൂരിയോട് പറഞ്ഞപ്പോൾ ഹാദിക്ക് എന്നോട് അസൂയയാണെന്നും അവനെ അവഗണിക്കുന്നതാണ് നല്ലതെന്നുമായിരുന്നു പ്രതികരണം. എന്നാൽ അവൻ ഇടയ്ക്കിടയ്ക്ക് പറയാറുള്ള വാക്യങ്ങൾ കേട്ടതോടെ എനിക്കൊപ്പം സ്കൂളിലേക്ക് വന്ന് ഇക്കാര്യത്തെ സംബന്ധിച്ച് പ്രിൻസിപ്പലിനോട് പരാതിപ്പെടാമെന്ന് അമ്മൂരി വാക്ക് തന്നു.

രണ്ടുദിവസം കഴിഞ്ഞപ്പോൾ പ്രിൻസിപ്പലിന്റെ സഹായിയായ അബൂ മുഹമ്മദ് ക്ലാസ്സിലേക്ക് വന്നു. സദാസമയവും സിഗരറ്റ് വലിക്കുന്ന മനുഷ്യനാണയാൾ. ക്ലാസ്സിൽ അറബി ഭാഷാ അദ്ധ്യാപകൻ ഞങ്ങൾക്ക് ‘നാഇബ് ഫാഇൽ’ എന്ന വ്യാകരണപാഠം വിശദീകരിച്ചുകൊണ്ടിരിക്കുകയായിരുന്നു. ജവാദ് കാസിമും ഹാദി സ്വാലിഹും എത്രയും പെട്ടെന്ന് പ്രിൻസിപ്പലിന്റെ മുറിയിലെത്തണമെന്നാണ് അയാൾ വന്ന് പറഞ്ഞത്. അവിടെ എത്തിയ ഞങ്ങൾ കണ്ടത് പ്രിൻസിപ്പലിന്റെ മുന്നിലെ സോഫയിൽ ഇരിക്കുന്ന സഹോദരൻ അമ്മൂരിയെ ആയിരുന്നു.

പ്രിൻസിപ്പൽ ഹാദിയോട് വളരെ കർക്കശമായാണ് സംസാരിച്ചത്. മറ്റ് വിദ്യാർത്ഥികളുമായും അധ്യാപകരുമായുമുള്ള ഹാദിയുടെ പ്രശ്നങ്ങളെ സംബന്ധിച്ച് അദ്ദേഹത്തിന്റെ പക്കൽ നീണ്ടൊരു ലിസ്റ്റ് തന്നെയുണ്ട്. തന്റെ ക്ഷമയ്ക്കൊരതിരുണ്ടെന്നും ഇതൊരു അവസാനമുന്നറിയിപ്പാണെന്നും പറഞ്ഞ പ്രിൻസിപ്പൽ മേലിൽ മര്യാദകെട്ട ഒരൊറ്റ വാക്ക് ഹാദി സംസാരിച്ചുവെന്നറിഞ്ഞാൽ അവനെ സ്കൂളിൽനിന്നും പുറത്താക്കുമെന്നും പറഞ്ഞു. ശേഷം ക്ലാസ്സിലേക്ക് തിരികെ പൊയ്ക്കൊള്ളാൻ പറഞ്ഞു. ഹാദിയെ അവഗണിക്കാനും അവനിൽനിന്നും അകന്ന് നടക്കാനുമാണ് പ്രിൻസിപ്പൽ എന്നെ ഉപദേശിച്ചത്. തങ്ങളുടെ സാഹചര്യം മനസ്സിലാക്കി

പെരുമാറിയതിന് അമ്മൂരി പ്രിൻസിപ്പലിന് നന്ദി പറഞ്ഞു. പിന്നെ വാതിൽവരെ എന്നെ അനുഗമിക്കുകയും ചെയ്തു. തന്റെ മെഡിസിൻ പഠനത്തിന്റെ തിരക്കുകൾക്കിടയിലും എനിക്ക് തന്ന വാക്ക് പാലിക്കുന്നതിനായി സ്കൂളിലേക്ക് സഹോദരൻ വന്നതിൽ നല്ല സന്തോഷം തോന്നി. പേടിച്ചുപോയ ഹാദി പിന്നീട് വായ തുറക്കുകയോ, എന്നോട് വഴക്കിടാൻ വരികയോ ചെയ്തില്ല.

ക്ലാസിന്റേയും സ്കൂളിന്റേയും നിലവാരത്തിനൊത്തുള്ള കുറച്ച് കലാപ്രവർത്തനങ്ങൾ റാഇദ് സാർ സംഘടിപ്പിച്ചിരുന്നു. സാഹിത്യകൃതികളും ചിത്രകലകളുമടങ്ങിയ ചുമർപത്രികകൾ തയ്യാറാക്കുന്നതിനുള്ള സംഘങ്ങളിൽ സഹകരിച്ചു പ്രവർത്തിക്കുകയായിരുന്നു ഞങ്ങൾ. അതുപോലെ 'സൃഷ്ടി' അഥവാ 'ഈദാഅ്' എന്ന പേരിൽ ഒരു പ്രദർശനവും സംഘടിപ്പിച്ചു. ഓരോ വർഷത്തേയും സ്കൂളിലെ ഏറ്റവും മികച്ച ചിത്രങ്ങൾ തിരഞ്ഞെടുത്ത് പ്രദർശിപ്പിക്കും. അവയിൽ രണ്ടെണ്ണം എന്റെ ചിത്രങ്ങളായിരുന്നു. ഒന്ന് ഇറാഖി അറബി കവി ബദർ ശാകിർ അൽ-സയ്യാബിന്റെ 'മഴയുടെ ഗീതം' എന്ന കവിതയിൽനിന്നും പ്രചോദനം ഉൾക്കൊണ്ട ചിത്രമായിരുന്നെങ്കിൽ, രണ്ടാമത്തേത് ജപമാലയും കൈയിലേന്തിയിരിക്കുന്ന വാപ്പയുടേതായിരുന്നു. തിരഞ്ഞെടുക്കപ്പെട്ട ചിത്രങ്ങൾ പ്രിൻസിപ്പലിന്റെ മുറിക്കടുത്തുള്ള ചുമരിലായിരുന്നു പ്രദർശിപ്പിച്ചിരുന്നത്. വരച്ച വിദ്യാർത്ഥികളുടെ പേരും ക്ലാസ്സും വകുപ്പുമൊക്കെ അതാത് ക്യാൻവാസുകൾക്ക് കീഴേ രേഖപ്പെടുത്തിയിട്ടുമുണ്ട്. ഒരു മാസക്കാലമായിരുന്നു പ്രദർശനം നീണ്ടുനിന്നത്. വലിയ അക്ഷരങ്ങളിലെഴുതിയ സ്വന്തം പേരും ചിത്രങ്ങളും കണ്ടപ്പോൾ ഞാൻ വളരെയധികം സന്തോഷിച്ചു. ഏതാണ്ട് ഒരു മാസക്കാലം ഈ ചിത്രങ്ങൾക്ക് മുന്നിൽ വിദ്യാർത്ഥികളും കുറേ അധ്യാപകരുമൊക്കെ വന്നുനിൽക്കുന്നതും ഇതേ വികാരമാണ് സൃഷ്ടിച്ചത്.

ഒരു ദിവസം ക്ലാസ്സ് കഴിഞ്ഞവേളയിൽ റാഇദ്സാർ ചോദിച്ചു:

"വലുതാകുമ്പോൾ ആരാവണമെന്നാണ് നിനക്കാഗ്രഹം?"

സംശയമേതുമില്ലാതെയായിരുന്നു എന്റെ മറുപടി.

"ജവാദ് സലീം"

ചിരിയോടെ എന്റെ പുറത്തുതട്ടിക്കൊണ്ട് സാർ പറഞ്ഞു:

"ഒരു കലാകാരൻ അല്ലേ? എന്തുകൊണ്ട് ആയിക്കൂടാ അല്ലേ ? നിനക്ക് കലാ അക്കാദമിയിൽ പോയി പഠിക്കാം. പക്ഷേ നീ ഈ ചിത്രം വരയ്ക്കുന്ന ശീലം തുടരുകതന്നെ വേണം. അതൊരിക്കലും നിർത്തിക്കളയരുത്."

"തീർച്ചയായും, സാർ"

ആ വർഷാവസാനം ഒരു ദിവസം അദ്ദേഹം ക്ലാസ് കഴിഞ്ഞ് അധ്യാപകരുടെ മുറിയിലേക്ക് ചെല്ലുവാൻ എന്നോട് പറഞ്ഞു. ഒപ്പം എന്റെ ബാഗ് കൂടി കൈയിലെടുക്കണമെന്നും. അവസാനം പറഞ്ഞ കാര്യം എന്നെ വല്ലാതെ അതിശയിപ്പിച്ചുകളഞ്ഞു. താൻ ഇരിക്കുകയായിരുന്ന മേശയുടെ മറുഭാഗത്തുള്ള കസേരയിൽ ഇരിക്കുവാൻ അദ്ദേഹം ആവശ്യപ്പെട്ടു. പിന്നീട്

അദ്ദേഹം പറഞ്ഞത് എന്റെ പ്രതിഭയേയും വേറിട്ട കാഴ്ചയേയും സംബന്ധിച്ച് ഈ വർഷത്തിലുടനീളം അദ്ദേഹം ആവർത്തിക്കാറുണ്ടായിരുന്ന കാര്യങ്ങളായിരുന്നു. സ്കൂളിലെ എല്ലാ ക്ലാസ്സുകളിലേയും വിദ്യാർത്ഥികൾക്കിടയിൽ ഏറ്റവും മികച്ചയാൾ ഞാനാണെന്ന് സാർ പറഞ്ഞു. എന്നേക്കാൾ മുതിർന്ന കുട്ടികളേക്കാളുമൊക്കെ മിടുക്കനാണത്രെ ഞാൻ. പ്രതിഭ വളരെ പ്രധാനപ്പെട്ട കാര്യമാണെന്ന് അദ്ദേഹം കൂട്ടിച്ചേർത്തു. എന്നാൽ അതുകൊണ്ട് മാത്രം കാര്യമില്ല. നിരന്തര പരിശീലനത്തിലൂടെയും, അവസരം ലഭിച്ചാൽ ഭാവിയിൽ പ്രത്യേക വിദ്യാഭ്യാസത്തിലൂടെയും ഈ കഴിവുകൾ ശക്തിപ്പെടുത്തേണ്ടിയിരിക്കുന്നു.

മേശവലിപ്പ് തുറന്നശേഷം അദ്ദേഹം രണ്ട് ഡ്രോയിംഗ് പുസ്തകങ്ങൾ പുറത്തേക്കെടുത്തു. വർഷാരംഭത്തിൽ ഞങ്ങൾക്കു തന്ന തരത്തിലുള്ള അതേ പുസ്തകങ്ങൾ. ശേഷം തന്റെ തോൽബാഗിൽനിന്നും ഒരു നൈലോൺ സഞ്ചിയെടുത്ത് മേശമേൽവച്ചു. അതിനകത്തുള്ള സാധനം പുറത്തേയ്ക്കെടുക്കുവാൻ ആവശ്യപ്പെട്ടു. ഇടത്തരം വലിപ്പമുള്ള വാട്ടർകളർ കൂടും രണ്ട് ബ്രഷുകളും ഒരു സെറ്റ് പാസ്റ്റിൽ കളറുകളുമായിരുന്നു അതിനുള്ളിൽ. ഈ അതിശയത്തിൽ അതിയായ സന്തോഷവും ലജ്ജയുമാണ് എനിക്ക് തോന്നിയത്. പതിഞ്ഞ സ്വരത്തിൽ 'നന്ദി' എന്ന് പറയാൻ മാത്രമേ തോന്നിയുള്ളൂ. എന്റെ കഴിവുകളും ശൈലിയുമൊക്കെ വികസിക്കുവാനുള്ള ഒരു പ്രോത്സാഹനസമ്മാനമാണ് ഇതെന്ന് അദ്ദേഹം പറഞ്ഞു. ഒരിക്കൽ കൂടി നന്ദി രേഖപ്പെടുത്തിക്കൊണ്ട് ഞാൻ പറഞ്ഞത് അദ്ദേഹത്തിന്റെ ക്ലാസുകളാണ് എനിക്കേറ്റവും പ്രിയപ്പെട്ടതെന്നും അദ്ദേഹത്തിൽനിന്നും ധാരാളം കാര്യങ്ങൾ പഠിക്കുവാൻ സാധിച്ചുവെന്നുമായിരുന്നു.

"നീ കൂടുതൽ അംഗീകാരങ്ങൾ അർഹിക്കുന്നുണ്ട് ജവാദ്." മറ്റൊരു ജവാദ് സലീമാകുവാൻ നിനക്കാകില്ല. പക്ഷേ ഒരു ദിവസം ഇറാഖിലെ ശ്രദ്ധേയനായൊരു കലാകാരനായി മാറുവാൻ നിനക്ക് സാധിക്കും."

വാച്ചിലേക്ക് നോക്കിയശേഷം തനിക്ക് മറ്റൊരു ക്ലാസ്സിലേക്ക് പോകാനുണ്ടെന്ന് റാഇദ് സാർ പറഞ്ഞു. ഊഷ്മളതയോടെ ഞങ്ങൾ കൈപിടിച്ചു കുലുക്കി. അദ്ദേഹം നൽകിയ വിലപിടിച്ച സമ്മാനം ബാഗിൽ വയ്ക്കുന്നതിനിടയിൽ ഞാൻ ഒരിക്കൽക്കൂടി നന്ദി രേഖപ്പെടുത്തി. പിന്നീട് ഞാൻ അദ്ദേഹത്തിന്റെ അരികിൽനിന്നും പോയി.

വേനലവധിക്ക് തൊട്ടുമുമ്പുള്ള അവസാനത്തെ ക്ലാസും കഴിഞ്ഞതോടെ മറ്റ് കുട്ടികളൊക്കെ പുറത്തേക്കു പോകാൻ കാത്തിരിക്കുകയായിരുന്നു ഞാൻ. പ്രത്യേകിച്ച് ഹാദി. റാഇദ് സാറിന്റെ മുഖചിത്രമടങ്ങിയ ഒരു പ്രൊഫൈൽ ചിത്രം അദ്ദേഹത്തിന് നൽകണമായിരുന്നു. വീട്ടിലെത്തിയാൽ കുറേ ആഴ്ചകളായി ഞാനതിന്റെ പണിപ്പുരയിലായിരുന്നു. ഇപ്പോൾ നല്ലൊരു സൃഷ്ടിയായി മാറിയിരിക്കുകയാണ് ആ ചിത്രം. ചിത്രത്തിന്റെ പിറകുവശത്തായി ഞാൻ എഴുതിച്ചേർത്തു:

"എന്റെ ഏറ്റവും മികച്ച അധ്യാപകന്,

താങ്കളുടെ ശിഷ്യൻ ജവാദ് കാസിമിന്റെ സമ്മാനം."

ആ ചിത്രം കണ്ടപ്പോൾ അദ്ദേഹം വളരെയേറെ സന്തോഷിച്ചു. താനിത് ഫ്രെയിം ചെയ്ത് അഭിമാനത്തോടെ സൂക്ഷിക്കുമെന്ന് അദ്ദേഹം പറഞ്ഞു. കൈപിടിച്ച് കുലുക്കി മുതുകിൽ തട്ടിയശേഷം വര തുടരണമെന്ന് ഓർമ്മിപ്പിച്ചു. വേനൽ അവധിക്കാലത്ത് ഞാൻ വരയ്ക്കുന്ന ചിത്രങ്ങൾ പിന്നീട് അദ്ദേഹം നോക്കുമെന്നും വാക്കുതന്നു.

സാധാരണ കടലാസിൽ ജലച്ഛായങ്ങളുപയോഗിച്ച് വരയ്ക്കാൻ ശീലിച്ചതോടെ രണ്ട് ഡ്രോയിംഗ് പുസ്തകങ്ങൾ നിറയെ ചിത്രങ്ങൾ ഞാൻ ആ വേനലവധിക്കാലത്ത് വരച്ചു. ഏറ്റവും മികച്ചത് പാസ്റ്റിൽ കളറുപയോഗിച്ചുള്ള വരയായിരുന്നു. എങ്കിലും ബ്രഷ് ഉപയോഗിച്ച് വരച്ച് പഠിക്കാനായിരുന്നു ഞാൻ കൂടുതൽ ശ്രദ്ധിച്ചത്. അവധിക്കാലം തീരാറായതോടെ ഈ ചിത്രങ്ങൾ റാഇദ് സാറിനെ കാണിക്കാനുള്ള ധൃതിയായിരുന്നു എനിക്ക്. സ്കൂൾ തുറന്ന ദിവസം അദ്ദേഹത്തിന്റെ പേര് ഒരിടത്തും കണ്ടില്ല. പ്രിൻസിപ്പലിന്റെ മുറിക്കടുത്തുള്ള ചുമരിൽ പ്രദർശിപ്പിച്ചിട്ടുള്ള ടൈംടേബിളും അദ്ധ്യാപകരുടേയും വിദ്യാർത്ഥികളുടേയും പട്ടികയും പരിശോധിച്ചു.

കലാപഠനം എന്ന വിഷയത്തിന് നേരെ 'X' എന്ന അടയാളമിട്ടിരിക്കുന്നതാണ് കണ്ടത്. അതോടെ മനസ്സിലാകെ ദുഃഖം നിറഞ്ഞു. പ്യൂണിനോട് തിരക്കിയപ്പോൾ റാഇദ് സാർ നിർബന്ധിത സൈനികസേവനത്തിന് നിയോഗിക്കപ്പെട്ടുവെന്നും പുതിയൊരു അദ്ധ്യാപകനെ നിയമിക്കുമെന്നും പറഞ്ഞു. വ്യാഴാഴ്ച കലാപഠനത്തിനുള്ള പിര്യേഡ് ആയപ്പോൾ അസിസ്റ്റന്റ് പ്രിൻസിപ്പൽ ക്ലാസ്സിലേക്ക് വന്ന് "കലാപഠനക്ലാസ്സില്ല. നിങ്ങൾക്ക് പോകാം" എന്നു പറഞ്ഞു. പുതിയ അദ്ധ്യാപകനെക്കുറിച്ച് ചോദിച്ചപ്പോൾ "എനിക്കറിയില്ല മോനേ" എന്നായിരുന്നു മറുപടി. കലാപഠനക്ലാസ് അദ്ധ്യാപകനില്ലാതായതോടെ വിദ്യാർത്ഥികൾക്ക് കളിക്കാനും മറ്റുമുള്ള സമയം ലഭിച്ചു. എന്നാൽ എന്നെ സംബന്ധിച്ച് അത് നികത്താനാകാത്തൊരു ശൂന്യതയായി മാറി. അഞ്ച് വർഷം കഴിഞ്ഞ് ആർട്ട് അക്കാദമിയിൽ ചേരുന്നത് വരെ പിന്നീട് ഞാൻ ഏതെങ്കിലും അദ്ധ്യാപകനിൽനിന്ന് ഔദ്യോഗികമായി കലാപഠനം നടത്തിയതേയില്ല. ആ അദ്ധ്യയനവർഷം തുടങ്ങി ഒരു മാസം കഴിഞ്ഞതോടെ ഇറാനുമായുള്ള ഇറാഖിന്റെ യുദ്ധം ആരംഭിച്ചു. ടെലിവിഷൻ സ്ക്രീനിൽ ഭീകരമായ യുദ്ധത്തിന്റെ ചിത്രങ്ങൾ കാണുമ്പോഴെല്ലാം ഞാൻ റാഇദ് സാറിന് എന്ത് സംഭവിച്ചിരിക്കുമെന്നായിരുന്നു അന്വേഷിച്ചുകൊണ്ടിരുന്നത്. ചില അദ്ധ്യാപകരോടൊക്കെ അദ്ദേഹത്തെ സംബന്ധിച്ച് ചോദിച്ചു. എന്നാൽ അവർ ആരും അദ്ദേഹത്തിനെക്കുറിച്ച് പിന്നീടൊന്നും കേട്ടിട്ടില്ലത്രെ. എന്ത് സംഭവിച്ചുവെന്നും അവർക്കാർക്കും അറിയുകയുമില്ല.

ഒമ്പത്

ആദ്യമായി കണ്ടപ്പോൾ അവൾ ധരിച്ചിരിക്കുന്നത് കറുത്ത വസ്ത്രമായിരുന്നു.

അന്ന് രാവിലെ കലാചരിത്രവുമായി ബന്ധപ്പെട്ട ഒരു ലക്ചർക്ലാസിൽ എത്തിച്ചേരാൻ ഞാൻ താമസിച്ചുപോയി. രാവിലെ അലാറം മുഴങ്ങിയതിനു

ശേഷവും ഞാനൊരു കാൽ മണിക്കൂർകൂടി കിടന്നുറങ്ങിപ്പോയി. പ്രൊഫസറാകട്ടെ, പത്തുമിനിറ്റിലധികം താമസിച്ചുവരുന്നവരെ ക്ലാസിൽ കയറ്റാൻ അനുവദിക്കില്ലെന്ന പിടിവാശിക്കാരനായിരുന്നു. വിദ്യാർത്ഥികളൊക്കെ അദ്ദേഹത്തെ 'ഇംഗ്ലീഷുകാരൻ' എന്നാണ് വിളിക്കാറുള്ളത്. അതിനു കാരണം സമയസംബന്ധിയായ കാര്യങ്ങളിലെ നിഷ്ഠയും പിന്നെ ആംഗലേയ പദങ്ങൾ വളരെ സൂക്ഷ്മതയോടെ ഉച്ചരിക്കുന്നതുമായിരുന്നു.

കിതച്ചുകൊണ്ടാണെങ്കിലും പതിയെയായിരുന്നു ഞാൻ ലക്ചർ ഹാളിലേക്കുള്ള വാതിൽ തുറന്നത്. ക്ലാസിൽ കയറാൻ ചിലപ്പോൾ അദ്ദേഹം അനുവദിക്കുമെന്ന് മനസ്സ് പറഞ്ഞു. എന്നാൽ ചൂണ്ടുവിരൽ ആട്ടിക്കൊണ്ട് കൈയിലെ വാച്ചിലേക്ക് ചൂണ്ടി വാതിലടയ്ക്കാൻ ആംഗ്യം കാണിക്കുകയായിരുന്നു പ്രൊഫസർ.

വാതിൽ തിരിച്ചടച്ചശേഷം ഞാൻ ആർട്ട് അക്കാദമിക്ക് പുറത്തുള്ള കൗണ്ടറിൽ പോയി ഒരു 'അൽ-ജുംഹൂരിയ്യ' പത്രം വാങ്ങി. ശേഷം കഫെറ്റീരിയയിലേക്ക് നടക്കുന്നതിനിടയിൽ ഒന്നാം പേജിലെ തലക്കെട്ടുകൾ വായിച്ചു. യുദ്ധസംബന്ധിയായ വാർത്തകളും, വിജയകഥകളുമല്ലാതെ മറ്റൊന്നും കാണാനില്ല. അതോടെ പത്രം മടക്കി പുസ്തകങ്ങൾക്കിടയിലേക്ക് തിരുകി. രാവിലെ ഒന്നും കഴിച്ചിട്ടില്ലായിരുന്നു. നേരെ കഫെറ്റീരിയയിൽചെന്ന് വെള്ള പാൽക്കട്ടി സാൻഡ്വിച്ചും ഒരു കപ്പ് ചായയും വാങ്ങി. അവിടെ ഒഴിഞ്ഞ കസേരകളൊന്നും കണ്ടില്ല. പോരാത്തതിന് ചൂടും. പുറത്തേക്കിറങ്ങി നാടകവകുപ്പിന്റെ മന്ദിരത്തോടു ചേർന്ന് ഒരു ഒഴിഞ്ഞ ബഞ്ചിൽ ചെന്നിരുന്നു, അതിനരികിലായി കറുത്ത വസ്ത്രങ്ങൾ ധരിച്ച ഒരു കൂട്ടം നാടകവിദ്യാർത്ഥികൾ ഈന്തപ്പനയുടെ ചുവട്ടിലിരിക്കുന്നത് കണ്ണിൽപ്പെട്ടു.

അവിടെ ഇരുന്ന് സാൻഡ്വിച്ച് തിന്നുന്നതിനിടയിൽ പതിവുപോലെ ഞാനാദ്യം വായിച്ചത് കായികപേജിലെ വാർത്തകളായിരുന്നു. എന്റെ ഇഷ്ട ഫുട്ബോൾ ടീമാണ് 'അൽ-സൗറാഅ്.' ഏഷ്യൻ ടൂർണമെന്റിന് തയ്യാറെടുക്കുന്ന ദേശീയ ടീമിലേക്ക് അതിന്റെ രണ്ട് താരങ്ങൾ കൊഴിഞ്ഞുപോയി. അതോടെ ശക്തി ക്ഷയിക്കാൻ തുടങ്ങിയ 'അൽ-സൗറാഅ്' ടീം 'അൽ-നജഫ്' ക്ലബ്ബുമായി ഇന്നലെ നടന്ന മത്സരത്തിൽ തോൽക്കുകയും ചെയ്തു. ഈ നജഫ് ക്ലബ് ടീം ആകട്ടെ നിലവിലെ ക്ലബ് റാങ്ക് പട്ടികയിൽ ഏറ്റവും താഴെയുള്ള ടീമായിരുന്നു.

സാംസ്കാരികവാർത്താ പേജിലെത്തിയപ്പോൾ യുദ്ധത്തെക്കുറിച്ചൊരു ചെറിയ കവിത കണ്ടു. അതിന് താഴെയായി ഏതോ ഒരു കലാനിരൂപകനുമായുള്ള സംഭാഷണവും പിന്നെ ലാറ്റിനമേരിക്കൻ എഴുത്തുകാരെ 'ആയിരത്തൊന്നു രാവുകളും' അറബ് പൈതൃകസൃഷ്ടികളും എത്രമാത്രം സ്വാധീനിച്ചിട്ടുണ്ടെന്നതിനെക്കുറിച്ച് സുദീർഘമായൊരു ലേഖനവും ഉണ്ട്.

ഇതിനിടയിൽ ആരോ കൈകൊട്ടുന്നത് കേട്ടു. നാടകവകുപ്പിലെ അദ്ധ്യാപകരിൽ ഒരാളായിരുന്നു അത്. എക്സ്പിരിമെന്റൽ നാടക സംവിധായകനായ അദ്ദേഹത്തിന്റെ തലമുടി മേഘങ്ങൾപോലെ പറന്നു

നടക്കുകയായിരുന്നു. സൺഗ്ലാസും ജീൻസ് പാന്റും വെള്ള ഷർട്ടും ധരിച്ച അദ്ദേഹം ഈന്തപ്പനയുടെ കീഴിലിരിക്കുന്ന വിദ്യാർത്ഥികളോട് ശ്രദ്ധിക്കുവാൻ ആവശ്യപ്പെടുകയാണ്.

അർജന്റീനിയൻ കഥാകാരൻ ലൂയി ബോർഹെയെ സംബന്ധിച്ചും സ്പാനിഷ് ഇസ്ലാമികചിന്തകൻ ഇബ്നു റുഷ്ദിനെ കഥാപാത്രമാക്കി എഴുതിയ കഥയെക്കുറിച്ചുമുള്ള ലേഖനത്തിലേക്ക് ഞാൻ വീണ്ടും ശ്രദ്ധ തിരിച്ചു. എന്നാൽ ശ്രദ്ധ കേന്ദ്രീകരിക്കുവാൻ സാധിക്കുന്നില്ല. തങ്ങൾ ചെയ്യാൻ പോകുന്ന പരിശീലനത്തെക്കുറിച്ച് ആ അദ്ധ്യാപകൻ വിദ്യാർത്ഥികൾക്ക് വിശദീകരിച്ചുകൊടുക്കുന്നത് കേട്ടു. വിദ്യാർത്ഥികളിൽ മൂന്ന് പേരോട് നിലത്തിരിക്കാൻ ആവശ്യപ്പെട്ടു. മുങ്ങാൻപോകുന്ന നൗകയിലാണ് തങ്ങളെന്ന് അഭിനയിക്കണം. ഈ രംഗം സംഭാഷണങ്ങളൊന്നുമില്ലാതെ സ്വതന്ത്രമായി അവതരിപ്പിക്കണം. മറ്റ് വിദ്യാർത്ഥികൾ ഈ രംഗം നിരീക്ഷിക്കുകയും വേണം. ഈ നൗക ഏത് തരത്തിലുള്ളതായിരിക്കുമെന്നായിരുന്നു വിദ്യാർത്ഥികളിൽ ഒരാൾക്ക് അറിയേണ്ടത്.

“നിങ്ങൾക്ക് ഇഷ്ടപ്പെട്ടത് തന്നെ ആയിക്കോട്ടെ. പക്ഷേ അത് മുങ്ങിയിരിക്കണം എന്ന് നിർബന്ധമാണ്.”

അദ്ധ്യാപകൻ പറഞ്ഞത് കേട്ട് എല്ലാവരും ചിരിച്ചു. ഈ പരിശീലനം വല്ലാത്ത കൗതുകമാണ് എന്നിൽ സൃഷ്ടിച്ചത്. അതിനാൽ ഇരുന്ന സ്ഥലത്തുനിന്നും എഴുന്നേറ്റ് അവരുടെയടുത്ത് മറ്റൊരു ബഞ്ചിൽപോയി ഇരുന്നു. ഇപ്പോൾ അവരുടെ മുഖഭാവങ്ങൾ എന്താണെന്ന് വ്യക്തമായി കാണാം. എന്നാൽ എന്റെ സാന്നിദ്ധ്യം അവർക്കൊരു ശല്യമായി മാറാതിരിക്കാനായി ഞാൻ ശ്രദ്ധിച്ചിരുന്നു. ആദ്യമായി അഭിനയിക്കേണ്ട മൂന്ന് വിദ്യാർത്ഥികളെ അദ്ധ്യാപകൻ പേരെടുത്ത് വിളിച്ചു. അവരിലൊരാൾ റീം ആയിരുന്നു. നിലത്ത് ചമ്രം പടിഞ്ഞിരുന്നശേഷം കൈകൾകൊണ്ട് അവർ കാൽമുട്ടുകളിൽ ചേർത്തുപിടിച്ചു. പിന്നെ തുടർ നിർദ്ദേശങ്ങൾക്കായി അദ്ധ്യാപകന് നേരെ നോട്ടം പായിച്ചു.

കറുത്ത ബാഗി ജീൻസും കറുത്ത കോട്ടൺ ഷർട്ടുമായിരുന്നു റീമിന്റെ വേഷം. ഷർട്ടിന്റെ കഴുത്ത് ഭാഗം പുറത്ത് കാണാം. ഫുൾകൈ ഷർട്ടായിരുന്നെങ്കിലും അത് രണ്ടോ മൂന്നോ ആയി മുകളിലോട്ട് മടക്കിവച്ചിരുന്നതിനാൽ കൈകൾ കാണാനാകും.

കഫെറ്റീരിയയിലും അക്കാദമിയുടെ ഇടനാഴികകളിലും വച്ചുമൊക്കെ ഞാൻ മുമ്പ് റീമിനെ കണ്ടിട്ടുണ്ട്. ഇന്ന് രാവിലെ ആ മുഖത്തിന് വല്ലാത്ത കാവ്യഭാവം ഉള്ളതുപോലെ തോന്നുന്നു. പ്രത്യേകിച്ച് ഈ മുങ്ങിത്താഴുന്ന അഭിനയം കാണുമ്പോൾ. അവൾക്ക് പിറകിൽ വേറൊരു വിദ്യാർത്ഥിനിയും നല്ല പൊക്കമുള്ള മറ്റൊരു വിദ്യാർത്ഥിയും ഏറ്റവും പിറകിലായി ഉണ്ട്. ഒട്ടകം മുട്ടുകുത്തുന്നതുപോലെ ഇരിക്കാൻ ശ്രമിക്കുകയാണ് പിറകിലുള്ള ചെറുപ്പക്കാരൻ. എന്റെ കണ്ണുകൾ റീമിന്റെ മുകളിൽതന്നെയായിരുന്നു.

തുടങ്ങിക്കൊള്ളുവാൻ അദ്ധ്യാപകൻ സൂചന നൽകിയതോടെ റീം പാദങ്ങൾക്കിടയിലൂടെ താഴേക്കും പിന്നെ ചുറ്റിലും നോക്കാൻ തുടങ്ങി. ശേഷം എഴുന്നേൽക്കുകയും മുട്ടുകുത്തിനിൽക്കുകയും ചെയ്തു. അന്നേരങ്ങളിൽ യഥാർത്ഥ ഭീതി ആ മുഖത്ത് പ്രകടമായിരുന്നു. നൗകയിലേക്ക് ഇരച്ചു കയറിയ വെള്ളം കൈക്കുമ്പിളിൽ കോരി പുറത്തേക്ക് കളയുകയാണ്. ഏതാണ്ട് രണ്ട് മിനിറ്റോളം ഈ ചലനവേഗത തുടർന്നു. ഒരു നിമിഷം നിർത്തിയശേഷം ചുറ്റും കണ്ണോടിച്ചു. ശേഷം നൗകയുടെ അദൃശ്യമായ പായയിൽ പിടിമുറുക്കുന്നതിന് മുമ്പ് രണ്ടാമതും നിലത്ത് മുട്ടുകുത്തി. ചുറ്റും നോക്കുമ്പോൾ വർദ്ധിച്ച ഭീതി ആ മുഖത്തുണ്ടായിരുന്നു. പതിയെപ്പതിയെ ശിരസ്സുയർത്തി മുകളിലേക്ക് നോക്കാനാരംഭിച്ചു. ഇതു കണ്ട് നന്ദി രേഖപ്പെടുത്തിയ അദ്ധ്യാപകൻ പുതിയൊരു സംഘത്തോട് ഇതേ പരിശീലനം ആവർത്തിക്കാൻ ആവശ്യപ്പെട്ടു. റീം പിറകിലേക്ക് മാറുമ്പോൾ ഞാൻ ലൂയി ബോർഹെയിലേക്കും മടങ്ങി.

ഈ നാടകപരിശീലനം കഴിഞ്ഞ് റീം കഫെറ്റീരിയയിലെ വരിയിൽ നിൽക്കുന്നത് കണ്ടു. വസ്ത്രം മാറ്റിയിരിക്കുന്നു. ചാരനിറത്തിലുള്ള പാവാടയും വെള്ള ഷർട്ടും. അടുത്തുചെന്ന് ഞാൻ പറഞ്ഞു:

“മുങ്ങിത്താഴുന്ന നിങ്ങളെ രക്ഷപ്പെടുത്തണമെന്നുണ്ട്. പക്ഷേ എനിക്ക് നീന്തലറിയില്ല.”

ചുളിഞ്ഞ പുരികങ്ങളോടെയായിരുന്നു അവൾ എന്നെ നോക്കിയത്.

“ക്ഷമിക്കണം, മനസ്സിലായില്ല.”

“നാടകപരിശീലനം... ഇന്ന് രാവിലെ... മുങ്ങിത്താഴൽ... നിങ്ങൾ മുങ്ങിത്താഴുന്നത് കണ്ടുകൊണ്ട് ഞാൻ അവിടെ ഇരിപ്പുണ്ടായിരുന്നു.”

അവൾ ചിരിച്ചു.

“ഓ, ശരിയാണ്. ഈ സൗമനസ്യത്തിന് നന്ദി. പക്ഷേ നിങ്ങൾക്ക് നീന്താനറിയില്ലെങ്കിൽ കാര്യമില്ലല്ലോ?”

“ഉദ്ദേശ്യത്തിന് പ്രാധാന്യമില്ലെന്നാണോ?”

അവൾ പിന്നെയും ചിരിച്ചു.

“തീർച്ചയായും. പ്രവർത്തനങ്ങൾ വിലയിരുത്തപ്പെടുന്നത് ഉദ്ദേശ്യശുദ്ധിയുടെ അടിസ്ഥാനത്തിലായിരിക്കും എന്നാണല്ലോ?”

അവൾ പരിചയപ്പെടുത്തി.

“ഞാൻ റീം... നാടകവകുപ്പ് വിദ്യാർത്ഥി”

“വളരെ സന്തോഷം... എന്റെ പേര് ജവാദ്. ചിത്രകലാവകുപ്പ്”

ആ വലിയ കണ്ണുകളിലെ കറുത്ത കൃഷ്ണമണികൾക്ക് വല്ലാത്ത വശീകരണഭാവം ഉള്ളതുപോലെ. സംസാരിക്കുമ്പോൾ അവയിൽ കണ്ടത് നല്ല ആത്മവിശ്വാസമായിരുന്നു. എന്നാൽ വളരെ സാവധാനത്തിലാണ് സംസാരം. കട്ടിയേറിയ കൺപീലികളും, ശ്രദ്ധയോടെ പരിചരിക്കപ്പെട്ട പുരികങ്ങളും.

കണ്ണുകൾക്ക് കീഴേ ചെറിയ ചുവപ്പ് മേക്കപ്പും സുറുമയും ഇട്ടിരിക്കുന്നു. വരിയിൽ നിൽക്കുകയായിരുന്ന റീമിന്റെ ഊഴം പെട്ടെന്ന് എത്തി. ബിസ്ക്കറ്റും പാൽ ചേർത്ത ചായയുമായിരുന്നു അവൾ വാങ്ങിയത്. എനിക്കായി എന്തെങ്കിലും വാങ്ങിത്തരാമെന്നു പറഞ്ഞപ്പോൾ നല്ല മനസ്സിന് ഞാൻ നന്ദിപറഞ്ഞു. കുറച്ച് സമയത്തിനുള്ളിൽ ഒരു ലക്ചർക്ലാസിൽ പങ്കെടുക്കേണ്ടതുണ്ടെന്ന് ഒഴിവ് പറഞ്ഞു. വാങ്ങിയ സാധനങ്ങളുടെ വില നൽകുമ്പോൾ അവളുടെ ഇടത്തേ കൈയിൽ ഒരു സ്വർണ്ണമോതിരം കിടക്കുന്നത് കണ്ണിൽപ്പെട്ടു. വല്ലാത്തൊരു നോവാണ് ആ സമയം മനസ്സിൽ തോന്നിയത്. ഹോ, കഷ്ടം. അപ്പോൾ ഇവൾ വിവാഹിതയാണല്ലേ? ദിവസത്തിന്റെ ഒടുവിൽ അവളെ മാത്രം കാത്തിരിക്കുന്ന ഒരു പുരുഷന്റെ സ്വന്തമാണ് ഈ സൗന്ദര്യം മുഴുവൻ!

കഫെറ്റീരിയയുടെ കോണിൽ ഒരു മേശയ്ക്കരികിൽ തന്നെ കാത്തിരിക്കുന്ന സ്നേഹിതയുടെ അരികിലേക്ക് ഒപ്പം വരുന്നോ എന്ന് അവൾ തിരക്കി. എന്നാൽ ലക്ചർ ക്ലാസിലെത്താൻ വൈകുമെന്ന് പറഞ്ഞ് ഞാൻ ക്ഷണത്തിനും നന്ദി പറഞ്ഞു. ഇന്ന് രാവിലെ മറ്റൊരു ലക്ചറും നഷ്ടമായിരിക്കുകയാണ്.

“മറ്റൊരവസരത്തിലാകട്ടെ, അല്ലേ?” റീം പറഞ്ഞു.

യാത്ര പറഞ്ഞ് ഞാൻ കഫെറ്റീരിയയുടെ വാതിലിന് നേരെ നടന്നു. പുറത്തേക്ക് ഇറങ്ങുന്നതിന് മുമ്പ് ഞാനൊന്ന് തിരിഞ്ഞുനോക്കി. അവൾ ഇരുന്ന മേശയ്ക്കരികിൽനിന്ന് എന്നെത്തന്നെ നോക്കുന്നതാണ് കണ്ടത്. ഞങ്ങൾ വീണ്ടും പുഞ്ചിരിച്ചു. സഹപാഠികളോ, സുഹൃത്തുക്കളോ, ആയിരിക്കുന്നതിലുള്ള ചിന്തയിൽ വല്ലാത്ത നിരാശയാണ് തോന്നിയത്. അല്ലെങ്കിൽ തന്നെ അതിലെന്താണ് കുഴപ്പം? പ്രത്യേകിച്ചൊരു ബന്ധമോ, സൗഹൃദമൊഴികെ മറ്റെന്തെങ്കിലും ബന്ധത്തെക്കുറിച്ചുള്ള പ്രതീക്ഷയോ ഇല്ലാതെ തന്നെ ഒരു സ്ത്രീയുടെ സൗന്ദര്യവും അടുപ്പവും ആസ്വദിക്കാൻ എനിക്ക് സാധിക്കുമല്ലോ? പ്രശസ്ത ഇറാഖി ഗായകനായ നാസിം അൽ-ഗസ്സാലിയുടെ ഒരു വരി പാടുകയായിരുന്നു ഞാൻ.

“കറുത്ത കണ്ണുള്ള പെണ്ണേ നിന്നെക്കുറിച്ചുള്ള പ്രണയഗീതങ്ങൾ
ആലപിക്കുന്നത് ഞാൻ നിർത്താനേ പോകുന്നില്ല കേട്ടോ?”

ലക്ചർ ക്ലാസ്സിലേക്ക് നടക്കുമ്പോൾ ഈ വിഷയത്തെപ്പറ്റി സ്വയം ബോധ്യമില്ലാതെ മനസ്സിനെ ബോധ്യപ്പെടുത്തുവാൻ പൊരുതുകയായിരുന്നു ഞാൻ.

ഒരാഴ്ചകഴിഞ്ഞ് ഞാനൊരിക്കൽകൂടി റീമിനെ കണ്ടു. അക്കാദമിയുടെ മുന്നിലെ നടപ്പാതയിൽവെച്ച് മനോഹരമായൊരു നീലക്കാറിലേക്ക് കയറുകയായിരുന്നു അവൾ. ഡ്രൈവിംഗ്സീറ്റിൽ കണ്ട പുരുഷൻ അവളുടെ ഭർത്താവ് തന്നെയായിരിക്കും. സൺഗ്ലാസ്സ് ധരിച്ചിരുന്നതിനാൽ കറുത്ത മീശയൊഴികെയുള്ള അയാളുടെ മുഖസവിശേഷതകളൊന്നും കാണാനായില്ല.

പിന്നീട് റീം എങ്ങോ അപ്രത്യക്ഷയായി. ആ അദ്ധ്യയനവർഷം അവളെ കണ്ടതേയില്ല.

ഞങ്ങൾ പരിചയപ്പെട്ട ദിവസം കഫെറ്റീരിയയിൽ ഒപ്പം ഉണ്ടായിരുന്ന കൂട്ടുകാരിയെ ഒരു നാൾ കാണാനിടയായി. റീം അപ്രത്യക്ഷയായതിന്റെ രഹസ്യത്തെക്കുറിച്ച് ഇവളോട് അന്വേഷിക്കാൻ തന്നെ തീരുമാനിച്ചു. 'വ്യക്തിപരമായ കാരണങ്ങൾ' മൂലമാണ് അവൾ പഠിത്തം അവസാനിപ്പിച്ചതെന്ന് കൂട്ടുകാരി പറഞ്ഞു. എന്ത് തരം കാരണങ്ങളാണെന്ന് തിരക്കിയെങ്കിലും കൂടുതൽ വിശദാംശങ്ങൾ നൽകാൻ കൂട്ടുകാരി തയ്യാറായില്ല. തനിക്കൊന്നും അറിയില്ലെന്ന് മാത്രം പറഞ്ഞു. റീമിന് എന്തെങ്കിലും രോഗം ബാധിച്ചതായിരിക്കുമോ എന്ന ഭയമുണ്ടായിരുന്നു എനിക്ക്. നാടകവകുപ്പിലെ മറ്റ് ചിലരോട് അന്വേഷിച്ചപ്പോൾ ഭർത്താവാണ് തുടർന്ന് പഠിക്കുന്നതിൽനിന്നും റീമിനെ വിലക്കിയത് എന്നൊരു ശ്രുതിയുണ്ടെന്ന് കേട്ടു. അവളെക്കുറിച്ച് ഓർത്തപ്പോൾ വല്ലാത്ത ദുഃഖം തോന്നി.

അന്ന് നാടക പരിശീലനം നടത്തിയ വേളയിലെ അവളുടെ കഠിനാധ്വാനവും ചലനഭംഗിയും ഓർമ്മയിലേക്ക് വീണ്ടുമെത്തി. അവൾ ശരിക്കും ഒരു കലാകാരിയാണ്. സ്വന്തം വിഷയത്തെ അവൾ അങ്ങേയറ്റം ഇഷ്ടപ്പെട്ടിരുന്നു. അല്ലാതെ എങ്ങനെയോ അക്കാദമിയിൽ വന്ന് പെട്ടവരെപ്പോലെയോ, പ്രാഥമിക പരീക്ഷകളിലും മത്സരപരീക്ഷകളിലും മാർക്ക് കുറഞ്ഞുപോയതിനാൽ തങ്ങൾ ആഗ്രഹിച്ച വിഷയങ്ങൾ തിരഞ്ഞെടുത്ത് പഠിക്കാനുള്ള യോഗ്യത ലഭിക്കാതെ കലാപഠനം നടത്താൻ നിർബന്ധിതരായിപ്പോയവരേയോ പോലെ ആയിരുന്നില്ല റീം. കലാപഠനം കൊണ്ട് ഭൗതികമായി ഒന്നും കാര്യമായി ലഭിക്കില്ലെന്ന ചിന്തയുള്ളവർക്ക് സർഗാത്മകപ്രവർത്തനംകൊണ്ട് എന്താണ് നേടാനുള്ളത്?

പത്ത്

സ്കൂൾ പഠനം കഴിഞ്ഞശേഷം ഫൈൻ ആർട്സ് അക്കാദമിയിൽ ചേരുന്നതിന് തീരുമാനിച്ചപ്പോൾ അതംഗീകരിക്കുവാൻ സാധിക്കാതെ വാപ്പ തലകുലുക്കിയത് ഞാൻ ഇപ്പോഴും ഓർത്തുപോകുന്നു. പൊതുപരീക്ഷയിൽ എനിക്ക് 87 ശതമാനം മാർക്ക് ലഭിച്ചിരുന്നു. ഇറാഖിലെ അൽ-മുസ്തൻസിരിയ്യ സർവ്വകലാശാലയിലേയോ, മറ്റേതെങ്കിലും ഉൾനാടൻ പ്രവിശ്യാ സർവ്വകലാശാലകളിലേയോ എൻജിനീയറിംഗ് വകുപ്പുകളിലൊന്നിൽ എനിക്ക് പ്രവേശനം ഉറപ്പായിരുന്നു. ഇനി അതുമല്ലെങ്കിൽ സാഹിത്യം, ശാസ്ത്രം പോലെ ഇഷ്ടപ്പെട്ട ഏത് വിഷയവും പഠിക്കാനായി തിരഞ്ഞെടുക്കാൻ സാധിക്കുമായിരുന്നു.

ആക്ഷേപിക്കുംപോലെയായിരുന്നു വാപ്പ ചോദിച്ചത്:

"ഇത് കഴിഞ്ഞിട്ട് എന്ത് ചെയ്യാനാണ് നിന്റെ ഭാവം? ചിത്രംവര പഠിപ്പിക്കുന്ന അദ്ധ്യാപകനാകാനായിരിക്കും?"

"അതിനെന്താ ഒരു കുഴപ്പം? മറ്റ് ജോലികൾക്കും സാദ്ധ്യതയുണ്ട്."

തുടർപഠനത്തിനുള്ള കോഴ്സുകളുടെ ലിസ്റ്റ് എനിക്ക് തിരികെത്തന്നു കൊണ്ട് വാപ്പ ഇടയ്ക്കിടയ്ക്ക് ഉപയോഗിക്കാറുള്ള വാചകം ആവർത്തിക്കും.

“ഓരോരുത്തരും തങ്ങളുടെ ഉപജീവനത്തിന് വേണ്ട ജോലിയാണ് നോക്കേണ്ടത് മോനേ!'

നീണ്ട ശക്തമായ നിശ്ശബ്ദതയ്ക്കുശേഷം അദ്ദേഹം തുടർന്നു:

“എനിക്കൊപ്പം ജോലിചെയ്യാൻ താത്പര്യമില്ലെങ്കിൽപോലും തനിക്കു ചുറ്റുമുള്ള ജനങ്ങൾ ഉപകാരപ്രദമായ എന്തെങ്കിലും പഠിക്കാൻ ശ്രമിക്കുക. നന്മയുള്ള എന്തെങ്കിലും കാര്യം!”

അദ്ദേഹത്തിന്റെ ഈ നിലപാടോർത്ത് ഞാനന്ന് വളരെയേറെ ദുഃഖിച്ചു. കലയെക്കുറിച്ചുള്ള തന്റെ ഈ നിലപാട് അദ്ദേഹം ഒരിക്കലും തിരുത്താൻ തയ്യാറാവുകയില്ല എന്നറിയാമായിരുന്നതിനാൽ എനിക്ക് വലിയ പ്രതീക്ഷ യില്ലായിരുന്നു. എന്നാൽപോലും എന്റെ തീരുമാനത്തിന് എന്തെങ്കിലുമൊരു മാന്യത അദ്ദേഹം കല്പിച്ചേക്കുമെന്ന ശുഭപ്രതീക്ഷയിലായിരുന്നു. സ്വന്തം പൂർവ്വികരിൽനിന്നും അനന്തരമായി ലഭിച്ച തൊഴിലിൽനിന്നും അകന്ന് സ്വന്തം ഇഷ്ടത്തിന് ഞാൻ കലാപഠനം തിരഞ്ഞെടുത്ത കുറ്റം വാപ്പ ഒരി ക്കലും ക്ഷമിച്ചു തരാൻ പോകുന്നില്ല. അദ്ദേഹത്തിന്റെ വീക്ഷണത്തിൽ മൃതദേഹങ്ങൾ കുളിപ്പിച്ച് കഫൻ ചെയ്യുന്ന തൊഴിൽ, കലയേക്കാളു മൊക്കെ മനുഷ്യർക്ക് ഉപകാരപ്രദമാണ്. ഒരു വാക്കുപോലും പറയാതെ ഞാൻ കടലാസ് മടക്കിവച്ചു.

സോഫയുടെ മറുതലയ്ക്കൽ ഇരിക്കുകയായിരുന്ന ഉമ്മ സാഹചര്യ ത്തിന്റെ സമ്മർദ്ദം കുറയ്ക്കാനെന്നവണ്ണം പറഞ്ഞു:

“ജവാദ് നിനക്ക് നന്മകളേ ഉണ്ടാകൂ. നീ കൂടുതൽ അർഹിക്കുന്നവ നാണ്. എല്ലാ നന്മകളും നേരുന്നു.”

ഇതുകേട്ട് വാപ്പ ഉമ്മയെ തറച്ചുനോക്കി. ശേഷം താൻ കുടിച്ചുകൊണ്ടി രുന്ന ചായക്കപ്പിലേക്ക് കണ്ണിമചിമ്മാതെ നോക്കിയിരുന്നു. അവർ രണ്ടു പേരും ചായകുടിച്ച് ടെലിവിഷൻ കണ്ടുകൊണ്ടിരിക്കെ ഞാൻ മുകളിലത്തെ നിലയിലുള്ള സ്വന്തം മുറിയിലേക്കു കയറിപ്പോയി. മനസ്സ് നിറയെ ആർട്ട് അക്കാദമിയും മുന്നിൽ തുറക്കാനിരിക്കുന്ന പുതിയ ചക്രവാളങ്ങളുമായി രുന്നു. ഇക്കഴിഞ്ഞ വർഷത്തിൽ ജീവിതത്തിലേക്ക് കടന്നുവന്ന റാഇദ് സാറി നേയും അദ്ദേഹം നൽകിയ പ്രോത്സാഹനത്തേയും ഒരു നിമിഷം ഓർത്തു പോയി. അദ്ദേഹം ഇപ്പോൾ എവിടെയായിരിക്കും? ജീവനോടെയുണ്ടാ കുമോ? അതോ യുദ്ധത്തിൽ കൊല്ലപ്പെട്ടിരിക്കുമോ?

പതിനൊന്ന്

'ശിലയിലും സംഗീതമുണ്ട്' എന്നാണ് പൈതഗോറസ് പറഞ്ഞിട്ടുള്ളത്. ശില്പകലയുടെ ചരിത്രത്തെ സംബന്ധിച്ച് പ്രൊഫസർ ഇസാം അൽ-ജനാ ബിയുടെ ആദ്യ ലക്ചർ ആരംഭിച്ചതുതന്നെ ഈ വാക്യത്തോടെയായിരുന്നു.

ആ പ്രഭാഷണത്തിന്റെ വിശദാംശങ്ങൾ ഞാൻ ഇപ്പോഴും വളരെ വ്യക്തതയോടെ ഓർക്കുന്നു. ഗോയ്ഥെ ഈ ആശയം കടമെടുത്ത് വാസ്തുകലയെ സംബന്ധിച്ച തന്റെ പരാമർശത്തിൽ ഉൾപ്പെടുത്തിയെന്നും 'വാസ്തുകല ശിലാഭവിച്ച സംഗീതമാണെന്ന്' അഭിപ്രായപ്പെട്ടുവെന്നും പ്രൊഫസർ കൂട്ടിച്ചേർത്തു. കലയെക്കുറിച്ചും ജീവിതത്തെ സംബന്ധിച്ചുമുള്ള അദ്ദേഹത്തിന്റെ സംസാരത്തിലുടനീളം നിറഞ്ഞുനിന്ന കാവ്യാത്മകത ആദ്യദിവസം മുതൽതന്നെ എന്നെ ആകർഷിച്ചിരുന്നു. താൻ അവതരിപ്പിക്കുന്ന പ്രഭാഷണങ്ങളിലെ വിഷയങ്ങളെ അടയാളപ്പെടുത്തുകയോ അല്ലെങ്കിൽ ആ ആശയങ്ങൾ വിവരിക്കുന്നതിന് സഹായകരമാവുകയോ ആയ പരാമർശങ്ങൾ കണ്ടെത്തുന്നതിൽ അദ്ദേഹത്തിന് വല്ലാത്ത മികവുണ്ടായിരുന്നു. 'യാഥാർത്ഥ്യത്തെ പ്രതിനിധാനം ചെയ്യുന്ന നുണയാണ് കല' എന്ന പിക്കാസോവിന്റെ വാക്കുകൾ കടമെടുത്ത് നടത്തിയ വിശദീകരണങ്ങൾതന്നെ നല്ലൊരു ഉദാഹരണമാണ്. ക്ലാസ്സിനുള്ളിൽ അദ്ദേഹം അവതരിപ്പിച്ചിരുന്ന ചിത്രങ്ങളും രൂപങ്ങളുമൊക്കെ ആ പ്രഭാഷണങ്ങൾക്ക് വേറിട്ടൊരു മാനവും നൽകിയിരുന്നു. വളരെ വരണ്ടതും മടുപ്പുളവാക്കുന്നതുമായ മറ്റുള്ള അദ്ധ്യാപകരുടെ അദ്ധ്യാപനങ്ങളിൽനിന്നും അവയെ വ്യത്യസ്തമാക്കി മാറ്റുകയും ചെയ്തിരുന്നു.

ഏതാണ്ട് അമ്പതിനോടടുത്താണ് പ്രായം. ഉന്നതപഠനത്തിനുശേഷം കുറച്ച് വർഷങ്ങൾക്കുമുമ്പാണ് അദ്ദേഹം ഇറ്റലിയിൽനിന്നും മടങ്ങി എത്തിയത്. അറബ് രാജ്യങ്ങളുടെ ദേശാതിരുകൾക്കപ്പുറം പ്രശസ്തി നേടിയ കലാകാരനായിരുന്നു അദ്ദേഹം. പരീക്ഷണാത്മകമായ ധാരാളം ചിത്രങ്ങൾ നിരൂപക പ്രശംസ നേടുകയും വ്യക്തിപരമായും പങ്കാളിത്തത്തോടെയുമുള്ള എക്സിബിഷനുകളിൽ അദ്ദേഹത്തിന്റെ ഒട്ടേറെ ചിത്രങ്ങൾ പ്രദർശിപ്പിക്കുകയും ചെയ്തിട്ടുണ്ട്. ഇടയ്ക്കിടയ്ക്കായി കലയേയും കലാചരിത്രത്തേയും സംബന്ധിച്ച് ജേർണലുകളിലും ആനുകാലികങ്ങളിലുമൊക്കെ നിരൂപണലേഖനങ്ങൾ എഴുതാറുമുണ്ട്. അതിലെ ചില പരാമർശങ്ങൾ ആവർത്തിക്കുകയോ, ബോർഡിൽ എഴുതുകയോ ചെയ്യുമ്പോഴൊക്കെ ആ കറുത്ത കണ്ണുകളിലെ തിളക്കം ഞാൻ ഇപ്പോഴും ഓർക്കുന്നു. നീണ്ടു ചുരുണ്ട തലമുടി കാരണം ബൊഹീമിയൻ കലാകാരന്മാരുടെ പരമ്പരാഗത രൂപത്തോട് സാമ്യമുള്ള രൂപമായിരുന്നു അദ്ദേഹത്തിന്റേത്. ഇത് മറ്റ് അദ്ധ്യാപകരിൽനിന്നും വിദ്യാർത്ഥികളിൽനിന്നുമൊക്കെ അദ്ദേഹത്തെ വ്യത്യസ്തനാക്കിയിരുന്നു. ഒപ്പം തിങ്ങിയ മീശയും നീണ്ട താടിയുമുണ്ട്. നര കയറിയ താടിയുടെ അറ്റത്തായിരിക്കും മിക്കപ്പോഴും അദ്ദേഹത്തിന്റെ കൈകൾ.

ലക്ചർ ഹാളിൽ കുറച്ച് ഇരുട്ടുണ്ടായിരുന്നു. സ്ലൈഡുകൾ വ്യക്തമായി കാണാനായി കർട്ടനുകൾ താഴ്ത്തി ഇടുവാൻ പ്രൊഫസർ വിദ്യാർത്ഥികളുടെ സഹായം തേടി. മുപ്പതിലധികം വിദ്യാർത്ഥികളെക്കൊണ്ട് ഹാൾ നിറഞ്ഞിരുന്നു. പിറകുവശത്ത് ഇരിക്കുകയായിരുന്ന ഞാൻ നോട്ട് കുറിക്കാനായി പുസ്തകം പുറത്തെടുത്തു. ഈ പ്രഭാഷണം ഒരാമുഖമായിരിക്കുമെന്നും ശില്പകലയുടെ ചരിത്രത്തെ സംബന്ധിച്ച് വളരെ വേഗത്തിലുള്ള

പനോരമിക് യാത്രയായിരിക്കുമെന്നു അദ്ദേഹം പറഞ്ഞു. കടലാസിലേക്ക് നോക്കാതെ സംസാരിക്കുന്ന സർവ്വവിജ്ഞാനകോശമായിരുന്നു പ്രൊഫസർ. ആ സമയം അദ്ദേഹവും റാഇദ് സാറും തമ്മിൽ എന്തോ സാമ്യമുള്ളതു പോലെ മനസ്സ് പറഞ്ഞു. റാഇദ് സാറും പ്രഭാഷണം തുടങ്ങുന്നത് കലയെക്കുറിച്ചും പ്രത്യേകിച്ച് ശില്പകലയെ സംബന്ധിച്ചും അതിന് അനശ്വരതയുമായുള്ള ബന്ധത്തെക്കുറിച്ചും സംസാരിച്ചുകൊണ്ടായിരുന്നു. പുരാതന കാലങ്ങളിലെ ശില്പകലകളൊന്നും സ്വതന്ത്രസൃഷ്ടികളായിരുന്നില്ല. മറിച്ച്, അവ ആരാധനാലയങ്ങളുടേയും ക്ഷേത്രങ്ങളുടേയുമൊക്കെ ചുമരുകളുടെ ഭാഗമായിരുന്നത്രെ. പിന്നീട് പ്രഭാഷണം നീങ്ങിയത് പുരാതനകാലങ്ങളിലെ വിവിധ സംസ്കാരങ്ങളുടെ ശില്പകലകളെ സംബന്ധിച്ചായിരുന്നു.

ആദ്യം ഗ്രീക്ക്-റോമൻ ക്ലാസിക്കൽ കാലത്തെ സംബന്ധിച്ചും പിന്നീട് നവോത്ഥാന കാലഘട്ടത്തിലെ ശില്പകലയെക്കുറിച്ചും വിവരിച്ചു. കുറച്ചു നേരം മൈക്കലാഞ്ചലോയേയും അദ്ദേഹത്തിന്റെ ഡേവിഡ് എന്ന ശില്പത്തെക്കുറിച്ചുമായി സംസാരം. ബാറൂഖ് കൾച്ചറൽ മൂവ്മെന്റിന്റെ കാലം മുതൽ രൂപങ്ങൾക്ക് കൂടുതൽ പ്രാധാന്യവും ചലനാത്മകതയും കൈവന്നു തുടങ്ങി. പിന്നെ അഗസ്റ്റെ റോഡിൻ എന്ന ഫ്രഞ്ച് ശില്പിയെക്കുറിച്ച് ചർച്ച ചെയ്തു. പിക്കാസോയെ സംബന്ധിച്ച സംഭാഷണത്തിലൂടെ ഒരൊറ്റ ശില്പത്തിൽ വിവിധ വസ്തുക്കൾ എങ്ങനെ സംയോജിക്കുന്നുവെന്നും അതിലൂടെ ഇരുപതാം നൂറ്റാണ്ടിന്റെ ആരംഭത്തിൽ ശില്പകല എങ്ങനെ മാറിപ്പോയെന്നും അദ്ദേഹം വിവരിച്ചു. ചിത്രകലയിൽ കൊളാഷ് എപ്രകാരം വഴിത്തിരിവായി മാറിയോ അതുപോലെ ശില്പകലയുടെ ചരിത്രത്തിൽ മൗലികമായൊരു സന്ദർഭമായിരുന്നു അത്.

പ്രൊഫസറുടെ വാക്കുകൾ തന്നെ ശ്രദ്ധിച്ചിരിക്കുകയായിരുന്നു ഞാൻ. ഒപ്പം അദ്ദേഹം പ്രദർശിപ്പിച്ച ചിത്രങ്ങളും സൃഷ്ടികളും എന്നെ അതിശയിപ്പിക്കുകയും ചെയ്തു. ഞങ്ങൾ ഹാളിൽനിന്നും പുറത്തിറങ്ങിയത്, അകത്തേക്ക് കയറാനായി കാത്തിരിക്കുകയായിരുന്ന ചില വിദ്യാർത്ഥികൾ ഇടയ്ക്ക് വാതിലിലൂടെ എത്തിനോക്കിയപ്പോഴായിരുന്നു. ഞങ്ങൾ അകത്തുണ്ടെന്നറിയുമ്പോൾ ഈ വിദ്യാർത്ഥികൾ തിരിച്ചുപോകും. പ്രൊഫസറുടെ ക്ലാസിൽ സമയം പോകുന്നതറിയില്ല.

പ്രൊഫസർ തന്റെ കടലാസുകൾ പെറുക്കിയെടുത്ത് ബാഗിനുള്ളിലേക്ക് വച്ചുകൊണ്ടിരിക്കുന്നതിനിടയിൽ ഞാൻ അരികിലേക്ക് ചെന്ന് സ്വിസ് ശില്പകലാ വിദഗ്ധനായ അൽബെർട്ടോ ജിയോകോമെത്തിയെ സംബന്ധിച്ച് ചോദിച്ചു. പ്രഭാഷണത്തിനിടയ്ക്ക് ജിയോകോമെത്തിയുടെ 'നടക്കും മനുഷ്യൻ' എന്ന തലക്കെട്ടിലുള്ള ഒരു ശില്പത്തിന്റെ ചിത്രം പ്രൊഫസർ കാണിച്ചത് എന്റെ ശ്രദ്ധയാകർഷിക്കുകയും അദ്ഭുതപ്പെടുത്തുകയും ചെയ്തിരുന്നു. ബാഗിന്റെ വള്ളി തോളിൽ തൂക്കുന്നതിനിടയിൽ പുഞ്ചിരിച്ചുകൊണ്ട് അദ്ദേഹം ചോദിച്ചു:

"അതിന് മാത്രം അദ്ദേഹത്തിൽ നിന്നെ ആകർഷിച്ച കാര്യമെന്താണ്?"

ഞാൻ പരിഭ്രമിച്ചുപോയി. സത്യത്തിൽ ഒരു കലാസൃഷ്ടിയെ ഇഷ്ടപ്പെടാനുള്ള കാരണങ്ങളെക്കുറിച്ചൊന്നും ഞാൻ ചിന്തിച്ചിരുന്നില്ല. സൗന്ദര്യാനുഭവമായിരുന്നു ഉള്ളിൽ. ഒന്ന് മടിച്ചുനിന്നശേഷം ഞാൻ പറഞ്ഞു:

"കൃത്യമായിട്ട് എന്താണെന്നറിയില്ല. പക്ഷേ, ആ ശില്പത്തിലെ മനുഷ്യൻ ദുഃഖിതനും ഏകാകിയുമാണെന്ന് തോന്നുന്നു."

പുഞ്ചിരിക്കുമ്പോൾ ആ കണ്ണുകൾ തിളങ്ങി.

"കൊള്ളാമല്ലോ? ജീവിതത്തിന്റെ അർത്ഥരാഹിത്യത്തെ സംബന്ധിച്ച് അസ്തിത്വവാദപരമായ വീക്ഷണം വച്ചുപുലർത്തുന്നവയാണ് ജിയോകോമെത്തിയുടെ സൃഷ്ടികളെന്നാണ് പല നിരൂപകരും അഭിപ്രായപ്പെട്ടിട്ടുള്ളത്."

അപ്പോൾ സംസാരിച്ച വാക്യത്തിലെ കുറച്ച് ഭാഗങ്ങൾ വ്യത്യസ്തമായ ശബ്ദത്തിൽ സാഹിത്യഭാഷയിലാണ് അദ്ദേഹം പറഞ്ഞത്..

"നിന്റെ പേര് ഒന്നുകൂടി പറയാമോ?"

"ജവാദ്"

"അപ്പോൾ ജവാദ് നീ അദ്ദേഹത്തെ ഇഷ്ടപ്പെടുന്നുവല്ലേ? ദുഃഖിതനും ഏകാകിയുമായ ആ മനുഷ്യനെ?"

ഞങ്ങൾ ജിയോകോമെത്തിയെക്കുറിച്ചും പരീക്ഷണാത്മക ശില്പകലയെക്കുറിച്ചും സംസാരിച്ചുകൊണ്ടിരുന്നു. ഹാളിൽനിന്നും പുറത്തിറങ്ങി, പ്രൊഫസറുടെ ഓഫീസ് മുറിയിലെത്തിയപ്പോൾ അദ്ദേഹം അകത്തേക്ക് ക്ഷണിച്ചു. മേശപ്പുറത്ത് നിറയെ കടലാസുകളും പുസ്തകങ്ങളും മറ്റും കുന്നുകൂടി കിടക്കുന്നു. ചുമര് നിറയെ പുസ്തകങ്ങൾകൊണ്ട് വീർപ്പുമുട്ടുന്ന ഷെൽഫുകൾ. ബാഗ് മേശമേൽവച്ചശേഷം എനിക്ക് ഇരിക്കാനായി കസേരയിൽനിന്നും കടലാസുകളും പത്രങ്ങളുമൊക്കെ എടുത്തുമാറ്റി. അതൊക്കെ തറയിൽ ഇട്ടശേഷം എന്നോട് ഇരിക്കാൻ പറഞ്ഞു. പുസ്തകങ്ങളുടെ പേരുകൾ വായിച്ചുനോക്കി. മിക്കവയും അറബിയിലും ഇംഗ്ലീഷിലുമായിരുന്നു. അവയ്ക്കിടയിൽ ചില ഇറ്റാലിയൻ തലക്കെട്ടുകളും കണ്ടു. ചുവരിൽ ബാക്കിയുള്ള സ്ഥലത്ത് ബ്ലാക്ക് ആന്റ് വൈറ്റിലുള്ള ജിയോകോമെത്തിയുടെ വലിയൊരു ചിത്രം തൂക്കിയിരിക്കുന്നു. അദ്ദേഹം തന്റെ ചെറിയ ശില്പവുമായി രണ്ട് വലിയ പ്രതിമകൾക്കിടയിലൂടെ നടക്കുന്ന ചിത്രമായിരുന്നു അത്. ഈ രണ്ട് വലിയ ശില്പങ്ങളിൽ ഒന്നിന്റെ ചിത്രം പ്രൊഫസറിന്റെ പ്രഭാഷണത്തിനിടയിൽ ഞങ്ങൾ പരിചയപ്പെട്ടതാണ്. ഈ ചിത്രം എന്റെ ശ്രദ്ധയാകർഷിക്കുന്നത് പ്രൊഫസറുടെ കണ്ണിൽപ്പെട്ടു. അതോടെ ആദ്യം കാണുന്നത് പോലെ അദ്ദേഹവും ആ ചിത്രത്തിലേക്ക് നോക്കാൻ തുടങ്ങി.

"ഇതാണ് നിന്റെ സുഹൃത്തായ ജിയോകോമെത്തി. അദ്ദേഹം തന്റെ സ്റ്റുഡിയോയിൽ നിൽക്കുന്ന ചിത്രമാണിത്."

എന്റെ പശ്ചാത്തലവും ഇക്കാര്യത്തിലുള്ള ശ്രദ്ധയും എന്താണെന്ന് തിരക്കിയ പ്രൊഫസർ ഞാൻ പറഞ്ഞ കാര്യങ്ങൾ ശ്രദ്ധയോടെ കേട്ടു

കൊണ്ടിരുന്നു. കലയുമായി യാതൊരു ബന്ധവുമില്ലാത്ത ഒരു ദരിദ്രപശ്ചാത്തലത്തിൽനിന്നാണ് താനും വരുന്നതെന്ന് അദ്ദേഹം പറഞ്ഞു. ഒരു പേപ്പർ മില്ലിലെ സാദാ തൊഴിലാളിയായിരുന്ന പിതാവ് മകനെ എഞ്ചിനീയർ ആക്കണമെന്നാണ് കരുതിയത്. അല്ലാതെ കലാകാരനാകാനായിരുന്നില്ല. ഇറ്റലിയിൽവെച്ച് ജിയോകോമെത്തിയെ കാണാനുള്ള അവസരം ലഭിച്ചോ എന്നു ചോദിച്ചപ്പോൾ ഇല്ലെന്നായിരുന്നു മറുപടി. 1966-ൽ മരണപ്പെട്ട അദ്ദേഹം സ്വിറ്റ്സർലണ്ടിലായിരുന്നുവത്രെ താമസിച്ചിരുന്നത്.

തന്റെ കസേരയിൽനിന്നും എഴുന്നേറ്റ പ്രൊഫസർ ഓഫീസ് മുറിയുടെ മധ്യഭാഗത്ത് വന്ന് എന്തോ തേടുന്നതുപോലെ ഷെൽഫുകളിലേക്ക് നോക്കി. അര മിനുറ്റ് നേരം പരതിയശേഷം മുകളിലത്തെ ഷെൽഫിലേക്ക് കൈനീട്ടി ഒരു പുസ്തകം എടുത്തു. ഇടത്തരം വലിപ്പത്തിലുള്ള ആ പുസ്തകത്തിന്റെ പുറംചട്ടയിൽ വലിയ അക്ഷരത്തിൽ ജിയോകോമോമെത്തിയുടെ പേര് രേഖപ്പെടുത്തിയിരിക്കുന്നു. പൊടി തട്ടി ആ പുസ്തകം എനിക്ക് നീട്ടിയശേഷം അദ്ദേഹം പറഞ്ഞത് ജിയോകോമെത്തിയുടെ മുഴുവൻ സൃഷ്ടികളും അതിലുണ്ടെന്നും സൂക്ഷിച്ച് കൈകാര്യം ചെയ്യുമെന്ന് ഉറപ്പുണ്ടെങ്കിൽ വായിക്കാൻ കൊണ്ടുപോകാമെന്നുമായിരുന്നു. വളരെയധികം സന്തോഷമാണ് തോന്നിയത്. ഞാനിത് മുഴുവൻ വായിക്കുമെന്ന് അദ്ദേഹത്തിന് ഉറപ്പു കൊടുത്തു. വാച്ചിലേക്ക് നോക്കി തനിക്ക് അല്പം സമയം കഴിയുമ്പോൾ ഒരു ലക്ചർ ക്ലാസിൽ പങ്കെടുക്കേണ്ടതുണ്ടെന്ന് പ്രൊഫസർ പറഞ്ഞു. ഊഷ്മളമായി കൈപിടിച്ചുകുലുക്കി നന്ദിയും പറഞ്ഞാണ് ഞാൻ അദ്ദേഹത്തിന്റെ ഓഫീസിൽനിന്നും പുറത്തേക്കിറങ്ങിയത്.

അവിടെനിന്നും നേരെ പോയത് ലൈബ്രറിയിലേക്കായിരുന്നു. കൈയിലുള്ള പുസ്തകത്തിൽ ചിത്രങ്ങൾക്കും സ്ലൈഡുകൾക്കും ഒപ്പം ചേർത്തിട്ടുള്ള ഇംഗ്ലീഷിലുള്ള വിവരണങ്ങൾ മനസ്സിലാകാൻ നിഘണ്ടുക്കൾ പരിശോധിക്കണമായിരുന്നു. വളരെ ഉത്സാഹത്തോടെയാണ് ഞാൻ ആ പുസ്തകം വായിക്കാനിരുന്നത്. ജിയോകോമെത്തിയുടെ ജീവിതത്തേയും വിവിധ ദശകളേയും സംബന്ധിച്ച വിവരങ്ങളൊക്കെ മനസ്സിലാക്കി. അദ്ദേഹത്തിന്റെ സൃഷ്ടികളുടെ മായിക വലയത്തിൽപ്പെട്ടപ്പോൾ അവയിൽ ഒളിഞ്ഞിരിക്കുന്ന രഹസ്യങ്ങളെന്തെന്ന് അറിയണമെന്ന് തോന്നി. ആ കുടുംബചിത്രത്തിലേക്ക് നോക്കിയപ്പോൾ അദ്ദേഹം എന്റെ ഉറ്റ ബന്ധുക്കളിൽ ഒരാളായി മാറിയോ എന്നായിരുന്നു തോന്നിപ്പോയത്. 1901ൽ സ്വിറ്റ്സർലാണ്ടിൽ ജനിച്ച ജിയോകോമെത്തി 1966ൽ ആയിരുന്നു അന്തരിച്ചത്. രണ്ട് ലോകമഹായുദ്ധങ്ങൾക്ക് സാക്ഷിയായി എന്നത് ആ കൃതികളിലെ ദുഃഖത്തിന്റെ കാരണം വിശദീകരിക്കുന്നു. വിഖ്യാത ഫ്രഞ്ച് ശില്പിയായിരുന്ന അഗസ്റ്റെ റോഡിനിന്റെകൂടെ പ്രവർത്തിച്ചിട്ടുള്ള മറ്റൊരു ഫ്രഞ്ച് ശില്പിയായ അന്റോണീ ബോർദെലെയ്ക്കൊപ്പമാണ് ജിയോകോമെത്തി ഫ്രാൻസിൽ പഠിച്ചത്. ക്യൂബിസം, സർറിയലിസം തുടങ്ങിയ കലാധാരകളാൽ സ്വാധീനിക്കപ്പെട്ട അദ്ദേഹത്തിന്റെ പേര് ഈ കലാപ്രസ്ഥാനങ്ങളുടെ മിന്നും താരങ്ങൾക്കൊപ്പമാണ് രേഖപ്പെടുത്തിയിട്ടുള്ളത്. എന്നാൽ

ജിയോകോമോമെത്തിയുടെ സൃഷ്ടികൾ തികച്ചും വ്യത്യസ്തമായിരുന്നു. അവയെ ഏതെങ്കിലുമൊരു കള്ളിയിൽ ഉൾപ്പെടുത്തുക എന്നത് ദുഷ്കര മായിരിക്കും. പുസ്തകത്തിലെ ഒരു താളിൽ അദ്ദേഹത്തിന്റെ പ്രശസ്ത മായ പരാമർശങ്ങൾ ഉൾക്കൊള്ളിച്ചിട്ടുണ്ട്. അതിലൊന്ന് എന്റെ ഓർമ്മ കളിൽ ഇപ്പോഴും തങ്ങിനിൽക്കുന്നു.

“ഞാൻ ഉണ്ടാക്കാൻ ആഗ്രഹിക്കുന്ന ശില്പങ്ങൾ മനുഷ്യന്റേതല്ല. മറിച്ച് അവൻ തന്റെ പിറകിൽ അവശേഷിച്ചുപോകുന്ന നിഴലിന്റേതായിരിക്കും.”

വിചിത്രമായ രീതിയിലുള്ള സ്ഥൂലമായ ശില്പങ്ങളായിരിക്കും ജിയോ കോമെത്തിയുടേത്. അവ കണ്ടാൽ കുഴിമാടങ്ങൾ മാന്തി പുറത്തേക്കെടുത്ത സ്ഥൂലമായ മമ്മികളാണെന്നോ, നൂലുകളാണെന്നോ മാത്രമേ തോന്നൂ. വളരെ കുറച്ച് മാത്രം വിശദാംശങ്ങളുള്ള നഗ്നശരീരങ്ങളായിരിക്കും മിക്ക സൃഷ്ടികളും. ചില സൃഷ്ടികളാകട്ടെ ശരീരമില്ലാതെ വായുവിൽ ഉലയുന്ന കൈകൾ മാത്രമായിരിക്കും. ജിയോകോമെത്തിയുടെ ലോകത്തിലെ മനു ഷ്യൻ ഏകനും ദുഃഖിതനുമാണെന്നാണ് എനിക്ക് തോന്നിയിട്ടുള്ളത്. അവയിലൊന്നും വ്യക്തമായ വിശദാംശങ്ങളുണ്ടാകില്ല. അജ്ഞേയമായ എന്തിൽനിന്നോ വരുന്ന ആ മനുഷ്യൻ സഞ്ചരിക്കുന്നതും അതേ ലോക ത്തിലേക്ക് തന്നെയായിരിക്കും.

പന്ത്രണ്ട്

അക്കാദമിയിലെ നാലാം വർഷാരംഭത്തിലെ ആദ്യ ആഴ്ചയിലായിരുന്നു ഞാൻ അവളെ വീണ്ടും കണ്ടത്. നാടകവകുപ്പ് മന്ദിരത്തിനടുത്തുള്ള ബെഞ്ചിൽ ഏകയായി ഇരിക്കുന്നു റീം. ധരിച്ചിരുന്നത് കറുത്ത വസ്ത്രങ്ങളും സൺഗ്ലാസുമായിരുന്നു. അരികിലേക്ക് ചെന്ന് ഞാൻ ശുഭാശംസ നേർന്നു. എന്നാൽ എന്നെ മനസ്സിലായില്ല എന്നായിരുന്നു ക്ഷമയോടെയുള്ള പ്രതി കരണം. ഞാനെന്റെ പേര് ഓർമ്മപ്പെടുത്തി. ഒപ്പം നാടക പരിശീലനത്തി നിടയ്ക്ക് വെള്ളത്തിൽ മുങ്ങിത്താഴുന്നതുമായി ബന്ധപ്പെട്ട പഴയ തമാശയും കഫെറ്റീരിയയിൽവച്ച് സംഭവിച്ച ചെറിയ കൂടിക്കാഴ്ചയെ സംബന്ധിച്ചും ഓർമ്മപ്പെടുത്തിയതോടെ അവൾക്ക് എന്നെ ഓർമ്മ വന്നു. അതൊക്കെ രണ്ട് വർഷങ്ങൾക്ക് മുമ്പായിരുന്നല്ലോ എന്ന് പറഞ്ഞ് അവൾ ക്ഷമ ചോദിച്ചു. കറുത്തവസ്ത്രം ധരിച്ചിരിക്കുന്ന കാരണം തിരക്കിയപ്പോൾ തന്റെ ഭർത്താവ് രണ്ട് മാസങ്ങൾക്ക് മുമ്പ് മരണപ്പെട്ടുവെന്ന് അവൾ പറഞ്ഞു. സങ്കടഭാവത്തിൽ ഞാൻ അനുശോചനമറിയിച്ചപ്പോൾ പുഞ്ചിരി യോടെ റീം നന്ദിപറഞ്ഞു. പട്ടാള ഉദ്യോഗസ്ഥനായിരുന്ന ഭർത്താവ് യുദ്ധ മുന്നണിയിൽ രക്തസാക്ഷിയായി എന്ന് അവൾ പറഞ്ഞപ്പോൾ, എന്റെ സഹോദരനും യുദ്ധത്തിൽ കൊല്ലപ്പെട്ടതാണെന്ന് ഞാൻ പറഞ്ഞു. അവളെ പ്രയാസപ്പെടുത്താനുള്ള ഉദ്ദേശ്യമില്ലാത്തതിനാൽ എന്തുകൊണ്ടാണ് ഇത്രയും കാലം എങ്ങോ മറഞ്ഞിരുന്നതെന്ന് ഞാൻ ചോദിച്ചില്ല. ഒരു കാര്യം

മാത്രം ചോദിച്ചു. തുടർന്ന് വിദ്യാഭ്യാസം പൂർത്തിയാക്കുവാൻ തന്നെയാണോ തിരികെ എത്തിയിരിക്കുന്നത്? പുഞ്ചിരിയോടെ അവൾ തലകുലുക്കി.

അങ്ങനെ മരണം അവളെ എനിക്കരികിലേക്ക് തിരികെ കൊണ്ടുവന്നിരിക്കുന്നു.

പതിമ്മൂന്ന്

കുറച്ച് കാലമായി മനസ്സിൽ നീറിക്കിടന്നിരുന്ന, ചോദിക്കാൻ ധൈര്യം കിട്ടാത്തൊരു ചോദ്യമുണ്ടായിരുന്നു. ഒരു ദിവസം രാവിലെ ഞാനക്കാര്യത്തെക്കുറിച്ച് അവളോട് ചോദിച്ചു.

"നിങ്ങൾ അദ്ദേഹത്തെ വളരെയധികം സ്നേഹിച്ചിരുന്നോ?"

"ആരെ?"

ഞാൻ ഭർത്താവിന്റെ കാര്യമാണ് ഉദ്ദേശിച്ചതെന്ന് അവൾക്ക് മനസ്സിലായില്ല എന്നത് അല്പം വിചിത്രമായി തോന്നിപ്പോയി.

"മരിച്ചുപോയ ആളെ"

എന്റെ നേരെ തിരിഞ്ഞ് തന്റെ മാന്ത്രികമായ കണ്ണുകൾകൊണ്ട് എന്നെത്തന്നെ നോക്കുകയായിരുന്നു റീം. അവൾക്കേറെ ഇഷ്ടമുള്ള ഈന്തപ്പനയുടെ താഴെ അടുത്തടുത്തായി ഇരിക്കുകയായിരുന്നു ഞങ്ങൾ. ഒന്നും മിണ്ടാതെ മുന്നിലേക്ക് നോക്കി ഇരിക്കുന്ന റീമിനെ കണ്ടപ്പോൾ ഞാനവളുടെ വികാരങ്ങളെ മുറിവേൽപ്പിക്കുകയും ഇനിയും ഉണങ്ങാത്ത മുറിവിനെ തൊട്ടുണർത്തുകയും ചെയ്തോ എന്ന ഭയമായിരുന്നു മനസ്സ് നിറയെ.

"ക്ഷമിക്കണം. ഞാനുദ്ദേശിച്ചത് നിങ്ങളെ വേദനിപ്പിക്കാനല്ല."

അവൾ പുഞ്ചിരിയോടെയാണ് പ്രതികരിച്ചത്. "ഓ, അതിലൊരു കുഴപ്പവുമില്ല. അതൊരു വൈകാരിക വിഷയമാണ്. നിങ്ങളെ കൂടുതൽ വിശ്വാസമാകുമ്പോൾ ഞാനത് പറയാം."

"അതെന്നായിരിക്കും?"

"ധൃതി കാണിക്കേണ്ട"

അന്നുമുതൽ അവളുടെ വിവാഹവുമായി ബന്ധപ്പെട്ട കാര്യങ്ങൾ ചോദിക്കാതിരിക്കാനോ, അക്കാര്യത്തെ സ്പർശിക്കാതിരിക്കാനോ ഞാൻ പ്രത്യേകം ശ്രദ്ധിച്ചു. രണ്ട് മാസത്തിനുശേഷം ആർട്ട് അക്കാദമിക്ക് സമീപമുള്ള ബ്രിട്ടീഷ് കൗൺസിലിന്റെ കഫെറ്റീരിയയിൽ ഇരിക്കുകയായിരുന്നു ഞങ്ങൾ. അപ്പോൾ റീം എനിക്ക് പിതാവുമായുള്ള ബന്ധത്തെക്കുറിച്ച് ചോദിച്ചു. പിതാവിനൊപ്പം തൊഴിലെടുക്കാൻ തയ്യാറാകാതെ ഞാൻ കലാപഠനം തിരഞ്ഞെടുത്തതിൽ അദ്ദേഹത്തിനുള്ള നിരാശയും അതിനെത്തുടർന്ന് ഞങ്ങൾക്കിടയിലുണ്ടായ സംഘർഷങ്ങളെ സംബന്ധിച്ചും ഞാൻ റീമിനോട് സംസാരിച്ചു. റീം തന്റെ പിതാവിനെക്കുറിച്ച് പറഞ്ഞത്

അവളുടെ പ്രവൃത്തികളെ സംബന്ധിച്ചോ, ഭാവിയെക്കുറിച്ചോ, പഠനത്തെക്കുറിച്ചോ ഒന്നുംതന്നെ ആ മനുഷ്യൻ ശ്രദ്ധിച്ചിരുന്നില്ല എന്നായിരുന്നു.

താൻ ഏതെങ്കിലും വിഷയം പഠിക്കണമെന്നോ, കലാ അക്കാദമിയിൽ ചേരരുത് എന്നോ മറ്റോ വാപ്പ പറഞ്ഞിരുന്നെങ്കിലെന്ന് കൊതിച്ചുപോയിട്ടുണ്ടെന്ന് റീം പറഞ്ഞു.

"കാരണം, അത് എന്റെ കാര്യങ്ങളിൽ അദ്ദേഹത്തിന് ശ്രദ്ധയും താത്പര്യവുമുണ്ടെന്ന് കരുതാൻ സഹായിക്കുമായിരുന്നു. അദ്ദേഹം എപ്പോഴും തന്റെ വ്യവസായ കാര്യങ്ങളിൽ വ്യാപൃതനായിരുന്നു. അപൂർവ്വമായേ നേരിൽ കാണാനോ, ഒപ്പം ഇരിക്കാനോ സാധിച്ചിരുന്നുള്ളൂ. അദ്ദേഹത്തിന്റെ വ്യവസായസംരംഭങ്ങളോട് കിടപിടിക്കുവാൻ പുതിയ ഭാര്യയ്ക്ക് മാത്രമേ സാധിക്കൂ. എന്റെ ഉമ്മയുടെ മരണശേഷം ഈ ലാഭകരമായ കച്ചവടഇടപാടുകളുടെ കൂട്ടത്തിലേക്ക് വന്ന് ചേർന്നതാണ് ഈ പുതിയ ഭാര്യയും. അവർ ഞങ്ങൾക്കൊപ്പം ജീവിക്കാൻ തുടങ്ങിയതോടെ എന്റെ ജീവിതം നരകതുല്യമായി മാറി. സർവ്വരീതികളും ഉപയോഗിച്ച് അവർ എന്നോട് പോരിന് വരും. ഒരു വിവാഹം കഴിക്കുക മാത്രമായിരുന്നു എന്റെ മുന്നിലുള്ള രക്ഷപ്പെടാനുള്ള ഒരേയൊരു വഴി. എനിക്കെന്റെ ഭർത്താവിനെ ഇഷ്ടമായിരുന്നില്ല. എങ്കിലും ഒപ്പം ജീവിക്കുമ്പോൾ ഏതെങ്കിലും തരത്തിലുള്ള സ്നേഹം ഉടലെടുക്കുമെന്ന് കരുതി. ഹൈസ്കൂളിൽ പഠിക്കുമ്പോൾ ഞങ്ങളുടെ തെരുവിൽ താമസിച്ചിരുന്ന ഒരു ചെറുപ്പക്കാരനുമായി ഞാൻ പ്രണയത്തിലായി. പിന്നീടാണ് മനസ്സിലായത് ബന്ധത്തിന് ആഴമോ, ഗൗരവമോ ഉണ്ടാകാൻ പോകുന്നില്ലായെന്ന്. ഫോണിലൂടെയുള്ള രണ്ട് കൗമാരക്കാരുടെ സംസാരം, രാത്രികാലങ്ങളിലെ പിറുപിറുക്കൽ, അവസരം കിട്ടുമ്പോഴൊക്കെയുള്ള സംഗമങ്ങൾ ഇവയൊക്കെയായിരുന്നു ആ ബന്ധത്തിലുണ്ടായിരുന്നത്. അയാളുടെ കുടുംബം കുറച്ചകലെയുള്ള അൽ-സയ്യിദിയ്യയിലേക്ക് താമസം മാറിയതോടെ ആ ബന്ധം അവസാനിച്ചു. ആ കുടുംബത്തിന് സ്വന്തമായി വാഹനവുമുണ്ടായിരുന്നില്ല. രാത്രി സംഭാഷണങ്ങൾ കുറഞ്ഞതോടെ എല്ലാം കെട്ടണഞ്ഞു.

"ഈ അക്കാദമിയിൽ പ്രവേശനം നേടുന്നതിന് തൊട്ടുമുമ്പുള്ള വേനലവധിക്കാലത്ത് എന്നെ വിവാഹമന്വേഷിക്കാനായി ബന്ധുക്കളിലൊരാൾ മുന്നോട്ടുവന്നു. ചില വിവാഹചടങ്ങുകളിൽവച്ച് ഞാൻ അയാളെ രണ്ട്, മൂന്ന് തവണ നേരത്തെ കണ്ടിട്ടുണ്ട്. കൺട്രോൾ എൻജിനീയറിംഗ് പഠിച്ചശേഷം ഇറാഖി സൈന്യത്തിലെ റിപ്പബ്ലിക്കൻ ഗാർഡ്സിൽ ലെഫ്റ്റനന്റായി മാറിയ അയാൾ ധീരതയ്ക്കുള്ള രണ്ട് മെഡലുകളും നേടിയിട്ടുണ്ട്. ഒരിക്കൽ സ്കൂളിൽനിന്ന് വീട്ടിലേക്ക് പോകുന്ന എന്നെ കാണാനിടയായ ഇയാൾ ഒപ്പം കൊണ്ടുചെന്നാക്കാം എന്നു പറഞ്ഞു. നന്ദിപറഞ്ഞുകൊണ്ട് ഞാൻ ആ വാഗ്ദാനം നിരസിച്ചു. എന്നാൽ പിന്നീടയാൾ പറഞ്ഞത് ഈ സംഭവം സ്വാഭാവികമായി ഉണ്ടായതല്ലെന്നും എന്നിലേക്കടുക്കാനും സ്വഭാവമെന്തെന്ന് അറിയാനുമുള്ള ഒരു ശ്രമമായിരുന്നു എന്നുമാണ്. പരമ്പരാഗത വിവാഹ സമ്പ്രദായത്തിൽ വിശ്വാസമൊന്നുമില്ലായിരുന്നു എനിക്ക്. എന്നാൽ

വാപ്പയുടെ ഭാര്യയുടെ പിടിയിൽനിന്നും രക്ഷപ്പെടുക മാത്രമായിരുന്നു എന്റെ ലക്ഷ്യം. അതിനാൽ വിലപേശാൻ വഴിയൊന്നുമില്ലാതെ ഞാൻ വഴങ്ങിക്കൊടുത്തു.

"അയാദ് സുന്ദരനായിരുന്നു. വിവാഹം ഉറപ്പിച്ച നാളുകളിൽ തന്റെ അവധികൾക്കിടയിൽ മൂന്നാഴ്ച കൂടുമ്പോൾ വീട്ടിൽ വരുമ്പോഴൊക്കെ വലിയ മര്യാദക്കാരനുമായിരുന്നു. മാന്യതയും പരസ്പരധാരണയുമുള്ള പെരുമാറ്റം. പഠനം പൂർത്തിയാക്കാമെന്ന് അദ്ദേഹം വാഗ്ദാനം നൽകി. എനിക്ക് എല്ലാവിധ സ്വാതന്ത്ര്യവുമുണ്ടെന്നും പറഞ്ഞു. അയാളുടെ പക്വതയും എന്നെ അദ്ഭുതപ്പെടുത്തി. പ്രത്യേകിച്ച് വിദ്യാഭ്യാസം പൂർത്തിയാകും വരെ കുട്ടികൾ വേണ്ട എന്ന ആഗ്രഹം ഞാൻ പ്രകടിപ്പിച്ചപ്പോൾ അയാൾ അതംഗീകരിച്ചപ്പോൾ. കുട്ടികൾ ജനിക്കുമ്പോൾ യുദ്ധമുന്നണിയിലല്ല, താൻ ബാഗ്ദാദിലുണ്ടാകുമെന്ന് പറഞ്ഞു. കുട്ടികളെ താൻ തന്നെ വളർത്തുമത്രെ. രണ്ടോ, മൂന്നോ വർഷംകൂടി യുദ്ധം തുടരാൻ സാദ്ധ്യതയുണ്ട്. എന്റെ മുന്നിലുള്ള വഴികളിൽ എന്തുകൊണ്ടും ഭേദം അപ്പോൾ വിവാഹം തന്നെയായിരുന്നു. കൂടാതെ ഒറ്റയ്ക്ക് ജീവിക്കുക എന്നത് സാമ്പത്തികമായോ, സാമൂഹികമായോ അസാധ്യവുമായിരുന്നു.

"വാപ്പയ്ക്കാകട്ടെ ഇതിലൊന്നും വലിയ താത്പര്യമില്ലായിരുന്നു. ആകെക്കൂടി അദ്ദേഹം പറഞ്ഞത് എന്റെ ഭർത്താവാകാനിരിക്കുന്ന അയാദ് സാമ്പത്തിക സുസ്ഥിരതയുള്ള ആളാണെന്നും എന്റെ ഭാവി സുരക്ഷിതമായിരിക്കുമെന്നുമാണ്. താൻ നടപ്പാക്കാറുള്ള ഏതോ ലാഭകരമായ കച്ചവട ഇടപാടിനെക്കുറിച്ചായിരിക്കും വാപ്പ സംസാരിക്കുന്നതെന്നാണ് തോന്നിയത്. എന്റെ ശല്യം ഒഴിവാകുന്നതിലുള്ള സന്തോഷം മറച്ചുവയ്ക്കാനൊന്നും വാപ്പയുടെ രണ്ടാംഭാര്യ തുനിഞ്ഞില്ല. ബാഗ്ദാദിലെ ഷെറാട്ടൺ ഹോട്ടലിലായിരുന്നു ഞങ്ങളുടെ വിവാഹരാത്രി. ഒരാഴ്ച നീണ്ടുനിന്ന മധുവിധുകാലം. അൽഹബ്ബാനിയ്യ ലേക്ക് റിസോർട്ടിലുമായിരുന്നു. അതു കഴിഞ്ഞതും അയാൾ യുദ്ധമുന്നണിയിലേക്ക് മടങ്ങിപ്പോയി. ഞാനാകട്ടെ, സയ്യൂനയിൽ അയാൾ വാങ്ങിയ ചെറിയ വീട്ടിലേക്ക് ഒതുങ്ങിക്കൂടി. ഫാഷൻ ഹൗസ് മന്ദിരത്തിനടുത്തായിരുന്നു വീട്. നല്ല ശമ്പളമായിരുന്നു അയാൾക്ക് ലഭിച്ചിരുന്നത്. ഇത് കൂടാതെ രണ്ടുവർഷംമുമ്പ് ഒരു റോഡപകടത്തിൽ കൊല്ലപ്പെട്ട പിതാവിൽനിന്നും ധാരാളം സ്വത്തുക്കൾ അയാൾക്ക് അനന്തര സ്വത്തായി ലഭിക്കുകയും ചെയ്തിരുന്നു.

"അയാദ് രണ്ടാമത്തെ അവധിക്ക് വന്നതുമുതൽ പ്രശ്നങ്ങൾ തുടങ്ങി. അപ്പോഴാണ് സുന്ദരനും സൗമ്യനുമായ അയാദ് ഉള്ളിലൊരു അഗ്നിപർവ്വതം ഒളിച്ചിരിക്കുന്ന മലയാണെന്ന് വെളിവായത്. ഏത് നിമിഷവും അത് പൊട്ടിത്തെറിച്ച് ലാവ പുറത്തേക്കൊഴുകിയേക്കും. ഈ അഗ്നിപർവ്വതം എപ്പോൾ പൊട്ടിത്തെറിക്കുമെന്ന് അറിയുക ഒട്ടും എളുപ്പമല്ല. ആദ്യത്തെ പൊട്ടിത്തെറി അയാളുടെ ആസ്വാദനത്തിനൊത്ത് എന്റെ പാചകത്തിന്റെ നിലവാരം ഉയർന്നില്ല എന്നതുകൊണ്ടായിരുന്നു. പാചകത്തിൽ ഞാനത്ര കേമിയൊന്നുമായിരുന്നില്ല. എന്നാൽ മാതൃസഹോദരിയുടെ സഹായത്തോടെ ഞാൻ

പാചകനിലവാരം ഉയർത്താൻ ശ്രമിച്ചു. അയാളുടെ സംതൃപ്തിക്കായി ഉമ്മുമ്മയുടെ പാചകക്കുറിപ്പുകൾ പകർപ്പെടുത്ത് ഉപയോഗിക്കാൻ തുടങ്ങി. പാചകം നന്നാക്കാൻ ശ്രമിക്കാമെന്ന് വാക്കുകൊടുത്ത് ഞാൻ ക്ഷമ ചോദിച്ചു നോക്കി. വിവാഹനിശ്ചയവേളയിൽ എനിക്ക് പാചകത്തിൽ വലിയ പിടിയില്ലെന്ന് ഞാൻ അയാദിനോട് പറഞ്ഞിരുന്നതാണ്. അന്ന് അയാൾ പറഞ്ഞത് താൻ പട്ടാളത്തിലെ ഭക്ഷണം കഴിച്ച് ശീലിച്ചയാളാണെന്നും നമുക്ക് ഒരുമിച്ച് പാചകം ചെയ്യാമെന്നുമായിരുന്നു. എന്നാൽ അധികാരക്കസേരയിൽ എത്തുന്നതിന് മുമ്പായി രാഷ്ട്രീയപാർട്ടികൾ നൽകുന്ന മോഹനവാഗ്ദാനങ്ങൾപോലെയായിരുന്നു അയാളുടെ മധുര വർത്തമാനങ്ങളും.

"എന്നെ മർദ്ദിക്കാറുണ്ടായിരുന്ന ഈ മനുഷ്യൻ ശേഷം മാപ്പപേക്ഷിക്കുകയും ചുംബനങ്ങൾക്കൊണ്ട് മൂടുകയും ചെയ്യും. പ്രത്യേകിച്ച് കൈകളിൽ ചുംബിക്കും. സമ്മാനങ്ങൾ വാങ്ങി നൽകിയശേഷം ഇത് അവസാനത്തെ തവണയാണെന്നും മേലിൽ എന്റെ നേരെ കൈപൊക്കുകയില്ലെന്നും വാക്കുപറയും. പക്ഷേ, ഓരോ തവണയും 'അവസാനത്തെ തവണ'യായി മാറുമെന്ന് മാത്രം. ഒരു തവണ പൊട്ടിത്തെറിച്ചപ്പോൾ അയാൾ എന്റെ കൈ അടിച്ചൊടിച്ചു. വേദന സഹക്കവയ്യാതായപ്പോൾ രാത്രിയിൽ അയാൾ എന്നെ അൽ-ത്വവാരി അത്യാസന്ന ആശുപത്രിയിലേക്ക് കൊണ്ടുപോയി. ഞാൻ കോണിപ്പടിയിൽനിന്നും വഴുതിവീണതാണെന്ന് അയാൾ ഒരു കഥയുണ്ടാക്കി. കണ്ണുനീരൊഴുക്കി നിശ്ശബ്ദയായിരിക്കുകയായിരുന്നു ഞാൻ. ഭർത്താവ് പറഞ്ഞ കഥ തീരെ വിശ്വാസമില്ലാത്തതു പോലെയായിരുന്നു റസിഡന്റ് ഡോക്ടറുടെ ഭാവം കണ്ടപ്പോൾ തോന്നിയത്. എന്നാൽ അയാളുടെ പ്രതികരണം സംശയം നിറഞ്ഞ നോട്ടത്തിലൊതുങ്ങുകയായിരുന്നു. ഭർത്താവ് എന്നെ മർദ്ദിക്കുകയായിരുന്നു എന്ന് വിളിച്ചുകൂവണമെന്നുണ്ടായിരുന്നു. പ്രസിഡന്റിൽനിന്നും മൂന്ന് ധീരതയ്ക്കുള്ള മെഡലുകൾ സ്വന്തമാക്കിയ ഒരു പട്ടാള ഉദ്യോഗസ്ഥൻ സ്വന്തം ഭാര്യയെ ഉപദ്രവിക്കുമെന്ന് പറഞ്ഞാൽ ആരെങ്കിലും വിശ്വസിക്കുമോ?"

"ഈ സംഭവത്തിനുശേഷം സ്വന്തം വീട്ടിലേക്ക് മടങ്ങിപ്പോകാൻ തന്നെ ഞാൻ തീരുമാനിച്ചു. അയാൾ മാപ്പപേക്ഷിച്ചുനോക്കിയെങ്കിലും വാപ്പയുടെ അരികിലേക്ക് തിരികെപ്പോകുന്നതിൽ ഞാൻ ഉറച്ചുനിന്നു. ഞാൻ വീട്ടിലെത്തിയശേഷം എന്നെ കാണാനും പിന്തിരിപ്പിക്കുന്നതിനുമായി അയാദ് വീട്ടിലെത്തി. വാപ്പയോട് സംസാരിച്ച് ഇതൊക്കെ തെറ്റിദ്ധാരണയാണെന്ന് ബോധ്യപ്പെടുത്താൻ ശ്രമിച്ചു."

"ഭർത്താവ് യുദ്ധഭൂമിയിൽ മരിച്ചുവെന്നറിഞ്ഞപ്പോൾ ദുഃഖിതയാകുവാൻ ശ്രമിച്ചുവെങ്കിലും വിജയിച്ചില്ല. വല്ലാത്ത ആശ്വാസമാണ് മനസ്സിൽ തോന്നിയത്. എനിക്കതിൽ പിന്നീട് വല്ലാത്ത കുറ്റബോധം തോന്നിപ്പോയി. അനുശോചനവേളയിൽ ഞാനൊഴുക്കിയ കണ്ണുനീർ സത്യസന്ധമായിരുന്നു. എന്നാലത് നഷ്ടപ്പെട്ടുപോയ വർഷങ്ങളേയും സ്വന്തം ദുഃഖങ്ങളേയും കുറിച്ചായിരുന്നു എന്നു മാത്രം. ഇടയ്ക്കൊക്കെ അയാളുടെ ഉമ്മയെ കാണാൻ പോകുകയും അവരെ ആശ്വസിപ്പിക്കുകയും ചെയ്യും. നല്ലൊരു സ്ത്രീയായ അവർക്ക്

സ്വന്തം മകന്റെ ക്രൂരതകളും എന്റെ കഷ്ടപ്പാടുകളും അറിയാമായിരുന്നു. സർവ്വസൈന്യാധിപനായ പ്രസിഡന്റ് സദ്ദാം ഹുസൈന്റെ കൈയിൽനിന്നും ധീരതയ്ക്കുള്ള മെഡൽ ഏറ്റുവാങ്ങുന്ന മകന്റെ ചിത്രം ഫ്രെയിം ചെയ്ത് വീട്ടിലെ ടെലിവിഷന്റെ മുകളിൽ തൂക്കിയിരിക്കുകയാണ് ആ മാതാവ്. ആ ചിത്രം കാണുമ്പോഴൊക്കെ ഞാനയാളുടെ വന്യതകൾ ഓർത്തുപോകും."

തന്റെ വേദനകളൊക്കെ ഇങ്ങനെ എനിക്ക് വിവരിച്ചു തരുന്നതിനിടയ്ക്ക് റീം കണ്ണുനീർ തുടയ്ക്കുന്നുണ്ടായിരുന്നു.

പതിന്നാല്

സ്വന്തം ലോകത്തു നിന്നും ഒളിച്ചോടാനുള്ള ശ്രമമെന്നോണം പതിവു പോലെ ഞാൻ ഇന്റർനെറ്റിന് മുന്നിൽ കുത്തിയിരിക്കുകയാണ്. അപ്പോഴാണ് ഇന്ത്യൻ വേരുകളുള്ള ഇറാഖി കവി മുസഫ്ഫർ അൽ-നവാബിന്റെ വെബ്സൈറ്റും മധുരതരമായ ശബ്ദത്തിലുള്ള അദ്ദേഹത്തിന്റെ ചില കവിതകളുടെ റെക്കോർഡിംഗുകളും കണ്ടത്.

"ആഹ്! എത്ര ഇഷ്ടമാണ് മുല്ലപ്പൂക്കളെ നിനക്ക്!"

പത്തുവർഷം മുമ്പ് റീമുമായി ചെലവഴിച്ച ഒരു പ്രഭാതത്തിലേക്ക് എന്നെ കൂട്ടിക്കൊണ്ട് പോകുകയായിരുന്നു ആ റെക്കോർഡിംഗുകളുടെ കൂട്ടത്തിലെ ഈ വരി. അവൾ സ്വന്തം പൂന്തോട്ടത്തിൽനിന്നും എനിക്ക് കൊണ്ടുവന്ന് തരാറുള്ള മുല്ലപ്പൂക്കൾ... അതിന്റെ പരിമളം ശരീരത്തിന്റെ ഓരോ കോശങ്ങളിലും അരിച്ചിറങ്ങും. നനവും സുഗന്ധവുമുള്ള അവളുടെ ശബ്ദത്തെപ്പോലെതന്നെ:

"ഇത് നിങ്ങൾക്കായി കൊണ്ടുവന്നതാണ്."

റീമിന് മുമ്പ് എനിക്ക് രണ്ട് പെൺകുട്ടികളോട് അടുപ്പമുണ്ടായിരുന്നു. എന്നാൽ റീമുമായുള്ള ബന്ധമായിരുന്നു എല്ലാതരത്തിലും സമ്പൂർണ്ണമായ ബന്ധം. സ്വന്തം ഭർത്താവുമായുള്ള ബന്ധവും അതിലെ കഷ്ടപ്പാടുകളും അവളെ മുറിവേൽപ്പിച്ചിരുന്നു. മറ്റ് സ്ത്രീകളേക്കാൾ അവൾക്ക് വിശ്വാസ്യതയുണ്ടായിരുന്നു. റീം തന്റെ ലോകത്തിലേക്ക് മറ്റുള്ളവർക്ക് പ്രവേശനം അനുവദിക്കുന്നതിൽ വലിയ ജാഗ്രത പുലർത്തിയിരുന്നു. തന്റെ സ്വന്തം ഇടത്തെ പ്രതിരോധിക്കാൻ വരച്ചിട്ട കാണാഅതിർവരമ്പുകൾ മറികടക്കുവാൻ റീം ആരേയും അധികം അനുവദിക്കുകയും ചെയ്തിരുന്നില്ല. അവൾ പെട്ടെന്ന് കുരുക്കിൽ വീഴുന്ന ഇരയാണെന്ന് കരുതുന്നവരായിരിക്കും ബഹുഭൂരിപക്ഷം പുരുഷന്മാരും. അതിനാൽതന്നെ പുരുഷന്മാരുടെ കാര്യത്തിൽ അവൾ ഒരധികജാഗ്രത പുലർത്തിയിരുന്നു.

ഞങ്ങളുടെ സൗഹൃദത്തിന്റെ ആരംഭത്തിലും റീം അല്പം ജാഗ്രതയോടെയാണ് പെരുമാറിയത്. പല തവണ എന്നോട് ധൃതികൂട്ടരുതെന്ന് പറഞ്ഞിട്ടുമുണ്ട്. ധൃതിപിടിച്ച് ആക്രമിച്ചു കടക്കുന്നതിന് പകരം അവളുടെ ഹൃദയത്തിലേക്ക് പതിയപ്പതിയെ അടുക്കുന്നതിനായി ക്ഷമയോടെ

പെരുമാറാൻ പഠിക്കുകയായിരുന്നു ഞാൻ. അവളിലേക്ക് അടുക്കാനുള്ള എന്റെ പ്രധാന ആയുധം സൗമ്യത തന്നെയായിരുന്നു. ഒന്നായിത്തീരുന്നത് വരെ അവളെ നിരീക്ഷിക്കുമെന്നും മോഹിക്കുമെന്നും അതേ പാതയിൽ വ്യതിചലിക്കാതെ ചലിക്കുമെന്നും സ്വയം ബോധ്യപ്പെടുത്താൻ ശ്രമിച്ചു. കാലം കഴിയവേ ആ സൗഹൃദം വേർപ്പെടാനാവാത്തവിധം ഗാഢമാവുകയായിരുന്നു. യഥാർത്ഥത്തിലുള്ള വികാരങ്ങളെ സംബന്ധിച്ച് തുറന്നൊന്നും സംസാരിച്ചില്ലെങ്കിൽപോലും നിശ്ശബ്ദമായ നോട്ടങ്ങളും കടാക്ഷങ്ങളുമൊക്കെ പേരിടാൻ കഴിയാത്ത എത്രയോ കാര്യങ്ങൾ വെളിപ്പെടുത്തുകയായിരുന്നു. ഒപ്പം നടക്കുകയോ, ഇരിക്കുകയോ ചെയ്യുമ്പോഴൊക്കെ ഞങ്ങൾക്കിടയിലെന്തോ അലിഞ്ഞില്ലാതാകുന്നതുപോലെയാണ് തോന്നിയത്. മിക്കപ്പോഴും ഞാൻ അവളുടെ ചിത്രങ്ങൾ വരച്ച് സമ്മാനിക്കാൻ തുടങ്ങി. ലജ്ജയോടെയായിരിക്കും റീം അതിന് നന്ദി പറയുക.

"നിങ്ങൾക്ക് വരയ്ക്കാൻ വേറെ ഒന്നുമില്ലേ? ഒരു വിഷയവും?"

"ഇല്ല. നീ മാത്രമാണ്."

ഒരു ദിവസം എനിക്കവളുടെ ശില്പം പണിയണമെന്ന ആഗ്രഹമുണ്ടെന്ന് പറഞ്ഞു.

'അതിന് എന്ത് പ്രതിഫലം നൽകേണ്ടിവരും?"

"സൗജന്യം. ഒരു സമ്മാനമാണെന്ന് കരുതിക്കോളൂ. പക്ഷേ ശില്പം സൂക്ഷ്മമായിത്തീരാൻ നീ...."

നഗ്നയായി പോസ് ചെയ്യണമെന്ന് ഞാൻ കൈക്കൊണ്ട് ആംഗ്യം കാണിച്ചു. നീണ്ട ചിരിയായിരുന്നു അവളുടെ പ്രതികരണം.

"ഒരിക്കലും നടക്കില്ല. ഇതൊക്കെ പഴയ രീതിയല്ലേ? നിങ്ങളുടെ ശിരസ്സിൽ ഒരു ഈന്തപ്പന മുളച്ചുവന്നാലും നടക്കില്ല."

'കഷ്ടമായിപ്പോയി. ശിരസ്സിൽ ഈന്തപ്പന മുളച്ചുവന്നാൽ ഞാൻ സമ്മതിക്കാം' എന്നായിരുന്നു നീ പറയേണ്ടിയിരുന്നത്. കുറഞ്ഞത് സ്വന്തം ശിരസ്സിൽ ഞാനൊരു ഈന്തപ്പന മരം വച്ചുപിടിപ്പിച്ചേനേ."

"സ്വന്തം ശൈലി പരീക്ഷണാത്മകമാണെന്നാണല്ലേ നിങ്ങൾ വാദിക്കുന്നത്? പിന്നെ മോഡലിന്റെ ആവശ്യമെന്തിനാണ്?"

"അതൊരു പ്രേരണയല്ലേ കൂട്ടുകാരി?"

"നിങ്ങളുടെ കൂട്ടുകാരിയായത് എന്തായാലും നന്നായി."

ഒരു മൂന്നുമാസം കഴിഞ്ഞിട്ടുണ്ടാകും. അങ്ങനെയിരിക്കെ യാതൊരു മുന്നറിയിപ്പും കൂടാതെ തന്റെ വീട്ടിൽവച്ച് ഉച്ചഭക്ഷണം കഴിക്കാൻ റീം എന്നെ ക്ഷണിച്ചു. അവിടെ ആരൊക്കെയുണ്ടാകുമെന്ന് ഞാൻ തിരക്കി.

"അതെന്താ? പേടിയുണ്ടോ?"

ഞാൻ ചിരിച്ചു.

'ഇല്ല. എന്താ എനിക്ക് ചോദിക്കാൻ പാടില്ലേ?"

"വാപ്പ ജോലിത്തിരക്കുകളിലായിരിക്കും. അദ്ദേഹത്തിന്റെ രണ്ടാംഭാര്യ യാകട്ടെ മൊസൂളിലേക്ക് യാത്ര പോയിരിക്കുകയാണ്. വേറെയാരെ യെങ്കിലും ക്ഷണിക്കണമെന്ന് ആഗ്രഹമുണ്ടോ?"

"വേണ്ട. നമ്മൾ രണ്ടുപേരും മാത്രം മതി!"

അവൾക്കൊപ്പം കാറിൽ തനിച്ച് യാത്ര ചെയ്യുന്നത് ആദ്യമായിട്ടല്ല. നാടകം കാണാനെത്തുമ്പോൾ പരസ്പരം കാണുകയും എന്നെ വീടുവരെ അവൾ കൊണ്ടുചെന്നെത്തിക്കാറുമുണ്ട്. എന്നാൽ ഇതാദ്യമായിട്ടായിരിക്കും അവളുടെ വീട്ടിലേക്കോ, ഞങ്ങൾ മാത്രമുള്ള എവിടേക്കെങ്കിലുമോ പോകു ന്നത്.

അൽ-ജാദിരിയ്യ മേഖലയിലെ സുന്ദരമായ വലിയൊരു വീടായിരുന്നു അത്. അടുക്കള ഭാഗത്തുള്ള വാതിലിലൂടെ അകത്തുകയറിയശേഷം അതിഥികൾ ഇരിക്കാറുള്ള മുറിയിലേക്ക് നീളുന്ന ഇടനാഴിയിലൂടെ ഞാൻ അവൾക്ക് പിന്നാലെ നടന്നു. ഭക്ഷണം ചൂടാക്കുന്ന സമയത്ത് അവൾ എന്നോട് അല്പം വിശ്രമിക്കാൻ പറഞ്ഞു. എന്റെ എന്തെങ്കിലും സഹായം ആവശ്യമുണ്ടോ എന്ന് തിരക്കി.

"വേണ്ട! നിങ്ങൾ എന്റെ അതിഥിയല്ലേ?"

കുടിക്കാൻ എന്താണ് വേണ്ടതെന്ന് ചോദിച്ചു. ഒന്നും വേണ്ടെന്ന് ഞാൻ പറഞ്ഞു. പുഞ്ചിരിച്ചുകൊണ്ട് അവൾ അടുക്കളയിലേക്ക് പോയപ്പോൾ ആ മുറിയിലെ വിലപിടിച്ച ഉപകരണങ്ങളും ഇറാനിയൻ പരവതാനിയുമൊക്കെ നോക്കിനിന്നു. ഇതൊരു അപൂർവസന്ദർഭം തന്നെയാണെന്ന് മനസ്സ് മന്ത്രിച്ചു. അതേസമയം ക്ഷമിച്ച് കാത്തിരിക്കണമെന്ന് അവൾ മുമ്പ് പറ ഞ്ഞതും ഓർമ്മ വന്നു. തന്റെ രണ്ടാനമ്മ പട്ടണത്തിന് പുറത്തേക്ക് പോയ നേരം നോക്കി റീം എന്നെ വീട്ടിലേക്ക് ക്ഷണിച്ചത് വെറും യാദൃച്ഛികമായി രിക്കുമോ?

പത്ത് മിനിറ്റ് നേരം കഴിഞ്ഞപ്പോൾ അവർ തിരികെ വന്നു. കക്ഷത്തിൽ ഒരു മേശവിരിയും കൈകളിൽ പ്ലേറ്റുകളും കത്തിയും സ്പൂണുകളും ടവ്വലു മുണ്ട്. അവയൊക്കെ മേശയുടെ അരികിൽ വച്ചശേഷം വെളുത്ത മേശ വിരി തീൻമേശയിൽ വിരിച്ച് ചുറ്റും കിടന്ന എട്ട് കസേരകളിൽ രണ്ടെണ്ണ ത്തിന് മുന്നിൽ പ്ലേറ്റുകളും മറ്റും നിരത്തിവച്ചു. ഈ കസേരകളിലൊന്ന് മേശയുടെ തലയ്ക്കലും, രണ്ടാമത്തേത് അതിനരികിലുമായിരുന്നു. കണ്ടാൽ രണ്ട് കസേരകളും മേശയുടെ ഒരു മൂലയിൽ കിടക്കുകയാണെന്നേ തോന്നൂ. ഭക്ഷണം കഴിക്കാനായി ഇത്തരത്തിൽ സജ്ജീകരണങ്ങൾ നടത്തുന്ന തൊന്നും സത്യത്തിൽ എനിക്ക് പരിചയമില്ലാത്തതാണ്. അടുക്കളയിലേക്ക് ഒപ്പം ചെന്നപ്പോൾ ചിരിയോടെ അവൾ ചോദിച്ചു:

"എങ്ങോട്ട് പോകുന്നു?"

"ഇത് ശരിയല്ല. ഞാനും കൂടി സഹായിക്കാം."

ചൂടാക്കാൻ വച്ച മഞ്ഞ അരിയാഹാരം വലിയൊരു പാത്രത്തിലേക്ക് പകർന്നശേഷം എന്നോട് അത് കൈയിലെടുക്കാൻ പറഞ്ഞു. ബദാമും

ഉണക്കമുന്തിരിയും കോഴിക്കഷണങ്ങളും ചേർത്ത അരിയാഹാരത്തിൽ നിന്നും മഞ്ഞളിന്റെ പരിമളം പരക്കുന്നുണ്ടായിരുന്നു. പാത്രമെടുത്തു കൊണ്ടുവന്ന് ഞാൻ മേശമേൽവച്ചു. അടുക്കളയിലേക്ക് തിരികെ എത്തി യപ്പോൾ ഫ്രിഡ്ജിൽനിന്നും പുറത്തേക്കെടുത്ത വലിയ സലാഡ് പ്ലേറ്റി ലേക്ക് ചൂണ്ടി റീം പറഞ്ഞു.

"ഇതും കൂടി"

എന്റെ പിറകെ രണ്ട് കുപ്പി പെപ്സിയും രണ്ട് ഗ്ലാസുകളും കുറച്ച് ബ്രഡും അടങ്ങിയ ട്രേയും കൈയിലെടുത്തുകൊണ്ട് റീമും വന്നു. ഭക്ഷണം കഴിക്കാനായി ഞങ്ങൾ രണ്ടുപേരും കസേരകളിൽ ചെന്നിരുന്നു.

റീം എന്തെങ്കിലും യാദൃച്ഛികമായോ, സ്ഥിരമായോ ചെയ്യുന്നത് നോക്കി യിരിക്കുന്നത് എനിക്ക് വലിയ ഇഷ്ടമായിരുന്നു. ഏത് തരത്തിലുമുള്ള ആ പ്രവൃത്തികൾക്കും അവളുടേതായ സ്പർശവും സാന്നിദ്ധ്യത്തിന്റെ നനവു മുണ്ടാകും. അവൾ ഭക്ഷണം കഴിക്കുന്നത് നോക്കിയിരിക്കാനും എനിക്കി ഷ്ടമാണ്. ഭക്ഷണം ആസ്വദിച്ചുകഴിക്കുന്നതാണ് അവൾക്കിഷ്ടം. എന്നാൽ വളരെ പതിയെയായിരിക്കുമെന്നുമാത്രം.

ഭക്ഷണം എനിക്ക് വളരെയേറെ ഇഷ്ടപ്പെട്ടു. ഇതിന് ആരെയാണ് സ്തുതിക്കേണ്ടതെന്ന് തിരക്കിയപ്പോൾ റീം പറഞ്ഞത് വേലക്കാരിയെ ക്കുറിച്ചാണ്. ആഴ്ചയിൽ മൂന്ന് ദിവസം വീട്ടിൽ വരാറുള്ള ആ സ്ത്രീ നല്ല കഴിവുള്ള പാചകക്കാരിയാണ്. പിതാവിന്റെ പുതുഭാര്യയുമായുള്ള സംഘർഷങ്ങളെക്കുറിച്ച് തിരക്കിയപ്പോൾ ഇപ്പോൾ സമാധാനകാലമാണെ ന്നായിരുന്നു റീമിന്റെ മറുപടി. റീം ഭർത്താവിന്റെ വീട്ടിൽനിന്നും തങ്ങളുടെ വീട്ടിൽവന്ന് താമസമാരംഭിച്ചതോടെ പിതാവ് വീട്ടിൽ കുറച്ച് മാറ്റം വരു ത്തുകയും ഒരു മുറി അധികമായി പണിയുകയും ചെയ്തു. അതോടെ മുകളിലത്തെ നില മുഴുവൻ റീമിനായി നൽകുകയും ചെയ്തു. അവളുടെ കിടക്കമുറിക്കരികിലായി ഒരു ലിവിംഗ് റൂമുണ്ട്. ടെലിവിഷൻ സൗകര്യമുള്ള ഈ മുറി ഓഫീസ് റൂമായും ഉപയോഗിക്കാം. ഇതിനൊപ്പം കുളിമുറിയു മുണ്ട്. ഭക്ഷണം കഴിക്കാൻമാത്രമേ താഴത്തെ നിലയിലേക്ക് ഇറങ്ങിവരേ ണ്ടതുള്ളൂ. അതിനാൽതന്നെ പിതാവിന്റെ ഭാര്യയുമായി വളരെക്കുറച്ച് മാത്രമേ റീമിന് ഇടപെടേണ്ടിവരികയുള്ളൂ. ഭക്ഷണം കഴിച്ചുകഴിഞ്ഞശേഷം തന്റെ സ്വകാര്യമുറി കാണിച്ചുതരാമെന്ന് പറഞ്ഞ് നാണത്തോടെ റീം ചിരിച്ചു. അവൾക്ക് നേരെ അടുത്ത ചുവട് വയ്പ് നടത്താനുള്ള പ്രോത്സാ ഹനമാണ് ഈ വാക്കുകളെന്ന് ഞാനങ്ങ് വ്യാഖ്യാനിക്കുകയായിരുന്നു.

ഭക്ഷണം കഴിച്ചുകഴിഞ്ഞപ്പോൾ ഞാൻ റീമിന് നന്ദിപറഞ്ഞു. പാത്ര ങ്ങൾ അടുക്കളയിലേക്ക് കൊണ്ടുപോകുമ്പോൾ മുകൾനിലയിലുള്ള കുളി മുറിയിൽ ചെന്ന് കൈകൾ കഴുകാമെന്ന് അവൾ പറഞ്ഞു.

തടിവാതിൽവരെ നീളുന്ന മാർബിൾ പതിച്ച പടിക്കെട്ടുകൾ കയറി എത്തിയശേഷം ഞങ്ങൾ മുകളിലത്തെ മുറിയിലേക്ക് കയറി കതകടച്ചു. ചെന്നുകയറുന്നിടത്ത് ഇടതുവശത്തുള്ള ആദ്യത്തെ വാതിൽ കുളിമുറി യുടേതായിരുന്നു. കുളിമുറി തുറന്നുതന്നശേഷം അവൾ എന്നോട് കയറി

ക്കൊള്ളുവാൻ ആംഗ്യം കാണിച്ചു. താനൊരു പുതിയ ടവ്വലെടുത്തുകൊണ്ടു വരാമെന്ന് റീം പറഞ്ഞു.

എന്റെ കിടപ്പുമുറിയെക്കാൾ വലിപ്പമുണ്ടായിരുന്നു ആ കുളിമുറിക്ക്. നിലത്തും ചുമരുകളിലും ഇളംനീല ടൈലുകൾ പതിച്ചിട്ടുണ്ട്. നിലത്ത് കടുംനീലനിറത്തിലുള്ള ചെറിയ കാർപെറ്റുകളും ഇട്ടിരിക്കുന്നു. നേർത്ത കർട്ടണിന് പിന്നിൽ കുളിക്കാനുള്ള ടബ്ബ് കാണാം. ദീർഘവൃത്താകൃതിയിൽ ആകാശ നീലനിറത്തിലുള്ളതായിരുന്നു വാഷ് ബെയ്സിൻ. ചൂടും തണുപ്പും വെള്ളംവരുന്ന പൈപ്പുകൾ തുറന്നശേഷം കൈ നനച്ചു. മഞ്ഞനിറത്തിലുള്ള സോപ്പ് എടുത്ത് കൈയും മുഖവും കഴുകി. റീം അരികിൽ വന്നപ്പോഴൊക്കെ മണത്ത അതേ ഗന്ധമായിരുന്നു ആ സോപ്പിനുമെന്ന് കണ്ടപ്പോൾ അതിശയം തോന്നി. വായിൽ വെള്ളം കുലുക്കി തുപ്പിയശേഷം കൈയും വായയും കഴുകി ഞാൻ പൈപ്പ് അടച്ചു.

വെള്ള ടവ്വലുമായി റീം അരികിലെത്തി. അത് വാങ്ങിയശേഷം ഞാൻ പറഞ്ഞു:

“നന്ദി”

ടവ്വൽ ഇടത്തേ കൈകൊണ്ട് വാങ്ങിയശേഷം ഞാനെന്റെ വലത്തേ കൈകൊണ്ട് അവളുടെ ഇടത്തേ കൈയിൽ തൊട്ടു. അവൾ കൈ പിൻവലിച്ചില്ല.

“നിന്റെ കൈകൾ ഞാൻ കഴുകിത്തരട്ടേ?”

അവൾ ചിരിച്ചു.

“എന്താ പറഞ്ഞത്? എന്തിന്?”

അവളെ വാഷ് ബെയ്സിനരികിലേക്ക് അടുപ്പിച്ചശേഷം ഞാൻ പൈപ്പ് വീണ്ടും തുറന്നു. ബെയ്സിനിന്റെ വലതുഭാഗത്തിരുന്ന ടവ്വലിന്റെ പുറത്ത് പുതിയ ടവ്വൽ വച്ചു. അവളുടെ കൈകൾ പൈപ്പിനടിയിലേക്ക് പിടിച്ച് നനച്ചുകൊടുത്തു. അവൾ ഒന്നും പറഞ്ഞില്ല. സോപ്പ് എടുത്ത് കൈകളിൽ പുരട്ടി അവളുടെ വലത്തെ കൈ ശ്രദ്ധയോടെ സോപ്പിട്ട് കഴുകി. ഓരോ വിരലുകളും ഉള്ളം കൈയും പുറവും. പിന്നീട് ഇതുപോലെ ഇടത്തേ കൈയും കഴുകിക്കൊടുത്തു. കൈകൾ വീണ്ടും വെള്ളമുപയോഗിച്ച് കഴുകിയശേഷം പൈപ്പ് പൂട്ടി. ഈ സമയമെല്ലാം എന്നെത്തന്നെ നോക്കി ചിരിക്കുകയായിരുന്നു റീം. ശേഷം ടവ്വലെടുത്ത് ആ കൈകൾ തുടച്ചുകൊടുത്തു. ടവ്വൽ തിരിച്ചുവച്ച് ആ കൈകളിൽ പിടിച്ചുകൊണ്ട് ഞാൻ അവളുടെ കണ്ണുകളിലേക്ക് തന്നെ നോക്കിനിന്നു. പുഞ്ചിരിയോടെ ഗൂഢമായ ശബ്ദത്തിൽ റീം പറഞ്ഞു.

“നന്ദി”

എന്നെ സ്വീകരിക്കാനായി അവളുടെ ശരീരം തയ്യാറായതുപോലെ തോന്നി. അടുത്തേക്ക് പിടിച്ചടുപ്പിച്ചശേഷം ഞാൻ അവളുടെ മുഖത്തേക്ക് സ്വന്തം മുഖമടുപ്പിച്ചു. അവൾ അകന്നു മാറിക്കളഞ്ഞു. ഒരു നിമിഷം

വല്ലാത്ത നിരാശ തോന്നി. പിന്നീട് അവൾ പറഞ്ഞ കാര്യം കേട്ടപ്പോൾ വീണ്ടും പ്രതീക്ഷ ജ്വലിച്ചുതുടങ്ങി:

"ഞാനൊന്ന് വായ കഴുകിക്കോട്ടെ"

അവൾ ചിരിയോടെ തുടർന്നു:

"നിങ്ങൾ അത് കഴുകിത്തന്നില്ലല്ലോ? പുറത്തുപോയി നിൽക്കൂ. ഞാനിപ്പോൾ വരാം."

അവൾ വായ കഴുകുന്നത് നോക്കി കുളിമുറിയുടെ പുറത്ത് തന്നെ നിൽക്കുകയായിരുന്നു ഞാൻ. കണ്ണാടിയിലൂടെ എന്നെ നോക്കി റീം പുഞ്ചിരിച്ചു. ടവ്വൽ എടുത്തു വായ തുടച്ചശേഷം ഇരുന്ന സ്ഥലത്തുതന്നെ വച്ചു. വാഷ് ബെയ്സിന്റെ മുകളിലുള്ള ചുമരലമാര തുറന്നശേഷം ലിപ്സ്റ്റിക് കൈയിലെടുത്ത് ചുണ്ടുകളിൽ പുരട്ടി. അവൾക്കേറെ ഇഷ്ടമുള്ള പിങ്ക് നിറമുള്ള ലിപ്സ്റ്റിക്കായിരുന്നു അത്. ലിപ്സ്റ്റിക് തിരികെ ചുമരലമാരയിൽ വച്ച് കുളിമുറിയിൽനിന്നും പുറത്തിറങ്ങി വാതിലടച്ചു. എനിക്കരികിൽ നിന്നും രണ്ടു ചുവടുകൾ അകലെയായി ചുമരിൽ ചാരിനിന്നു. ഞാൻ അരികിലെത്തി അവളുടെ മുന്നിൽ നിന്നു. ഞങ്ങളുടെ കണ്ണുകളിലെ കൃഷ്ണമണികൾ കൂട്ടിമുട്ടി. കുറച്ചുകൂടി അടുത്തുനിന്നശേഷം ഞാൻ ആ അധരങ്ങളിലേക്ക് നോക്കി. അവൾ കണ്ണുകൾ പൂട്ടിനിന്നപ്പോൾ ഞാൻ ആ ചുണ്ടുകളിൽ മാറി മാറി ചുംബിച്ചു.

ആ വിശാലമായ കണ്ണുകളിലേക്ക് നോക്കിക്കൊണ്ട് ഞാൻ റീമിൽ ഇഴുകിച്ചേരുകയായിരുന്നു, സ്വന്തം ശരീരം അവളുടെ ദേഹത്തേക്ക് ചേരുമ്പോൾ വികാരങ്ങൾ നിറഞ്ഞുകവിയുന്നതുപോലെ തോന്നി. ഒരു കാട്ടുകുതിരയെപ്പോലെ കിതയ്ക്കുകയായിരുന്നു ഞാൻ. സുന്ദരമായൊരു നിശ്ശബ്ദത നിറഞ്ഞുനിൽക്കെ ഞങ്ങൾ ഇരുവരും ഒന്നും മിണ്ടാതെ പരസ്പരം ഇഴുകിച്ചേർന്നു.

പിന്നീട് അരക്കെട്ടിൽ കൈവച്ചുകൊണ്ട് ആത്മവിശ്വാസത്തോടെ അവൾ സംസാരിച്ചത് എന്നെ അതിശയിപ്പിച്ചുകളഞ്ഞു.

"അപ്പോൾ നിങ്ങൾക്ക് എന്റെ ചിത്രം നഗ്നമായി വരയ്ക്കണമല്ലേ?"

ഞാൻ അറിയാതെ കൈ തലയിൽവച്ചുപോയി.

"അതിന് എന്റെ തലയിൽ ഈന്തപ്പന ഇനിയും മുളച്ചുവന്നിട്ടില്ലല്ലോ?"

ആ കവിളുകളിൽ കൈചേർത്തുവയ്ക്കുമ്പോൾ അവൾ പാടിയത് എനിക്ക് ഇപ്പോഴും കേൾക്കാം.,

"ജവാദ്... ജവാദ്... നിങ്ങളെന്നെ അപഹരിച്ചുവല്ലേ?...

നിങ്ങൾ പ്രണയിനികളെയാക്കെ അപഹരിച്ചു...

എന്നാൽ നിങ്ങളെ ആർക്കും അപഹരിക്കാനാകാത്തത് അദ്ഭുതം തന്നെയല്ലേ?...

പ്രവാചകൻ മോശയുടെ പേരിൽ ഞാൻ നിങ്ങളോട് യാചിക്കില്ല

മുഹമ്മദ് ജവാദ്... നിങ്ങളെന്നെ അപഹരിച്ചുവല്ലേ?...

ഉമ്മാ എനിക്ക് പേടിയാകുന്നു...

ചുമരുകൾക്ക് പിറകിൽനിന്നാണോ ഞാൻ നിങ്ങളോട് സംസാരിക്കുന്നതെന്ന പേടിയാണെനിക്ക്...

നിങ്ങളുടെ ഉമ്മ വന്ന് കണ്ടാൽ നമ്മുടെ രഹസ്യമൊക്കെ പുറത്തറിയില്ലേ?

അവർ ഖബർ അലി തെരുവിലെത്തിക്കഴിഞ്ഞു...

മുഹമ്മദ് ജവാദ്... നിങ്ങളെന്നെ അപഹരിച്ചുവല്ലേ?"

ഇപ്പോഴായിരുന്നു റീം ഈ ബാഗ്ദാദിലുണ്ടായിരുന്നതെങ്കിൽ എനിക്കവളെ ഇതുപോലെ കാണാനാകില്ലെന്നത് ഉറപ്പായ കാര്യമാണ്. ഞാനും അവളും ശിയാ, സുന്നി വിഭാഗക്കാരിൽപെട്ടുപോയതിനാൽ ശത്രുകിടങ്ങുകളിൽ കഴിയുന്നവരായി മാറിപ്പോയിരിക്കുകയല്ലേ? ഒരു കാലത്ത് വലിയൊരു ജയിലായിരുന്നെങ്കിൽ പോലും സ്വാതന്ത്ര്യത്തോടെ ഞങ്ങൾക്കൊക്കെ ഈ ബാഗ്ദാദിൽ ചുറ്റിനടക്കാൻ കഴിയുമായിരുന്നു. എന്നാൽ ഇന്നാകട്ടെ ഉയരമേറിയ കോൺക്രീറ്റ് മതിലുകളുള്ള വംശീയ സായുധസംഘങ്ങൾ കാവൽ നിൽക്കുന്ന എത്രയെത്രയോ ജയിലുകളായി മാറിയിരിക്കുകയാണ് ബാഗ്ദാദ്.

പതിനഞ്ച്

ഒറ്റയ്ക്കിരുന്ന് ടെലിവിഷൻ കാണുകയായിരുന്നു ഞാൻ. ചാനലുകൾ മാറ്റി മാറ്റി നോക്കിയെങ്കിലും ഒന്നിലും ശബ്ദമോ, ദൃശ്യമോ കാണാനില്ല. എല്ലാ ചാനലിലും വെള്ളനിറം മാത്രം. നിശ്ശബ്ദത മുറ്റിനിൽക്കുന്ന ശൂന്യത. കുറേ തവണ ടി.വിയിൽ ഇടിച്ചുനോക്കിയെങ്കിലും ഫലമൊന്നുമുണ്ടായില്ല. ഉറക്കമില്ലായ്മയ്ക്ക് എന്തെങ്കിലുമൊരു ശമനമുണ്ടാകുമോ, എന്തെങ്കിലും വിനോദം ലഭിക്കുമോ എന്നറിയാനായി ഞാൻ വീണ്ടും ചാനലുകൾ മാറ്റി മാറ്റി നോക്കാൻ തുടങ്ങി.

ഒരൊറ്റ ചാനലിൽ മാത്രം ദൃശ്യമുണ്ട്. മുഖം മറച്ച അഞ്ചാളുകൾ ഓറഞ്ച് നിറത്തിലുള്ള വസ്ത്രം ധരിച്ച്, ശിരസ്സ് കറുത്ത കവർമൂടി നിലത്ത് മുട്ടികുത്തിനിൽക്കുന്ന ഒരു മനുഷ്യന് ചുറ്റും കൂടിനിൽക്കുന്ന ദൃശ്യം. അവരിൽ നാലുപേർ ആയുധങ്ങൾ പിടിച്ചുനിൽക്കുന്നു. നേതാവായ അഞ്ചാമൻ മുട്ടുകുത്തിനിൽക്കുന്ന ബന്ധിക്ക് വധശിക്ഷാവിധി വായിച്ചു കേൾപ്പിക്കുന്നു. ഒരു നിമിഷം വായന നിർത്തിയശേഷം നേതാവ് എന്റെ നേരെ നോക്കി ഭീഷണിപ്പെടുത്തി.

"ചാനൽ മാറ്റുന്നതാണ് നിനക്ക് നല്ലത്. ഇനി കാണാൻ പോകുന്ന കാര്യം നിന്നെ ഭീതിയിലാഴ്ത്തും. കാരണം നീയൊരു പുരുഷനല്ലല്ലോ?"

തന്റെ കൈവശമിരിക്കുന്ന കടലാസ് നോക്കി അയാൾ വിധി വായിക്കുന്നത് തുടർന്നു. ശേഷം അത് മടക്കി കീശയിൽ തിരുകി. മുഖംമൂടി

ധരിച്ചുനിൽക്കുന്നവരിലൊരാൾ അയാൾക്കൊരു വാൾ കൈമാറി. മുട്ടുകുത്തിനിൽക്കുന്ന ബന്ധിയുടെ ശിരസ്സ് മറച്ചിരുന്ന കറുത്ത കവർ നേതാവ് എടുത്തു മാറ്റി. ഒരു കുഞ്ഞിനെപ്പോലെ വിലപിച്ചുകൊണ്ടിരുന്ന ആ മനുഷ്യന്റെ സ്വർണനിറമുള്ള തലമുടിയിൽ പിടിമുറുക്കിയശേഷം നേതാവായ മുഖംമൂടിക്കാരൻ ബന്ധിയുടെ ശിരസ് ഇടതുവശത്തേക്ക് തിരിച്ചു. അയാൾ കൈവശമിരുന്ന വാൾകൊണ്ട് ബന്ധിയുടെ ശിരസ്സിലേക്ക് ആഞ്ഞ് വെട്ടുമ്പോൾ ഉരുവിട്ടത് "ദൈവം വലിയവനാണ്. ദൈവം വലിയവനാണ്" എന്നായിരുന്നു. ഛർദ്ദിക്കാനാണ് എനിക്ക് തോന്നിയത്. ഉടനെ ടെലിവിഷൻ ഓഫാക്കി നോക്കി. പക്ഷേ രക്തം ടെലിവിഷൻ സ്ക്രീനിലേക്ക് ഒഴുകിക്കൊണ്ടേയിരുന്നു. ചുറ്റുമുള്ള സർവ്വ വസ്തുക്കളും ചുവപ്പിൽ മുങ്ങിക്കഴിഞ്ഞിരുന്നു അപ്പോഴേക്കും.

പതിനാറ്

ഇന്നലെ ഞാൻ കുളിപ്പിച്ച മൃതദേഹങ്ങളിലൊന്നിന്റെ മുഖം കണ്ടപ്പോൾ ശരിക്കും ഞെട്ടിപ്പോയി. വർഷങ്ങൾക്കുമുമ്പ് മരണപ്പെട്ട ഒരു ആത്മാർത്ഥ സുഹൃത്തുമായി വല്ലാത്ത സാമ്യമുണ്ടായിരുന്നു ഈ മൃതദേഹത്തിന്. അതേ ദീർഘചതുരാകൃതിയിലുള്ള മുഖവും പുറത്തു കാണാവുന്ന കവിളെല്ലുകളും നീണ്ട മൂക്കും. കാപ്പിനിറമായിരുന്നു ചർമ്മത്തിനും കൃഷ്ണമണികൾക്കും. കുഴിഞ്ഞ കൺകുഴികളിലെ കണ്ണുകൾ അടഞ്ഞിരിക്കുന്നു. പരസ്പരം ആശ്ലേഷിക്കുവാൻ തുനിയുന്നുവെന്ന് തോന്നിക്കുന്ന തരത്തിലുള്ള തിങ്ങിയ കൺപുരികങ്ങൾ. പക്ഷേ ആ പഴയ സുഹൃത്ത് മരിച്ചുകിടക്കുന്നത് വളരെ മുമ്പ് ഞാൻ സ്വന്തം കണ്ണുകൾകൊണ്ട് കണ്ടതാണല്ലോ എന്ന് മനസ്സ് ചോദിച്ചു.

മരണസർട്ടിഫിക്കറ്റിൽ മരിച്ചയാളുടെ പേര് മുഹ്സിൻ എന്നാണ് രേഖപ്പെടുത്തിയിരുന്നത്. സുഹൃത്തിന്റേതിൽനിന്നും വ്യത്യസ്തമായി ഇയാളുടെ മുഖത്ത് കണ്ട മാറ്റം വെടിയുണ്ട കടന്നുപോയപ്പോൾ നെറ്റിയിലുണ്ടായ തുളയായിരുന്നു. ജീവനാകുന്ന വാക്യത്തിന്റെ പൂർണവിരാമ അടയാളം പോലെയാണ് അതുകണ്ടപ്പോൾ തോന്നിയത്. മൃതദേഹം കൊണ്ടുവന്നവരിൽ ഒരാൾ പറഞ്ഞത് ഈ മനുഷ്യൻ ഒരു കടയുടമയായിരുന്നെന്നും കൊള്ളയടിക്കുവാനെത്തിയവരുടെ വെടിയേറ്റാണ് കൊല്ലപ്പെട്ടതെന്നുമായിരുന്നു. ഹോ, ദൈവത്തിന് നന്ദി. എന്തായാലും ഒരു വംശീയ കലാപത്തിലല്ലല്ലോ ഇയാൾ കൊല്ലപ്പെട്ടത്! എന്നാൽ ഒരാൾ എങ്ങനെ, എന്തിനുവേണ്ടി മരിച്ചുവെന്നതിൽ എന്തിരിക്കുന്നു? മോഷണം, അത്യാർത്തി, വിദ്വേഷം, വിഭാഗീയത, വംശീയത അങ്ങനെ എന്തായാലെന്ത്? സ്വന്തം ഊഴവും കാത്തു നിൽക്കുന്ന നമ്മൾ മരിച്ചവരെ സംബന്ധിച്ച കാര്യങ്ങൾ കൂട്ടിക്കിഴിച്ചുനോക്കുന്നു. എന്നാൽ മരിച്ചവരെ സംബന്ധിച്ച് ഇതൊന്നും ഒരു കാര്യമേ അല്ല. അവർ മരിച്ചുകൊണ്ടേയിരിക്കുന്നു.

ഇയാൾ അൽ-സമാവ മേഖലയിൽനിന്നുള്ള ആളാണോ എന്ന് ഞാൻ തിരക്കി. ചിലപ്പോൾ ഇയാൾ ബാസിമിന്റെ ബന്ധുക്കളിൽപ്പെട്ടയാളാണെങ്കിലോ? എന്നാൽ അൽ-അമ്മാറയിൽനിന്നുള്ള ആളാണെന്നായിരുന്നു മറുപടി.

"എന്തെങ്കിലും പ്രശ്നമുണ്ടോ?"

"ഹേ, ഒന്നുമില്ല. അൽ-സമാവക്കാരനായ എന്റെ ഒരു ആത്മാർത്ഥ സുഹൃത്തുമായി ഇദ്ദേഹത്തിന് നല്ല സാമ്യം തോന്നി. അപ്പോൾ ഇവർ തമ്മിൽ എന്തെങ്കിലും ബന്ധമുണ്ടോ എന്നറിയുവാൻ ചോദിച്ചതാണ്." പതിവ് ക്ലീഷേയിലായിരുന്നു മറുപടി.

'ദൈവം ഒരാളെപ്പോലെ നാല്പത് പേരെ സൃഷ്ടിച്ചിട്ടുണ്ടെന്നാണല്ലോ?"

ഇറാഖി പട്ടാളത്തിൽ നിർബന്ധിത സൈനികസേവനം അനുഷ്ഠിക്കുന്ന കാലത്താണ് ഞാനും ബാസിമും അടുത്ത ചങ്ങാതികളായി മാറിയത്. വലിയ സ്വാധീനമില്ലെങ്കിൽ നിങ്ങൾക്ക് സ്വന്തം കുടുംബത്തിനരികിലുള്ള സൈനിക യൂണിറ്റുകളിൽ നിയമനം ലഭിക്കില്ല. ഒരു സൈനികന്റെ വിധി ചൂതുകളി പോലെ പ്രവചനാതീതമാണ്. കഠിനമായ രണ്ടുമാസം നീണ്ട സൈനിക പരിശീലനത്തിനൊടുവിൽ യാദൃച്ഛികമായിട്ടോ, അല്ലെങ്കിൽ വിധിയുടെ വിളയാട്ടമായിട്ടോ ഞാൻ ചെന്നുപെട്ടത് തെക്കൻ ഇറാഖിലായിരുന്നു. അൽ-സമാവയിലുള്ള ഒരു ചെറിയ സൈനികയൂണിറ്റിൽ ചേരാനായിരുന്നു എനിക്ക് ലഭിച്ച ഉത്തരവ്. ബാഗ്ദാദിൽനിന്നും, അതുപോലെ ജീവിതത്തിൽ പരിചിതമായ സർവ്വതിൽനിന്നും ദൂരെയായിരുന്നു അത്. അൽ-സമാവയിലെ ഒരു സിമന്റ് പ്ലാന്റിൽ താത്ക്കാലികമായി സ്ഥാപിച്ചിരുന്ന ശത്രുവിമാനങ്ങൾ തകർക്കാനുള്ള മിസൈൽ യൂണിറ്റായിരുന്നു അത്. ബാഗ്ദാദിന് തെക്ക് 270 കിലോമീറ്റർ അകലെ ബസറയിലേക്കുള്ള വഴിമധ്യേയായിരുന്നു യൂണിറ്റ്. ബാഗ്ദാദിൽനിന്നും മൂന്ന് മണിക്കൂർ യാത്ര വേണ്ടിവരും ഇവിടെ എത്തിച്ചേരാൻ.

സർവ്വതിൽനിന്നും വിദൂരത്തായിരുന്നു ഞാൻ. എന്നാൽ പ്രതീക്ഷിച്ചതിൽനിന്നും വ്യത്യസ്തമായി ഞാൻ ഈ ദൂരത്തെ വളരെ പോസിറ്റീവായാണ് പിന്നീട് കണ്ടത്. റീമിനെ കാണാൻ കൊതി തോന്നി. അവളുമായി ബന്ധപ്പെടാൻ ഒരു വഴിയും ഇല്ലായിരുന്നു. പട്ടാള ക്യാമ്പിലെ ജീവിതം അത്ര സുഗമമായിരുന്നില്ല. എന്നാൽ ഞങ്ങളുടെ കമാൻഡർ നല്ലൊരു മനുഷ്യനും, ദയാലുവുമായിരുന്നു. ഞങ്ങൾക്കാകട്ടെ ധാരാളം ജോലികളൊന്നുമില്ലായിരുന്നു. 1991 ലെ കുവൈറ്റ് യുദ്ധം കഴിഞ്ഞയുടനെ കൊള്ളയടിക്കപ്പെട്ട ഇടമാണ് ഈ സിമന്റ് പ്ലാന്റ്.

ആദ്യ അവധി കഴിഞ്ഞ് ഞാൻ തിരികെ എത്തിയത് സമയം കൊല്ലാനായി കുറേ പുസ്തകങ്ങളും ചിത്രം വരയ്ക്കാനുള്ള പുസ്തകങ്ങളുമായിട്ടായിരുന്നു. കൈയിലൊരു ചെറിയ റേഡിയോയുമുണ്ടായിരുന്നു. ഇതുപയോഗിച്ച് രാത്രിയിൽ പാട്ടുകളും വാർത്തകളുമൊക്കെ കേട്ടിരുന്നു. യൂണിറ്റിൽ ഉണ്ടായിരുന്ന ടെലിവിഷനിൽ ഞങ്ങൾ ബാഗ്ദാദിൽനിന്നും കുവൈറ്റിൽ

നിന്നുമൊക്കെയുള്ള ചാനൽ പരിപാടികൾ കണ്ടിരുന്നു. എന്നാൽ ടി.വി. സിഗ്നൽ ദുർബലമായിരുന്നതിനാൽ ഞാൻ റേഡിയോയായിരിക്കും കൂടു തലും ഉപയോഗിക്കുക. എനിക്കാകട്ടെ ബാഗ്ദാദിനെ വല്ലാതെ വിട്ടകലുന്ന തായി തോന്നിയതുമില്ല. കാരണം അൽ-സമാവയിലെ പ്രകൃതി രമണീയ തയും, ശാന്തതയുമൊക്കെ എന്നെ ആകർഷിച്ചിരുന്നു. ഒഴിവു സമയ ങ്ങളൊക്കെ വായനയിലും ചിത്രം വരയിലും ആലോചനയിലുമൊക്കെയായി ചെലവിടുകയായിരുന്നു ഞാൻ. അതിനാൽതന്നെ ആദ്യം കണ്ട വേളയിൽ ബാസിം എന്നെ വിളിച്ചത് 'ബുദ്ധിജീവി'യെന്നും 'ജവാദ് സാർ' എന്നു മൊക്കെയായിരുന്നു.

രാത്രിനേരങ്ങളിൽ നക്ഷത്രങ്ങളുടെ സൗന്ദര്യം വീണ്ടും കണ്ടെത്തുക യായിരുന്നു ഞാൻ. ആകാശത്ത് ഇത്രയേറെ നക്ഷത്രങ്ങളുണ്ടാകുമെന്ന് മുമ്പൊരിക്കലും ഞാൻ ചിന്തിച്ചിട്ടേയില്ലായിരുന്നു. ചെറുപ്പകാലത്ത് വേനൽക്കാലങ്ങളിൽ വീടിന്റെ മട്ടുപ്പാവിൽ കിടന്നുറങ്ങുന്ന രാവുകളിൽ നക്ഷത്രങ്ങളെ നോക്കിക്കിടക്കുന്നത് എനിക്ക് വലിയ ഇഷ്ടമായിരുന്നു. എന്നാൽ നഗരത്തിന്റെ വ്യാജമായ പൊലിമകളിൽനിന്നും അകലങ്ങളിലെ ത്തുമ്പോൾ പട്ടണവാസികൾക്ക് ഇതാണ് സംഭവിക്കുന്നത്. അവർ മുൻപെങ്ങും കാണാത്ത സൗന്ദര്യാനുഭവങ്ങൾക്ക് സാക്ഷിയാകുന്നു. ഓരോ രാത്രികളിലും നക്ഷത്രങ്ങളെത്തന്നെ പിന്തുടരുകയായിരുന്നു ഞാൻ.

അവിടെ വച്ചായിരുന്നു ഞാൻ ബാസിമിനെ പരിചയപ്പെടുന്നത്. ആ സ്ഥലത്ത് എന്റെ രാത്രികളെ പ്രകാശിപ്പിക്കാൻ പോന്ന നക്ഷത്രമായി അവൻ മാറുമെന്ന് ഞാൻ തുടക്കത്തിൽ കരുതിയതേയില്ലായിരുന്നു. അൽ -സമാവക്കാരൻ തന്നെയായിരുന്നു ബാസീം. അതിനാൽ കമാന്ററായ ലെഫ്റ്റനന്റ് അഹമ്മദിനോട് അനുവാദം ചോദിച്ചശേഷം അവൻ വ്യാഴാഴ്ച വൈകുന്നേരം പട്ടണത്തിലേക്ക് പോകും. പിറ്റേ ദിവസം വൈകുന്നേരമായി രിക്കും തിരികെ വരിക. കമാന്റർ ഇതിന് അനുവാദം നൽകും. കാരണം തിരികെ വരുമ്പോൾ ഞങ്ങൾക്ക് ആവശ്യമുള്ള സിഗരറ്റും തേയിലയും പഞ്ചസാരയുമൊക്കെ ബാസിം കൊണ്ടുവരും. 1980 കളിലെ ഇറാൻ ഇറാഖ് യുദ്ധവേളയിൽ നിന്നും വ്യത്യസ്തമായി ഇപ്പോൾ സൈന്യത്തിനുള്ള ഭക്ഷണ സാമഗ്രികളുടെ സപ്ലൈ അത്ര സ്ഥിരമായിട്ടല്ല എന്നതാണ് വസ്തുത. ബാസിമിന്റെ പിതാവ് ഹാജി മുഹമ്മദ് അൽ-സുദാനി സമ്പന്ന നായിരുന്നു. അൽ-സമാവയിലെ കമ്പോളത്തിൽ അദ്ദേഹത്തിന് കുറേ കടകൾ സ്വന്തമായുണ്ടായിരുന്നു. ബസറ സർവ്വകലാശാലയിൽ നിന്നും ചരിത്രത്തിൽ ബിരുദം നേടിയിട്ടുണ്ട് ബാസിം. വലിയ തമാശക്കാരനായി രുന്ന ബാസിമിന് സർവ്വകാര്യങ്ങളിലും ആകാംക്ഷയായിരുന്നു. ജീവിത ത്തേയും മനുഷ്യരേയും വളരെയധികം സ്നേഹിച്ച ചെറുപ്പക്കാരൻ.

എല്ലായിടത്തും അവന്റെ ചിരി മുഴങ്ങും. മരുഭൂമിയെയോ, തലസ്ഥാന മായ ബാഗ്ദാദ് ഒഴികെയുള്ള മറ്റ് ഇറാഖി പ്രദേശങ്ങളെയോ കുറിച്ചൊന്നും അറിയാത്ത പട്ടണവാസി എന്ന് വിളിച്ച് ബാസിം എന്നെ എപ്പോഴും കളി യാക്കിയിട്ടുണ്ട്. ആദ്യ ആഴ്ചകളിൽ പലതവണ അവന്റെ വീട്ടിലേക്ക്

അതിഥിയായി ചെല്ലുമോ എന്ന് ചോദിച്ചിട്ടുണ്ട്. പക്ഷേ നന്ദിയോടെ ഞാൻ അവയൊക്കെ നിരസിച്ചിരുന്നു. എന്നാൽ ഈ ക്ഷണം പലതവണ ആവർത്തിച്ചതോടെ എനിക്കതിലെ ആത്മാർത്ഥത ബോധ്യപ്പെട്ടു. വെറും ഔപചാരികതയുടെ പേരിലുള്ള ക്ഷണമല്ലെന്ന് മനസ്സിലായപ്പോൾ അവസാനം സമ്മതിച്ചു. പ്രത്യേകിച്ച് അൽ-സമാവ പട്ടണത്തെ പരിചയപ്പെടുത്താമെന്ന് വാക്ക് തന്നപ്പോൾ. ഒപ്പം സമീപത്ത് തന്നെയുള്ള അൽ-വറകാ പുരാതന നഗരം സന്ദർശിക്കാമെന്നും പറഞ്ഞു. ഈ പ്രദേശത്തിന്റെ ചരിത്രത്തിലും, പ്രകൃതിഭംഗിയിലും വലിയ താത്പര്യവും അഭിമാനവുമായിരുന്നു ബാസിമിന്.

സാവാ തടാകത്തെക്കുറിച്ച് എനിക്ക് പറഞ്ഞുതന്നതും ബാസിം തന്നെയായിരുന്നു. പട്ടാളത്തിൽ ചേർന്ന ആദ്യ മാസത്തിൽ തന്റെ കാറിലായിരുന്നു അവൻ എന്നെ അവിടേക്ക് കൂട്ടിക്കൊണ്ട് പോയത്. ഭൂമിശാസ്ത്ര പാഠപുസ്തകത്തിൽ ഈ തടാകത്തിന്റെ പേര് വായിച്ചിട്ടുണ്ടെങ്കിലും ബാസിം പറഞ്ഞ വിചിത്രവും ആവേശം സൃഷ്ടിക്കുന്നതുമായ വിശദാംശങ്ങൾ കേട്ട ശേഷം ഈ സ്ഥലം എനിക്കേറ്റവും പ്രിയങ്കരമായ സ്ഥലങ്ങളിലൊന്നായി മാറിക്കഴിഞ്ഞിരുന്നു. ആദ്യമായി അവിടേക്ക് പോകുമ്പോൾ തടാകത്തിന്റെ നീലിമയൊന്നും ദൂരെ നിന്ന് കാണാനായില്ല. ഇത്തരമൊരു മരുഭൂമിയുടെ മധ്യത്തിൽ വലിപ്പമുള്ളൊരു തടാകം ഉണ്ടാകുമെന്ന് പറഞ്ഞാൽ വിശ്വസിക്കാൻ തന്നെ പ്രയാസം. ദൂരെയെങ്ങും തടാകത്തിന്റെ ലക്ഷണമൊന്നും കാണുന്നില്ല. അതിന് കാരണമായി ബാസിം പറഞ്ഞത് നിലത്ത് നിന്നും ഒരഞ്ചടി ഉയരത്തിലാണത്രേ തടാകം സ്ഥിതി ചെയ്യുന്നതെന്നായിരുന്നു. ചുണ്ണാമ്പ്കല്ല് കൊണ്ടുള്ള ഒരു സ്വാഭാവിക ചുറ്റുമതിലും രൂപപ്പെട്ടിട്ടുണ്ട്. അടുത്തെങ്ങുമുള്ള നദികളിൽ നിന്നൊന്നുമല്ല, മറിച്ച് ഭൂഗർഭ ഉറവയിൽ നിന്നാണത്രേ ഈ തടാകത്തിന്റെ ജലസ്രോതസ്സ്. പണ്ട് യൂഫ്രട്ടീസ് നദിയിലെ വെള്ളം അൽ-അത്ഷാൻ അരുവിയിലൂടെ ഇവിടെ എത്തിയിരുന്നത്രേ. പ്രവാചകൻ നോഹയുടെ കാലത്ത് ഭൂമിയെ മൊത്തം വിഴുങ്ങിയ പ്രളയത്തിലേക്ക് നയിച്ച വെള്ളം പൊട്ടിപ്പുറപ്പെട്ടത് ഇവിടെ നിന്നാണെന്നാണ് വിശ്വാസം. പിന്നീട് വെള്ളം പിൻവലിഞ്ഞപ്പോൾ സാവാ തടാകം മാത്രം അവശേഷിച്ചത്രേ.

ബസറ സർവ്വകലാശാലയിലെ ചരിത്ര പുസ്തകങ്ങളിൽ വായിച്ചതാണോ ഈ വിവരങ്ങളൊക്കെ എന്ന് ചോദിച്ച് ഞാൻ ബാസിമിനെ കളിയാക്കിയിട്ടുണ്ട്. ഇതൊക്കെ നാടിന്റെ നാടോടി ചരിത്രത്തിന്റെ ഭാഗമാണെന്നും എനിക്ക് ബാഗ്ദാദിൽ തടാകങ്ങളൊന്നും ഇല്ലാത്തതിന്റെ അസൂയയാണെന്നുമായിരുന്നു ബാസിമിന്റെ പ്രതികരണം. ബാഗ്ദാദിന് ടൈഗ്രിസ് മാത്രം പോരേയെന്ന് ഞാൻ തിരിച്ചടിച്ചു. ഭൂഗർഭജല സ്രോതസ്സുള്ള ലോകത്തിലെ ഒരേയൊരു തടാകമാണ് സാവയിലേതെന്ന് അവൻ പറഞ്ഞു. വിഖ്യാത മധ്യകാല ഭൂമിശാസ്ത്ര ചരിത്രകാരൻ യാഖൂത്ത് അൽ-ഹമവിയുടെ 'മുഅ്ജമുൽ ബുൽദാൻ' അഥവാ ദേശങ്ങളുടെ പുസ്തകം എന്ന ഭൂമിശാസ്ത്ര നിഘണ്ടുവിൽ സാവാ തടാകത്തെക്കുറിച്ച്

പരാമർശിച്ചിട്ടുണ്ടത്രെ. ഇസ്ലാംപൂർവ്വകാലം മുതലേ ഈ തടാകത്തിന്റെ ചരിത്രം ആരംഭിക്കുന്നുണ്ടെന്നും അവൻ പറഞ്ഞു. പണ്ടിവിടെ 'അലെസ്' എന്ന പേരിലുള്ള ഒരു പട്ടണമുണ്ടായിരുന്നു. പേർഷ്യക്കാരുടെ സൈനിക താവളമായിരുന്ന ഇവിടെ വച്ച് ഇസ്‌ലാമിക പടയോട്ടങ്ങളുടെ കാലത്ത് അറബ് ഗോത്രങ്ങളും പേർഷ്യൻ സാമ്രാജ്യവും തമ്മിൽ യുദ്ധം നടന്നിട്ടുണ്ട്. ഓട്ടോമൻ തുർക്കികളുടെ ചരിത്രരേഖകളിലും സാവായുടെ പേര് രേഖപ്പെടുത്തിയിട്ടുണ്ട്. അക്കാലത്ത് അത്ഷാൻ അരുവിയുടെ തീരത്തുള്ള ഒരു ഗ്രാമമായിരുന്നുവത്രേ ഇവിടം. എന്നാൽ 1700 ൽ ഒരു വലിയ ജലപ്രളയം ഉണ്ടായതിനെത്തുടർന്ന് ഈ അരുവിയുടെ ഗതി മാറിയത്രേ, അപ്പോൾ നദികളുടെ വരെ ഗതിയും ജീവിതവുമൊക്കെ മാറിമറിയുമല്ലേ എന്ന് ചോദിച്ചുപോകുകയായിരുന്നു എന്റെ മനസ്സ്.

ഭൂപടം ആഗ്രഹിക്കുന്ന ദിക്കിലേക്ക് ഒഴുകാനാഗ്രഹിക്കാത്ത ഒരു നദിയാണല്ലോ ഞാനെന്ന് ഒരു നിമിഷം ആലോചിച്ചു പോയി.

കല്ല് പാകിയ വഴിവിട്ട് ബാസിം കാർ വലത്തേക്ക് തിരിച്ചു. ഒരഞ്ച് മിനിട്ട് നേരം കല്ലും മണലും നിറഞ്ഞ പാതയിലൂടെ വാഹനം നീങ്ങി. കാർ നിർത്തി വാതിൽ തുറന്നുകൊണ്ട് ബാസിം പറഞ്ഞു:

"ഇറങ്ങി വരൂ സാർ, സാവായെ പരിചയപ്പെടുത്തിത്തന്നതിന് നിങ്ങൾക്ക് എന്നോട് എന്നെന്നേക്കും കൃതജ്ഞതയുണ്ടാകും"

കാറിൽ നിന്നും പുറത്തിറങ്ങിയശേഷം ഞാൻ ചുറ്റും നടന്നു. ആകാശസീമകളിൽ സൂര്യൻ അസ്തമിക്കാറായ നേരം. പതിവ് പോലെ സൂര്യന് ഓറഞ്ച് നിറമായിരുന്നു. ചക്രവാളത്തിനരികിലെ ആകാശത്തിന് കൂടുതൽ നീലനിറമുള്ളതുപോലെയാണ് തോന്നിയത്. ഞങ്ങൾ നടന്നുവന്ന പാത കുന്ന് കയറുന്നതായും ദൂരെ തടാകത്തിന്റെ ശാന്തമായ ഉപരിതലവും ഇപ്പോൾ കാണാം. തടാകത്തിന്റെ അരികിൽ ബാസിമിനൊപ്പം നിൽക്കുമ്പോൾ അവൻ തിരക്കി:

"ഇതുപോലൊരു ദൃശ്യം ജീവിതത്തിലെന്നെങ്കിലും കണ്ടിട്ടുണ്ടോ? "

തടാകത്തിന്റെ സൗന്ദര്യം വിസ്മയകരമായിരുന്നു. രാവെന്നോ പകലെന്നോ വ്യത്യാസമില്ലാതെ മരുഭൂമിയിലെ കാഠിന്യജീവിതത്തിൽ ദാഹിച്ചു വലയുന്ന ആത്മാവുകൾക്ക് വല്ലാത്ത ആശ്വാസമായിരിക്കും ഈ തടാകത്തിന്റെ നീലിമ സമ്മാനിക്കുന്നത്. അതിന് ചുറ്റുമായി പോടുള്ള ക്വാളിഫ്ളവർ ചെടികളെപ്പോലെ ഉപ്പ് നിറഞ്ഞ തടാകഭിത്തിയും കാണാം. ഇവിടെയുള്ള മത്സ്യങ്ങളെക്കുറിച്ച് ചോദിച്ചപ്പോൾ ബാസിം പറഞ്ഞത് ആകെ ഒരു ഇനം മത്സ്യമേ ഉള്ളൂവെന്നും എന്നാൽ അത് ഭക്ഷണയോഗ്യമല്ലായെന്നുമായിരുന്നു. ഒന്ന് കുത്തിയിരുന്നശേഷം വെള്ളത്തിൽ കൈമുക്കി നോക്കിയപ്പോൾ നല്ല തണുപ്പ് തോന്നി.

ബാസിമിന്റെ ഇരട്ട സഹോദരനാണെന്ന് തോന്നിക്കുന്ന ഈ ശവശരീരത്തിലേക്ക് ഞാൻ കോരി ഒഴിക്കുന്ന വെള്ളം പോലെയുള്ള തണുത്ത ജലം. എനിക്ക് വല്ലാത്ത കുറ്റബോധം തോന്നിപ്പോയി.

ഒരു ശവശരീരം കുളിപ്പിച്ചു വൃത്തിയാക്കുന്നതിനിടയിലും ഞാൻ ഓർമ്മകളിൽ വിഹരിക്കുകയാണല്ലോ? വാപ്പയും ഇതുപോലെയൊക്കെ തന്നെയായിരിക്കുമോ ഈ കർമ്മം ചെയ്തിട്ടുണ്ടാവുക? അതോ ഈ പ്രവൃത്തിയിലുടനീളം ആചാരങ്ങളിൽ ശ്രദ്ധിക്കുകയായിരിക്കുമോ അദ്ദേഹം? അല്ലെങ്കിൽ തന്നെ അത് മനുഷ്യ സാധ്യമാണോ? ഞാനാകട്ടെ ഏതാണ്ട് യാന്ത്രികമായാണ് ഈ പ്രവൃത്തി ചെയ്തുകൊണ്ടിരിക്കുന്നത്.

അവസരം കിട്ടുമ്പോഴെല്ലാം ഞങ്ങൾ സാവാ തടാകത്തിനരികിൽ പോകും. ശേഷം അവിടെ സൊറ പറഞ്ഞിരിക്കും. ഒരിക്കൽ ആ പ്രദേശത്തു കൂടി കാറിൽ ചുറ്റിത്തിരിയവേ തടാകത്തിനരികിലുള്ള ഒരു കെട്ടിടത്തിന്റെ അസ്ഥികൂടം കണ്ണിൽപെട്ടു. അതിനെക്കുറിച്ച് ചോദിച്ചപ്പോൾ ബാസിം പറഞ്ഞത് വിനോദസഞ്ചാര ശേഷിപ്പുകളാണ് എന്നായിരുന്നു.

1980 കളുടെ അവസാന ഭാഗത്ത് സാവാ തടാകത്തിലേക്കുള്ള വിനോദസഞ്ചാരം പ്രോത്സാഹിപ്പിക്കുന്നതിനായി ഇറാഖി വിനോദസഞ്ചാര വകുപ്പ് ഇവിടെ കുറച്ച് ടൂറിസ്റ്റ് അപ്പാർട്ട്മെന്റുകളും ഒരു റെസ്റ്റോറന്റും പണിതു. അങ്ങനെ ഈ സ്ഥലം കുടുംബങ്ങളുടേയും വിദ്യാർത്ഥികളുടേയുമൊക്കെ വിനോദസഞ്ചാരത്തിന്റെ മെക്കയായി മാറി. എന്നാൽ 1991 ലെ യുദ്ധാനന്തരം ഈ സ്ഥലവും കൊള്ളയടിച്ച് നശിപ്പിക്കപ്പെട്ടു. എന്നെ അവിടേക്ക് കൂട്ടിക്കൊണ്ട് പോകുവാൻ ഞാൻ ബാസിമിനോട് പറഞ്ഞു. ദുഃഖകരമായ കാഴ്ചയായിരുന്നു അത്. ചെങ്കുത്തായി ഉയർന്ന് നിൽക്കുന്ന കോൺക്രീറ്റ് കെട്ടിടങ്ങളുടെ അസ്ഥികൂടങ്ങൾ മാത്രമേ കാണാനുള്ളൂ. അവയ്ക്കുള്ളിൽ നിന്നാൽ തടാകം കാണാനാകുംവിധത്തിൽ നിർമ്മിക്കപ്പെട്ടവയായിരിക്കും ഈ കെട്ടിടങ്ങളെന്ന് തോന്നിപ്പോകും. തടാകത്തിന്റെ പാദത്തിൽ പതുങ്ങിക്കിടക്കുന്ന പുരാണങ്ങളിലെ മൃഗങ്ങളുടെ കൂറ്റൻ അസ്ഥികൂടങ്ങൾ പോലുള്ള കെട്ടിടാവശിഷ്ടങ്ങൾ!

ഞങ്ങളുടെ സൈനിക യൂണിറ്റിന്റെ ആകാശത്തിൽ സദാ വട്ടമിട്ട് പറന്നിരുന്നത് അമേരിക്കൻ യുദ്ധവിമാനങ്ങളായിരുന്നു. 1992നു ശേഷം വടക്കൻ ഇറാഖിലും ദക്ഷിണ ഇറാഖിലും അമേരിക്ക വ്യോമനിരോധന മേഖല പ്രഖ്യാപിച്ചതിനെത്തുടർന്ന് ധാരാളം വിമാനവേധ മിസൈൽ യൂണിറ്റുകൾ ബോംബിംഗിന് ഇരയായ വാർത്തകൾ കേട്ടിരുന്നു. ഇറാഖിലെ ഭരണകൂടം അതിന്റെ പൗരന്മാർക്കെതിരെ വ്യോമാക്രമണം നടത്തുന്നത് തടയാൻ വേണ്ടിയാണ് ഈ വ്യോമനിരോധന മേഖല നടപ്പിലാക്കിയത്. അമേരിക്കൻ യുദ്ധവിമാനങ്ങൾ കൊന്നൊടുക്കിയതൊക്കെ നിരപരാധികളായ സാധാരണ ജനങ്ങളേയും ഇടയന്മാരെയുമൊക്കെയായിരുന്നു. അബദ്ധത്തിൽ സംഭവിക്കുന്നതോ, അതല്ല വൈമാനികർ ഇറാഖികളെ വിനോദത്തിനും പരിശീലനത്തിനുമുള്ള ലക്ഷ്യമായി കരുതി ബോംബ് വർഷിക്കുകയാണോ എന്നെനിക്കറിയില്ല. അമേരിക്കൻ യുദ്ധവിമാനങ്ങളെ അവഗണിക്കണമെന്നും ശത്രുവിനെ പ്രകോപിപ്പിക്കരുതെന്നുമായിരുന്നു ഞങ്ങളുടെ കമാന്റർ പറയാറുണ്ടായിരുന്നത്. യുദ്ധവിമാനങ്ങളെ മിസൈൽ യൂണിറ്റിലൂടെ ലക്ഷ്യം വച്ചാൽ അത് തിരിച്ചറിയുന്ന യുദ്ധവിമാനങ്ങൾക്ക്

ഞങ്ങളെ ആക്രമിക്കാനുള്ള അവസരമായിരിക്കും ലഭിക്കുക. അതിനാൽ പ്രതിരോധമെന്ന നയം സ്ഥിരമായി സ്വീകരിക്കുകയും ആക്രമിക്കപ്പെട്ടാൽ മാത്രം തിരിച്ചടിക്കുകയും ചെയ്യുക. അങ്ങനെ സമാധാനപൂർവ്വം കുറേ മാസങ്ങൾ കടന്നു പോയത്.

ഒരു ദിവസം രാവിലെ ഞങ്ങൾ ഉണർന്നത് ഒരുഗ്രൻ സ്ഫോടനം കേട്ടുകൊണ്ടായിരുന്നു. അതിൽ ഫാക്ടറി കുലുങ്ങി വിറച്ചുപോയി. യൂണിറ്റിനെ ഞങ്ങൾ ഫാക്ടറി എന്നാണ് വിളിക്കാറുണ്ടായിരുന്നത്. തുടർന്ന് ഭൂമി കുലുങ്ങുന്നതുപോലെ രണ്ട് സ്ഫോടനങ്ങൾകൂടി ഉണ്ടായി. മേൽക്കൂരയിലൂടെയും, ജനാലകളിലൂടെയും കല്ലും, മണ്ണും ഇടിഞ്ഞു വീഴുന്ന ശബ്ദവും യുദ്ധവിമാനം പറന്നകലുന്നതിന്റെ ഇരമ്പലും കേൾക്കാം. ധൃതിയിൽ കിടക്കയിൽ നിന്നും ചാടി എഴുന്നേറ്റ ഞാൻ സൈനിക യൂണിഫോമും ബൂട്ടും ഹെൽമറ്റും ധരിച്ചുകൊണ്ട് മറ്റ് സൈനികർക്കൊപ്പം പുറത്തേക്ക് കുതിച്ചു.

മിസൈൽ യൂണിറ്റിനരികിലുള്ള തെക്ക് ഭാഗത്തെ കെട്ടിടത്തിന് പുറത്ത് കാവൽ നിൽക്കേണ്ട ജോലിയിൽ കഴിഞ്ഞ രാത്രിയിലെ ഷിഫ്റ്റിൽ ബാസിമും ഉണ്ടായിരുന്നല്ലോ എന്ന് അപ്പോഴാണ് ഞാനോർത്തത്. അവനെന്തെങ്കിലും അപകടം പറ്റിക്കാണുമോ എന്ന ചിന്ത ഉള്ളിൽ വല്ലാത്തൊരു നീറ്റലുണ്ടാക്കി. സ്ഫോടനങ്ങൾ കാരണം കണ്ണുകളിലും വായിലുമൊക്കെ മണ്ണ് നിറയുംവിധത്തിൽ വലിയ പൊടിപടലമായിരുന്നു എല്ലായിടത്തും. രണ്ട് കെട്ടിടങ്ങളെയും തമ്മിൽ വേർതിരിക്കുന്ന മുറ്റം നിറയെ ഉടഞ്ഞ പാത്രങ്ങളുടെ അവശിഷ്ടങ്ങൾ ചിതറി കിടക്കുന്നു. എങ്ങും വെടിമരുന്നിന്റെ ഗന്ധം മാത്രം.

പ്രധാന കെട്ടിടത്തിൽനിന്നും നൂറ് വാര അകലെയുള്ള തെക്കെ കെട്ടിടത്തിന് നേരെ ഓടുകയായിരുന്നു സൈനികരെല്ലാം. ആ കെട്ടിടം ഉരുക്ക് മേൽക്കൂരയോടെ തകർന്നുവീണിരിക്കുകയാണ്. നാല് തൂണുകളിൽ ഒന്നൊഴികെ മറ്റെല്ലാം തകർന്നു. ആകെക്കൂടി താറുമാറായ അവസ്ഥ. അവശിഷ്ടങ്ങൾക്കിടയിൽ ആരെങ്കിലും ജീവനോടെയുണ്ടോ എന്നറിയാനായി കോൺക്രീറ്റ് കട്ടികളും ഉരുക്ക് തൂണുകളുമൊക്കെ ഉയർത്തി നോക്കാൻ ശ്രമിക്കുകയായിരുന്നു കുറേ സൈനികർ. ബാസിമിന് എന്ത് പറ്റിയെന്നറിയാനായി ഞാൻ ആ തകർന്ന കെട്ടിടത്തിന് ചുറ്റും കറങ്ങിനോക്കി. എന്തെങ്കിലും വേദനാജനകമായ സംഭവം ഉണ്ടാകുന്നതിനുമുമ്പ് 'എന്റെ മനസ്സ് പറയുന്നു' എന്നൊക്കെ പറയാറുള്ളവരെ ഞാൻ കളിയാക്കിയിട്ടുണ്ട്. എന്നാൽ ആ തകർന്ന കെട്ടിടത്തിന്റെ പിറക് ഭാഗത്തേക്ക് ഓടുമ്പോൾ സർവ്വദിക്കിൽ നിന്നും കൽമഴ പെയ്തിറങ്ങുന്ന ആഴമേറിയ കിണർ പോലെയായിരുന്നു എന്റെ മനസ്സ്. മിസൈൽ യൂണിറ്റിനരികിലെ മരം തീപിടിച്ച് കരിഞ്ഞുപോയിരിക്കുന്നു. മിസൈലുകൾ നിറച്ചിരുന്ന ട്രക്ക് ഒരു തീഗോളം പോലെ കത്തിയമരുകയാണ്. അഗ്നിശമന ഉപകരണങ്ങളും മണ്ണുംകൊണ്ട് സൈനികർ തീയണക്കുവാൻ ശ്രമിക്കുന്നുണ്ട്. ഉരുക്ക് ഷീറ്റുകളും മൺപാത്രങ്ങളുമൊക്കെ സർവ്വസ്ഥലത്തും പൊട്ടിച്ചിതറിക്കിടക്കുന്നു.

വലത് ഭാഗത്തായി ഇരുപത് വാര അകലെ ഒരു നിശ്ചലശരീരം കിടക്കുന്നത് കണ്ടതോടെ ഞാൻ അങ്ങോട്ട് കുതിച്ചു. കമഴ്ന്ന് കിടക്കുകയായിരുന്നുവെങ്കിലും എനിക്കവന്റെ തലമുടി കണ്ടപ്പോഴേ ആളെ മനസ്സിലായി. പേര് വിളിച്ചുകൊണ്ട് ഞാൻ അടുത്തേക്ക് ഓടിയടുത്തപ്പോഴേക്കും അനക്കമൊന്നും കണ്ടില്ല. വിചിത്രമായ രീതിയിൽ ഇടത്തേകരം പിറകിലേക്ക് മടങ്ങിക്കിടക്കുന്നത് കണ്ടാൽ ആ കൈ ഒടിഞ്ഞിരിക്കുകയാണെന്ന് തോന്നും. ആ ശരീരത്തെ മുട്ടുകുത്തി ഇരുന്ന ശേഷം ചുമലിൽപിടിച്ച് ഞാൻ ഇടത് വശത്തേക്ക് ചരിച്ചു. ഭാരമേറിയ ശരീരത്തിൽ നിന്നും യാതൊരു പ്രതികരണവുമുണ്ടായില്ല. കാപ്പി നിറത്തിലുള്ള കണ്ണുകൾ മുകളിലേക്ക് നോക്കുംവിധത്തിൽ തുറന്നിരിക്കുന്നു. മൂക്കിൽ നിന്നും വായുടെ അരികിൽ നിന്നും ഒലിച്ചിറങ്ങിയ രക്തത്തിൽ മീശ മുങ്ങിപ്പോയിരിക്കുന്നു. പേര് വിളിച്ചുകൊണ്ട് ഞാൻ ചെവി അവന്റെ നെഞ്ചിൽ ചേർത്തു വച്ചുനോക്കി. എന്റെ ശ്വാസവും മറ്റുള്ളവരുടെ അലർച്ചയുമൊഴികെ ഒന്നും കേൾക്കാനില്ല. തല ഉയർത്തിയ ശേഷം ഞാൻ വലത്തേകൈയുടെ തള്ളവിരൽ അവന്റെ വലത്തെ കൈ ഞരമ്പുകളിൽ വച്ച് നാഡീസ്പന്ദനം വല്ലതുമുണ്ടോ എന്ന് പരിശോധിച്ചു. പക്ഷേ ഫലമൊന്നുമുണ്ടായില്ല. ഞാൻ ആ കണ്ണുകൾ തിരുമ്മിയടച്ചു. നെറ്റിയിൽ ചുംബിച്ച ശേഷം അവന്റെ ശരീരത്തെ കെട്ടിപ്പിടിച്ചു. എത്രനേരം അവനരികിലിരുന്ന് കരഞ്ഞുവെന്ന് എനിക്കറിയില്ല.

അന്നത്തെ ബോംബാക്രമണത്തിൽ കൊല്ലപ്പെട്ട ആറ് സൈനികരിലൊളായിരുന്നു ബാസിം. അന്ന് വൈകുന്നേരം അവന്റെ മൃതദേഹവുമായി യൂണിറ്റിൽ നിന്നും പുറപ്പെട്ട സൈനികവാഹനത്തിൽ ഞാനുംകൂടി കയറി. ബാസിമിന്റെ കുടുംബത്തെ ഈ വാർത്ത ഔദ്യോഗികമായി അറിയിക്കുന്ന ചുമതല കമാന്റർ ഏല്പിച്ചത് എന്നെയായിരുന്നു. മുമ്പ് രണ്ട് തവണ നേരിൽ കണ്ടിട്ടുള്ള ബാസിമിന്റെ പിതാവ് ആകെകൂടി പറഞ്ഞത് ഇത്രമാത്രമായിരുന്നു:

“ശക്തിയും അധികാരവും ദൈവത്തിനല്ലാതെ മറ്റാർക്കുമില്ല”

പിന്നീടദ്ദേഹം അവൻ യാതന അനുഭവിച്ചാണോ മരിച്ചത് എന്നുംകൂടെ ചോദിച്ചു. അക്കാര്യത്തെ സംബന്ധിച്ച് എനിക്കത്ര ഉറപ്പില്ലെങ്കിൽ പോലും ഞാൻ ഇല്ലെന്ന് മറുപടി പറഞ്ഞു. സ്ഫോടനം ഉണ്ടായത് മുതൽ അവന്റെ ശവശരീരം ഞങ്ങൾ കണ്ടെത്തുന്നതുവരെ ആറോ ഏഴോ മിനിറ്റുകളുടെ ദൈർഘ്യം മാത്രമേ ഉണ്ടായിരുന്നുള്ളൂ. അതിനിടയിൽ അവൻ അനുഭവിക്കാനിടയുള്ള വേദനയെക്കുറിച്ച് ആർക്കുമറിയില്ല. ബാസിമിന്റെ അനുശോചനച്ചടങ്ങിൽ പങ്കെടുക്കാനായി അൽ-സമാവയിലേക്ക് പോകാൻ കമാന്ററോട് അനുവാദം ചോദിച്ചപ്പോൾ അദ്ദേഹം അനുമതി നൽകി.

തെക്ക് ഭാഗത്തുള്ള സൈനികമന്ദിരം പിന്നീട് പുതുക്കി പണിയുകയോ, നന്നാക്കുകയോ ചെയ്തില്ല. ആ അവശിഷ്ടങ്ങളൊക്കെ ഒരു കുന്നു കണക്കെ കൂട്ടിയിട്ടിരിക്കുന്നത് എല്ലാ ദിവസവും കാണുമ്പോൾ എനിക്ക് ബാസിമിനെ ഓർമ്മ വരും. അവന്റെ മരണശേഷം വല്ലാത്ത വന്യതയായിരുന്നു

മനസ്സ് നിറയെ. മറ്റ് സൈനികരുമായൊന്നും എനിക്ക് വലിയ അടുപ്പമൊന്നുമില്ലായിരുന്നു. അവന്റെ മരണശേഷം ഞാൻ സാവാ തടാകത്തിനരികിലേക്ക് പോയത് ആകെ ഒരിക്കൽ മാത്രമായിരുന്നു. അത് സൈനിക യൂണിറ്റിൽ നിന്നും നാട്ടിലേക്ക് തിരികെ എത്തുന്നതിന് ഒരാഴ്ച മുമ്പായിരുന്നു. അവിടെയുള്ള അവന്റെ ഓർമ്മകളോട് എനിക്ക് വിട പറയണമെന്ന് തോന്നി.

മൃതദേഹത്തിന്റെ നെറ്റിയിൽ വെടിയുണ്ട തറച്ച വിടവിൽ ഞാൻ കുറച്ച് പഞ്ഞി തിരുകി വച്ചു. അതുപോലെ മൂക്കിനുള്ളിലും പൃഷ്ഠഭാഗത്തും പഞ്ഞിവച്ച ശേഷം ഞാൻ ആ ശരീരം കഫൻതുണി കൊണ്ട് പൊതിയാൻ തുടങ്ങി.

പതിനേഴ്

2003ലെ ശൈത്യകാലമായതോടെ ഒരിക്കൽ കൂടി യുദ്ധം ആരംഭിക്കുന്നത് പോലെ തോന്നി. നമ്മൾ ഇനി എന്ത് ചെയ്യണമെന്ന് ഉമ്മ വാപ്പയോട് തിരക്കി: "എന്തുചെയ്യും ഹാജീ, ബാഗ്ദാദിൽ തന്നെ കഴിയണോ?"

"അല്ലാതെ നമ്മൾ എങ്ങോട്ട് പോകാനാണ്? നമ്മുടെ ജീവനെടുക്കാനാണ് ദൈവം ഉദ്ദേശിക്കുന്നതെങ്കിൽ അത് ഇവിടെത്തന്നെ ആയിക്കോട്ടെ. ഇതാദ്യത്തെ യുദ്ധമൊന്നുമല്ലല്ലോ? പക്ഷേ ഇതവസാനത്തേതായിരിക്കുമെന്ന് മനസ്സ് പറയുന്നു. മതിയായി!"

എനിക്ക് ഉത്തരം പറയാനാകുമെന്ന മട്ടിൽ ഉമ്മ പലതവണ ചോദിച്ചു:

"നമ്മൾ ഇനി എന്ത് ചെയ്യും, ജവാദ്?"

"കാര്യങ്ങളൊക്കെ നേരെയാകുന്നതുവരെ നമുക്ക് കാത്തിരിക്കാം ഉമ്മ"

എന്നാൽ സുപരിചിതനായൊരു അതിഥിയെ സ്വീകരിക്കാനെന്നവണ്ണം അയാളുടെ താമസം സുഖകരമാക്കാനായി ഞങ്ങൾ ആ യുദ്ധത്തെയും നേരിടാനായി തയ്യാറെടുത്തു കഴിഞ്ഞിരുന്നു. യുദ്ധത്തിന് മുമ്പുള്ള ആഴ്ചകളിൽ മുൻകരുതലെന്നോണം ധാരാളം മെഴുകുതിരികളും ടിന്നിലടച്ച ഭക്ഷണപദാർത്ഥങ്ങളുമൊക്കെ ഞങ്ങൾ വാങ്ങി സൂക്ഷിച്ചുവെച്ചു. തന്റെ മരണത്തിനു മുമ്പ് ഒരിക്കൽകൂടി അമ്മൂരിയുടെ കുഴിമാടം സന്ദർശിക്കുന്നതിനായി ഉമ്മ നജഫിൽ പോയി വന്നു.

1991 ലെ കുവൈറ്റ് യുദ്ധകാലത്ത് ഞങ്ങൾ എപ്രകാരമായിരുന്നു മുൻകരുതലുകൾ എടുത്തതെന്ന് ഓർത്തുപോയി. രാസായുധ ആക്രമണമുണ്ടായാൽ രക്ഷപ്പെടാനായി ടെലിവിഷനിൽനിന്നും ലഭിച്ച വിവരമനുസരിച്ച് ഞങ്ങൾ കുളിമുറിയുടെ ജനാലകൾ ടേപ്പ് ഉപയോഗിച്ച് ഒട്ടിച്ച് സീൽ ചെയ്തു. കുറേ മണിക്കൂർ നേരം ഉപയോഗിക്കുന്നതിനുള്ള പ്ലാസ്റ്റിക് കുപ്പി വെള്ളം ഈ കുളിമുറിക്കുള്ളിൽ ശേഖരിച്ചുവച്ചു. ടേപ്പ് ഒട്ടിക്കാൻ ഉമ്മ എന്നെ സഹായിക്കുന്ന വേളയിൽ ഞാൻ ഉമ്മയോട് ചോദിച്ചു. നമ്മൾ മൂന്നു

പേരും കുളിമുറിക്കുള്ളിൽ കയറി വാതിലടച്ചിരിക്കുന്ന വേളയിൽ അതിലൊരാൾക്ക് വിസർജ്ജിക്കണമെന്ന് തോന്നിയാൽ എന്തു ചെയ്യും? ചോദ്യം കേട്ട് എന്റെ തോളിൽ ഇടിച്ച് കണ്ണുകൾ പൂട്ടിക്കൊണ്ട് ഉമ്മ പറഞ്ഞു:

"ഒന്ന് മതിയാക്കുമോ നിന്റെ വികൃതി?"

ബോംബ് വർഷങ്ങളുടെ കുറേ ആഴ്ചകൾക്കു ശേഷം ഒരു ദിവസം രാവിലെ ഞങ്ങൾ ഉറക്കമുണർന്നപ്പോൾ ആകാശത്തിന് കൊടും കറുത്ത നിറമായിരുന്നു. കുവൈറ്റിലെ എണ്ണപ്പാടങ്ങളിൽ തീ ഇട്ടതിനെത്തുടർന്ന് ഉയർന്ന് പൊങ്ങിയ പുകപടലം ആകാശത്തെ മറയ്ക്കുകയായിരുന്നു. പിന്നീട് പെയ്തിറങ്ങിയത് ഒരു കരിമഴയായിരുന്നു. അതിൽ സർവ്വതും കരിമയമായി മാറി. ഞങ്ങളുടെ മേൽ പതിക്കാനിരിക്കുന്ന എന്തോ ഒന്നിനെ സൂചിപ്പിക്കുയായിരുന്നു അത്.

പതിനെട്ട്

വീട്ടിലെ ലീവിംഗ് റൂമിനരികിലുള്ള ചെറിയ സ്വീകരണമുറിയിലായിരിക്കും വാപ്പ സാധാരണ നമസ്കാരം നിർവ്വഹിക്കാറുള്ളത്. കിടപ്പുമുറിയിൽ നമസ്കരിക്കാറില്ല. 2003 ലെ യുദ്ധം തുടങ്ങിയിട്ട് പത്ത് ദിവസങ്ങൾ പിന്നിട്ട സമയം. കുറേക്കാലമായി വിടാതെ പിന്തുടരുന്ന ഉറക്കമില്ലായ്മയോട് ഞാൻ പൊരുതുകയായിരുന്നു. പ്രഭാത നമസ്കാരത്തിനുള്ള പള്ളിയിലെ ബാങ്ക് വിളി ശബ്ദം മുഴങ്ങി ഒരു രണ്ട് മിനിറ്റ് നേരം കഴിഞ്ഞപ്പോഴേക്കും വാപ്പയുടെ കാലടിശബ്ദം കേട്ടു. സുബ്ഹി നമസ്കരിക്കാനായി അദ്ദേഹം മുകളിലത്തെ നിലയിൽനിന്നും താഴേക്ക് കോണിപ്പടി ഇറങ്ങിപ്പോകുകയാണ്.

കുളിമുറിയിൽ അംഗസ്നാനം ചെയ്യുമ്പോഴുള്ള വെള്ളം നിലത്ത് പതിക്കുന്ന ശബ്ദം കേട്ടു.

കുറച്ച് മിനിട്ടുകൾ കഴിഞ്ഞപ്പോഴേക്കും ശക്തമായ ബോംബാക്രമണം തുടങ്ങി. ഞങ്ങളുടെ വീടിനെ കടപുഴക്കുന്നതരത്തിലുള്ള ഭീകരമായ സ്ഫോടനം! ഒരു രണ്ടു നിമിഷത്തെ നിശ്ശബ്ദതയ്ക്ക് ശേഷം യുദ്ധവിമാനങ്ങളുടെ ഇരമ്പലും ദൂരെ സ്ഥലങ്ങളിൽ തുടർസ്ഫോടനങ്ങളും കേട്ടു. ഉമ്മ ഉറക്കത്തിൽ നിന്നും ഞെട്ടിയുണർന്നു വാപ്പയെ വിളിച്ചു. അദ്ദേഹം വിളി കേട്ടില്ല.

"വാപ്പ നമസ്കരിക്കാനായി താഴേക്ക് പോയി"

ഞാൻ ഉറക്കെ വിളിച്ചുപറഞ്ഞു. നമസ്കരിക്കുന്നതിനാലായിരിക്കും വാപ്പ വിളി കേൾക്കാത്തത്. എന്നാൽ ഒരു കാൽ മണിക്കൂർ നേരംകൂടി കഴിഞ്ഞിട്ടും ഒരു ശബ്ദവും കേൾക്കാനായില്ല. ബോംബാക്രമണമുണ്ടാകുമ്പോൾ പള്ളി മിനാരങ്ങളിൽ നിന്നും മുഴങ്ങാറുള്ള 'ദൈവം വലിയവനാണ്' എന്ന തക്ബീർ വിളി മാത്രമേ കേൾക്കാനുള്ളൂ.

കട്ടിലിൽ നിന്നും എഴുന്നേറ്റശേഷം ഞാൻ മുകൾനിലയിൽ നിന്നും താഴേക്ക് പടികളിറങ്ങിചെന്നു. സ്വീകരണമുറിയുടെ വാതിൽ അല്പം

തുറന്നുകിടക്കുന്നു. ഇടനാഴിയിലെ മെഴുകുതിരിയുടെ അരണ്ട വെളിച്ചം ആ വിടവിലൂടെ സ്വീകരണമുറിയിലേക്ക് പതിക്കുന്നുണ്ട്. വാപ്പ മുട്ട് കുത്തി 'റുകൂഅ്' ചെയ്യുന്നത് കണ്ടതിനാൽ ഞാൻ മുറിക്ക് പുറത്ത് തന്നെ നിന്നു. കർബലയിലെ ഇമാം ഹുസൈന്റെ കബറിടത്തിൽ നിന്നും കൊണ്ടുവന്ന മൺകട്ടയായ 'തുർബ' യ്ക്ക് അഭിമുഖമായാണ് അദ്ദേഹത്തിന്റെ നെറ്റിത്തടം നിൽക്കുന്നത്. ഇരുളിൽ നിന്ന് പ്രാർത്ഥിക്കുന്നതാണ് അദ്ദേഹത്തിനിഷ്ടം. ഒരിക്കൽ ഇതിന് കാരണമെന്താണെന്ന് ഉമ്മ ചോദിച്ചപ്പോൾ വാപ്പയുടെ മറുപടി ദൈവത്തിന്റെ പ്രകാശം സർവ്വയിടത്തും ഉണ്ടല്ലോ എന്നായിരുന്നു.

വല്ലാത്ത ദാഹം തോന്നിയതിനാൽ ഞാൻ അടുക്കളയിലേക്ക് ചെന്ന് പൈപ്പ് തുറന്ന് കുറച്ച് വെള്ളം കുടിച്ചു. കൈക്കുമ്പിളിൽ വെള്ളം പിടിച്ചാണ് ഞാൻ കുടിക്കാറുള്ളത്. അതാണ് ഇഷ്ടവും. വീണ്ടും ഇടനാഴിയിലേക്ക് തിരികെ വന്നശേഷം സ്വീകരണമുറിയുടെ വാതിലിനരികെ ചെന്ന് നിന്നു. അദ്ദേഹം ഇപ്പോഴും മുട്ടുകുത്തിത്തന്നെ നിൽക്കുകയാണ്. എന്തെങ്കിലും പ്രാർത്ഥനകൾ ഉരുവിടുന്ന ശബ്ദവും കേൾക്കുന്നില്ല. താൻ നമസ്കരിക്കുന്നതിനിടയിൽ ആരെങ്കിലും ശല്യപ്പെടുത്തുന്നത് വാപ്പയ്ക്ക് തീരെ ഇഷ്ടമല്ല.

നമസ്കരിക്കുന്നതിനിടയിൽ ഉമ്മ എങ്ങാനും വിളിച്ചാൽ ദൂരെ പോകാനുള്ള സൂചനയെന്നോണം അദ്ദേഹം നമസ്കാരത്തിലെ പ്രാർത്ഥനകൾ ഉറക്കെ ഉരുവിടും. അത് കേൾക്കുന്നതോടെ അദ്ദേഹത്തിന്റെ നമസ്കാരം പൂർത്തിയാകുന്നതു വരെ ഉമ്മ കാത്തുനിൽക്കും.

ഞാൻ പതിയെ 'വാപ്പാ' എന്ന് വിളിച്ചു നോക്കി. എന്നാൽ പ്രതികരണമായി ഒന്നും കേട്ടില്ല. മുറിക്കുള്ളിലേക്ക് കയറി രണ്ട് ചുവടുകൾ വച്ചശേഷം ഞാൻ പറഞ്ഞു

"വാപ്പാ, ഉമ്മ താങ്കളെ കാണാതെ വിഷമിച്ചിരിക്കുകയാണ്."

യാതൊരു അനക്കവും കണ്ടില്ല. നമസ്കരിച്ചുകൊണ്ടിരിക്കെ അദ്ദേഹം ഉറങ്ങിപ്പോയിരിക്കാൻ സാധ്യതയുണ്ടോ? കുറച്ചു കൂടി അരികിലേക്ക് ചെന്നശേഷം ആ ചുമലിൽ കൈ വച്ചുകൊണ്ട് ഞാൻ എന്തെങ്കിലും കുഴപ്പമുണ്ടോ വാപ്പാ എന്ന് ചോദിച്ചു. അദ്ദേഹത്തിൽ യാതൊരു അനക്കവും കണ്ടില്ല.

തിരിഞ്ഞ് ചുമരിനരികിലെത്തിയശേഷം ഞാൻ ഇലക്ട്രിക്ക് ലൈറ്റിന്റെ സ്വിച്ച് ഓൺ ചെയ്തു. പക്ഷേ ലൈറ്റ് കത്തിയില്ല. അപ്പോഴാണ് വൈദ്യുതി ഇല്ലായെന്ന് ഓർത്തത്. ഞാൻ നേരെ ഇടനാഴിയിലേക്ക് പോയി. അവിടെ കോണിപ്പടിയുടെ അരികിലെ പ്ലേറ്റിൽ വച്ചിരുന്ന മെഴുകുതിരിയുമായി സ്വീകരണമുറിയിലേക്ക് തിരികെ എത്തി. മെഴുകുതിരിയും പ്ലേറ്റും മേശപ്പുറത്ത് വെച്ചശേഷം വാപ്പയുടെ അരികിൽ മുട്ടുകുത്തി നിന്നു. പിന്നെ അദ്ദേഹത്തിന്റെ ചുമലിൽ പിടിച്ചുകൊണ്ട് ഞാൻ തിരക്കി:

"എന്ത് പറ്റി വാപ്പാ?"

അദ്ദേഹത്തെ ഉണർത്താൻ നോക്കിയെങ്കിലും ശരീരം ആകെ മരവിച്ച അവസ്ഥയിലായിരുന്നു. അതോടെ ദേഹം ഇടത്വശത്തേക്ക് ചരിഞ്ഞ് നില ത്തേക്ക് വീണു. കണ്ണുകൾ അടഞ്ഞ നിലയിലായിരുന്നു. ഞാൻ അടുക്കള യിലേക്ക് കുതിച്ചു. ഫ്രിഡ്ജിൽ നിന്നും ഒരു കുപ്പി തണുത്ത വെള്ളം അദ്ദേഹത്തിന്റെ മുഖത്ത് കുടഞ്ഞുനോക്കി. ഫലമൊന്നുമുണ്ടായില്ല. ഹൃദയ ത്തിന്റെ സ്ഥാനത്ത് ചെവി ചേർത്ത് വച്ചുനോക്കിയെങ്കിലും ഒന്നും കേൾക്കാൻ കഴിഞ്ഞില്ല.

അപ്പോഴേക്കും ഉമ്മ ധൃതിയിൽ കോണിപ്പടികൾ ഇറങ്ങിവരുന്ന ശബ്ദം കേട്ടു

“ഹാജീ, നിങ്ങളെവിടെയാണ്?”

കൈയിലൊരു മെഴുകുതിരിയുമായി വാതിലിനരികിലെത്തിയപ്പോൾ ഞാൻ വാപ്പയുടെ അടുത്ത് മുട്ടുകുത്തി നിൽക്കുന്നത് കണ്ട് ഉമ്മ സ്തംഭിച്ചു പോയി. ഞാൻ വാപ്പയെ വിളിച്ചുകൊണ്ടേയിരിക്കുമ്പോൾ അദ്ദേഹം ശാശ്വത മായ സാംഷ്ടാംഗപ്രണാമത്തിലായിരുന്നു. അല്ലെങ്കിൽ മാതാവിന്റെ ഗർഭ പാത്രത്തിനുള്ളിലെ ഭ്രൂണത്തെപ്പോലെ ഇടതുവശം ചരിഞ്ഞു കിടക്കു കയാണ്. ഇത് കണ്ടതും ഉമ്മയുടെ കൈയിലിരുന്ന മെഴുകുതിരി ഊർന്ന് താഴെ വീണു. പടച്ചവനേ എന്ന് വിളിച്ച് ഏങ്ങലടിച്ച് കരയുകയായിരുന്നു അവർ. വാപ്പ ഇനി ഉണരുകയേ ഇല്ലെന്നും നീണ്ട ജീവിതയാത്രകൾ കാരണം ക്ഷീണിതനായ ആ ദുർബലഹൃദയം ഈ ഘോരസ്ഫോടനം താങ്ങാനാകാതെ നിലച്ചുപോയിരിക്കുമെന്നും ഉമ്മയ്ക്ക് മനസ്സിലായിട്ടു ണ്ടാകും. (പിന്നീട് ഫോറൻസിക് വിഭാഗം ഡോക്ടറും ഇത് തന്നെയാണ് പറഞ്ഞത്.) ദേഹത്തിനരികിൽ മുട്ടുകുത്തി നിന്നശേഷം ആ മുഖം തന്റെ കൈകുമ്പിളിൽ കോരിയെടുത്ത് കരഞ്ഞുകൊണ്ട് വാപ്പയ്ക്ക് കേൾക്കാൻ കഴിയുന്നുണ്ട് എന്നതുപോലെ ഉമ്മ അദ്ദേഹത്തെ വിളിക്കാൻ തുടങ്ങി. ആ നെറ്റിയിലും കൈകളിലും ചുംബിച്ചുകൊണ്ട് ഉമ്മ യാചിക്കുകയായി രുന്നു:

“പോവല്ലേ, ഹാജീ. എന്നെ തനിച്ചാക്കി പോവല്ലേ ഹാജീ, പോവല്ലേ, ഹാജീ. എന്റെ പടച്ചവനേ”

വാപ്പയെ ശരിക്കും മനസ്സിലാക്കാൻ സാധിച്ചിട്ടില്ലല്ലോ എന്ന ദുഃഖം എന്നെ വല്ലാതെ അലട്ടാൻ തുടങ്ങി. അദ്ദേഹത്തിന്റെ ജോലി എന്താണെന്ന് ആരൊക്കെയോ ചോദിച്ചപ്പോൾ ഒരു കട നടത്തുകയാണെന്ന് ഞാൻ കള്ളം പറഞ്ഞതെന്തിനായിരുന്നു? പിതാവിന്റെ തൊഴിലിനെ സംബന്ധിച്ച് എനിക്ക് അപമാനമായിരുന്നില്ലേ? വാപ്പായെ ദൈവത്തിന് വലിയ ഇഷ്ടമായിരുന്നു വെന്ന് അദ്ദേഹത്തിന്റെ മരണശേഷം ഉമ്മ പലവുരു ആവർത്തിച്ചിട്ടുണ്ട്. അതിനാലാണത്രേ തന്റെ സാമീപ്യം ലഭിക്കുന്ന നമസ്കാരവേളയിൽ ത്തന്നെ ദൈവം അദ്ദേഹത്തിന്റെ ജീവൻ തിരിച്ചെടുത്തത്. രക്തസാക്ഷി യായ മകൻ അമ്മൂരിയ്ക്കൊപ്പം സ്വർഗപ്രവേശനം ലഭിക്കാനായി അദ്ദേഹം മൂന്ന് തവണ മക്കയിലേക്ക് ഹജ്ജിന് പോയിട്ടുമുണ്ട്. ഒപ്പം അമ്മൂരിയുടെ

കുഴിമാടത്തിനരികെ നജഫിലായിരിക്കണം തന്നെയും മറമാടേണ്ടതെന്ന് ഇടയ്ക്കിടയ്ക്ക് പറയുകയും ചെയ്യുമായിരുന്നു.

കലാപഠനം തുടരാനും പിതാവിന്റെ തൊഴിൽപാരമ്പര്യം തുടരാതിരിക്കാനും ഞാൻ തീരുമാനമെടുത്തപ്പോൾ വാപ്പ ചോദിച്ചത് അപ്പോൾ താൻ മരിക്കുമ്പോൾ ആര് തന്റെ മൃതദേഹം കുളിപ്പിക്കുമെന്നായിരുന്നു. അതിനാൽ ഞാൻതന്നെ വാപ്പയുടെ മൃതദേഹം കുളിപ്പിക്കണമെന്ന് ഉമ്മ നിർബന്ധം പിടിച്ചു. ജീവിതകാലത്ത് വാപ്പയുമായി ഉണ്ടാക്കാനാകാത്ത ഒരു അനുരഞ്ജനം മരണശേഷം അങ്ങനെയെങ്കിലും ഉണ്ടാകുമെന്നായിരുന്നു ഉമ്മ കരുതിയത്.

“മോനേ, നീ അദ്ദേഹത്തിന്റെ മൃതദേഹം കുളിപ്പിച്ചാൽ വാപ്പയുടെ ആത്മാവിന് ശാന്തി ലഭിക്കും. നീ അത് ചെയ്യണം മോനേ. ദൈവത്തിനും എനിക്കുംവേണ്ടി നീ ഇത് ചെയ്യണം”

ആത്മാവെന്ന് പറയുന്ന വസ്തു ഉണ്ടോയെന്ന കാര്യത്തിൽതന്നെ എനിക്ക് യാതൊരു ഉറപ്പുമില്ലെന്ന് ഞാനെങ്ങനെയാണ് ഉമ്മയോട് പറയുക? സ്വന്തം പരിശ്രമങ്ങളിൽ പരാജയപ്പെട്ട ഞാൻ വാപ്പയെ നിരാശപ്പെടുത്തിയതിൽ എനിക്ക് വല്ലാത്ത കുറ്റബോധവും ഉണ്ട്. ഉമ്മയുടെ ആവശ്യം നടക്കില്ലെന്ന് ഞാൻ തീർത്തുതന്നെ പറഞ്ഞു. എന്നെക്കൊണ്ട് കഴിയില്ല. ഹമ്മൂദിയായിരുന്നു വാപ്പയുടെ മൃതദേഹം കുളിപ്പിച്ചത്. അദ്ദേഹത്തിന് ഹമ്മൂദി മൂന്നാമത്തെ മകനെപ്പോലെയായിരുന്നു. രാവിലെ വാപ്പയുടെ മരണത്തെക്കുറിച്ച് ഞാൻ ചെന്ന് പറഞ്ഞപ്പോൾ ഹമ്മൂദി പൊട്ടിക്കരയുകയായിരുന്നു.

ഫോറൻസിക് ഡോക്ടറുടെ മരണസർട്ടിഫിക്കറ്റ് വാങ്ങിയശേഷം ഞങ്ങൾ വാപ്പയുടെ മൃതദേഹം മഗൈസിലിലേക്ക് കൊണ്ടുപോയി. ബാഗ്ദാദിനാകെ ദുഃഖം ബാധിച്ചതുപോലെ. തെരുവുകളാകെ ശൂന്യം. കുളിപ്പുരയുടെ താക്കോൽ ഹമ്മൂദിയുടെ കൈയിലായിരുന്നു. പ്രധാന വാതിൽ തുറന്ന് ഞങ്ങൾ അകത്തേക്ക് പ്രവേശിച്ചു. ഒരുമിച്ചായിരുന്നു മൃതദേഹം മാർബിൾ ബഞ്ചിൽ കൊണ്ടുവച്ചത്. പുറത്ത് കാത്തുനിൽക്കാമെന്നും ആവശ്യമുണ്ടെങ്കിൽ വിളിച്ചാൽ മതിയെന്നും ഞാൻ പറഞ്ഞപ്പോൾ ഹമ്മൂദിക്ക് ആകെ അതിശയമായി.

“അപ്പോൾ നീ ഇവിടെ നിൽക്കുന്നില്ലേ?”

നിഷേധാർത്ഥത്തിൽ തലകുലുക്കിക്കൊണ്ട് ഞാൻ പറഞ്ഞു;

“എന്നെക്കൊണ്ട് സാധിക്കില്ല”

ഒരു കുഴിമാടത്തിലെന്നപോലെ ഇരുട്ടായിരുന്നു കുളിപ്പുരയിൽ. ആകെക്കൂടിയുള്ള വെളിച്ചം ചെറിയ ജനാലയിലൂടെ കടന്നുവരുന്ന സൂര്യപ്രകാശം മാത്രമായിരുന്നു. പിറക് വശത്തുള്ള ചെറിയ പൂന്തോട്ടത്തിലേക്ക് ചെന്ന ശേഷം മാതളമരത്തിന്റെ ചുവട്ടിൽ ചെന്നിരുന്നു. വാപ്പയ്ക്ക് ഏറെ ഇഷ്ടമായിരുന്ന ഈ മരമാണ് പതിറ്റാണ്ടുകളായി മൃതദേഹങ്ങളെ കുളിപ്പിക്കുന്ന വെള്ളമൊക്കെ കുടിച്ചുവറ്റിച്ചിരുന്നത്. ആ മാതളമരം ഇപ്പോൾ മാർബിൾ ബഞ്ചിൽ നിന്നും ഒലിച്ചിറങ്ങി ഓവ്ചാലിലൂടെ ഒഴുകിയെത്തുന്ന

വാപ്പയുടെ മൃതദേഹം കുളിപ്പിക്കാനുപയോഗിച്ച വെള്ളം കുടിക്കാൻ തയ്യാറെടുക്കുകയാണ്. സത്യത്തിൽ ഞാനും പിതാവും അന്യരായിരുന്നു. പക്ഷേ അതൊന്നും ഇതുവരെ തിരിച്ചറിയുവാൻ കഴിഞ്ഞില്ലെന്ന് മാത്രം. മാതളമരത്തിലെ കടും ചുവന്ന നിറത്തിലുള്ള പൂക്കൾ വിരിയാൻ തുടങ്ങിയിരിക്കുന്നു. ചെറുപ്പത്തിൽ വാപ്പ മാതളമരത്തിൽ നിന്നും പറിച്ചെടുത്ത പഴങ്ങൾ വീട്ടിൽ കൊണ്ടുവരുമ്പോൾ ഞാനും കഴിക്കുമായിരുന്നു. എന്നാൽ മൃതദേഹങ്ങൾ കഴുകുന്ന വെള്ളം കൊണ്ടാണ് ഈ മാതളമരം വളരുന്നതെന്ന് മനസ്സിലാക്കിയതോടെ പഴം കഴിക്കുന്നത് ഞാൻ അവസാനിപ്പിച്ചു. കുളിപ്പുരയിൽ വെള്ളം ഒഴിക്കുന്ന ശബ്ദം. സെക്കന്റുകൾക്കുള്ളിൽ ആ വെള്ളം ഓവ്ചാലിലൂടെ ഒഴുകി മാതളമരത്തിന്റെ കീഴിലേക്കെത്തി.

അമേരിക്കക്കാർ നജഫ് കീഴടക്കിയതായി കഴിഞ്ഞ ദിവസം രാത്രിയിൽ റേഡിയോയിൽ കേട്ടു. തുടർന്ന് നേരിടേണ്ടിവന്നേക്കാവുന്ന ദുർഘടപാതകളേയും അപകടങ്ങളേയുംകുറിച്ച് ചിന്തിക്കുകയായിരുന്നു ഞാൻ.

ഒരു നാല്പത് മിനിറ്റ് കഴിഞ്ഞുകാണും. ഹമ്മൂദി വിളിച്ചപ്പോൾ ഞാൻ അകത്തേക്ക് ചെന്നു. മുഖം ഒഴികെയുള്ള ഭാഗങ്ങൾ പൊതിഞ്ഞ കഫൻ തുണിയിലാകെ പുരട്ടിയിരിക്കുന്ന കർപ്പൂരത്തിന്റെ ഗന്ധമായിരുന്നു മുറി നിറയെ. മാർബിൾ ബഞ്ചിൽനിന്നും മൂന്ന് വാര അകലെ തയ്യാറാക്കി വച്ചിരിക്കുന്ന ശവപ്പെട്ടിയിലേക്ക് വാപ്പയുടെ മൃതദേഹം എടുത്തുവയ്ക്കാനായിരുന്നു ഹമ്മൂദി വിളിച്ചത്. ഞങ്ങൾ ഒരുമിച്ച് മൃതദേഹം പെട്ടിയിലേക്ക് എടുത്തുവച്ചു. ചുമരലമാര തുറന്ന് ഹമ്മൂദി ചെറുതും വലുതുമായ പ്രാർത്ഥനകൾ രേഖപ്പെടുത്തിയ പ്രത്യേക കഫൻ തുണി എടുത്ത് മൃതദേഹത്തിന്റെ താടിക്ക് കീഴിലായി നെഞ്ചിൽ വിരിച്ചു. പിന്നെ അയാൾ പൂന്തോട്ടത്തിലേക്ക് പോയി. ഏതോ മരക്കൊമ്പ് ഒടിയുന്ന ശബ്ദം കേട്ടു. മാതളമരത്തിന്റെ ചില്ലകളിലൊന്നുമായി തിരികെ എത്തിയ ഹമ്മൂദി അത് രണ്ടായി ഒടിച്ച് ശവപ്പെട്ടിക്കുള്ളിൽ മൃതദേഹത്തിന്റെ ഇരുകൈകൾക്കരികിലായി വച്ചു. മരിച്ചയാളുകളുടെ ദേഹത്ത് ഈന്തപ്പനയുടേയോ, മാതളമരത്തിന്റേയോ ചില്ലകൾ വയ്ക്കുന്നതിന്റെ കാരണമെന്തെന്ന് പണ്ട് വാപ്പയോട് ചോദിച്ചത് ഓർത്തുപോയി. അത് ഖബറിലെ യാതനകൾ ലഘൂകരിക്കുമെന്ന് പറഞ്ഞശേഷം അദ്ദേഹം വിശുദ്ധ ഖുർആനിലെ ഒരു സൂക്തം പാരായണം ചെയ്തു:

“ആ രണ്ട് സ്വർഗ്ഗത്തോപ്പുകളിലും ഫലവർഗങ്ങളുണ്ട്, ഈന്തപ്പനകളും മാതളമരങ്ങളുമുണ്ട്”

വാപ്പയുടെ ബന്ധുക്കൾക്കൊന്നും നജഫിലേക്ക് മൃതദേഹം കൊണ്ടുപോയപ്പോൾ ഒപ്പം അനുഗമിക്കാൻ സാധിച്ചില്ല. കഴിയുന്ന വേഗത്തിൽ മൃതദേഹം മറമാടണമെന്നതാണ് മതാചാരം. ടെലിഫോൺ ബന്ധങ്ങളൊക്കെ തകരാറിലായിരുന്നു. യുദ്ധവും സ്ഫോടനങ്ങളും മരണവിവരം പല ബന്ധുക്കളേയും അറിയിക്കുന്നതിൽ വലിയ ബുദ്ധിമുട്ടാണ് സൃഷ്ടിച്ചത്. ഇനി വിവരം അറിഞ്ഞാൽ പോലും നജഫിലേക്ക് വാഹനത്തിൽ സഞ്ചരിക്കുന്നത് തീർത്തും അപകടകരമായിരിക്കും. യുദ്ധം തുടരുന്നതിനാൽ

എന്തെങ്കിലും ഒഴിവുകഴിവ് പറഞ്ഞുതന്നെ ഈ ബന്ധുക്കൾക്ക് ഒഴിഞ്ഞു മാറാവുന്നതേയുള്ളൂ. ചലിക്കുന്ന ഏതൊരു വസ്തുവിനു നേരേയും തീ തുപ്പാൻ തയ്യാറായി അമേരിക്കൻ യുദ്ധവിമാനങ്ങൾ ആകാശത്ത് ചുറ്റി ക്കറങ്ങുന്ന ഈ വേളയിൽ കാറിൽ സഞ്ചരിക്കാൻ തുനിയുന്നത് ഭ്രാന്ത ന്മാർ മാത്രമായിരിക്കും. അതിനാൽ വാപ്പയുടെ അന്ത്യയാത്രയിൽ ഒപ്പം അനുഗമിച്ചത് ഹമ്മൂദിയും അബൂലൈസും പിന്നെ ഞാനും മാത്രമായിരുന്നു. മൃതദേഹം വഹിച്ചുകൊണ്ടുള്ള തന്റെ സഹോദരന്റെ കാർ ഓടിച്ചത് ഹമ്മൂദി യായിരുന്നു. വാപ്പയുടെ അടുത്ത സുഹൃത്തുകൂടിയായിരുന്ന അയൽവാസി അബൂലൈസ് ഞങ്ങൾക്ക് ഒപ്പം വരാൻ നിർബന്ധം പിടിക്കുകയായിരുന്നു.

മൃതദേഹം അടക്കം ചെയ്തപെട്ടി കാറിന്റെ മുകളിൽ വച്ച് കയറു കൊണ്ട് കെട്ടിമുറുക്കി. സാധാരണ നജഫിലേക്കുള്ള യാത്രയ്ക്ക് രണ്ട് മണി ക്കൂറോളം സമയമാണ് വേണ്ടത്. എന്നാൽ അന്ന് രാവിലെ ബാഗ്ദാദിലെ തെരുവുകളാകെ ശൂന്യമായിരുന്നു. ധൃതിയിൽ ഓടിമറയുന്ന കുറച്ച് വാഹന ങ്ങൾ മാത്രമേ കണ്ടുള്ളൂ. പല സ്ഥലങ്ങളിലും കറുത്തിരുണ്ട പുക സ്തംഭം കണക്കെ ആകാശത്തേക്ക് ഉയരുന്നത് കണ്ടു. പിറകിലത്തെ സീറ്റിലാണ് ഞാൻ ഇരുന്നത്. ഞങ്ങളാരും ഒന്നും സംസാരിച്ചില്ല.

കാറിലെ റേഡിയോയിൽ നിന്നും ദേശഭക്തി തുളുമ്പുന്ന വീരഗാനങ്ങൾ കേട്ടു. ഒപ്പം ബസറയിലും നാസ്വിരിയ്യയിലും നടക്കുന്ന യുദ്ധങ്ങളെക്കുറിച്ചും തുടരുന്ന സ്ഫോടനങ്ങളെക്കുറിച്ചുമുള്ള വാർത്താ പ്രക്ഷേപണങ്ങളുമുണ്ട്. വാർത്തകളുടെ കൂട്ടത്തിൽ അമേരിക്കൻപട്ടാളം നജഫിന്റെ പ്രാന്തപ്രദേശ ങ്ങളിലെത്തിയെന്നും കേട്ടു. എന്നാൽ ഇറാഖി സൈനിക വക്താവിന് പറ യാനുള്ളത് ഇതാണ്

“നമ്മുടെ പരാക്രമികളായ സൈനികരും പ്രസിഡന്റ് സദ്ദാം ഹുസൈന്റെ ചാവേർ സൈന്യവും ചേർന്ന് ശത്രുവിന് വൻപരാജയം സമ്മാ നിക്കും. സംശയം വേണ്ട, അന്തിമപോരാട്ടത്തിൽ വിജയം നമുക്ക് തന്നെ യായിരിക്കും. ബാഗ്ദാദിന്റെ കോട്ടകൾക്ക് മുന്നിൽ ശത്രു പരാജയമടയും’

ഇത് കേട്ട് അബൂലൈസ് പറഞ്ഞു: “വിജയിച്ചുകൊണ്ടേയിരിക്കുന്നു എന്ന് പറയുന്നു. എന്നാൽ തിരിച്ചടികൾ മാത്രമേ കാണാനാവുന്നുള്ളൂ താനും.”

ബസറയിലേക്കുള്ള ഹൈവേ ശൂന്യമായിരുന്നു. ഓരോ പത്ത് മിനിറ്റ് കൂടുമ്പോഴും ഏതെങ്കിലും ഒരു വാഹനം ചീറിപ്പാഞ്ഞ് കടന്നുപോകുന്നത് മിക്കവാറും ബാഗ്ദാദിലേക്കുള്ള ദിശയിലാകും. ഹില്ലയിലെത്തിയപ്പോൾ കുറച്ചാളുകൾ ചേർന്ന് ഞങ്ങളുടെ വാഹനം തടഞ്ഞുനിർത്തി. സിവിലിയൻ വസ്ത്രം ധരിച്ച ആയുധധാരികളായ കുറച്ച് ആളുകൾ. സദ്ദാമിന്റെ ചാവേർ സൈനികരിൽപ്പെട്ടവരാണെന്ന് തോന്നുന്നു, ഹമ്മൂദിയുടെ അരികിലെത്തിയ സംഘാംഗങ്ങളിലൊരാൾ എങ്ങോട്ട് പോകുന്നുവെന്ന് തിരക്കി. നജഫിലേക്ക് മൃതദേഹവുമായി പോകുകയാണെന്ന് പറഞ്ഞപ്പോൾ ആ മനുഷ്യൻ പറഞ്ഞു:

“നിങ്ങൾക്ക് അവിടെ എത്തിച്ചേരാനാകില്ല. ഈ പാത വളരെ അപകട കരമാണ്”

“പക്ഷേ ഞങ്ങൾക്ക് ഈ മൃതദേഹം നജഫിൽ കൊണ്ടുപോയി അടക്കം ചെയ്തേ മതിയാകൂ”

ഹമ്മൂദിയുടെ വാക്ക് കേട്ടതോടെ കാറിന്റെ മുകളിൽ കൈ കൊണ്ട് ഇടിച്ച് അയാൾ പറഞ്ഞു:

“അതെന്തുമായിക്കോട്ടെ. ദൈവം നിങ്ങളെ അനുഗ്രഹിക്കട്ടെ”

അരമണിക്കൂർ നേരത്തെ യാത്ര കഴിഞ്ഞപ്പോൾ ഒരു അമേരിക്കൻ സൈനികവ്യൂഹം ബാഗ്ദാദ് ദിശയിലേക്ക് വരുന്നത് കണ്ടു. ഹമ്മൂദി കാറിന്റെ വേഗത കുറച്ച ശേഷം ഹൈവേയിൽനിന്നും മൺപാതയിലേക്ക് വണ്ടിയോടിച്ചു മാറ്റി. വണ്ടി നിർത്തുന്നതാണ് നല്ലതെന്ന് അബൂലൈസ് പറഞ്ഞതനുസരിച്ച് ഹമ്മൂദി കാർ നിർത്തി എഞ്ചിൻ ഓഫാക്കി. അവൻ പ്രാർത്ഥിക്കുന്നത് കേട്ടു:

“പടച്ചവനേ രക്ഷിക്കണേ”

സേനാവ്യൂഹം പൊടുന്നനവേ വാഹനങ്ങൾ നിർത്തി. ഒരു ഹംവി സൈനികവാഹനം മാത്രം ഞങ്ങളുടെ നേരെ നീങ്ങിക്കൊണ്ടിരുന്നു. ഒരു നൂറ് വാര അകലെയെത്തിയപ്പോഴേക്കും അതിന്റെ വേഗത കുറഞ്ഞു. അതിന്റെ മുകളിലിരുന്ന സൈനികൻ കൈവശമുള്ള മെഷീൻഗൺ ഞങ്ങൾക്ക് നേരെ തിരിച്ചു. ഹമ്മൂദി പേടിയോടെ ചോദിച്ചു:

“ഇനി നമ്മൾ എന്തുചെയ്യും?”

“നമ്മൾ അനങ്ങിയാൽ അവർ വെടിവച്ചിരിക്കും. അതിനാൽ അനങ്ങാതെ നിൽക്കാം.”

ഞാൻ പറഞ്ഞു. ഞങ്ങളെ വേട്ടയാടാൻ ഉദ്ദേശിച്ചെത്തുന്ന പുരാണ ഇതിഹാസങ്ങളിലെ വന്യമൃഗത്തെപ്പോലെ പതിയെ അടുത്തേക്ക് വരികയാണ് ഹംവി. നിശ്ശബ്ദതയെ ഭേദിക്കുന്നത് ദൂരെയെങ്ങോ ഇരമ്പിമായുന്ന യുദ്ധവിമാനങ്ങളുടെ ശബ്ദം മാത്രമാണ്. ഏതാണ്ട് ഒരു മുപ്പത് നാല്പത് വാര അടുത്തെത്തിയതോടെ ഹംവി നിന്നു. അതിന് മുകളിൽ നിൽക്കുകയായിരുന്ന പട്ടാളക്കാരൻ പലതവണ ഇംഗ്ലീഷിൽ അലറി വിളിച്ചു:

“ഗെറ്റ് ഔട്ട് ഓഫ് ദി കാർ നൗ”

“അയാളെന്താണ് പറയുന്നത്?”

ഹമ്മൂദി ചോദിച്ചപ്പോൾ ഞാൻ പറഞ്ഞു:

“കാറിൽ നിന്നും നമ്മളോട് പുറത്തേക്കിറങ്ങുവാൻ പറയുകയാണ്”

കാറിന്റെ ഡോർ തുറന്ന് ഞങ്ങൾ പതിയെ പുറത്തേക്കിറങ്ങി. ഡോർ തിരികെ അടയ്ക്കാൻ കഴിഞ്ഞില്ല. ഞാനും, അബൂലൈസും കാറിന്റെ വലതുഭാഗത്തു നിന്നു. മറുവശത്തുകൂടി പുറത്തേക്കിറങ്ങിയ ഹമ്മൂദി കാറിനെ ചുറ്റി ഞങ്ങൾക്കരികിൽ വന്നു നിന്നു. പട്ടാളക്കാരൻ വീണ്ടും അലറിത്തുടങ്ങി:

“പുട്ട് യുവർ ഹാന്റ്സ് അപ്പ് നൗ! പുട്ട് യുവർ ഹാന്റ്സ് അപ്പ് നൗ”

കൈകൾ ഉയർത്തിക്കൊണ്ട് ഞാൻ ഹമ്മൂദിയോടും അബൂലൈസി നോടും അപ്രകാരം ചെയ്യാൻ പറഞ്ഞു. കാറിനരികിൽ നിന്നും ദൂരേയ്ക്ക് മാറിനിൽക്കുവാൻ ആംഗ്യം കാട്ടിക്കൊണ്ട് പട്ടാളക്കാരൻ പിന്നെയും ഉറക്കെ പറഞ്ഞു:

"സ്റ്റെപ്പ് എവെ ഫ്രം ദി കാർ"

കാര്യം മനസ്സിലായതോടെ അബൂലൈസ് പറഞ്ഞു:

"കാറിനരികിൽ നിന്നും മാറിനിൽക്കാൻ."

കൈകൾ ഉയർത്തിയ നിലയിൽ തന്നെ ഞങ്ങൾ കുറച്ചു ദൂരേക്ക് മാറി നിന്നു. ഇതോടെ മൂന്ന് പട്ടാളവേഷക്കാർ ഹംവിയിൽ നിന്നും ചാടി ഇറങ്ങി ഞങ്ങൾക്ക് നേരെ ഓടിയടുത്തു. താഴേക്ക് വിരൽചൂണ്ടി അലറിക്കൊണ്ടായി രുന്നു അവർ ഞങ്ങളുടെ നേരെ കുതിച്ചത്.

"ഡൗൺ. ഡൗൺ. ഗെറ്റ് ഡൗൺ ഓൺ ദി ഗ്രൗണ്ട്"

ഞാൻ ഇത് കേട്ടതും റോഡിൽ മുട്ടുകുത്തി നിന്നു. രണ്ടു പട്ടാളക്കാർ കൈയിലിരുന്ന മെഷീൻഗണ്ണുകളുടെ ബാരൽ ഞങ്ങളുടെ ശിരസ്സുകൾക്ക് നേരെ പിടിച്ചുകൊണ്ട് ഒരഞ്ച് വാര അടുത്ത് വന്നു നിന്നു. മൂന്നാമനാകട്ടെ കാറിന് ചുറ്റും നടന്ന് പരിശോധിക്കാൻ തുടങ്ങി. കാറിന് മുകളിൽ വച്ചി രുന്ന ശവപ്പെട്ടിയിലേക്ക് ചൂണ്ടിക്കൊണ്ട് ഒരാൾ അലറി.

"വാട്ട്സ് ഓൺ ദി കാർ?"

"നജഫിലേക്ക് കൊണ്ടുപോകുന്ന ശവശരീരമാണ്"

ഹമ്മൂദിക്കൊപ്പം തന്നെയായിരുന്നു എന്റെ ശബ്ദവും പുറത്തേക്കു വന്നത്.

"എന്റെ വാപ്പയാണ്.....മരിച്ചുപോയി"

മൂന്നാമത്തെ പട്ടാളക്കാരൻ കൈവശമിരുന്ന തോക്കിന്റെ ബാരൽ കൊണ്ട് ശവപ്പെട്ടി മൂടിയിരുന്ന ആവരണം പൊക്കിമാറ്റിയ ശേഷം ഡ്രൈവർ ഇരിക്കുന്ന ഭാഗത്തുകൂടി മുകളിലേക്ക് എത്തിവലിഞ്ഞു നോക്കി.

"ഇറ്റ്സ് എ ഫക്കിംഗ് കോഫിൻ! ക്ലിയർ, ക്ലിയർ"

താഴേക്കിറങ്ങിയ ശേഷം അയാൾ കാറിന് ചുറ്റും നടക്കുകയും അടി വശം പരിശോധിക്കുകയും ചെയ്തു. ശേഷം അയാൾ ഞങ്ങളുടെ പിറകു വശത്തെത്തിയതും മുന്നിൽ നിന്ന പട്ടാളക്കാരിലൊരാൾ അലറി

"ഡോണ്ട് മൂവ്"

മൂന്നാമൻ ഞങ്ങളെ ഓരോരുത്തരെയായി ദേഹപരിശോധന നടത്തു മ്പോൾ മറ്റ് രണ്ടുപേരും തോക്കുചൂണ്ടി നിൽക്കുകയായിരുന്നു. ഹമ്മൂദിയെ പരിശോധിച്ച ശേഷം അയാൾ കാറിന്റെ താക്കോൽ വട്ടംകറക്കിക്കൊണ്ട് ഡിക്കിയിലേക്ക് വിരൽ ചൂണ്ടി

"യൂ ഓപ്പൺ ദി ഡ്രങ്ക്"

ഞാൻ ഹമ്മൂദിയോട് ഡിക്കി തുറക്കാനാണ് ആവശ്യപ്പെട്ടതെന്ന് പറ ഞ്ഞു കൊടുത്തപ്പോൾ മുന്നിൽ നിന്ന പട്ടാളക്കാരിലൊരാൾ വീണ്ടും അലറി:

"ഷട്ട് അപ്പ്"

ഹമ്മൂദി പതിയെ എഴുന്നേറ്റ് ഡിക്കിയുടെ ഭാഗത്തേക്ക് ചെന്നു. അവൻ ഡിക്കി തുറക്കുമ്പോൾ മൂന്നാമത്തെ പട്ടാളക്കാരൻ തോക്കുമായി പിന്നിൽ തന്നെ നില്പുണ്ടായിരുന്നു. പിന്നീടയാൾ ഹമ്മൂദിയോട് തിരികെപ്പോകാൻ പറഞ്ഞു:

" ഗോ ബാക്ക്"

അവൻ വീണ്ടും ഞങ്ങൾക്കരികിൽ വന്ന് മുട്ടുകുത്തി നിന്നു. മൂന്നാമത്തെ പട്ടാളക്കാരൻ ഡിക്കിക്കകത്തുള്ള സാധനങ്ങളൊക്കെ മറിച്ചിട്ട് പരിശോധിച്ചു. ഒന്നും കിട്ടാതായതോടെ അയാൾ പറഞ്ഞു

"ഓൾ ക്ലിയർ, ലെറ്റ്സ് ഗെറ്റ് ഔട്ട് ഓഫ് ഹിയർ"

ഹംവി ഹൈവേയിൽ നിന്നും ദിശ മാറി ഞങ്ങളുടെ കാറിന് മുന്നിൽ വന്നു നിന്നു. വാഹനത്തിന്റെ മുകളിൽ നിൽക്കുകയായിരുന്ന പട്ടാളക്കാരന്റെ മെഷീൻഗൺ ഇപ്പോഴും ഞങ്ങൾക്ക് നേരെ ഉന്നം പിടിച്ചിരിക്കുകയാണ്. മൂന്നാമൻ ഹംവിക്കരികിലേക്ക് തിരികെ പോയി. മറ്റു രണ്ട് പട്ടാളക്കാരാകട്ടെ തോക്കുകൾ ഞങ്ങളുടെ നേരെ പിടിച്ചുകൊണ്ട് പിറകിലേക്ക് നീങ്ങി വാഹനത്തിൽ ചെന്ന് കയറി. സൈനികവ്യൂഹത്തിലെ മറ്റ് വാഹനങ്ങൾ കടന്നുപോകുന്നതുവരെ ഹംവി അവിടെത്തന്നെ നിന്നു. എല്ലാ വാഹനങ്ങളും നീങ്ങി എന്നുറപ്പായതോടെ ഞങ്ങളെ നിരീക്ഷിക്കുകയായിരുന്ന ഹംവിയും പിറകേ ചെന്ന് ആ വ്യൂഹത്തോടൊപ്പം ചേർന്നു. അവയ്ക്ക് പിറകിൽ വൻ പൊടിപടലം ഉയരുന്നത് കാണാമായിരുന്നു.

വസ്ത്രങ്ങളിൽ നിന്നും പൊടിതട്ടിക്കളഞ്ഞുകൊണ്ട് ഞങ്ങൾ പതിയെ എഴുന്നേറ്റു. കഷ്ടിച്ച് മരണത്തിൽ നിന്നും രക്ഷപ്പെട്ടുവെന്ന യാഥാർത്ഥ്യം ഞങ്ങൾ തിരിച്ചറിയുകയായിരുന്നു. ചെറിയൊരു ചലനമെന്തെങ്കിലും ഞങ്ങളുടെ ഭാഗത്ത് നിന്നുണ്ടായിരുന്നുവെങ്കിൽ എല്ലാം അവസാനിപ്പിച്ചുകൊണ്ട് വെടിയുണ്ടകൾ പെയ്തിറങ്ങിയേനെ.

"പടച്ചവൻ രക്ഷിച്ചു. നമ്മുടെ കഥ കഴിയേണ്ടതായിരുന്നു."

ഹമ്മൂദി പറഞ്ഞത് അംഗീകരിച്ചുകൊണ്ട് എന്നെ കളിയാക്കുംവിധത്തിൽ അബൂലൈസ് പറഞ്ഞു

"കൊള്ളാമല്ലോ! നിനക്ക് നല്ലതുപോലെ ഇംഗ്ലീഷറിയാമല്ലോ? നിനക്ക് വേണമെങ്കിൽ ഈ അമേരിക്കക്കാരുടെ വിവർത്തകനായി പണിയെടുക്കാം, കേട്ടോ?"

"ഓ, അങ്ങനെയൊന്നുമില്ല. സിനിമയിലും ടെലിവിഷനിലുമൊക്കെ കേട്ട കുറച്ച് വാചകങ്ങൾ അറിയാം. അത്രതന്നെ"

തിരികെ കാറിൽ കയറുന്നതിനിടയിൽ ഹമ്മൂദി പറഞ്ഞു:

"സദ്ദാമിൽ നിന്നും നമ്മെ മോചിപ്പിക്കാനെത്തിയ ഈ വിമോചകരായ അമേരിക്കക്കാർ സത്യത്തിൽ നമ്മെ അപമാനിക്കുകയാണല്ലോ?"

ഈ സംഭവത്തിനു ശേഷം പിന്നീട് റോഡിൽ തടസ്സങ്ങളൊന്നും നേരിട്ടില്ല. ഒരു മണിക്കൂർ കഴിഞ്ഞപ്പോഴേക്കും ഞങ്ങൾ വാപ്പയുടെ മൃതദേഹവുമായി നജഫിൽ അദ്ദേഹത്തിന്റെ പ്രിയപ്പെട്ട മകൻ അമ്മൂരിയെ അടക്കിയിരിക്കുന്ന കുഴിമാടത്തിനരികിലെ ഖബറിനടുത്തെത്തി. മൃതദേഹം അടക്കം ചെയ്യുന്ന മനുഷ്യൻ ശിരസ്സോ പാദമോ മറയ്ക്കാതെ കുഴിമാടത്തിലേക്കിറങ്ങി. പിന്നെ ഉറക്കെ പ്രാർത്ഥിച്ചു.

“ദൈവമേ, നീ ഈ ഖബറിടം ഒരു സ്വർഗീയാരാമമായി മാറ്റണേ, നരകക്കുണ്ടായി മാറ്റരുതേ... അല്ലാഹുവിന്റെ നാമത്തിൽ... ദൈവത്തിന്റേയും പ്രവാചകന്റേയും മാർഗത്തിൽ... ദൈവമേ, നിന്നോടുള്ള വിശ്വാസത്തോടെയും നിന്റെ ദിവ്യഗ്രന്ഥത്തിലുള്ള ദൃഢനിശ്ചയത്തോടെയും... ഇത് നീയും നിന്റെ ദൂതനും വാഗ്ദാനം ചെയ്തത് തന്നെയാണല്ലോ? ദൈവവും ദൂതനും എത്ര സത്യസന്ധർ! വിശ്വാസവും സമാധാനവും ഞങ്ങൾക്ക് വർദ്ധിപ്പിച്ച് നൽകണേ ദൈവമേ.”

വാപ്പയുടെ ശരീരം ഖബറിനകത്തേക്ക് എടുത്തു വയ്ക്കുവാൻ ഞങ്ങൾ അയാളെ സഹായിച്ചു. അറേബ്യയിലെ മക്ക സ്ഥിതിചെയ്യുന്ന ദിക്കിലേക്ക് അഭിമുഖീകരിക്കുംവിധത്തിൽ ഞങ്ങൾ മൃതദേഹം വലതുവശം ചേർത്തു കിടത്തി. ശേഷം കഫൻതുണിയുടെ വിവിധഭാഗങ്ങളിൽ കെട്ടിയിരുന്ന തുണികൊണ്ടുള്ള കെട്ടുകൾ അഴിച്ചു കൊടുത്തു. കവിളിന്റെ ഭാഗത്ത് കുറച്ച് മണ്ണ് ചേർത്തുവച്ചുകൊണ്ട് ആ മനുഷ്യൻ പ്രാർത്ഥന തുടർന്നു

“ദൈവമേ, നിന്റെ ദാസനാണ്.....നിന്റെ ദാസന്റെ മകൻ...നിന്റെ ദാസിയുടേയും മകൻ...നിന്റെ അതിഥി... നീയാണല്ലോ ഏറ്റവും നല്ല ആതിഥേയൻ? ഈ കുഴിമാടം ഇദ്ദേഹത്തിന് നീ വിശാലമാക്കി നൽകണേ... ഖബറിൽ ചോദ്യം ചെയ്യാനെത്തുന്ന മുൻകർ, നകീർ എന്നീ മാലാഖമാർക്ക് ഉത്തരം പറയാനാകുംവിധത്തിൽ വസ്തുതകൾ ഓർമ്മിപ്പിച്ചു കൊടുക്കണേ... നിന്റെ പ്രവാചകനോടൊപ്പം ഇദ്ദേഹത്തിന് സമാഗമം നൽകണേ....”

മൃതദേഹത്തിന്റെ ഇടത്തും വലത്തും തോളുകൾക്കിടയിൽ തന്റെ കൈപ്പത്തികൾ വച്ച് ദേഹം കുലുക്കിക്കൊണ്ട് അയാൾ പിന്നെയും തുടർന്നു:

“ഹസനിന്റെ മകൻ കാസിമേ...അല്ലാഹുവാണ് നിന്റെ സ്രഷ്ടാവ്. മുഹമ്മദ് പ്രവാചകനും ഇസ്ലാം ജീവിതപാതയും ഇമാം അലി വഴികാട്ടിയും രക്ഷകർത്താവുമാണെന്നോർക്കുക”

പിന്നീട് ശരിയായ പന്ഥാവിലേക്കു നയിക്കുന്ന പുണ്യാത്മാക്കൾ എന്ന പേരിൽ പന്ത്രണ്ട് ശിയാ ഇമാമുമാരുടെ പേരും അയാൾ ആവർത്തിച്ചു. ഇതിനൊപ്പം കുറേശ്ശെയായി മണ്ണ് വാരിയിടാൻ തുടങ്ങിയതോടെ മൃതദേഹം മറയാൻ തുടങ്ങി.

കൈ കൊണ്ട് കണ്ണുകൾ പൊത്തിപ്പിടിച്ച് പൊട്ടിക്കരയാൻ തുടങ്ങി ഹമ്മൂദി. അത് എന്റെ ഉള്ളിൽ ഒളിപ്പിച്ചുവച്ചിരുന്ന ദുഃഖത്തെയും തട്ടി ഉണർത്തി. ഞാനും കരയാൻ തുടങ്ങി. മണ്ണ് മൃതദേഹത്തെ മൂടിയതോടെ

കുഴിവെട്ടുന്നയാൾ ബാക്കി മണ്ണ് മുഴുവൻ കുഴിയിലേക്ക് നീക്കിയിടുവാൻ തുടങ്ങി. ഒപ്പം അയാൾ പ്രാർത്ഥിക്കുന്നുണ്ടായിരുന്നു.

"അല്ലാഹുവല്ലാതെ ആരാധനക്കർഹരായി ആരുമില്ലെന്നും മുഹമ്മദ് ദൈവദൂതനാണെന്നും ഞാനിതാ സാക്ഷ്യം വഹിക്കുന്നു...ദൈവമേ, നീയാണ് വലിയവൻ..ദൈവമേ നിന്റെ ദാസനാണ്.....നിന്റെ ദാസന്റെ മകൻ... നിന്റെ ദാസിയുടേയും മകൻ....നിന്റെ അതിഥി....നീയാണല്ലോ ഏറ്റവും നല്ല ആതിഥേയൻ? ദൈവമേ, ഇദ്ദേഹത്തിന്റെ സൽക്കർമ്മങ്ങളെ സംബന്ധിച്ച് മാത്രമേ ഞങ്ങൾക്ക് അറിയുകയുള്ളൂ....എന്നാൽ കാര്യങ്ങൾ ഏറ്റവും നന്നായി അറിയുന്നവൻ നീയാണല്ലോ? ദൈവമേ, ഇദ്ദേഹം സൽക്കർമ്മി യാണെങ്കിൽ നീ ആ സൽക്കർമ്മങ്ങൾ വർദ്ധിപ്പിച്ച് നൽകണേ....ഇനി ദുഷ്കർമ്മങ്ങൾ ചെയ്തു പോയിട്ടുണ്ടെങ്കിൽ നീ അവ വിട്ടുവീഴ്ച ചെയ്ത് ക്ഷമിച്ചുകൊടുക്കണമേ.... അദ്ദേഹത്തിന് നിന്റെ അടുക്കൽ ഉന്നതമായൊരു സ്ഥാനം നൽകുകയും മുൻപേപോയ സുകൃതവാന്മാർക്കൊപ്പം ചെന്നണ യാനും അനുമതി നൽകണേ....പരമ കാരുണ്യകനായ ദൈവമേ, നീ ഈ മനുഷ്യനോട് കരുണ കാട്ടണേ..... ദൈവമേ നീയാണ് വലിയവൻ... ഈ കുഴിമാടത്തിന്റെ വന്യതയിൽ നീ ഇയാൾക്ക് കരുണ ചെയ്യണേ... ഏകാന്ത തയിൽ സുഹൃത്താകണേ... ഭയം മാറ്റിക്കൊടുക്കണേ....നിന്റെ കാരുണ്യം പകർന്നു നൽകി ശാന്തി നൽകണേ...അങ്ങനെയെങ്കിൽ അയാൾക്ക് മറ്റൊരു കാരുണ്യത്തിന്റേയും ആവശ്യം പിന്നീടുണ്ടാകില്ല. ഒപ്പം തന്റെ പ്രിയപ്പെട്ട വർക്കൊപ്പം അദ്ദേഹത്തെ നീ ഒരുമിച്ചു ചേർക്കേണമേ."

ബാക്കി മണ്ണ് നീക്കിയിടുന്നതിനൊപ്പം കുഴിവെട്ടുകാരന്റെ കൂടെ ഞങ്ങളും പ്രാർത്ഥിച്ചു കൊണ്ടിരുന്നു

"നാം ദൈവത്തിങ്കൽ നിന്നുള്ളവരാണ്. അവനിലേക്ക് തന്നെയായി രിക്കും മടക്കവും. ദൈവമേ ഈ കുഴിമാടത്തെ നീ വിശാലമാക്കി നൽകണേ... ഇദ്ദേഹത്തിന്റെ ആത്മാവിനെ നിന്നിലേക്ക് സ്വീകരിച്ച് നിന്റെ തൃപ്തിക്ക് പാത്രമാക്കണമേ... നിന്റെ കാരുണ്യത്താൽ ഈ കുഴിമാടത്തിൽ സമാധാനം വർഷിക്കണേ.... നിന്റേതൊഴികെ മറ്റാരുടെയും കരുണ ഇദ്ദേഹ ത്തിന് ആവശ്യം വരില്ല, തീർച്ച.... ദൈവമേ, നിന്നോടുള്ള വിശ്വാസത്തോ ടെയും... ഇത് നീയും നിന്റെ ദൂതനും വാഗ്ദാനം ചെയ്തത് തന്നെയാ ണല്ലോ? വിശ്വാസവും സമാധാനവും ഞങ്ങൾക്ക് വർദ്ധിപ്പിച്ച് നൽകണേ ദൈവമേ"

വാപ്പയുടെ മരണത്തിൽ തന്റെ അനുശോചനമറിയിച്ചു കൊണ്ട് ഹമ്മൂദി എന്നെ കെട്ടിപ്പിടിച്ച് ചുംബിച്ചു. തിരിച്ചും അനുശോചിക്കുമ്പോൾ ഞാൻ അവനോട് പറഞ്ഞു:

"അദ്ദേഹത്തിന് നീ സ്വന്തം മകനെപ്പോലെയായിരുന്നു"

"ശരിക്കും നല്ലൊരു മനുഷ്യനായിരുന്ന അദ്ദേഹത്തിന് ഇപ്പോഴായി രിക്കും ശാന്തി ലഭിച്ചിട്ടുണ്ടാകുക."

ഞങ്ങളെ ഇരുവരേയും ആശ്ലേഷിച്ചുകൊണ്ട് അബൂലൈസ് പറഞ്ഞു.

അന്ന് രാത്രി നജഫിൽ തന്നെ തങ്ങുവാൻ ഞങ്ങൾ നിർബന്ധിതരായി. പിറ്റേദിവസം ബാഗ്ദാദിലേക്ക് തിരിച്ചുപോകുമ്പോൾ കാറിന്റെ മുന്നിൽ ഒരു വെള്ളക്കൊടി കെട്ടണമെന്ന് ആരോ പറഞ്ഞത് ഞങ്ങൾ അനുസരിച്ചു. തെക്കെദിക്കിൽ നിന്നും ബാഗ്ദാദിലേക്ക് അടുക്കാറായ വേളയിൽ അൽ-റഷീദ് സൈനികത്താവളത്തിനരികിൽ ഹൈവേക്ക് ഇരുവശത്തുമായി കത്തിയമർന്ന വാഹനങ്ങളുടേയും യുദ്ധടാങ്കുകളുടേയും നീണ്ടനിരയാണ് കണ്ടത്. വാഹനങ്ങളുടെ ശവപ്പറമ്പ്. പാതയോരത്ത് ഉപേക്ഷിക്കപ്പെട്ടനില യിൽ കിടക്കുന്ന ശവശരീരങ്ങൾ മറ മാടുന്നതിനായി കുഴിമാടങ്ങൾ തീർക്കുന്ന കുറേ മനുഷ്യരേയും കണ്ടു.

പത്തൊമ്പത്

2003ലെ യുദ്ധാനന്തരം ബാഗ്ദാദ് നിലംപതിക്കുകയും ഇറാഖിൽ അമേ രിക്ക അധിനിവേശം നടത്തുകയും ചെയ്തശേഷമുള്ള കുറേ ദിനങ്ങൾ വല്ലാത്ത അരാജകത്വവും കലാപവുമായിരുന്നു നാട്ടിലെങ്ങും. വൈദ്യുതി ബന്ധം വിച്ഛേദിക്കപ്പെട്ടിരുന്നതിനാൽ ചത്ത ടെലിവിഷനുകളിൽ ഒന്നും കാണാൻ കഴിഞ്ഞിരുന്നില്ല. റേഡിയോ വാർത്തകളിലൂടെ അറിഞ്ഞത് പൊതുസ്വത്തുക്കളും സർക്കാർ മന്ദിരങ്ങളും ദേശീയ ലൈബ്രറികളും, മ്യൂസിയങ്ങളുമൊക്കെ വ്യാപകമായി കൊള്ളയടിക്കപ്പെട്ടുവെന്നാണ്. ഒപ്പം പ്രസിഡന്റ് സദ്ദാം ഹുസൈൻ എങ്ങോ അപ്രത്യക്ഷനായി എന്ന വാർത്തയും.

യുദ്ധം ആരംഭിക്കുന്നതിന് കുറച്ച് ആഴ്ചകൾക്കു മുമ്പ് ആയിരക്കണ ക്കിന് കുറ്റവാളികളെയും മോഷ്ടാക്കളെയുമൊക്കെ ഇറാഖി ഭരണകൂടം ജയിലുകളിൽ നിന്നും മോചിപ്പിച്ചിരുന്നു. എന്നാൽ ഈ പൊതുസ്ഥാപന ങ്ങൾ സംരക്ഷിക്കുവാനായി അമേരിക്കക്കാർ യാതൊന്നും ചെയ്യാത്തതിൽ എനിക്ക് വല്ലാത്ത അതിശയമാണ് തോന്നിയത്. കാരണം അന്താരാഷ്ട്ര ധാരണകൾപ്രകാരം തന്നെ അധിനിവേശശക്തികൾ പോലും ചെയ്യാൻ ബാധ്യസ്ഥമായ കാര്യങ്ങളാണിത്.

കുറച്ച് ശുദ്ധവായു ശ്വസിക്കാനായി പുറത്തേക്കിറങ്ങിയതായിരുന്നു. അപ്പോഴാണ് ഞങ്ങളുടെ അയൽവാസിയായി അബൂലൈസിനെ കണ്ടത്. ഉപചാര വർത്തമാനങ്ങൾ കഴിഞ്ഞപ്പോൾ അദ്ദേഹം ചോദിച്ചു:

“നീ ഫൈൻആർട്സ് അക്കാദമിയിലല്ലേ പഠിച്ചത്?”

“അതെ. എന്താ?”

“അമേരിക്കക്കാർ അവിടെ ബോംബിട്ടു”

“അക്കാദമിയിലോ? കാര്യമായിട്ട് പറയുകയാണോ? അല്ലെങ്കിൽ തന്നെ എന്തിന്?”

“സത്യമായിട്ടും എനിക്കറിയില്ല. അങ്ങനെ കേട്ടു, അത്രതന്നെ”

ഫൈൻ ആർട്സ് അക്കാദമി വ്യോമാക്രമണത്തിനുള്ള ലക്ഷ്യമായത് വിചിത്രം തന്നെയാണ്. എന്തായാലും നേരിട്ട് പോയി കാര്യങ്ങളുടെ നിജസ്ഥിതി അറിയുവാൻ തന്നെ തീരുമാനിച്ചു. ധൃതിയിൽ വസ്ത്രം ധരിച്ചു. കഴിഞ്ഞ കുറേ ദിവസങ്ങളായി കാര്യങ്ങൾ കുറേയേറെ ശാന്തമാണെന്നറിയാമെങ്കിലും സാഹചര്യങ്ങൾ എപ്പോൾ വേണമെങ്കിലും അപകടകരമാകുമെന്ന ഭയത്തോടെ ഉമ്മ എന്നെ വീട്ടിനുള്ളിൽതന്നെ പിടിച്ചുനിർത്താൻ ശ്രമിച്ചു. എന്നാൽ ഞാനവരുടെ ആവശ്യം നിരസിക്കുകയായിരുന്നു. എന്തായാലും അക്കാദമിയിലേക്ക് പോയേ തീരൂവെന്നും രണ്ട് മണിക്കൂറിനുള്ളിൽത്തന്നെ തിരികെ എത്തിക്കൊള്ളാമെന്നും ഞാൻ ഉമ്മയോട് പറഞ്ഞു. വളരെ സൂക്ഷിക്കണമെന്ന് ഓർമ്മപ്പെടുത്തിക്കൊണ്ട് സുരക്ഷയ്ക്കായി പ്രാർത്ഥനകളോടെ എന്നെ അയയ്ക്കുകയായിരുന്നു ഉമ്മ.

ബാബ് അൽ-മുഅസ്സമിലേക്ക് ഞാനൊരു കിയാ കാറിൽ കയറിപ്പോയി. അവിടെ നിന്നും അക്കാദമിയിലേക്ക് നടക്കാവുന്ന ദൂരമേയുള്ളൂ. അസഹനീയമായ ദുർഗന്ധം വമിപ്പിച്ചുകൊണ്ട് റോഡിലെങ്ങും ചപ്പുചവറുകൾ കുന്നുകൂടിക്കിടപ്പുണ്ട്. ട്രാഫിക് സിഗ്നലുകൾ പ്രവർത്തിക്കാത്തതിനാൽ ഡ്രൈവർമാർ സ്വന്തം ഇഷ്ടപ്രകാരം വാഹനങ്ങൾ ഓടിക്കുന്നു. എങ്കിലും നിരത്തിൽ വലിയ തിരക്കൊന്നുമില്ല. അൽ-സ്വർറാഫിയ്യ പാലത്തിനടുത്തെത്തിയതോടെ ഡ്രൈവർ കാർ റോഡിന് ഇടതുവശത്തേക്ക് ഒതുക്കി മറ്റ് വാഹനങ്ങളെപ്പോലെ വേഗത കുറച്ചു. പിറകിലേക്ക് നോക്കിയപ്പോൾ ഈ പാലം കടന്ന് ബാഗ്ദാദ് ഹൈവേയിലേക്ക് പോകാനായി കുറേ അമേരിക്കൻ സായുധവാഹനങ്ങൾ കുതിച്ചുവരുന്നത് കണ്ടു. അവസാനത്തെ വാഹനത്തിന്റെ മുകളിൽ നിൽക്കുന്ന പട്ടാളക്കാരൻ സൺഗ്ലാസ്സുകൾ ധരിച്ചിരുന്നു. വെടിവെയ്ക്കാൻ തയ്യാറായി നിൽക്കുന്നതുപോലെ അയാൾ ഞങ്ങൾക്ക് നേരെ മെഷീൻഗൺ ലക്ഷ്യം വയ്ക്കാൻ തുടങ്ങി. ഈ ദൃശ്യം കണ്ട് ഡ്രൈവർ അസ്വസ്ഥനായി.

"എന്തൊക്കെയാണിത്? അല്പം സാവകാശത്തിലായിക്കൂടെ എല്ലാം?"

എന്റെ പിറകിലിരിക്കുകയായിരുന്ന വൃദ്ധനായ മനുഷ്യൻ ഉറക്കെ പറഞ്ഞത് ഇങ്ങനെയായിരുന്നു:

"വിദ്യാർത്ഥി പോയെങ്കിലും ആശാൻ ഇവിടെത്തന്നെയുണ്ട്

വിദ്യാർത്ഥി പോയെങ്കിലും ആശാൻ ഇവിടെത്തന്നെയുണ്ട്"

ഈ പറഞ്ഞ വർത്തമാനത്തിന്റെ പൂർണമായ അർത്ഥമെന്തെന്ന് എനിക്ക് മനസ്സിലായില്ല. എന്നാൽ കാലം കഴിയുകയും സംഭവങ്ങൾ മാറിമറിയുകയും ദുരന്തങ്ങൾ ഞങ്ങളുടെ മനസ്സുകളിൽ കുന്നുകൂടാനും തുടങ്ങിയതോടെ ഈ വാക്യത്തിന്റെ പ്രസക്തി കൂടിക്കൂടി വരുന്നതായി തോന്നിയിട്ടുണ്ട്. പിന്നീട് എന്തെങ്കിലും പ്രഹരങ്ങളേല്ക്കുമ്പോഴെല്ലാം ഞാൻ ഈ വാക്യം മനസ്സിൽ ഉരുവിടുമായിരുന്നു.

ബാബ് അൽ-മുഅസ്സമിലെ സദ്ദാംഹുസൈന്റെ ചുമർചിത്രം ചായം തേച്ച് വികൃതമാക്കിയിരിക്കുന്നത് കണ്ടു. സദ്ദാമിന്റെ മുഖഭാവങ്ങളൊക്കെ

കാണാൻ കഴിയാത്ത നിലയിലായിരിക്കുന്നു. ആകെക്കൂടി കാണാൻ കഴിയുന്നത് മീശയുടെ ഒരു ഭാഗവും പകുതി പുഞ്ചിരിയും മാത്രമായിരുന്നു. സദ്ദാം ഇപ്പോൾ എവിടെയായിരിക്കുമെന്ന് മനസ്സ് ചോദിച്ചു. അല്ലെങ്കിൽ തന്നെ അതിന് എന്ത് പ്രസക്തിയാണുള്ളത്?

കുറേയേറെ വർഷങ്ങൾക്ക് മുമ്പായിരുന്നു ഞാൻ അക്കാദമിയിൽ നിന്നും ബിരുദം നേടി പുറത്തിറങ്ങിയത്. എങ്കിൽപോലും റീമിനെ കാണാനായി ഞാൻ ഇടയ്ക്കിടയ്ക്ക് അവിടെ പോകാറുണ്ടായിരുന്നു. റീം അക്കാദമിയിൽ ഉന്നതവിദ്യാഭ്യാസത്തിന് പഠിക്കുമ്പോഴും പിന്നീട് അവൾ അവിടെ ലക്ചറർ ആയി ജോലി ചെയ്തപ്പോഴുമൊക്കെ ഞാൻ അവിടെ പോകുമായിരുന്നു. റീം പെട്ടെന്ന് ജോർദാനിലേക്ക് പോയതിനുശേഷവും ഞാൻ പ്രൊഫസർ ഇസാം അൽ-ജനാബിയെ കാണാനായി ഇടയ്ക്കിടയ്ക്ക് അക്കാദമിയിൽ ചെല്ലും.

അവിടെ എത്തുമ്പോൾ കണ്ട കാഴ്ച ഓഡിയോ-വിഷ്വൽ വകുപ്പിന്റെ ഒരു ഭാഗം ചുമർ തകർന്ന് കിടക്കുന്നതായിരുന്നു. റോഡ് മുറിച്ചുകടന്ന് ഞാൻ അടുത്തേക്ക് ചെന്നു. സ്ഥാപനത്തിന്റെ ഉരുക്കുഗേറ്റ് തുറന്ന് കിടപ്പുണ്ട്. അഡ്മിനിസ്ട്രേറ്റീവ് ബ്ലോക്കിന് കാര്യമായി ഒന്നും സംഭവിച്ചിട്ടുമില്ല. കാവൽക്കാരൻ അബുസമീർ പതിവ് പോലെ സിഗരറ്റ് വലിച്ചുകൊണ്ട് ബെഞ്ചിൽ ഇരിക്കുന്നു. അഭിവാദ്യം ചെയ്തശേഷം ഞാൻ പരിചയപ്പെടുത്തി. ഓഡിയോ-വിഷ്വൽ വകുപ്പിനെക്കുറിച്ച് ചോദിച്ചു

"അമേരിക്കക്കാർ അവിടെ മിസൈൽ ആക്രമണം നടത്തി"

"എപ്പോൾ?"

"ഇൻഫർമേഷൻ വകുപ്പ് മന്ത്രി മുഹമ്മദ് സഈദ് അൽ-സഹ്ഹാഫ് ഇവിടത്തെ സ്റ്റുഡിയോയിൽ നിന്നും ഒരു പ്രസംഗം സംപ്രേക്ഷണം ചെയ്യാനായി വന്നിരുന്നു. ഒരു മണിക്കൂർ കഴിഞ്ഞതും അവിടം ബോംബാക്രമണത്തിനിരയായി."

"മറ്റ് കെട്ടിടങ്ങൾക്കൊന്നും ഒന്നും സംഭവിച്ചില്ലേ?"

"ഇല്ല. പക്ഷേ ആരൊക്കെയോ ചേർന്ന് ലൈബ്രറി അഗ്നിക്കിരയാക്കി. അവിടെയുണ്ടായിരുന്ന എയർകണ്ടീഷണറുകളെല്ലാം കൊള്ളയടിക്കപ്പെട്ടു."

"ആരായിരിക്കും ലൈബ്രറി കത്തിക്കുകയും കൊള്ളയടിക്കുകയും ചെയ്തിട്ടുണ്ടാവുക?"

"സത്യമായും എനിക്കറിയില്ല. ബോംബാക്രമണം നടന്നപ്പോൾ ഞാൻ ഇവിടെ ഇല്ലായിരുന്നു. കടുത്ത അപായസൂചനകൾ ഉണ്ടായിരുന്നു. തിരികെ എത്തുമ്പോഴേക്കും എല്ലാം പോയിക്കഴിഞ്ഞിരുന്നു. മുറികൾക്കെല്ലാം പൂട്ടുകളുണ്ടായിരുന്നു. ആ പൂട്ടുകളൊന്നും തകർന്നിട്ടുമില്ല. അപ്പോൾ കൊള്ളയടിച്ചവർക്ക് കാര്യങ്ങളൊക്കെ അറിയാമെന്നർത്ഥം. ദൈവം സഹായിച്ച് കുറേ വിദ്യാർത്ഥികൾ ഈ അവശിഷ്ടങ്ങളൊക്കെ വാരിമാറ്റി വൃത്തിക്കാൻ ശ്രമിക്കുകയാണ്."

"പ്രൊഫസർമാർ ആരെങ്കിലും ഉണ്ടോ?"

"ഇല്ല. ഇന്ന് അവർ ആരും വന്നിട്ടില്ല"

"എനിക്കൊന്ന് അകത്ത് പോയി നോക്കിയാൽ കൊള്ളാമെന്നുണ്ട്. അനുവദിക്കുമോ?"

"അതിനെന്താ? പൊയ്ക്കോളൂ"

ഞാൻ നേരെ പോയത് ലൈബ്രറിയിലേക്കായിരുന്നു. പുറത്തുള്ള ഇരുമ്പ് വാതിൽ വിജാഗിരിയോടെ ഇളക്കി ഒരഞ്ച് മീറ്റർ ദൂരെ കിടക്കുന്നത് കണ്ടു. അതിന് ചുറ്റും കല്ലും ഉരുക്ക് ശകലങ്ങളുമൊക്കെ ചിതറിക്കിടക്കുന്നു. പ്രവേശനകവാടത്തിൽ നിൽക്കുമ്പോൾ വല്ലാത്ത ദുർഗന്ധം അനുഭവപ്പെട്ടു. ലൈബ്രേറിയന്റെ ഇരിപ്പിടത്തിനു മുന്നിലുള്ള മേശ കണ്ടു. കസേരകൾ അപ്രത്യക്ഷമായിരിക്കുന്നു. അതിശക്തമായ തീയും ചൂടും കാരണം നിറം പിടിപ്പിച്ച ഗ്ലാസ് ചുമരുകളൊക്കെ കുഴിഞ്ഞുപോയിരിക്കുന്നു. ചില ഭാഗങ്ങളൊക്കെ ഉരുകി രൂപം തന്നെ മാറിയിരിക്കുന്നു. മേൽക്കൂരകളാകട്ടെ കരി കൊണ്ട് മൂടിയ നിലയിലാണ്.

ഉള്ളിലേക്ക് കയറിയശേഷം പുസ്തകഅലമാരകൾ വച്ചിട്ടുള്ള ഇടത് ഭാഗത്തേക്ക് നടന്നു. എങ്ങും കുന്നുക്കൂടി കിടക്കുന്ന ചാരക്കൂമ്പാരം കണ്ടപ്പോൾ വാരിയെല്ലുകൾക്കിടയിൽ വല്ലാത്തൊരു നീറ്റലനുഭവപ്പെട്ടു. അവിടെയിരുന്ന് വായിക്കാറുള്ള സമയങ്ങൾ ഓർത്തുപോയി. ഡീഗാ, കാൻഡിൻസ്കി, മീറോ, മോഡീലിയാനീ, ഷേഗൽ, ബേക്കൺ, മോണേ, പിക്കാസോ തുടങ്ങിയവരുടെയൊക്കെ ചിത്രകലകളും റോഡിൻ, ഹെൻറി മൂർ, പിന്നെ പ്രിയങ്കരമായ ജിയോകോമെത്തി എന്നിവരുടെയൊക്കെ ശില്പങ്ങളുടെ ചിത്രങ്ങളുമൊക്കെ അടങ്ങുന്ന ഗ്ലോസിപേപ്പർപുസ്തകങ്ങൾ മറിച്ചു നോക്കിയിരുന്നത് ഇവിടെവച്ചായിരുന്നു. ആളൊഴിഞ്ഞ ഒരു ഉച്ചനേരത്ത് അവിടെവച്ച് ഞാൻ റീമിന്റെ ചുണ്ടുകളിൽ ചുംബിക്കാൻ അവസരം മുതലാക്കിയതും മനസ്സിലേക്ക് ഓടി വന്നു. അന്ന് ഞങ്ങൾ ഒരുമിച്ച് പഠിക്കുകയായിരുന്നു. ആദ്യം അതിശയിച്ചുപോയെങ്കിലും ഒരു ദീർഘചുംബനത്തിന്റെ മൂന്ന് മിനിറ്റ് നേരം മൂന്ന് വർഷങ്ങൾ എന്ന് തോന്നിപ്പോയ മൂന്ന് മിനിറ്റുകൾ.

ഫ്രഞ്ച് നാടകകൃത്ത് അന്റോണീ ആർതൗവിനേയും അദ്ദേഹത്തിന്റെ 'തീയേറ്റർ ഓഫ് ക്രൂവൽറ്റി' നാടകപ്രസ്ഥാനത്തെയും കുറിച്ച് റീം തയ്യാറാക്കിയ പ്രബന്ധവും ചാരമായി കത്തിയമർന്നിട്ടുണ്ടാകുമോ എന്തോ?

അവിടെ ഒരു പത്ത് മിനുറ്റ് നേരം ചുറ്റും നോക്കിയശേഷം പുറത്തേക്കിറങ്ങി ഓഡിയോവിഷ്വൽ വകുപ്പിലേക്കു പോയി. ഞങ്ങൾ സ്ഥിരമായി ചെന്നിരിക്കാറുള്ള ബഞ്ചിനരികിലൂടെ കടന്നുപോയപ്പോൾ രണ്ട് വിദ്യാർത്ഥികൾ അവിടെ ഇരിക്കുന്നത് കണ്ടു. അവർക്ക് നമസ്കാരം പറഞ്ഞ് നടന്നു നീങ്ങുമ്പോൾ വലത് വശത്തുള്ള പ്ലാസ്റ്റിക് ആർട്സ് വകുപ്പിന്റെ ചുമരിൽ പിക്കാസോയുടെ ചിത്രം കണ്ണിൽപ്പെട്ടു. ആ മുഖഭാവങ്ങളിൽ ഇന്ന് വല്ലാത്ത കാർക്കശ്യമുള്ളതുപോലെ. അക്കാദമിയിൽ സംഭവിച്ച

കാര്യങ്ങളിൽ അദ്ദേഹം തീർത്തും കോപാകുലനാണെന്ന് തോന്നിപ്പോകും ഇത് കണ്ടാൽ.

മിസൈൽ ആക്രമണത്തിൽ ഓഡിയോ-വിഷ്വൽ വകുപ്പിന്റെ മുൻ വശത്തെ ചുമർ പൂർണമായും തകർന്ന് വീണിരിക്കുകയാണ്. ഒന്നാം നില യിലേക്കുള്ള പ്രവേശനകവാടം മൂടുന്ന തരത്തിലാണ് കല്ലും മണ്ണും കുന്നു കൂടിക്കിടക്കുന്നത്. അല്പം ബുദ്ധിമുട്ടിയാണെങ്കിലും ആ മൺകൂനയ്ക്ക് മുകളിലേക്ക് വലിഞ്ഞ് കയറിയപ്പോൾ കെട്ടിടത്തിന്റെ ഉൾവശം കാണാൻ സാധിച്ചു. ഒരു മൃതദേഹത്തിന്റെ തൊലി ഉരിച്ചശേഷം ആന്തരാവയവങ്ങൾ കത്തിച്ചപ്പോൾ വാരിയെല്ലുകൾ പുറത്തേക്ക് കാണാവുന്നത് പോലെയായി രുന്നു അവിടെ കണ്ട കാഴ്ച. അകത്തെ സ്റ്റുഡിയോ പൂർണമായും കത്തി യമർന്നിരുന്നു. മേൽക്കൂരയും നിലവും തകർന്നു. തൊട്ടടുത്ത ഹാളിൽ ഫിലിം റീലുകൾ ചിതറിക്കിടക്കുന്നുണ്ട്. അവശിഷ്ടങ്ങൾക്കിടയിലൂടെ ചാടി ക്കടന്ന് ഇടത്തേക്ക് നീങ്ങിയപ്പോൾ സിനിമാ പ്രൊജക്ഷൻ ഹാൾ കണ്ണിൽപ്പെട്ടു. അതിന്റെ നിലം പൂർണമായും കത്തി നശിച്ചിരിക്കുന്നു. തകർന്ന മേൽക്കൂരയുടെ കുറേ ഭാഗങ്ങൾ നിലത്ത് ചിതറിക്കിടപ്പുണ്ട്. ഉടഞ്ഞ ഗ്ലാസ് കഷണങ്ങളിൽ തട്ടി വെയിലടിക്കുന്നു. എത്രയോ ദൃശ്യ ങ്ങൾക്ക് സാക്ഷിയായിട്ടുള്ള ഒഴിഞ്ഞ കസേരകളും ചുവരുകളുമൊക്കെ കരിക്കട്ടകളായി മാറിപ്പോയിരിക്കുന്നു.

തകർന്ന കെട്ടിടാവശിഷ്ടങ്ങൾ കടന്ന് തിരികെ എത്തുമ്പോൾ ശ്വാസം മുട്ടിക്കുംവിധത്തിൽ ഉള്ളിലെ അസ്വസ്ഥത വർദ്ധിക്കുന്നതായൊരു തോന്നൽ. പ്ലാസ്റ്റിക് ആർട്സ് വകുപ്പിനരികിലൂടെ പോയപ്പോൾ ജനാലക ളൊഴികെ കെട്ടിടത്തിന് അപകടമൊന്നും പറ്റിയതായി കണ്ടില്ല. ജനാല ച്ചില്ലുകൾ പൊട്ടിച്ചിതറിയിട്ടുണ്ട്. ഉരുക്ക് കൂടുകളിൽനിന്നും എയർകണ്ടീഷ ണറുകൾ ഇളക്കിമാറ്റപ്പെട്ടിരിക്കുന്നു. അവിടെനിന്നും തിരികെപ്പോകുന്നതിന് മുമ്പ് കാവൽക്കാരനെ കണ്ട് യാത്ര പറഞ്ഞു. പ്രൊഫസർ ഇസ്സാം വരു മ്പോൾ ഞാൻ അദ്ദേഹത്തെ അന്വേഷിച്ചു എന്ന് അറിയിക്കണമെന്ന് പറ യുകയും ചെയ്തു.

ഇരുപത്

മൃതദേഹങ്ങൾ കുളിപ്പിക്കാനുള്ള ബഞ്ചിനരികെ നിൽക്കുകയായിരുന്നു ഞാൻ. എന്നാലത് മഗൈസിൽ ആയിരുന്നില്ല. എനിക്കറിയാത്ത മറ്റേതോ സ്ഥലമാണ്. ജനാലകളൊന്നുമില്ല. മേൽക്കൂരയ്ക്ക് നല്ല ഉയരം. നിയോൺ ബൾബുകളിൽ ചിലത് കത്തിക്കിടക്കുന്നു. വളരെ നീളമുള്ള ബഞ്ചായി രുന്നു അത്. പത്ത് മീറ്ററിലധികം നീളമുള്ള ബഞ്ചിൽ ചലിക്കുന്ന വെള്ള നിറത്തിലുള്ള ബെൽറ്റ് ഘടിപ്പിച്ചിരുന്നു. അതിനുമേൽ മൃതദേഹങ്ങൾ നിരത്തിയിരിക്കുന്നു. വലത് വശത്തേക്ക് ചലിച്ചുകൊണ്ടിരുന്ന ബെൽറ്റ് പുറത്തേക്ക് തുറന്ന വലിയൊരു തുറസ്സായ സ്ഥലത്തേക്കാണ് ചെന്നു

നിൽക്കുന്നത്. അവിടെ നീലക്കുപ്പായവും വെള്ള ഗ്ലൗസുകളും ധരിച്ച ആളുകൾ ബെൽറ്റിലൂടെ കടന്നെത്തുന്ന മൃതദേഹങ്ങൾ പൊക്കിയെടുത്ത് വലിയൊരു ലോറിയിലേക്ക് ഇട്ടുകൊണ്ടിരിക്കുന്നു.

ചുമരിൽ ഘടിപ്പിച്ചിരിക്കുന്ന ധാരാളം പൈപ്പുകളിൽനിന്നും വെള്ളം നിറയ്ക്കാനായി ഒഴിഞ്ഞ പാത്രങ്ങളും കപ്പുകളും നിരത്തിയിരിക്കുന്നു. അപ്പോഴാണ് ആ ശബ്ദം കേട്ടത്:

“നീ എന്തിനാണ് ഇനിയും കാത്തിരിക്കുന്നത്?”

ശബ്ദം കേട്ട ദിക്കിലേക്ക് തിരിഞ്ഞു നോക്കിയപ്പോൾ കണ്ടത് വാപ്പയെ ആയിരുന്നു. ഒരു മൂലയിൽ കസേര ഇട്ട് ഇരിക്കുകയാണ്. കൈയിൽ ജപമാലയുമുണ്ട്. അദ്ദേഹം പിന്നെയും ചോദിച്ചു

“നീ എന്തിനാണ് ഇനിയും കാത്തിരിക്കുന്നത്?”

ഇത്തവണ ശബ്ദം കേട്ടത് മറ്റൊരു ദിക്കിൽ നിന്നായിരുന്നു. തിരിഞ്ഞു നോക്കിയപ്പോൾ വാപ്പ വേറൊരു മൂലയിൽ അതാ ഇരിക്കുന്നു. പിന്നീട് മറ്റ് ദിക്കുകളിൽ നിന്നും അതേ ശബ്ദം കേട്ടു.

ഒരു പൈപ്പിനരികിലേക്കു ചെന്ന് ധൃതിയിൽ ടാപ്പ് തുറന്നു നോക്കി. പക്ഷേ വെള്ളം മാത്രം പുറത്തേക്ക് വന്നില്ല. ഇതേ കാര്യം തന്നെയായിരുന്നു മറ്റ് പൈപ്പുകളുടെ കാര്യത്തിലും സംഭവിച്ചത്. വാപ്പ ഇരിക്കുന്നതായി കണ്ട ഭാഗത്തേക്ക് നോക്കി. പക്ഷേ അദ്ദേഹം അപ്രത്യക്ഷനായിക്കഴിഞ്ഞിരുന്നു. ദിക്കുകൾ മാറിനോക്കിയെങ്കിലും വാപ്പയെ കാണാൻ സാധിച്ചില്ല. ഈ സമയത്തെല്ലാം ബെൽറ്റിലൂടെ മൃതദേഹങ്ങൾ തുറസ്സായ സ്ഥലത്തേക്ക് നീങ്ങിക്കൊണ്ടിരിക്കുകയായിരുന്നു.

ഇരുപത്തിയൊന്ന്

ഫൈൻആർട്ട്സ് അക്കാദമിയിൽ പഠിക്കാൻചേർന്ന ശേഷമുള്ള ആദ്യത്തെ വേനലവധി കാലത്ത് വാപ്പായുമായുള്ള എന്റെ ബന്ധത്തിന്റെ കാര്യത്തിൽ നിർണ്ണായക സ്ഥാനമുണ്ട്. എന്റെ ജീവിതം അദ്ദേഹം ഉദ്ദേശിക്കുന്നതിൽ നിന്നും വ്യത്യസ്തമായിരിക്കുമെന്ന് എനിക്ക് തുറന്നു പറയേണ്ടി വന്നു. ആ വർഷം അക്കാദമിയിൽ പഠിക്കുന്നതിനിടയിൽത്തന്നെ കലാസംബന്ധിയായ കാര്യങ്ങളിൽ ശ്രദ്ധിക്കുവാനായിരിക്കും ഭാവിയിൽ ഉദ്ദേശിക്കുന്നതെന്നും എന്തൊക്കെ സംഭവിച്ചാലും മഗൈസിലിലെ ശ്വാസംമുട്ടിക്കുന്ന അന്തരീക്ഷത്തിലേക്ക് മടങ്ങിവരികയേ ഇല്ലെന്നും ഞാൻ എന്നെത്തന്നെ ബോധ്യപ്പെടുത്താൻ ശ്രമിക്കുകയായിരുന്നു.

സഹപാഠികളിൽ ഒരാൾ പറഞ്ഞറിഞ്ഞൊരു കാര്യമുണ്ട്. വീടുകൾ പെയിന്റ് ചെയ്യുന്ന ജോലിക്കു പോയാൽ നല്ല കൂലി കിട്ടുമത്രേ. അത് നടന്നാൽ കലാപ്രവർത്തനത്തിന് ആവശ്യമുള്ള സാധനങ്ങളൊക്കെ വാങ്ങിക്കാൻ സാധിക്കും. അതിനോടൊപ്പം വീട്ടുചെലവുകൾക്കു വേണ്ട ചെറിയ

സഹായവും ചെയ്യാനാകും. പഠനകാര്യങ്ങളിൽ ശ്രദ്ധിക്കാനായി അദ്ധ്യയന വർഷസമയത്തൊന്നും വാപ്പയെ സഹായിക്കാൻ ചെല്ലേണ്ടന്നും അവധിക്കാലത്ത് ഒപ്പമുണ്ടാകണമെന്നുമായിരുന്നു ഇതുവരെ ഞാനും വാപ്പയും തമ്മിലുള്ള ധാരണ.

ഒന്നാം വർഷ വാർഷിക പരീക്ഷകൾ കഴിഞ്ഞ് ഒരാഴ്ച ആയ സമയം. ജോലി കഴിഞ്ഞ് വാപ്പ വൈകുന്നേരം വീട്ടിൽ തിരിച്ചെത്തിയപ്പോൾ ഞാൻ ടി.വി. കണ്ടുകൊണ്ടിരിക്കുകയായിരുന്നു.

"ആവശ്യത്തിന് വിശ്രമിച്ചല്ലോ? നീ എന്നു മുതലാണ് ജോലിക്കെത്തുന്നത്? "

വാപ്പയുടെ വാക്കുകൾ കേട്ട് ഞാൻ മറുപടി പറഞ്ഞത് എനിക്ക് പ്രധാനപ്പെട്ടൊരു കാര്യം സംസാരിക്കാനുണ്ട് എന്നായിരുന്നു. സ്വീകരണമുറിയുടെ വാതിൽക്കൽ കൈയിൽ ജപമാലയുമായി നിൽക്കുകയായിരുന്നു വാപ്പ.

"ശരി, പറയൂ. എന്താണ് കാര്യം? "

"എന്റെ സുഹൃത്തുക്കളിലൊരാളുടെ പിതാവ് വീടുകൾ പെയിന്റ് ചെയ്ത് കൊടുക്കുന്ന കോൺട്രാക്ടറാണ്. ഈ വേനൽക്കാലത്ത് അദ്ദേഹത്തിനോടൊപ്പം ജോലിക്ക് പോയാൽ നല്ല കൂലി ലഭിക്കുമെന്നറിഞ്ഞു." മുഖം ചുളിച്ചുകൊണ്ട് വാപ്പ നിലത്തേക്കു നോക്കി. പിന്നെ എന്റെ കണ്ണുകളിലേക്ക് രൂക്ഷമായി നോക്കിക്കൊണ്ട് അദ്ദേഹം ചോദിച്ചു.

"നീ എന്തിന് ഇത്തരമൊരു ജോലിക്ക് പോകണം? നല്ലൊരു ജോലി എന്റെ ഒപ്പം ചെയ്യാനുണ്ടല്ലോ?"

"കുറച്ച് ദിവസത്തേക്ക് ഈ ജോലിക്ക് പോയിനോക്കിയാൽ കൊള്ളാമെന്നുണ്ട്. എങ്ങനെയുണ്ട് എന്നറിയാമല്ലോ?"

"പെയിന്റടിക്കുന്നതെങ്ങനെയെന്ന് അതിന് നിനക്കറിയാമോ?"

"അതൊരു പ്രശ്നമല്ല വാപ്പാ. കാര്യങ്ങളൊക്കെ എനിക്ക് പഠിപ്പിച്ച് തരാമെന്ന് അദ്ദേഹം ഏറ്റിട്ടുണ്ട്."

നിരാശ വാപ്പായുടെ മുഖത്ത് വളരെ പ്രകടമായിരുന്നു.

"അപ്പോൾ എന്തായിത്തീരാനാണ് നിന്റെ ഉദ്ദേശ്യം? പെയിന്റടിക്കാൻ പോകുന്നയാൾ, അല്ലേ? ഇത്രയും വർഷക്കാലമായി സഹായിക്കാനായി എത്തുന്ന ഒരാളെ കാത്തിരിക്കുകയായിരുന്നു ഞാൻ. അങ്ങനെ എന്റെ ഭാരം അല്പം കുറയുമല്ലോ എന്നു കരുതി."

"ഇത് വേനലവധിക്കാലത്തേക്ക് മാത്രമാണ്. ജോലിയിൽ നിന്നും ലഭിക്കുന്ന കൂലി ഉപയോഗിച്ച് വീട്ടുകാര്യങ്ങളിൽ സഹായിക്കാനും കഴിയുമല്ലോ?"

പെയിന്റടിക്കാരൻ എന്ന വാക്ക് അപമാനകരമായ ജോലിയാണെന്ന മട്ടിൽ വാപ്പ ആവർത്തിച്ചാവർത്തിച്ച് ഉരുവിട്ടു കൊണ്ടിരുന്നു.

"അതിലെന്താണിത്ര കുഴപ്പം? മാന്യമായ ജോലിയാണല്ലോ?"

"അപ്പോൾ നമ്മുടെ തൊഴിലിൽ മാന്യതയില്ലേ? അതിൽ നിനക്ക് നന്മയില്ലെന്നാണോ? എന്റെ പിതാവും അദ്ദേഹത്തിന്റെ പിതാവും പൂർവ്വ പിതാവുമൊക്കെ ഇതേ ജോലി ചെയ്തിട്ടുണ്ട്. ഇനി നിന്റെ ഇഷ്ടം!"

കോണിപ്പടി കയറാനായി വാപ്പ ഹാളിലേക്കെത്തി. ഞങ്ങൾ സംസാരിക്കുന്നത് കേട്ടിട്ടെന്ന വണ്ണം അടുക്കളയിൽ നിന്നും പുറത്തേക്കു വന്ന ഉമ്മ കാര്യം തിരക്കി.

'നമ്മുടെ തൊഴിൽ ചെയ്യാനല്ല, വീട് പെയിന്റ് ചെയ്യുന്ന ജോലി ചെയ്യാനാണത്രേ നിന്റെ മകന് താത്പര്യം." കോണിപ്പടി കയറിപ്പോകുന്നതിനിടയിൽ വാപ്പ പറഞ്ഞു.

"ശരിയാണോ, ജവാദ്?"

"അതെ. ശരിയാണ്."

"അതെന്താ മോനേ? വാപ്പ നീ അരികിലുണ്ടാവണമെന്ന് ആഗ്രഹിക്കുകയല്ലേ?"

"അതിനെന്താ ഉമ്മാ? ഒരു പെയിന്റടിക്കാരനായി ജോലി ചെയ്യുന്നതിൽ എന്ത് നാണക്കേടാണുള്ളത്?"

ഇരുന്നയിടത്തിൽ നിന്ന് എഴുന്നേറ്റ് ടി.വി. ഓഫ് ചെയ്ത ശേഷം അല്പം നടക്കാനായി ഞാൻ പുറത്തേക്കിറങ്ങി. വാപ്പയും ഞാനും ഒരേ ഇടത്തുണ്ടാകുമ്പോഴുള്ള അസ്വസ്ഥത ഒഴിവാക്കേണ്ടിയിരിക്കുന്നു. എന്റെ തീരുമാനത്തിൽ വാപ്പ സന്തോഷിക്കുമെന്ന് ഞാൻ തീരേ കരുതിയിട്ടില്ല. അക്കാര്യം കേൾക്കുമ്പോൾ അദ്ദേഹം അതിശയിക്കുമെന്നും പ്രതീക്ഷിച്ചിട്ടില്ല. എന്നാൽ ഇങ്ങനെയൊരു കാര്യം വന്നണയുമെന്ന് അദ്ദേഹം മനസ്സിലാക്കണമായിരുന്നു. പ്രത്യേകിച്ച് ചെറുപ്പത്തിലുണ്ടായിരുന്ന ആവേശമൊക്കെ മഗൈസിലിൽ പോകുന്ന കാര്യത്തിൽ എനിക്ക് നഷ്ടപ്പെട്ടുപോയ കാര്യം അദ്ദേഹം ശ്രദ്ധിച്ചിട്ടുള്ള സാഹചര്യത്തിൽ. ഇറാനുമായുള്ള യുദ്ധം അവസാനിക്കുകയും അമ്മൂരി സൈന്യത്തിൽ നിന്നും തിരിച്ചെത്തി വീണ്ടും ഡോക്ടറായി ജോലി തുടരുകയും ചെയ്താൽ ഈ കുളിപ്പുര അടച്ചുപൂട്ടുകയോ, മറ്റാർക്കെങ്കിലും വിൽക്കുകയോ ചെയ്യുന്നതിനെ സംബന്ധിച്ച് താങ്കൾ ആലോചിച്ചിട്ടുണ്ടോ എന്ന് ചെറുപ്പത്തിൽ ഒരിക്കൽ ഞാൻ വാപ്പയോട് ചോദിച്ചിട്ടുണ്ട്. അതിന് അദ്ദേഹം പറഞ്ഞ മറുപടി താൻ ഈ തൊഴിലിൽ നിന്നും ഒരിക്കലും വിരമിക്കുകയില്ല എന്നായിരുന്നു. ഇത് കേവലമായൊരു തൊഴിലല്ല. ദൈവസാമീപ്യം ലഭിക്കാനുള്ള വഴിയാണ്. താൻ തന്റെ പിതാവിൽ നിന്നും അദ്ദേഹം പൂർവ്വ പിതാവിൽ നിന്നും അനന്തരമെടുത്തത് പോലെ ഞാനും വാപ്പയിൽ നിന്നും ഈ തൊഴിൽ ഏറ്റെടുത്ത് നടത്തണമത്രേ.

വീട്ടുചെലവുകൾക്ക് വേണ്ട തുകയിൽ കുറച്ച് ഞാൻ കൂടി നൽകാമെന്ന് പറഞ്ഞെങ്കിലും വാപ്പ സമ്മതിച്ചില്ല. എനിക്ക് നൽകാറുണ്ടായിരുന്ന പോക്കറ്റ് മണി നിലച്ചു. എന്റെ ആദ്യത്തെ ശമ്പളം വാപ്പയ്ക്ക്

നൽകണമെന്ന് ഉമ്മ ഓർമ്മിപ്പിച്ചു. അതാണത്രേ ആചാരം. ഞാൻ അപ്രകാരം ചെയ്യാൻ ശ്രമിച്ചപ്പോൾ വാപ്പ കൈ തട്ടിമാറ്റി.

“നീ കൊണ്ട് ഉമ്മയ്ക്ക് കൊടുക്ക്.”

ഉമ്മയാകട്ടെ അത് വാങ്ങാൻ തയ്യാറായതുമില്ല. ഞാനൊരു അമ്പത് ദിർഹം അവർക്ക് സമ്മാനമായി നൽകി. എല്ലാമാസത്തിലും ചെറുതല്ലാത്തൊരു തുക ഉമ്മയ്ക്ക് നൽകിയശേഷം ഇഷ്ടമുള്ളത് ചെലവഴിച്ചു കൊള്ളൂ എന്ന് പറയും. ഞങ്ങളുടെ സാമ്പത്തികസ്ഥിതി അത്ര മെച്ചമൊന്നുമായിരുന്നില്ല. എങ്കിലും വീട് വാപ്പയുടെ സ്വന്തമായിരുന്നതിനാൽ മറ്റ് കുടുംബങ്ങളെ അപേക്ഷിച്ച് ഞങ്ങളുടെ മാസന്തോറുമുള്ള കുടുംബ ചെലവുകൾ അത്ര ഭാരമായിരുന്നില്ല. ഞാൻ നൽകുന്ന പണമൊക്കെ എന്റെ വിവാഹത്തിനായി ശേഖരിച്ചു വയ്ക്കുകയാണെന്ന് ഉമ്മ പറഞ്ഞപ്പോൾ ഞാൻ പൊട്ടിച്ചിരിച്ചു.

“അതിന് ഞാൻ വിവാഹം കഴിക്കാൻ പോകുന്നുവെന്ന് ആരാ പറഞ്ഞത്?”

“ഇന്നല്ലെങ്കിൽ നാളെ നിനക്കൊരു വിവാഹം കഴിക്കേണ്ടി വരുമല്ലോ, മോനേ?”

സഹോദരൻ അമ്മൂരി യുദ്ധമുന്നണിയിൽ നിന്നും അവധിക്കെത്തിയപ്പോൾ, നടന്ന കാര്യങ്ങൾ അവനോട് തുറന്നു പറഞ്ഞു. താൻ മടങ്ങി വരുന്നതുവരെ വാപ്പയോട് കാര്യങ്ങൾ അവതരിപ്പിക്കാതെ കാത്തിരിക്കാത്തതിന്റെ പേരിൽ അവൻ എന്നെ ശകാരിച്ചു. താൻ തന്റേതായ രീതിയിൽ വാപ്പയെ ഈ കാര്യം പറഞ്ഞ് ബോധ്യപ്പെടുത്തുകയോ, അല്ലെങ്കിൽ കാര്യം കേൾക്കുമ്പോൾ അദ്ദേഹത്തിന് ഉണ്ടായേക്കാവുന്ന ആഘാതം കുറയ്ക്കുകയെങ്കിലും ചെയ്തേനെ. എനിക്ക് മഗൈസിലിനുള്ളിലെ അന്തരീക്ഷമോ, അവിടേക്കെത്തുന്ന ശവശരീരങ്ങളെയോ ഉൾക്കൊള്ളാനാകില്ലെന്ന വസ്തുത അമ്മൂരിക്ക് അറിയാമായിരുന്നു. അതുപോലെ മഗൈസിലിൽ സഹായിക്കാൻ പോയാൽ വാപ്പ നൽകുന്നതിന്റെ ഇരട്ടിയോളം ജോലിക്കൂലിയായിരിക്കും പെയിന്റടിക്കാൻ പോയാൽ ലഭിക്കുകയെന്നും ഞാൻ അവനോട് പറഞ്ഞു.

മനസ്സിന് ഇഷ്ടപ്പെടാത്ത ജോലി ഞാൻ ചെയ്യാതിരിക്കുന്നതാണ് നല്ലതെന്ന് അമ്മൂരി വാപ്പയോട് പറഞ്ഞു. മാന്യമായ തൊഴിലിലെന്ന നിലയിൽ വീടുകൾ പെയിന്റടിക്കുവാൻ പോകുന്നതിൽ യാതൊരു കുഴപ്പവുമില്ലല്ലോ? ഏതൊരു ജോലിയിലും ഉദ്ദേശ്യശുദ്ധി പ്രധാനമാണെന്ന് വാപ്പ തന്നെ പറയാറുള്ള കാര്യം അവൻ അദ്ദേഹത്തെ ഓർമ്മപ്പെടുത്തി. നല്ല ഉദ്ദേശ്യമില്ലെങ്കിൽ ഞാൻ എങ്ങനെ ഈ ജോലി ചെയ്യും? എപ്പോഴും വാപ്പയെ കാര്യങ്ങൾ പറഞ്ഞ് ബോധ്യപ്പെടുത്തുന്നതിൽ അമ്മൂരി മിടുക്കനാണ്. അവൻ പറയുന്ന കാര്യങ്ങളെല്ലാം അദ്ദേഹം ശ്രദ്ധിച്ച് കേൾക്കാറുമുണ്ട്. എന്നാൽ സ്വന്തം പാത ഉപേക്ഷിച്ച് പോയതിന് വാപ്പ എന്നോട് ക്ഷമിക്കുകയേ ഇല്ല എന്നത് ഉറപ്പാണ്.

കൂടെ ജോലി ചെയ്യുന്ന സുഹൃത്ത് ഫിറാസ് വലിയ തമാശക്കാരനാണ്. ദൈർഘ്യമേറിയതായിരുന്നെങ്കിലും ജോലി സമയം വളരെ വേഗം കടന്നു പോകും. പെയിന്റ് അടിക്കുന്ന ജോലി നിയന്ത്രിക്കുന്നത് അവന്റെ പിതാവാണ്. ഉടമസ്ഥരെയും തൊഴിലാളികളെയും തമ്മിൽ കൂട്ടിയിണക്കുന്നതും പണി ഉപകരണങ്ങളും പെയിന്റും ലഭ്യമാക്കുന്നതും ആവശ്യത്തിനുള്ള നിർദ്ദേശങ്ങളും വിശദാംശങ്ങളും നൽകുന്നതും അദ്ദേഹം തന്നെയായിരിക്കും. സാധാരണയായി വലിയ സങ്കീർണ്ണതയുള്ള ജോലിയല്ല ഇത്. എന്നാൽ ആൾതാമസമുള്ളതും ഫർണീച്ചർ നിരത്തിയതുമായ വീടുകളാണെങ്കിൽ പ്രത്യേക ശ്രദ്ധ വേണ്ടിവരും. ഉപകരണങ്ങളിലും മറ്റും കറ പിടിക്കാതിരിക്കാനായി അവ മാറ്റിയശേഷം നിലത്ത് ദിനപ്പത്രങ്ങളോ, നൈലോൺ കവറുകളോ വിരിക്കണം. എന്നാൽ ഞങ്ങൾ പെയിന്റടിക്കാൻ പോയവയിൽ അധികവും ആൾത്താമസം തുടങ്ങാത്ത വീടുകളായിരുന്നു.

ഞങ്ങളേക്കാൾ പ്രായമുണ്ടായിരുന്ന മൂന്നാമതൊരു തൊഴിലാളികൂടിയുണ്ടായിരുന്നു. അത്ര രഹസ്യമല്ലാത്ത തൊഴിൽ സംബന്ധമായ വിശദാംശങ്ങൾ ഞങ്ങളേക്കാൾ അറിയാവുന്നത് സലാം എന്ന ഈ മനുഷ്യനായിരുന്നു. പെയിന്റുകൾ ലഘൂകരിക്കുന്നതും പരസ്പരം കലർത്തുന്നതും ഇദ്ദേഹം തന്നെയായിരിക്കും. ആദ്യം സാന്റ് പേപ്പർ ഉപയോഗിച്ച് ചുമരുകൾ ഉരച്ചശേഷം വിടവുകളും മറ്റും അടയ്ക്കും. പിന്നീട് വൈറ്റ് വാഷ് ചെയ്യും. ശേഷമായിരിക്കും പ്രധാന പെയിന്റ് പൂശാൻ തുടങ്ങുക. ആദ്യം ഒരു 'ലേയർ' പൂശും. ശേഷം രണ്ടാമതൊന്നു കൂടി. ജോലിയുടെ വിവിധ ഘട്ടങ്ങൾ ഞാൻ ആസ്വദിച്ചാണ് ചെയ്തിരുന്നത്. പണി പൂർത്തിയായി കഴിയുമ്പോൾ ചുമരുകളുടേയും മേൽക്കൂരകളുടേയും ഭംഗിയും വൃത്തിയും നോക്കി സംതൃപ്തിയടയും. ഓരോ ദിവസവും ജോലി പൂർത്തിയാക്കുമ്പോൾ കൈയിലേയും മറ്റും പെയിന്റ് കറ നീക്കാനും ബ്രഷുകൾ വൃത്തിയാക്കാനും ഉപയോഗിക്കുന്ന വൈറ്റ് സ്പിരിറ്റ് മാത്രമായിരുന്നു എനിക്കല്പം അരോചകമായിരുന്ന ഒരേയൊരു കാര്യം. ഇതിന്റെ രൂക്ഷമായ ഗന്ധം മൂക്കിലൂടെ കയറി തലച്ചോർ വരെ എത്തുമായിരുന്നു.

ആ വേനൽക്കാലത്തെ ഈ ജോലി ഞാൻ വളരെയേറെ ആസ്വദിച്ചു എങ്കിലും അതെന്റെ ഒരേയൊരു തൊഴിലായി മാറുമെന്ന് ഞാൻ സങ്കല്പിച്ചതേയില്ലായിരുന്നു. നിർബന്ധിത സൈനിക സേവനം കഴിഞ്ഞ് നാട്ടിലെത്തിയ ശേഷവും അമേരിക്കൻ ഉപരോധ വർഷങ്ങൾ മുഴുവനും ഈ ജോലി ചെയ്യാൻ ഞാൻ നിർബന്ധിതനായി മാറുകയായിരുന്നു. കുടുംബത്തിനൊരു വരുമാനം കണ്ടെത്താനുള്ള ഒരേയൊരു മാർഗം അത് മാത്രമായിരുന്നു.

പട്ടാളത്തിൽ നിന്നും തിരികെ എത്തിയപ്പോൾ എനിക്കാദ്യമൊരു കലാ അദ്ധ്യാപകനായി ജോലി ലഭിച്ചു. ബാഗ്ദാദിന് വടക്കുകിഴക്കായി അമ്പത് കി.മീ. ദൂരെയുള്ള ബഅ്ഖൂബയിൽ. ഒരാഴ്ച യാത്ര ചെയ്യുമ്പോഴുള്ള ചെലവുകൾക്കേ ആ ശമ്പളം മതിയാകുമായിരുന്നുള്ളു. ഈ ഉപരോധ കാലത്തെല്ലാം ചിത്രകലയോ, ശില്പകലയോകൊണ്ട് ജീവിക്കാമെന്ന് ഞാൻ കരുതിയതെന്തുകൊണ്ടാണെന്ന് മനസ്സിലാകുന്നതേ ഇല്ല.

തങ്ങളുടെ ചിത്രങ്ങൾ വിദേശികൾക്ക് വിൽക്കുന്ന ചില കലാകാരന്മാരുണ്ടായിരുന്നു. വിദേശസഞ്ചാരികളുടെ എണ്ണം കുറഞ്ഞിട്ടുണ്ടെങ്കിലും പൂർണ്ണമായി നിലച്ചിട്ടില്ല. പ്രത്യേകിച്ചും പത്രപ്രവർത്തകരും നയതന്ത്ര ഉദ്യോഗസ്ഥരും ആക്ടിവിസ്റ്റുകളുമായ വിദേശികൾ ബാഗ്ദാദ് സന്ദർശിക്കുമ്പോഴൊക്കെ പ്രശസ്തമായ 'ഹിവാർ' ആർട്ട് ഗ്യാലറിയിൽ എത്താറുണ്ട്. വിദേശികളായ ഇറാഖികളും സന്ദർശനത്തിന് എത്തും. ഇവരിൽ ബഹുഭൂരിപക്ഷം പേർക്കും പരീക്ഷണാത്മകമായ ശില്പകലയിൽ താത്പര്യം കുറവായിരുന്നു. അവർ മുൻഗണന നൽകുന്നത് പാരമ്പര്യ രീതികളിലുള്ള പെയിന്റിംഗുകൾക്കും പ്രകൃതിദൃശ്യങ്ങളുടെ ചിത്രങ്ങൾക്കുമായിരിക്കും. 1990 കളുടെ അവസാനമായപ്പോഴേക്കും എനിക്ക് വല്ലാത്ത മടുപ്പ് തോന്നിത്തുടങ്ങി. ഉപരോധകാലമാണെങ്കിൽ പോലും ഏതു വിധേനയും പണം സമ്പാദിക്കുക എന്ന ലക്ഷ്യം മാത്രം ഉണ്ടായിരുന്ന പുതുപ്പണക്കാരുടെ വീടുകൾ പെയിന്റ് ചെയ്യാൻ പോയിരുന്നപ്പോൾ ഈ മടുപ്പ് അതിശക്തമായി മാറി.

സ്വന്തം ലോകങ്ങളും ഭാവനകളും സൃഷ്ടിക്കാനായി വീടുകൾ പെയിന്റ് ചെയ്യുമ്പോഴെല്ലാം വർഷങ്ങളോളം ഞാൻ രണ്ടോ മൂന്നോ നിറങ്ങളിലധികം ഉപയോഗിച്ചിട്ടേ ഇല്ലായിരുന്നു. വിരസമായ പ്രതലങ്ങളിൽ കോറിയിട്ട വിളറിയ നിറങ്ങൾ! അവയ്ക്കിടയിൽ വേറിട്ട ഘടകമായി കടന്നുവരുന്നത് ഇലക്ട്രിക്ക് സ്വിച്ച് ബോർഡുകളോ, ബഹുശാഖാ ദീപങ്ങൾ തൂക്കിയിടാനുള്ള ഉരുക്ക് ഹുക്കുകളോ ഒക്കെ മാത്രമായിരിക്കും. ചിലപ്പോഴൊക്കെ ഈ ഒട്ടിപ്പിടിക്കുന്ന ചുമരുകളിൽ വന്ന് ഒട്ടിപ്പോകുന്ന വിഡ്ഢികളായ പ്രാണികൾ അവയുടെ കഥ കഴിയുന്നതിനു മുമ്പുള്ള കുറേ നിമിഷങ്ങളോളം ചിറകിട്ടടിക്കും. തുടക്കത്തിൽ ഞാൻ കരുതിയത് ഈ പരുക്കൻനാരുകളുള്ള വലിയ ബ്രഷുകളുടെ സ്ഥാനത്ത് ഭാവിയിലെങ്കിലും എനിക്ക് കൂടുതൽ ഇഷ്ടപ്പെട്ട മൃദുലമായ ബ്രഷുകൾ ഉപയോഗിക്കാൻ സാധിക്കുമെന്നായിരുന്നു. പുറത്തുള്ള പൂന്തോട്ടങ്ങളിലേക്ക് തുറക്കുന്ന വലിയ ജനാലകളോടുകൂടിയ മുറികളുള്ള സുന്ദരമായ വീടുകൾ പെയിന്റ് ചെയ്യാൻ തുടങ്ങുമ്പോഴൊക്കെ ഞാൻ കരുതാറുള്ളത് സ്വന്തം സ്റ്റുഡിയോയിൽ ചിത്രകലാ പദ്ധതികളിൽ മുഴുകുന്നു എന്നായിരിക്കും. ദിവാസ്വപ്നങ്ങളാണെങ്കിൽ കൂടിയും അതെനിക്ക് വളരെ ആവശ്യമായിരുന്നു. തങ്ങളുടെ വിരസമായ ജീവിതം തള്ളിനീക്കുവാൻ ശ്രമിക്കുന്ന ദശലക്ഷക്കണക്കിന് മനുഷ്യരുടെ കാര്യവും ഇതുപോലെത്തന്നെയായിരിക്കും. ഓരോ ദിവസും കടലുകളാകുമ്പോൾ അവ മറികടക്കുവാൻ സഹായിക്കുന്ന തുഴകളായിരിക്കും ഈ വിഭ്രമ കല്പനകൾ. 'റിയലിസ്റ്റിക്കായ എന്റെ സ്വപ്നങ്ങൾ' എന്ന് പറയുന്നത് ശരിയാണോ എന്നറിയില്ല. അന്തിമമായി എന്റെ ഈ സ്വപ്നങ്ങൾ ഒട്ടും അധാർമ്മികമായിരുന്നില്ല. ധാരാളം മുറികളുള്ള വലിയ മാളികകളോ, വാഹനങ്ങളോ, മറ്റ് ആഡംബരങ്ങളോ ഒന്നും സത്യത്തിൽ ഞാൻ മോഹിച്ചിരുന്നില്ല. സ്വന്തം ഏകാന്തതയേയും കലയേയും പുണരാൻ കഴിയുന്നിടത്തോളം എനിക്കെന്റെ സ്വന്തം മുറി തന്നെ ധാരാളമാണ്. ഞാനതിൽ തൃപ്തിപ്പെടുകയും ചെയ്യും!

ഇരുപത്തിരണ്ട്

വാപ്പ തന്നേക്കാൾ എട്ട് വയസ്സ് ചെറുപ്പമായിരുന്ന സഹോദരൻ സ്വബ്രി യെക്കുറിച്ച് അധികമൊന്നും സംസാരിച്ചിരുന്നില്ല. കമ്മ്യൂണിസ്റ്റുകളും അറബ് സോഷ്യലിസ്റ്റുകളായ ബഅസ് പാർട്ടിക്കാരും തമ്മിലുള്ള സംഘർഷ ങ്ങളെക്കുറിച്ച് പരാമർശങ്ങൾ ഉയരുന്ന അപൂർവ്വ അവസരങ്ങളിൽ വാപ്പ പറയാറുള്ളത് "ഇവരൊക്കെ സ്വബ്രിയുടെ ആളുകളാണ്" എന്നായിരുന്നു. ഞാൻ കുട്ടിയായിരിക്കെ സ്വബ്രി അങ്കിൾ ഇടയ്ക്കിടയ്ക്ക് വീട്ടിൽ വരുമാ യിരുന്നു. സ്വീകരണമുറിയിൽ നിലത്ത് കിടന്നുറങ്ങും. വലിയ തമാശക്കാര നായിരുന്ന അദ്ദേഹം എന്റെ കീശയിൽ മിഠായികൾ തിരുകിത്തരും. ഞങ്ങളുടെ വീടിന്റെ മുന്നിലെ റോഡിൽവച്ച് എനിക്കും സഹോദരൻ അമ്മൂരിക്കുമൊപ്പം ഫുട്ബോൾ കളിക്കാൻ ഇഷ്ടമുള്ള മനുഷ്യൻ.

അൽ-സൗറാഅ് ഫുട്ബോൾ ക്ലബ്ബിന്റെ വലിയ ആരാധകനായിരുന്നു സ്വബ്രി അങ്കിൾ. ഞാനാദ്യമായിട്ട് ഒരു ഫുട്ബോൾ മത്സരം കാണാൻ പോയത് അദ്ദേഹത്തിനൊപ്പമായിരുന്നു. ഇറാഖി ദേശീയ ഫുട്ബോൾ ടൂർണ മെന്റിന്റെ ആദ്യമത്സരമായിരുന്നു അത്. തന്നെപ്പോലെ ഞാനുമൊരു അൽ -സൗറാഅ് ആരാധകനായി മാറുമെന്ന് അങ്കിൾ പറഞ്ഞു. അദ്ദേഹത്തിന്റെ പാരമ്പര്യത്തിന്റെ അംശം തീർച്ചയായും എന്നെ ബാധിച്ചിട്ടുണ്ട്. അന്ന് ഞങ്ങൾക്കൊപ്പം അമ്മൂരി വരാതിരുന്നത് എന്തുകൊണ്ടാണെന്ന് ഓർമ്മ വരുന്നില്ല.

ഫുട്ബോൾ സ്റ്റേഡിയത്തിനടുത്ത് കാറിൽ ചെന്നിറങ്ങുമ്പോൾ നല്ല ചൂടായിരുന്നു. ആളുകളെകൊണ്ട് അവിടം മുഴുവൻ നിറഞ്ഞിരുന്നു. വലി യൊരു വരിയിൽ നിന്ന് രണ്ട് പിങ്ക് നിറത്തിലുള്ള ടിക്കറ്റുകൾ വാങ്ങി. സ്റ്റേഡി യത്തിലേക്ക് പ്രവേശിക്കാനായി തിക്കിത്തിരക്കുന്ന മറ്റൊരു വരിയിൽ പോയി ക്യൂ നിന്നു. പ്രവേശന കവാടത്തിൽ നിന്നയാൾ ടിക്കറ്റുകൾ വാങ്ങി രണ്ടായി മുറിച്ചു. അകത്തേക്ക് കയറിയശേഷം ആരാധകരെക്കൊണ്ട് നിറഞ്ഞ ഗാലറിയിലേക്ക് ഞങ്ങൾ കയറി. ചിലയാളുകൾ പാട്ടുകൾ പാടു മ്പോൾ മറ്റ് ചിലരാകട്ടെ പെരുമ്പറ മുഴക്കുകയായിരുന്നു. അൽ-സൗറാഅ് ക്ലബ്ബിന്റെ വെള്ളപ്പതാക വഹിച്ചിരുന്ന കുറേ ആരാധകർക്കരികിലായി ഉയർന്നൊരിടമായിരുന്നു അങ്കിൾ ഞങ്ങൾക്കിരിക്കാനായി തിരഞ്ഞെടുത്തത്. കൈയിൽ കരുതിയിരുന്ന ന്യൂസ് പേപ്പർ കോൺക്രീറ്റ് ഇരിപ്പിടത്തിൽ വിരിച്ച ശേഷം മത്സരം തുടങ്ങുന്നതും കാത്ത് ഞങ്ങൾ ഇരിപ്പുറപ്പിച്ചു. സ്വബ്രി അങ്കിൾ ഒരു കറുത്ത കണ്ണടയും ധരിച്ചിരുന്നു.

അൽ-ഷഅബ് സ്റ്റേഡിയത്തിൽ തുറസ്സായ തെക്കേഭാഗത്തായിരുന്നു ഞങ്ങൾ ഇരുന്നത്. മറുഭാഗമാകട്ടെ മേൽക്കൂരയുണ്ടായിരുന്നതിനാൽ വെയി ലേൽക്കില്ലായിരുന്നു. സ്വബ്രി അങ്കിളിന്റെ കറുത്ത നീണ്ട തലമുടിക്ക് നല്ല തിളക്കമുണ്ടായിരുന്നു. അൽ-സൗറാഅിന്റെ ജേഴ്സിയുടെ നിറമായ വെള്ള ക്കുപ്പായവും ജീൻസ് പാന്റ്സും സ്പോർട്സ് ഷൂസുമായിരുന്നു അദ്ദേഹ ത്തിന്റെ വേഷം. മത്സരം തുടങ്ങുന്നതിന് മുമ്പ് സിമീത്ത് ബ്രഡ് വിൽക്കുന്ന

ഒരാൾ അരികിലേക്കു വന്നു. അയാളുടെ കൈവശമുള്ള ട്രേയിൽ പഴയ കെട്ടിടത്തിൽ നിന്നിളക്കിയ കല്ലുകൾ പോലെ തോന്നിക്കുന്ന സിമീത്ത് ബ്രഡ് കഷണങ്ങൾ നിരത്തിയിരുന്നു. വേണമോ എന്ന് തിരക്കിയപ്പോൾ ഞാൻ തലകുലുക്കി. അങ്കിൾ എനിക്കും തനിക്കുമായി ഓരോ ബ്രഡ് കഷണങ്ങൾ പണം കൊടുത്ത് വാങ്ങി.

ഡ്രസ്സിംഗ് റൂമിൽ നിന്ന് വെള്ള ജഴ്സി ധരിച്ച അൽ-സൗറാഅ് ക്ലബ്ബിലെ കളിക്കാർ സ്റ്റേഡിയത്തിലെ മൈതാനത്തിലേക്ക് പ്രവേശിച്ചതോടെ കാണികളൊക്കെ എഴുന്നേറ്റ് നിന്ന് കൈയടിക്കാനും മുദ്രാവാക്യങ്ങൾ മുഴക്കാനും തുടങ്ങി. ഈ ദൃശ്യം കാണാനായി അങ്കിൾ എന്നെ എടുത്തുയർത്തി. ടീം അംഗങ്ങൾ മുഴുവൻ മൈതാനത്തിന്റെ മധ്യത്തിലുള്ള വൃത്തത്തിൽ പോയി നിന്നശേഷം തങ്ങൾക്കഭിമുഖമുള്ള ഭാഗത്തെ കാണികളെ അഭിവാദ്യം ചെയ്തുകൊണ്ട് കൈവീശിക്കാണിച്ചുകൊണ്ടിരുന്നു. ശേഷം അവർ പിറകിലേക്ക് തിരിഞ്ഞ് ഞങ്ങൾ ഇരിക്കുന്ന ഭാഗത്തേക്ക് കൈ വീശിയതും കൈയടികൾ ഉച്ചത്തിലായി.

കളിക്കാർ 'വാംഅപ്പി'നായി മൈതാനത്തുകൂടെ ഓടാനും പരസ്പരം പന്ത് തട്ടാനും ഗോളി കാവൽ നിൽക്കുന്ന പോസ്റ്റിലേക്ക് പന്ത് അടിക്കാനും ശ്രമിച്ചു കൊണ്ടിരുന്നു. അതിനിടയ്ക്കാണ് എട്ടാം നമ്പർ ജേഴ്സി ധരിച്ച കഷണ്ടിത്തലയുള്ള ഒരു കളിക്കാരനു ചുറ്റും ഫോട്ടോഗ്രാഫർമാർ കൂടി നിൽക്കുന്ന കാഴ്ച കണ്ടത്. അതാരാണെന്ന് ചോദിച്ചപ്പോൾ സബ്രി അങ്കിൾ പറഞ്ഞു.

'അതാണ് ഫലാഹ് ഹസൻബാബാ അബൂതൈസീർ. ഇറാഖി ഫുട്ബോളിലെ കുറുക്കൻ"

പെട്ടെന്ന് ഞങ്ങൾക്ക് ചുറ്റും ഉണ്ടായിരുന്ന കുറേ ആളുകൾ വിചിത്രമായ ശബ്ദത്തിൽ കൂവാൻ തുടങ്ങി.

"ത്വയറാൻ ചാക്കുകൾ"

എതിർ ടീമായ അൽ-ത്വയറാനിലെ കളിക്കാരെ ആക്ഷേപിക്കുകയാണെന്ന് എനിക്ക് മനസ്സിലായി. നീല ജേഴ്സിയായിരുന്നു ആ ടീം അംഗങ്ങളുടെ വേഷം. ഈ 'ചാക്കുകൾ' എന്നതു കൊണ്ട് എന്താണുദ്ദേശിച്ചതെന്ന് എനിക്ക് മനസ്സിലായില്ല. അതിനെക്കുറിച്ച് ചോദിച്ചപ്പോൾ അങ്കിൾ പറഞ്ഞു.

"നമ്മുടെ ടീം ഇടയ്ക്കിടയ്ക്ക് ഗോൾ അടിച്ചുകൊണ്ടേയിരിക്കുമെന്നും അങ്ങനെ എതിർ ടീമിന് ഗോളുകൾ വാരിക്കൂട്ടാൻ ചാക്ക് വേണ്ടി വരുമെന്നാണ് അവരുദ്ദേശിക്കുന്നത്"

ഇത് കേട്ടതോടെ ഞാനും അലറി വിളിക്കാൻ തുടങ്ങി:

"ത്വയറാൻ ചാക്കുകൾ...ത്വയറാൻ ചാക്കുകൾ"

ത്വയറാൻ ക്ലബ്ബിന്റെ ആരാധകരുടെ കൈയടിയും മുദ്രാവാക്യം വിളികളുമൊക്കെ ഉച്ചത്തിലായിരുന്നു. അതിനാൽ തന്നെ അവർ എന്റെ മുദ്രാവാക്യം വിളിയൊക്കെ കേട്ടിട്ടുണ്ടോ എന്നുറപ്പില്ല. സബ്രീ അങ്കിൾ എന്റെ തലയിൽ കൈവച്ച് മുടിയിൽ തഴുകി കൊണ്ട് പറഞ്ഞു:

"അപ്പോൾ നീയും അൽ-സൗറാഅ് ആരാധകനായി മാറിയല്ലേ?"

എല്ലാ അർത്ഥത്തിലുമുള്ള ഫുട്ബോൾ മത്സരമായിരുന്നു അത്. ആക്രമണങ്ങളും തിരിച്ചാക്രമണങ്ങളും നിറഞ്ഞ മത്സരം. ഫലാഹ് ഹസൻ ഗോൾ അടിക്കേണ്ടതായിരുന്നു. എന്നാൽ പന്ത് ഗോൾ പോസ്റ്റിന്റെ തൂണിൽ തട്ടി പുറത്തേക്ക് തെറിച്ചുപോയി. ചാടി എഴുന്നേറ്റ അങ്കിൾ നിരാശയോടെ തിരികെ ഇരിക്കുമ്പോൾ തുടയിൽ അടിച്ചു. ഗോൾ രഹിത സമനിലയിലായിരുന്നു ആദ്യപകുതി അവസാനിച്ചത്. ഇടവേള നേരത്ത് എനിക്ക് നല്ല ദാഹം തോന്നി. അങ്കിളെനിക്ക് ഒരു കുപ്പി പെപ്സി വാങ്ങിത്തന്നു. കച്ചവടക്കാരൻ ഐസ് പെട്ടിയിൽ നിന്നും പുറത്തേക്കെടുത്ത പെപ്സിയുടെ അടപ്പ് തുറന്ന ശേഷം എനിക്കായി തന്നു. അങ്കിളും ഒരു കുപ്പി പെപ്സി വാങ്ങി. അതദ്ദേഹം തണുപ്പു കിട്ടാനായി ഇരു കവിളോടും ചേർത്തുപിടിച്ചു. ഇത് കണ്ട് ഞാനും അപ്രകാരം തന്നെ ചെയ്തു. മുഖത്ത് നല്ല തണുപ്പു തോന്നി.

രണ്ടാംപകുതി ആരംഭിച്ച് മിനിട്ടുകൾക്കുള്ളിൽ തന്നെ ഒരു ഹെഡ്ഡറിലൂടെ ഫലാഹ് ഹസൻ അൽ-സൗറാഅ് ടീമിനായി ഗോൾ നേടി. സന്തോഷം കൊണ്ട് മതിമറന്ന അങ്കിൾ കളിക്കാർ പരസ്പരം ആശ്ലേഷിക്കുന്നത് കാണുന്നതിനായി എന്നെ ഒരിക്കൽകൂടി എടുത്തുയർത്തി. എന്നാൽ ആ സന്തോഷം അധികം നീണ്ടില്ല. വീണുകിട്ടിയ പെനാൽറ്റി കിക്കിലൂടെ ത്വയറാൻ സമനില ഗോൾ നേടി. അതോടെ മത്സരം സമനിലയിൽ അവസാനിച്ചു. റഫറി പക്ഷപാതം കാണിച്ചുവെന്നായിരുന്നു ആരാധകരുടെ ആരോപണം. ത്വയറാൻ സ്ട്രൈക്കർ തന്നെ എതിർടീം അംഗങ്ങൾ തള്ളിയിട്ടതായി ഭാവിച്ചുകൊണ്ട് മനപ്പൂർവ്വം താഴെ വീണതാണെന്നും ഇത് കാണാൻ കഴിയാത്ത റഫറി അന്ധനാണെന്നുമായിരുന്നു സ്വബ്രി അങ്കിൾ പ്രതികരിച്ചത്.

എന്നിട്ടും ഞങ്ങളെല്ലാവരും അൽ-സൗറാഅ് ടീമിനെ കൈയടിച്ച് പ്രോത്സാഹിപ്പിച്ചു. ഞങ്ങൾ പുറത്തേക്കിറങ്ങുമ്പോഴും ആരാധകർ "സൗറാഅ്.... സൗറാഅ്...." എന്ന് ആവേശത്തോടെ മുദ്രാവാക്യം മുഴക്കുന്നുണ്ടായിരുന്നു. കളിക്കാർ 'ഫ്രഷ് ആയി' വസ്ത്രം മാറ്റി പുറത്തേക്ക് വരുന്ന വാതിൽക്കൽ അവരെ അഭിവാദ്യം ചെയ്യാനായി കുറേയേറെ ആളുകൾ കൂടിനിൽപ്പുണ്ട്. ഞങ്ങൾക്ക് കാസിമിയ്യയിലേക്ക് തിരിച്ചു പോകണം. അവിടേക്കുള്ള വാഹനം ലഭിക്കുന്നതിനായി ഞാനും അങ്കിളും അൽ-അൻദലുസ് ചത്വരത്തിലേക്ക് നീങ്ങി.

ഫുട്ബോൾ മത്സരം കഴിഞ്ഞെത്തുമ്പോൾ ഞാൻ വളരെ ആഹ്ലാദവാനായിരുന്നു. മത്സരത്തിന്റെ വിശദാംശങ്ങൾ, സ്റ്റേഡിയത്തിലെ അന്തരീക്ഷത്തെപ്പറ്റിയുമൊക്കെ ഞാൻ വാപ്പയോടും ഉമ്മയോടും വിശദീകരിച്ച് പറഞ്ഞുകൊടുത്തു. ഇത് കേട്ട് ദേഷ്യം വന്ന വാപ്പ പൊട്ടിത്തെറിച്ചു.

"ഒന്ന് മതിയാക്കുമോ നീ? എന്റെ ദൈവമേ, അൽ-സൗറാഅ് ടീമിന്റെ പേരും പറഞ്ഞ് നീ എനിക്ക് തലവേദനയുണ്ടാക്കുകയാണല്ലോ?"

ഇതിനുശേഷം എന്നേയും കൂട്ടി പലതവണ സ്വബ്‌രി അങ്കിൾ അൽ-സൗറാഅ് ക്ലബ്ബിന്റെ മത്സരങ്ങൾ കാണാൻ പോയിട്ടുണ്ട്. അതുപോലെ 'മദീനതുൽ അൽആബ്' കാർണിവലിനും എന്നെ കൊണ്ടുപോയി.

വാപ്പയും സ്വബ്‌രി അങ്കിളും തമ്മിൽ നല്ല സ്നേഹബന്ധമായിരുന്നു. എങ്കിലും എനിക്ക് മനസ്സിലാകാത്ത കുറേ കാര്യങ്ങളുടെ പേരിൽ അവർ ചിലപ്പോൾ വഴക്കടിക്കുന്നതും കണ്ണിൽപ്പെട്ടിട്ടുണ്ട്. അദ്ദേഹം ഞങ്ങളുടെ വീട്ടിൽ അവസാനം വന്നത് എനിക്ക് പത്ത് വയസ്സുള്ളപ്പോഴായിരുന്നു. കാണുമ്പോഴൊക്കെ എന്നെ കെട്ടിപ്പിടിച്ച് ഊഷ്മളതയോടെ ഉമ്മ വയ്ക്കുമായിരുന്നു അങ്കിൾ. യാത്ര പറയുമ്പോഴും അതുപോലെത്തന്നെയായിരുന്നു പെരുമാറിയിരുന്നത്. എന്നാൽ അവസാനത്തെ തവണ എന്നെ ചുംബിക്കുമ്പോൾ ആ കണ്ണുകളിൽ വല്ലാത്ത ദുഃഖമായിരുന്നു ഞാൻ കണ്ടത്.

"നിന്റെ അങ്കിളിനെ മറന്നു കളയല്ലേ."

"ഇല്ല, ഞാൻ മറക്കില്ല. പക്ഷേ താങ്കളും എന്നെ മറന്നുകളയരുത്."

എന്റെ നെറ്റിയിൽ വീണ്ടും ചുംബിക്കുമ്പോൾ അദ്ദേഹം ചിരിക്കുന്നുണ്ടായിരുന്നു. വീട്ടിലെ എല്ലാവരേയും അദ്ദേഹം വളരെ ഊഷ്മളതയോടെ ആശ്ലേഷിച്ചു. പ്രത്യേകിച്ച് വാപ്പായെ.

സ്വബ്‌രി അങ്കിളിനെക്കുറിച്ച് പിന്നീട് വാപ്പയോട് അന്വേഷിച്ചു. അദ്ദേഹം ബൈറൂത്തിലേക്ക് പോയി എന്നായിരുന്നു വാപ്പയുടെ മറുപടി. എനിക്കദ്ദേഹത്തെ വല്ലാതെ നഷ്ടപ്പെടുന്നതായി തോന്നിത്തുടങ്ങി. അങ്കിൾ എപ്പോൾ മടങ്ങിയെത്തും എന്ന് ചോദിക്കുമ്പോഴെല്ലാം ഉമ്മ പറയുന്നത് ഇങ്ങനെയായിരിക്കും:

"അദ്ദേഹത്തിന് അവിടെ വലിയ ജോലിത്തിരക്കാണ്. അതുകൊണ്ട് വരാൻ കഴിയില്ല."

അദ്ദേഹത്തിന്റെ ജോലി എന്താണെന്നും അതെപ്പോൾ കഴിയുമെന്നും ഞാൻ ചോദിക്കുമെങ്കിലും ഉമ്മ വ്യക്തമായ മറുപടികൾ നൽകുകയേ ഇല്ല. ചിലപ്പോൾ പറയുക ഇങ്ങനെ:

"നീ നിന്റെ വാപ്പയോട് ചോദിക്ക്."

പക്ഷേ വാപ്പയും ഒഴിഞ്ഞു മാറിക്കളയും. കുറേ മാസങ്ങൾ കഴിഞ്ഞപ്പോൾ ഞാൻ വീട്ടിൽ ഹോംവർക്ക് ചെയ്തുകൊണ്ടിരിക്കുന്ന നേരം. സൈന്യത്തിലെ കമ്മ്യൂണിസ്റ്റുകളായ സൈനികോദ്യോഗസ്ഥന്മാരെ വധിച്ചതുമായി ബന്ധപ്പെട്ട വാർത്ത ടെലിവിഷനിൽ കണ്ടുകൊണ്ട് വാപ്പ ഉമ്മയോട് പറയുന്നതു കേട്ടു:

"ഇതാണ് സ്വബ്‌രിയുടെ ആളുകളുടെ ഗതി. ഇവരെയാരേയും അവർ ജീവനോടെ വിടില്ല. അവൻ രക്ഷപ്പെട്ടതിന് ദൈവത്തിന് നന്ദി!"

അങ്കിൾ കമ്മ്യൂണിസ്റ്റായിരുന്നു എന്ന് മനസ്സിലായി. എന്നാൽ അദ്ദേഹം പട്ടാള ഉദ്യോഗസ്ഥനായിരുന്നോ എന്നൊന്നും എനിക്കറിയില്ല.

"കമ്മ്യൂണിസ്റ്റ് എന്നുവച്ചാൽ എന്താണർത്ഥം, വാപ്പാ?"

"മോനേ, ഇതൊന്നും നിനക്ക് പറ്റിയ വിഷയങ്ങളല്ല."

"സ്വബ്‌രി അങ്കിൾ കമ്മ്യൂണിസ്റ്റ് ആയിരുന്നോ?"

"നിന്നോട് ഇത്തരം ചോദ്യങ്ങൾ ചോദിക്കരുതെന്നല്ലേ പറഞ്ഞത്? ഇതൊന്നും നിനക്ക് പറ്റിയ വിഷയങ്ങളല്ല."

സഹോദരൻ അമ്മൂരി വീട്ടിലെത്തിയപ്പോൾ ഞാൻ സ്വബ്‌രി അങ്കിളിനെക്കുറിച്ചും കമ്മ്യൂണിസ്റ്റ് എന്ന വാക്കിന്റെ അർത്ഥത്തെക്കുറിച്ചും ചോദിച്ചു. കമ്മ്യൂണിസ്റ്റുകളും ഭരണകൂട രാഷ്ട്രീയ പാർട്ടിയായ ബഅസ് സോഷ്യലിസ്റ്റുകളും ബദ്ധശത്രുക്കളാണെന്നും സർക്കാർ കമ്മ്യൂണിസ്റ്റുകളെ വേട്ടയാടാൻ തുടങ്ങിയതിനാൽ അങ്കിൾ നാടുവിട്ട് പോയതാണെന്നുമായിരുന്നു അമ്മൂരി പറഞ്ഞത്.

രണ്ട് വർഷം കഴിഞ്ഞ് മിഡിൽ സ്കൂളിൽ പഠിക്കുന്ന സമയത്ത് ബഅസ് പാർട്ടിയിൽ അംഗത്വമെടുക്കാനുള്ള ഫോം പൂരിപ്പിച്ച് നൽകാനായി ഞങ്ങൾക്ക് വിതരണം ചെയ്തു. ഇറാഖിന് പുറത്ത് താമസിക്കുന്ന ബന്ധുക്കൾ ആരെങ്കിലുമുണ്ടോ എന്ന ഭാഗം പൂരിപ്പിക്കേണ്ടതുണ്ടായിരുന്നു. അതുപോലെ കമ്മ്യൂണിസ്റ്റ് പാർട്ടിയിലോ, ശിയാ ഇസ്ലാമിക പാർട്ടിയായ അൽ-ദഅ്‌വയിലോ അംഗമായ ബന്ധുക്കളുടെ പേരുകൾ രേഖപ്പെടുത്തുവാൻ ആവശ്യപ്പെടുന്ന ഭാഗവും ആ ഫോമിലുണ്ടായിരുന്നു. ഞാൻ അവിടെ അങ്കിളിന്റെ പേര് രേഖപ്പെടുത്തി.

"സ്വബ്‌രി ഹസൻ ജാസിം- കമ്മ്യൂണിസ്റ്റ്"

വല്ലപ്പോഴുമൊക്കെ അദ്ദേഹം അയയ്ക്കുന്ന കത്തുകൾ ഞങ്ങൾക്കു ലഭിക്കുമായിരുന്നു. ഒരു വർഷം കൂടുമ്പോഴോ, അല്ലെങ്കിൽ രണ്ട് വർഷം കൂടുമ്പോഴോ ആയിരിക്കും ഈ കത്തുകൾ കിട്ടുക. അവയിലെല്ലാം എനിക്ക് ആശംസകൾ അറിയിച്ചുകൊണ്ട് എപ്പോഴും ഒരു വരിയെങ്കിലും കാണും.

'എന്റെ സുന്ദരനായ ജവാദിന് ഉമ്മകൾ. അവനിപ്പോഴും എനിക്ക് പകരക്കാരനായി നമ്മുടെ അൽ-സൗറാഅ് ഫുട്ബോൾ ടീമിനെ പ്രോത്സാഹിപ്പിക്കുക തന്നെയാണോ?"

മറുപടിയായി ഞാൻ സ്വന്തമായൊരു കത്ത് തയ്യാറാക്കി വീട്ടിൽ നിന്നും അമ്മൂരി എഴുതി അയയ്ക്കുന്ന കത്തിനുള്ളിൽ വയ്ക്കും. അതിൽ എന്റെ പഠനത്തെക്കുറിച്ചും പിന്നെ അൽ-സൗറാഅ് ടീമിന്റെ ഈ സീസണിലെ പ്രകടനം, അവരുടെ പുതിയ താരങ്ങൾ തുടങ്ങിയവയെക്കുറിച്ചും എഴുതിയിട്ടുണ്ടാകും. ഒപ്പം എനിക്കദ്ദേഹത്തെ കാണാൻ കൊതിയായെന്നും എഴുതും.

ഒരിക്കൽ താൻ സുരക്ഷിതനാണെന്ന് ഞങ്ങളെ ബോധ്യപ്പെടുത്താനായി സ്വബ്‌രി അങ്കിൾ ടെലിഫോണിൽ ബന്ധപ്പെട്ടു. ഈ സംഭാഷണത്തിന്റെ പേരിൽ വാപ്പയെ രഹസ്യപൊലീസ് ആസ്ഥാനത്തേക്ക് വിളിപ്പിച്ച് മൂന്ന് മണിക്കൂറുകളോളം ചോദ്യം ചെയ്തു. ഇനി മേലിൽ ഫോൺ ചെയ്യരുതെന്ന് ആവശ്യപ്പെട്ട് വാപ്പ അങ്കിളിന് കത്തെഴുതി.

ഞാൻ സ്വബ്രി അങ്കിളിനെക്കുറിച്ച് പലപ്പോഴും ആലോചിക്കാറുണ്ട്. പ്രത്യേകിച്ച് ബൈറൂത്തിലെ ആഭ്യന്തരയുദ്ധങ്ങളെക്കുറിച്ചുള്ള വാർത്തകൾ കേൾക്കുമ്പോൾ. അദ്ദേഹം അവിടെയുണ്ടെന്ന് കേട്ടിട്ടുണ്ട്. പിന്നീട് സൈപ്രസ് ദ്വീപിൽ നിന്ന് രണ്ട് കത്തുകൾ ലഭിച്ചു. ശേഷം കേട്ടത് അദ്ദേഹം ഏദനിലേക്ക് പോയെന്നാണ്. യമനിസ്റ്റാമ്പുകൾ പതിച്ച ധാരാളം കത്തുകൾ ഞങ്ങൾക്ക് ലഭിച്ചിരുന്നു. അദ്ദേഹം അവിടെയൊരു അദ്ധ്യാപകനായി ജോലി ചെയ്യുകയാണത്രെ. പിന്നെ അവിടെയും ആഭ്യന്തരകലാപം പൊട്ടിപ്പുറപ്പെട്ടു. അങ്ങനെ അദ്ദേഹം ജർമ്മനിയിലേക്കു പോയി. അവിടെ അഭയാർത്ഥി എന്ന നിലയിൽ പ്രവേശനം ലഭിച്ചത്രേ. അമേരിക്കൻ ഉപരോധത്തിൽ വീർപ്പുമുട്ടിയിരുന്ന തൊണ്ണൂറുകളിൽ ഇടയ്ക്കിടയ്ക്ക് ഞങ്ങൾക്ക് അദ്ദേഹം പണവും മറ്റും അയച്ചു തരുമായിരുന്നു.

വാപ്പയുടെ മരണശേഷം ഞാൻ അങ്കിളിന് ബെർലിനിലേക്ക് ഒരു കത്തയച്ചിരുന്നു. അദ്ദേഹത്തിന്റേതായി ഞങ്ങളുടെ പക്കലുണ്ടായിരുന്ന അവസാനത്തെ മേൽവിലാസം അതായിരുന്നു. സ്ഫോടനങ്ങൾ കാരണം ടെലിഫോൺ ലൈനുകളൊക്കെ തകരാറിലായിരുന്നു. അവ എപ്പോൾ പഴയ നിലയിലാകുമെന്ന് ഒരറിവുമില്ല. എങ്കിൽപോലും ബന്ധപ്പെടാൻ ശ്രമിക്കാനായി ഞാനദ്ദേഹത്തിന്റെ ഫോൺ നമ്പർ ചോദിച്ചു. മറുപടി കത്തിന് പകരം അദ്ദേഹം തന്നെ നേരിട്ട് ബാഗ്ദാദിലേക്ക് വരികയായിരുന്നു. വാപ്പ മരണപ്പെട്ട് മൂന്നുമാസം കഴിഞ്ഞ സമയമായിരുന്നു അത്.

വൈദ്യുതി വിച്ഛേദിക്കപ്പെട്ടിരുന്നതിനാൽ ഉമ്മ വിശറികൊണ്ട് ചൂടകറ്റാൻ ശ്രമിച്ചുകൊണ്ടിരിക്കുകയായിരുന്നു. “ഉമ്മാ ഒന്നും നേരെയാകില്ല. അമേരിക്കക്കാർ വൈദ്യുതി ബന്ധം പുനഃസ്ഥാപിക്കുമെന്നാണ് കരുതിയത്. പക്ഷേ അവർ കാര്യങ്ങൾ കൂടുതൽ വഷളാക്കിയിരിക്കുന്നു.”

ഒരു സാഹചര്യത്തിന്റെ അസംബന്ധാവസ്ഥ മറ്റൊരു സന്ദർഭത്തിന്റെ അസംബന്ധാവസ്ഥയിലൂടെ മാത്രമേ വിശദീകരിക്കാനാവുകയുള്ളൂ. വാതിലിൽ ആരോ മുട്ടുന്ന ശബ്ദം കേട്ടപ്പോൾ ഞാൻ ഉമ്മയോട് പറഞ്ഞു:

“ഉമ്മയുടെ അനുവാദം ചോദിച്ചുകൊണ്ട് വൈദ്യുതി വാതിൽക്കൽ നിൽക്കുകയായിരിക്കും.”

ആഴ്ചകൾക്കപ്പുറം അന്നാദ്യമായിട്ടായിരുന്നു ഉമ്മ ചിരിച്ചത്. ജനാലയിലൂടെ നോക്കിയപ്പോൾ നര കയറിയ ഒരു മനുഷ്യൻ സൺഗ്ലാസ്സ് ധരിച്ച് തടി വാതിൽക്കൽ നിൽക്കുന്നു. അയാളേയും കാത്ത് റോഡിൽ ഒരു ടാക്സി കാർ കിടക്കുന്നു. പുറം തിരിഞ്ഞുനിൽക്കുന്നതിനാൽ എനിക്ക് അദ്ദേഹത്തിന്റെ തോൾഭാഗവും മുതുകും മാത്രമേ കാണാൻ സാധിക്കുന്നുള്ളൂ. വാതിലിനരികിലേക്ക് ചെന്നശേഷം ഞാൻ തിരക്കി.

“ആരാണ്?”

“സ്വബ്രി. ഞാൻ സ്വബ്രിയാണ്. വാതിൽ തുറക്ക്.”

ഞാൻ വാതിൽ തുറന്നു. അത് അദ്ദേഹം തന്നെയായിരുന്നു. കാലം ആ തലമുടികൾ മുഴുവൻ നരച്ചതാക്കി മാറ്റിയിരുന്നു. കൃതാവുകളിലും

പുരികങ്ങളിലും മാത്രമേ ചാരനിറത്തിലുള്ള മുടികളുള്ളൂ. വിശ്വസിക്കാനാകാതെ ഞാൻ അലറി വിളിച്ചു.

“സ്വബ്‌രി അങ്കിൾ...”

എന്നെ കെട്ടിപ്പിടിച്ച് ചിരിച്ചുകൊണ്ട് അദ്ദേഹം പറഞ്ഞു.

“ഓ...എന്റെ ജവാദ്....നീ എന്നെക്കാളും ഉയരമുള്ള ആളായല്ലോ?” എന്റെ കണ്ണുകൾ കണ്ണീരുകൊണ്ട് നിറഞ്ഞിരുന്നു. ഞങ്ങൾ കെട്ടിപ്പിടിച്ച് ഏഴോ എട്ടോ തവണ ചുംബിച്ചു. അദ്ദേഹത്തിന്റെ കണ്ണുകളും ഈറനണിഞ്ഞു. രണ്ട് പതിറ്റാണ്ടുകൾക്ക് മുമ്പ് ചെയ്തിട്ടുള്ളത് പോലെ എന്റെ മുഖം കൈക്കുമ്പിളിൽ കോരിയെടുത്ത് വിശ്വസിക്കാനാകാതെ ‘ജവാദ്’ എന്ന് പലവുരു ആവർത്തിക്കുകയായിരുന്നു. വാതിക്കൽലേക്ക് എത്തിയ ഉമ്മയും അതിശയിച്ചു പോയി:

“എനിക്ക് വിശ്വസിക്കാൻ കഴിയുന്നില്ല. എന്റെ കണ്ണുകൾക്ക് വിശ്വസിക്കാൻ സാധിക്കുന്നില്ല.”

പതിവുപോലെ ഉമ്മയെ കളിയാക്കിക്കൊണ്ട് അങ്കിളും പറഞ്ഞു. “എന്റെ കണ്ണുകളെ വിശ്വാസമില്ലെന്നാണോ?”

അദ്ദേഹത്തെ ആശ്ലേഷിക്കുമ്പോൾ സുരക്ഷിതമായി തിരികെ എത്തിച്ച ദൈവത്തിന് നന്ദി നേരുകയായിരുന്നു ഉമ്മ.

“നീ വരുന്ന വിവരം ഞങ്ങളെ അറിയിക്കാതിരുന്നതെന്താ? എന്നാൽ ഞങ്ങൾക്ക് എന്തെങ്കിലും തയ്യാറാക്കി വയ്ക്കാമായിരുന്നു.”

“എന്ത് തയ്യാറാക്കാനാണ്? ഞാനൊരു അപരിചിതനൊന്നുമല്ലല്ലോ? നിങ്ങളെയൊക്കെ കാണാനാണ് ഞാൻ വന്നത്.”

“ശരിയാണ്. നീ ഈ വീട്ടിലുള്ള ആളൊക്കെത്തന്നെയാണ്. എങ്കിലും...”

ഞങ്ങൾ കാറിൽ നിന്നും അദ്ദേഹത്തിന്റെ ബാഗും മറ്റും നിലത്തിറക്കി വീട്ടിനുള്ളിലേക്ക് കയറ്റി. അങ്കിൾ ഡ്രൈവർക്ക് പണം കൊടുക്കുന്ന വേളയിൽ എട്ടുദിവസം കഴിഞ്ഞ് രാവിലെ ആറ് മണിക്ക് തിരികെ എത്തണമെന്ന് വാക്ക് പറയിക്കുകയും ചെയ്തു. സ്വീകരണമുറിയിൽ പോയിരിക്കുവാനാണ് ഉമ്മ ഉദ്ദേശിച്ചത്. ഇത് കണ്ട് അങ്കിൾ പറഞ്ഞു:

“ഇതെന്താണ്? ഞാനെന്താ അതിഥി വല്ലതുമാണോ? പതിവ് സ്ഥലത്ത് പോയിരിക്കാനാണ് ഞാനിഷ്ടപ്പെടുന്നത്?”

ഞങ്ങൾ ലിവിംഗ് റൂമിൽ പോയി ഇരുന്നു. വിശക്കുന്നുണ്ടോ എന്ന് ചോദിച്ചപ്പോൾ വല്ലതും കുടിക്കാൻ വേണമെന്നായിരുന്നു മറുപടി. അത് കേട്ടതും വെള്ളമെടുക്കാനായി ഉമ്മ അടുക്കളയിലേക്ക് പോയി.

അങ്കിൾ മുഖത്തിരുന്ന സൺഗ്ലാസ്സ് ഊരി മേശമേൽ വച്ചശേഷം ഷർട്ടിന്റെ പോക്കറ്റിൽ നിന്നും മറ്റൊരു കണ്ണട എടുത്ത് മുഖത്ത് വച്ചു. വീട് കണ്ടുപിടിക്കാനാകാതെ വഴിതെറ്റിപ്പോയതുകൊണ്ടാണ് വൈകിപ്പോയതെന്ന് അദ്ദേഹം പറഞ്ഞു.

"ബാഗ്ദാദ് വളരെയധികം മാറിപ്പോയിരിക്കുന്നു."

ജോർദാനിലെ അമ്മാനിൽ നിന്നും ഞങ്ങളെ ടെലിഫോണിൽ ബന്ധപ്പെടാൻ ശ്രമിച്ചിരുന്നുവത്രേ. ലൈൻ തകരാറിലായിരുന്നു. അത് ഇപ്പോഴും പുനരുത്ഥാനവും പ്രതീക്ഷിച്ച് ചത്ത് തന്നെ കിടക്കുകയാണെന്ന് ഞാൻ പറഞ്ഞു.

"അത് ഇനി ഉയിർത്തെഴുന്നേൽക്കുമെന്ന് നോക്കേണ്ട."

ചിരിച്ചുകൊണ്ട് അങ്കിൾ പറഞ്ഞ വാക്കുകൾ കേട്ട് ഞാനും ചിരിച്ചു. ചുമരിൽ തൂക്കിയിട്ടിരിക്കുന്ന വാപ്പയുടേയും അമ്മൂരിയുടേയും ചിത്രങ്ങളിൽ അദ്ദേഹത്തിന്റെ കണ്ണുടക്കി.

"ദൈവം അവരുടെ ആത്മാക്കൾക്ക് ശാന്തി നൽകട്ടെ."

ഒരു കൂജ വെള്ളവും ഗ്ലാസ്സും നിരത്തിയ ട്രേയുമായി ഉമ്മ അരികിലേക്ക് വന്നു. വൈദ്യുതി ഇല്ലാത്തതിനാൽ വെള്ളത്തിന് ആവശ്യത്തിനുള്ള തണുപ്പു കാണില്ല എന്ന് പറഞ്ഞ് ഉമ്മ ക്ഷമ ചോദിച്ചു. നേരത്തെ ധരിച്ചിരുന്ന വീട്ടുവസ്ത്രം മാറ്റി കറുത്ത കുപ്പായമാണ് അവർ ഇപ്പോൾ ഇട്ടിരിക്കുന്നത്. നന്ദി പറഞ്ഞ ശേഷം അങ്കിൾ വെള്ളം മുഴുവനും കുടിച്ചു. മേശപ്പുറത്തിരുന്ന ട്രേയിൽ കപ്പ് തിരികെ വച്ച ശേഷം വാപ്പയുടെ മരണത്തിലുള്ള തന്റെ അനുശോചനം അദ്ദേഹം ഉമ്മയെ അറിയിച്ചു. അതോടെ അവർ കരയാൻ തുടങ്ങി.

"അദ്ദേഹം എന്നെ ഒറ്റയ്ക്കാക്കിയിട്ട് പൊയ്ക്കളഞ്ഞു."

"ഒറ്റയ്ക്കാണെന്നോ? നിങ്ങൾക്കെങ്ങനെയാണ് അങ്ങനെ പറയാൻ കഴിയുക? ജവാദ് ഇല്ലേ ഒപ്പം?"

ഉമ്മ പറഞ്ഞത് എന്നെ അസ്വസ്ഥനാക്കിയൊന്നുമില്ല. അങ്കിൾ സൂചിപ്പിച്ചത് നല്ല കാര്യമാണ് താനും. അതോടെ എത്രയോ തവണ പറഞ്ഞു കഴിഞ്ഞ കഥ ഉമ്മ വീണ്ടും വിവരിക്കാൻ തുടങ്ങി. പറഞ്ഞുതീർന്നപ്പോഴേക്കും അങ്കിൾ പറഞ്ഞു:

"ദൈവം അദ്ദേഹത്തെ അനുഗ്രഹിക്കട്ടെ. ഇപ്പോൾ അദ്ദേഹത്തിന് ശാന്തിയായിരിക്കും. എന്തായാലും വലിയ യാതനകൾ അനുഭവിക്കാതെ മരിക്കുവാൻ സാധിച്ചുവെന്നത് വലിയ കാര്യം തന്നെയാണ്."

ഞാൻ അദ്ദേഹത്തിന്റെ യാത്രയെക്കുറിച്ചും എപ്പോഴായിരിക്കും മടക്കമെന്നും തിരക്കി. അത് കേട്ട് തമാശയെന്നോണം അദ്ദേഹം ചോദിച്ചു:

"അപ്പോഴേക്കും ഞാനൊരു ശല്യമായോ, ഇത്ര പെട്ടെന്ന് എന്നെ പറഞ്ഞുവിടാൻ?"

ഞാനും ചിരിച്ചു.

"താങ്കൾ തിരിച്ചുപോകരുതേ എന്നാണെന്റെ ആഗ്രഹം."

തനിക്ക് ഒരാഴ്ചയിൽ കൂടുതൽ ഇവിടെ നിൽക്കാനാകില്ലെന്നും നിർഭാഗ്യവശാൽ ജോലി സ്ഥലത്തേക്ക് തിരിച്ചു പോയേ മതിയാകൂ

എന്നുമായിരുന്നു സ്വബ്രി അങ്കിൾ പറഞ്ഞത്. എന്ത് ജോലിയാണ് ചെയ്യുന്നതെന്ന് തിരക്കിയപ്പോൾ അദ്ദേഹം പറഞ്ഞത് നാല് വർഷത്തോളം താൻ ജർമ്മൻ ഭാഷ പഠിച്ചുവെന്നും പിന്നീട് അറബി ഭാഷയിലുള്ള ഒരു ജർമ്മൻ ടെലിവിഷനിൽ വിവർത്തകനായി ജോലി ചെയ്യുകയാണെന്നുമായിരുന്നു.

ബെർലിനിൽനിന്നും ഫ്രാങ്ക് ഫർട്ട് വഴി വിമാനത്തിൽ ജോർദ്ദാനിലെ അമ്മാനിലെത്തിയ ശേഷം അങ്കിൾ അവിടെ ഒരു ദിവസം ചെലവഴിച്ചത്രേ. പിന്നെ അവിടെ നിന്നും ടാക്സി കാറിലായിരുന്നു യാത്ര. അതിരാവിലെ നാല് മണിക്ക് അമ്മാനിൽനിന്നും തിരിച്ചു. അങ്ങനെയാണെങ്കിലേ ഇറാഖിന്റെ അതിർത്തി രാവിലെ തന്നെ പിന്നിടുവാനും പകൽ വെളിച്ചത്തിൽ മരുഭൂമിയിലൂടെ യാത്ര ചെയ്യുവാനും കഴിയുകയുള്ളൂ. രാത്രിയായാൽ കൊള്ളസംഘങ്ങളും കള്ളന്മാരും പതിയിരിക്കുന്ന പാതകളിലൂടെയുള്ള യാത്ര അപകടകരമായിരിക്കും.

“ഞങ്ങൾ അതിരാവിലെത്തന്നെ ഇറാഖിന്റെ അതിർത്തിയിലെത്തി. അതൊരു വേദന നിറഞ്ഞ കാഴ്ച തന്നെയായിരുന്നു. വർഷങ്ങൾ നീണ്ട അലച്ചിലും പ്രവാസവും കഴിഞ്ഞ് തിരികെയെത്തുന്ന എന്നെ സ്വീകരിച്ച മനുഷ്യൻ ഒരു അമേരിക്കൻ പട്ടാളക്കാരനായിരുന്നു. ‘ഇറാഖിലേക്ക് സ്വാഗതം’ എന്ന് എന്നോട് പറഞ്ഞത് അയാളായിരുന്നുവെന്ന് പറഞ്ഞാൽ വിശ്വസിക്കുമോ? അയാളുടെ ഹെൽമറ്റിൽ ‘വില്യം’ എന്ന് അറബിയിൽ എഴുതിയിരുന്നു. ‘ഇതെന്റെ രാജ്യമാണ്’ എന്നായിരുന്നു ഞാനയാളോട് പറഞ്ഞത്.”

തലകുലുക്കിക്കൊണ്ട് സ്വബ്രി അങ്കിൾ എന്നോട് പറഞ്ഞത് താൻ യുദ്ധത്തിനെതിരാണെന്നും ബെർലിനിലും ലോകത്തിന്റെ വിവിധ ഭാഗങ്ങളിലും ഈ യുദ്ധത്തിനെതിരെ നടന്നതുപോലുള്ള പ്രകടനങ്ങളിൽ താനും പങ്കാളിയായിട്ടുണ്ടെന്നുമായിരുന്നു. അമേരിക്കക്കാർ ഇത്ര ഉത്തരവാദിത്വരാഹിത്യത്തോടെയും അരാജകത്വത്തോടെയും പെരുമാറുമെന്ന് താൻ കരുതിയിട്ടേയില്ലെന്ന് അദ്ദേഹം പറഞ്ഞു.

ജോർദാൻ-ഇറാഖി അതിർത്തിയിലെ ചെക്ക്പോസ്റ്റിൽ ആകെ മൂന്ന് സൈനികർ മാത്രമാണുണ്ടായിരുന്നത്. പിന്നെ സ്പോർട്ട്സ് വസ്ത്രവും ഷൂസും ധരിച്ചൊരു ഉദ്യോഗസ്ഥനുമുണ്ട്. അയാളാണ് പാസ്പോർട്ടുകൾ സീൽ ചെയ്യുന്നത്. ആരെയൊക്കെയാണ് അതിർത്തിക്കുള്ളിലേക്ക് കടത്തിവിടേണ്ടതും വിടേണ്ടാത്തതും എന്ന് തീരുമാനിക്കുന്നത് ആരായിരിക്കുമെന്ന് ചോദിച്ചപ്പോൾ ആ മനുഷ്യൻ പറഞ്ഞത് അമേരിക്കൻ പട്ടാളക്കാരാണ് കാര്യങ്ങൾ തീരുമാനിക്കുന്നത് എന്നായിരുന്നു. താൻ സീൽ ചെയ്യുന്നു അത്രമാത്രം.

“യാതൊരു തരത്തിലുമുള്ള പരിശോധനകളുമില്ല ചെക്ക്പോസ്റ്റിൽ. ഇറാഖിൽ പ്രവേശിക്കാനാഗ്രഹിക്കുന്നവർക്കെല്ലാം വളരെ അനായാസം അതിന് സാധിക്കും. അതിർത്തിയുടെ കാര്യം ഇതാണെങ്കിൽ രാജ്യത്തിന്റെ മറ്റ് ഭാഗങ്ങളുടെ കാര്യമെങ്ങനെയായിരിക്കുമെന്ന് ഊഹിക്കാൻ

സാധിക്കുമല്ലോ? സിറിയയിൽ നിന്നോ, സൗദിയിൽ നിന്നോ, ഇറാനിൽ നിന്നോ ഒക്കെ വരുന്ന ആർക്കും ഇപ്പോൾ ഇറാഖിലേക്ക് കടന്നുകയറാമെന്നായിരിക്കുന്നു."

അതിർത്തിയിൽ വച്ച് ഇറാഖി ഉദ്യോഗസ്ഥരിലൊരാൾ തന്നോട് പണം ചോദിച്ചുവെന്ന് അങ്കിൾ പറഞ്ഞു. താനെന്തിന് നിങ്ങൾക്ക് പണം നൽകണമെന്ന് തിരിച്ചുചോദിച്ചപ്പോൾ അയാൾ ചോദിച്ചത് എന്തുകൊണ്ട് നല്കിക്കൂടാ എന്നായിരുന്നു. അയാളെ അവഗണിക്കാനായിരുന്നു എന്റെ കാറിന്റെ ഡ്രൈവർ പറഞ്ഞത്.

അമേരിക്കൻ ഉപരോധം തുടരുന്ന ഈ കാലത്ത് കൈക്കൂലി പകർച്ച വ്യാധി പോലെ വ്യാപിച്ചിരിക്കുകയാണെന്നും എല്ലാവിധ ഇടപാടുകളുടേയും ഭാഗമായി അത് മാറിയിട്ടുണ്ടെന്നും ഞാൻ അങ്കിളിനോട് പറഞ്ഞു.

സർവ്വതിനേയും തുടച്ചുനീക്കുന്ന പ്രക്രിയയാണ് ഇതെന്നായിരുന്നു സ്വബ്രി അങ്കിളിന്റെ അഭിപ്രായം. സദ്ദാമിന്റെ സ്വേച്ഛാധിപത്യ ഭരണവും അമേരിക്കൻ ഉപരോധവും ചേർന്ന് ഇറാഖെന്ന രാജ്യത്തെ തകർത്തിരിക്കുകയാണ്. ഇപ്പോഴിതാ ഇറാഖിനെ എന്നെന്നേക്കുമായി തുടച്ചു നീക്കാൻ പോന്ന സമ്പൂർണ്ണ നാശത്തിന്റെ ഘട്ടത്തിലേക്ക് കടന്നിരിക്കുകയാണ് നാം. പാസ്പോർട്ട് കൈയിലെടുത്ത ശേഷം അദ്ദേഹം പറഞ്ഞത് ഇറാഖ് എന്നൊരു രാജ്യം പോലും ഇപ്പോൾ നിലവിലില്ല എന്നതുപോലെയാണ് കാര്യങ്ങൾ എന്നായിരുന്നു. പാസ്പോർട്ടിലെ സ്റ്റാമ്പിൽ രേഖപ്പെടുത്തിയിരിക്കുന്നത് 'എൻട്രി ത്വറൈബീൽ ബോർഡർ പോയിന്റ്' എന്നായിരുന്നു. ഇത് കണ്ടാൽ തോന്നുക ഇറാഖ് എന്ന രാജ്യം ഭൂപടത്തിൽ നിന്നും തുടച്ചു മാറ്റപ്പെട്ടുവോ എന്നായിരിക്കും. ഇറാഖികൾ തന്നെ സ്വന്തം നാടിന്റെ കാര്യത്തിൽ ശ്രദ്ധയില്ലാത്തവരും അതിനെ നശിപ്പിക്കുകയും കൊള്ളയടിക്കുകയും ചെയ്യുകയാണെങ്കിൽ വിദേശികളെ കുറ്റപ്പെടുത്തിയിട്ട് എന്ത് കാര്യമെന്നായിരുന്നു ഉമ്മയ്ക്ക് അറിയേണ്ടിയിരുന്നത്. ഇറാഖികൾ മുമ്പൊന്നും പൊതുസ്വത്തുക്കൾ കൊള്ളയടിക്കുകയോ, അഗ്നിക്കിരയാക്കുകയോ ചെയ്തിരുന്നില്ലല്ലോ എന്ന് അങ്കിൾ ചോദിച്ചു. ഒപ്പം നിയമപാലകരുടേയോ, നിയമത്തിന്റേയുമൊക്കെ അഭാവത്തിൽ യൂറോപ്യന്മാരും കൊള്ളകൾ നടത്തിയിട്ടുണ്ട്.

"പക്ഷേ യൂറോപ്പുകാർ മ്യൂസിയങ്ങളും പബ്ലിക്ക് ലൈബ്രറികളുമൊന്നും നശിപ്പിച്ചിട്ടില്ലല്ലോ?" ഞാൻ ചോദിച്ചു.

"ശരിയാണ്. പക്ഷേ ഇത്രയ്ക്ക് ക്ഷാമം സൃഷ്ടിക്കുന്ന തരത്തിലൊരു ഉപരോധം യൂറോപ്പുകാർക്ക് അനുഭവിക്കേണ്ടി വന്നിട്ടില്ല. ഈ ഉപരോധം ഇറാഖികളെ ഒരു നൂറ് വർഷം പിറകിലേക്ക് കൊണ്ടുപോയിരിക്കുന്നു. സദ്ദാമിനെപ്പോലെ സ്വന്തം പേര് സർവ്വതിലും കൊത്തിവയ്ക്കുന്ന ഒരു സ്വേച്ഛാധിപതിയും അവരുടെ നാട്ടിലെങ്ങും ഉണ്ടാകില്ല. ഏതാണ് സദ്ദാമിന്റേതെന്നോ, ഏതാണ് പൊതുമുതലെന്നോ വേർതിരിച്ചറിയാൻ സാധിക്കാത്ത അവസ്ഥയായിരുന്നില്ലേ? "

"യൂറോപ്പിലായിരുന്നില്ലേ ഹിറ്റ്ലർ ഭരിച്ചിരുന്നത്?"

"പക്ഷേ അമേരിക്കക്കാർ ഹിറ്റ്ലറിനെ പിന്തുണച്ചിരുന്നില്ല എന്നോർക്കുക. രണ്ടാംലോക മഹായുദ്ധാനന്തരം മാർഷൽപ്ലാൻ പ്രകാരം ജർമ്മനിയുടെ പുനർനിർമ്മാണത്തിന് അവർ സഹായം നൽകിയിട്ടുമുണ്ട്. അതൊരു സങ്കീർണമായ വിഷയവുമാണ്."

ഇത് കേട്ട് ഉമ്മ പറഞ്ഞത് നമ്മുടെ സമയം മുഴുവൻ രാഷ്ട്രീയകാര്യങ്ങളും അതുമായി ബന്ധപ്പെട്ട തലവേദനകളും സംസാരിച്ച് തീർക്കാനുള്ളതല്ലെന്നും തലയിൽ നരകയറിയിട്ടും സ്വബ്രി അങ്കിളിന്റെ പഴയ രാഷ്ട്രീയ താത്പര്യങ്ങൾക്കൊന്നും യാതൊരു മാറ്റവുമില്ലല്ലോ എന്നായിരുന്നു. തന്റെ തലയിലേത് നരയല്ലെന്നും ജർമ്മനിയിലെ മഞ്ഞാണെന്നും അത് വിട്ടുമാറുകയേ ഇല്ലെന്നും അങ്കിൾ പറഞ്ഞപ്പോൾ ഞങ്ങളെല്ലാവരും ചിരിച്ചു.

വർഷങ്ങളായി രുചിച്ചുനോക്കാൻപോലും കിട്ടാത്ത വല്ല ഭക്ഷണവും ഉണ്ടാക്കിത്തരണമെന്ന് ആഗ്രഹമുണ്ടോയെന്ന് ഉമ്മ തിരക്കി.

"നിങ്ങൾ പാചകം ചെയ്യുന്നതൊക്കെ രുചികരമാണ്. കുബ്ബയാണ് ഏറ്റവും രുചികരം."

എല്ലാവരും ചിരിക്കുന്നതിനിടെ അമ്മാനിൽ നിന്നും കൊണ്ടുവന്ന മിഠായിപ്പെട്ടി കൈമാറിക്കൊണ്ട് സ്വബ്രി അങ്കിൾ പറഞ്ഞു.

"ഇത് നിനക്കുള്ളതാണ്"

ഞങ്ങൾക്കൊപ്പം പരമാവധി സമയം ചെലവഴിക്കണമെന്നാണ് തന്റെ ആഗ്രഹമെന്ന് അങ്കിൾ പറഞ്ഞു. ഒപ്പം എന്റെ സഹോദരിയേയും മക്കളേയും സന്ദർശിക്കണം. ബാഗ്ദാദിൽ കുറച്ച് ചുറ്റിയടിക്കണം. ഇഷ്ടപ്പെട്ട കുറേ സ്ഥലങ്ങൾ വീണ്ടും പോയിക്കാണണം. പഴയ ചില സുഹൃത്തുക്കളുണ്ട്. അവരൊക്കെ എവിടെയാണെന്ന് അന്വേഷിച്ച് കണ്ടെത്തുകയും വേണം. ഒരാഴ്ചക്കാലത്തേക്ക് ഞങ്ങൾക്കൊപ്പം കൂടെവരാൻ തയ്യാറുള്ള ഏതെങ്കിലും ടാക്സി കാർ ഡ്രൈവർ ഉണ്ടോ എന്ന് അദ്ദേഹം തിരക്കി. ഞങ്ങളുടെ അയൽപക്കത്തൊരു ടാക്സി ഡ്രൈവറുണ്ടെന്നും അയാളോട് അന്വേഷിക്കാമെന്നും ഞാൻ പറഞ്ഞു. അതേസമയം സൂര്യാസ്തമയത്തിനുശേഷം ബാഗ്ദാദിൽ കർഫ്യൂ പ്രഖ്യാപിച്ചിട്ടുണ്ടെന്ന് പറഞ്ഞപ്പോൾ അക്കാര്യം തനിക്കറിയാമെന്നായിരുന്നു സ്വബ്രി അങ്കിളിന്റെ പ്രതികരണം. എന്റെ മുറിയിൽ ഉറങ്ങാമെന്ന് പറഞ്ഞശേഷം ഞാൻ അദ്ദേഹത്തിന്റെ പെട്ടിയുമെടുത്ത് മുറിയിലേക്ക് നടന്നു.

പിറ്റേദിവസം രാവിലെ ഷേവ് ചെയ്യുന്നതിനിടയിൽ സ്വബ്രി അങ്കിൾ പാട്ടു പാടുന്നത് കേട്ടു:

"വളരെ അന്യായമാണിത്
എന്നെവിട്ട് വളരെ ദൂരേക്ക് നിങ്ങൾ പൊയ്ക്കളഞ്ഞല്ലോ?
ജനങ്ങളോട് ഞാനെന്ത് പറയും?
നിങ്ങളെക്കുറിച്ച് അവർ അന്വേഷിച്ചാൽ?

നിങ്ങൾ എന്റെ ഹൃദയത്തെ പൊള്ളിച്ചുകളഞ്ഞല്ലോ,
നിങ്ങളുടെ അസാന്നിധ്യത്തിൽ കേഴുന്ന എന്റെ ഹൃദയത്തെ...
വളരെ അന്യായമാണിത്. വളരെ ക്രൂരവുമാണിത്!
ജനങ്ങളോട് ഞാനെന്ത് പറയും?
നിങ്ങളെക്കുറിച്ച് അവർ അന്വേഷിച്ചാൽ
നിങ്ങൾക്കെങ്ങനെ എന്നെ തോല്പിക്കാനായി? വഞ്ചിക്കാനായി?
എന്റെ ഹൃദയത്തിലെ ഈ മുറിവുണങ്ങുമെന്ന് കരുതുകയേ വേണ്ട
എന്റെ വേദന ഇല്ലാതാകുമെന്ന് കരുതുകയേ വേണ്ട.
ജനങ്ങളോട് ഞാനെന്ത് പറയും?
നിങ്ങളെക്കുറിച്ച് അവർ അന്വേഷിച്ചാൽ"

സ്വബ്‌രി അങ്കിളിന്റെ അജ്ഞാതവാസത്തെ കുറ്റപ്പെടുത്തി ഞങ്ങളാണ് ഈ ഗാനം പാടാൻ അർഹരെന്ന് ഞാൻ അദ്ദേഹത്തോട് പറഞ്ഞു.

"അപ്പോൾ ഞാനാണ് ആ വഞ്ചകൻ അല്ലേ?"

"അങ്ങനെയല്ല. താങ്കൾ ഞങ്ങളെയൊക്കെ മറന്നുകളയുകയായിരുന്നല്ലോ?"

അദ്ദേഹം ചിരിച്ചു.

" ഈ പറഞ്ഞതിന് ഞാൻ നിനക്ക് മാപ്പു നൽകുന്നു, ജവാദ്. എനിക്ക് എന്താണ് സംഭവിച്ചതെന്ന് ഞാൻതന്നെ പറഞ്ഞു തരാം. അത് വരെ അല്പം കാത്തിരിക്കൂ."

ഞാൻ ഒരു തമാശ പറഞ്ഞതല്ലേ എന്ന് പറഞ്ഞ് അദ്ദേഹത്തെ ആശ്വസിപ്പിച്ചു. എങ്ങനെ ഉണ്ടായിരുന്നു ഇന്നലത്തെ ഉറക്കമെന്ന് തിരക്കി. ഇരുമ്പുലക്കപോലെ എല്ലാം മറന്നുറങ്ങിയെന്ന് അങ്കിൾ പറഞ്ഞു.

രാവിലത്തെ ഭക്ഷണം കഴിഞ്ഞപ്പോൾ അങ്കിൾ ഉമ്മയോട് സംസാരിച്ചിരിക്കേ ഞാൻ ഹമീദിന്റെ വീട്ടിലേക്ക് പോയി. ഞങ്ങളുടെ തെരുവിൽ തന്നെ താമസിക്കുന്ന ടാക്സി കാർ ഡ്രൈവറാണ് ഹമീദ്. അയാൾ പുറത്തു പോയിരിക്കുകയായിരുന്നു. ഞാൻ വിവരം അയാളുടെ ഭാര്യയോട് പറഞ്ഞു. ഉച്ച കഴിയുമ്പോൾ വിശ്രമിക്കാനും ഭക്ഷണം കഴിക്കാനുമായി ഹമീദ് വീട്ടിലെത്തുമെന്ന് ആ സ്ത്രീ പറഞ്ഞു. ഉച്ച കഴിഞ്ഞ് ഞാൻ അയാളുടെ വീട്ടിലേക്ക് വീണ്ടും ചെന്നു. അടുത്ത ദിവസം രാവിലെ മുതൽ ഞങ്ങൾക്കൊപ്പം വരാമെന്ന് ഹമീദ് സമ്മതിച്ചു. താൻ വെള്ളിയാഴ്ചയും ജോലി ചെയ്യുമെന്നും ആകെയുള്ള നിബന്ധന ബാഗ്ദാദിന് പുറത്തേക്ക് യാത്ര ചെയ്യാൻ കഴിയില്ല എന്നുമായിരുന്നു. നഗരത്തിന് പുറത്ത് അപകടം പതിയിരിക്കുന്ന പാതകളാണത്രേ.

ബാഗ്ദാദിലെ അൽ-മുതനബ്ബി തെരുവിലായിരുന്നു ഞങ്ങൾ ആദ്യം കാർ നിർത്തിയത്. ഹമീദ് ഞങ്ങളെ അവിടെ ഇറക്കി. മൂന്ന് മണിക്കൂർ കഴിഞ്ഞ് തിരിച്ചു വരുവാനാണ് ഞങ്ങൾ അയാളോട് ആവശ്യപ്പെട്ടത്.

അൽ-മുതനബ്ബി തെരുവിലെ പുസ്തകചന്തയിലെ പുസ്തകങ്ങളൊക്കെ നോക്കുകയാണ് സ്വബ്രി അങ്കിൾ. കച്ചവടക്കാരിലൊരാളുമായി നീണ്ട സംഭാഷണത്തിലേർപ്പെട്ടപ്പോൾ അയാൾ പറഞ്ഞത് തെരുവിനപ്പുറമുള്ള തന്റെ ഗോഡൗണിൽ ധാരാളം കവിതാസമാഹാരങ്ങളും ചരിത്രപുസ്തകങ്ങളുമുണ്ടെന്നായിരുന്നു. താൻ അയാൾക്കൊപ്പം പോയിട്ടു വരാമെന്ന് അങ്കിൾ പറഞ്ഞു. ഈ സമയം ഞാൻ തെരുവിലൂടെ തനിച്ച് നടന്നു. എനിക്കവിടം നന്നായി ഇഷ്ടപ്പെട്ടു. വലിയ തലക്കെട്ടുകളിലുള്ള ധാരാളം പുസ്തകങ്ങൾ കാണുന്നത് അതിശയകരം തന്നെയായിരുന്നു. വിഷയം, മേഖല എന്ന തരത്തിലുള്ള യാതൊരു ബന്ധവുമില്ലാതെ പുസ്തകങ്ങൾ നിരത്തിയിരിക്കുന്നു.

രാവിലെ വലിയ ശൗര്യമില്ലാതിരുന്ന കാറ്റിന് ഉച്ച കഴിഞ്ഞതോടെ തീവ്രത കൂടിക്കൂടി വന്നു. പുസ്തകങ്ങൾ വായിച്ചു നോക്കിയപ്പോൾ തനിക്ക് ഇഷ്ടപ്പെട്ടതൊന്നും കാണാത്തതിനാൽ വിദ്വേഷത്തോടെ ആ കാറ്റ് പുസ്തകത്താളുകളെ ഇളക്കിമറിക്കുന്നത് പോലെയാണ് തോന്നിയത്. മാസികകളും മറ്റും പറന്നു പോകാതിരിക്കാനായി പല കച്ചവടക്കാരും അവയ്ക്ക് മുകളിൽ കല്ലും കട്ടയുമൊക്കെ എടുത്തു വച്ചിരുന്നു. മറ്റ് ചിലരാകട്ടെ നീണ്ട തടിക്കഷണമാണ് പേരുകൾ മറയാത്തവിധം പുസ്തകങ്ങളുടെ മുകളിൽ വച്ചിരുന്നത്. മുമ്പ് നിരോധിക്കപ്പെട്ടിരുന്ന ശിയാ കർമ്മശാസ്ത്ര കൃതികളായിരുന്നു പുസ്തകങ്ങളിൽ സിംഹഭാഗവും. കണക്കെടുക്കാൻ കഴിയാത്ത വിധത്തിൽ പെരുകിക്കൊണ്ടിരിക്കുകയാണ് പുതിയ പത്രങ്ങൾ. പ്രസിദ്ധീകരണം തുടങ്ങാൻ പ്രത്യേക നിയമമൊന്നുമില്ലാത്തതിനാൽ പണവും ആഗ്രഹവുമുള്ള ആർക്കും പത്രങ്ങൾ തുടങ്ങാമെന്നായിരിക്കുന്നു. പത്രങ്ങൾ കൂടാതെ പഴയ വിദേശമാസികകളും തിളക്കമുള്ള പുറംചട്ടകളുള്ള പുത്തൻ അറബി മാസികകളുമുണ്ട്. പുറംചട്ടകളിലെ ഗായികമാരുടേയും നടികളുടേയും കണ്ണുകളിലും ശരീരത്തിലും കാണുന്നത് മോഹിപ്പിക്കുന്ന സൗന്ദര്യമായിരുന്നു. പരുക്കനും ദേഷ്യം നിറഞ്ഞതുമായ മുഖഭാവങ്ങളോടെ ഇരിക്കുന്ന തലപ്പാവ് ധാരികളായ മതപണ്ഡിതരുടെ തിളക്കമുള്ള ചിത്രങ്ങളോട് കൂടിയ മാസികകൾക്ക് തൊട്ടരികിലായിരുന്നു ഈ പ്രസിദ്ധീകരണങ്ങളൊക്കെ കണ്ടതും. ഈ സൗന്ദര്യകുസുമങ്ങളുടെ, അയൽപക്ക ബന്ധങ്ങളുടെ ഭാരമൊക്കെ തങ്ങളാണ് വഹിക്കുന്നതെന്ന ഭാവമായിരുന്നു ആ മതനേതാക്കളുടെയൊക്കെ മുഖത്ത്. ചുറ്റുമുള്ള ഏഴ് വീടു വരെയുള്ള ആളുകളോട് അയൽപക്കബന്ധം പുലർത്തണമെന്നാണല്ലോ പ്രവാചകൻ പഠിപ്പിച്ചിരിക്കുന്നത്?

അങ്കിൾ തിരിച്ചെത്തിയതോടെ എന്റെ ചിന്തകളൊക്കെ മുറിഞ്ഞു. ഇറാഖി കവി മുഹമ്മദ് മഹദി അൽ-ജവാഹിരിയുടെ 'ബരീദ് അൽ-ഗുർബ' (അന്യഥാത്വത്തിന്റെ സന്ദേശം), 'മർഹബൻ അയ്യുഹൽ അറഖ്' (നിദ്രാവിഹീനതയേ, നിനക്ക് സ്വാഗതം) തുടങ്ങിയ കവിതാ സമാഹാരങ്ങളും, മറ്റൊരു കവിയായ സഅദീ യുസുഫിന്റെ ഒരു സമാഹാരവും ലെബനീസ് എഴുത്തുകാരൻ ജോർജ് സൈദാനിന്റെ ചില നോവലുകളും പിന്നെ പാബ്ലോ

നെരൂദയുടെ 'ഞാൻ ജീവിച്ചിരുന്നു എന്നിതാ സത്യം ചെയ്യുന്നു' എന്ന തലക്കെട്ടിലുള്ള ഓർമ്മക്കുറിപ്പുകളുമായാണ് അങ്കിൾ തിരികെയെത്തിയത്.

അൽ-ഷഹ്ബന്തർ കഫെയിലേക്ക് പോകുമ്പോൾ ഞങ്ങളൊരു ചെറുപ്പക്കാരനെ കണ്ടു. നിലത്ത് വച്ചിരിക്കുന്ന പെട്ടിയിൽ കുറേ ചെറുപുസ്തകങ്ങളും നോട്ടീസുകളുമായി നിൽക്കുകയാണ് അയാൾ. ഞങ്ങൾ അരികിലേക്ക് ചെന്നു. ഞാൻ മുമ്പ് കേട്ടിട്ടില്ലാത്ത ലേബർ കമ്മ്യൂണിസ്റ്റ് പാർട്ടി എന്ന പേരും അതിന്റെ ചിഹ്നവുമുള്ളവയായിരുന്നു ആ പ്രസിദ്ധീകരണങ്ങൾ. ഒപ്പം ട്രോട്സ്കി, ലെനിൻ, ഗ്രാംഷി തുടങ്ങിയവരുടെയൊക്കെ ചില പുസ്തകങ്ങളുമുണ്ട്.

സ്വബ്രി അങ്കിൾ അഭിവാദ്യം ചെയ്തശേഷം ആ ചെറുപ്പക്കാരനോട് ഈ പാർട്ടിയെക്കുറിച്ചും അതിന് കമ്മ്യൂണിസ്റ്റ് പാർട്ടിയുമായി എന്താണ് ബന്ധമെന്നും തിരക്കുകയായിരുന്നു. പല കാരണങ്ങളാലും കമ്മ്യൂണിസ്റ്റ് പാർട്ടിയെ അതിനിശിതമായി വിമർശിക്കുന്നയാളാണ് ആ ചെറുപ്പക്കാരൻ. കുറച്ച് ദിവസങ്ങൾക്കുമുമ്പ് മാത്രം രൂപീകരിക്കപ്പെട്ട ഇറാഖിലെ ഇടക്കാല സർക്കാരിൽ ചേരാൻ കമ്മ്യൂണിസ്റ്റ് പാർട്ടി തീരുമാനിച്ചതായിരുന്നു ഇതിലേറ്റവും വലിയ വിമർശനത്തിന് കാരണമായത്. അയാളെ സംബന്ധിച്ചിടത്തോളം അത്തരമൊരു തീരുമാനം അമേരിക്കൻ അധിനിവേശത്തേയും അതിന്റെ പദ്ധതികളേയും തുറന്ന് അംഗീകരിക്കുന്നതിന് തുല്യവും തികഞ്ഞ അതിക്രമവുമാണ്. നല്ല ഉയരവും ചുരുണ്ട കറുത്ത തലമുടിയും ക്ലീൻഷേവ് ചെയ്ത മുഖവുമുള്ള ആ ചെറുപ്പക്കാനെ കാണാൻ മുപ്പത് വയസ്സ് തോന്നിക്കും. വെളുത്ത ഷർട്ടും നരച്ച പാന്റുമാണ് വേഷം. ആത്മവിശ്വാസവും ഉത്സാഹവും നിറഞ്ഞ, എന്നാൽ അമിതത്വം തീരെയില്ലാത്ത സംസാരം കേട്ടാൽ ചരിത്രം, രാഷ്ട്രീയം തുടങ്ങിയ മേഖലകളിൽ നല്ല വായനാശീലമുണ്ടെന്ന് മനസ്സിലാകും. ഓരോ വാചകവും തുടങ്ങുന്നതിന് മുമ്പ് 'സുഹൃത്തേ,' 'സഹോദരാ' തുടങ്ങിയ വാക്കുകൾ ഉപയോഗിക്കും. ഒപ്പം പ്രധാന വാദഗതികൾ സ്ഥാപിക്കാനെന്നവണ്ണം വലത്തേ കൈ ഉയർത്തും. പാർട്ടി നയങ്ങളോടും പുതിയ ബന്ധങ്ങളോടും നടപടിക്രമങ്ങളോടുമുള്ള എതിർപ്പുകാരണം താനും എട്ട് വർഷങ്ങൾക്ക് മുമ്പ് കമ്മ്യൂണിസ്റ്റ് പാർട്ടി വിട്ടുവെന്ന് അങ്കിൾ ആ ചെറുപ്പക്കാരനോട് പറഞ്ഞു. അയാൾ ഏത് സ്ഥലക്കാരനാണെന്ന് ചോദിച്ചു:

"അൽ-സൗറ പട്ടണം"

അയാളെ പരിഹസിക്കാനെന്നവണ്ണം ഞാൻ ചോദിച്ചു:

"സദർ സിറ്റിയെന്നാണോ ഉദ്ദേശിച്ചത്?"

ബാഗ്ദാദിലെ ശിയാകേന്ദ്രമായിരുന്നു ഈ പട്ടണം. 1980 കളിൽ 'സദ്ദാം സിറ്റി' എന്നതിന്റെ പേര് മാറ്റി. അമേരിക്കൻ അധിനിവേശത്തോടെ ഈ പട്ടണത്തിന് പ്രമുഖ ശിയാപണ്ഡിതനെ അനുസ്മരിച്ചുകൊണ്ട് 'സദർസിറ്റി' എന്ന് വീണ്ടും പേര് മാറ്റിയിരുന്നു.

"അല്ല. സുഹൃത്തേ, അൽ-സൗറ പട്ടണം"

വർഷങ്ങൾ ഇത്രയേറെ കഴിഞ്ഞിട്ടും ഇതുപോലൊരു പ്രദേശത്ത് മാർക്സിസ്റ്റ് ആശയങ്ങൾക്ക് പ്രചാരമുണ്ടോ എന്നായിരുന്നു അങ്കിളിന് അറിയേണ്ടിയിരുന്നത്. വളരെ ശുഭാപ്തി വിശ്വാസത്തോടെ ആ ചെറുപ്പക്കാരൻ പറഞ്ഞത് പാർട്ടിക്ക് അവിടെ ആക്ടീവ് സെല്ലുകളും ചെറുതല്ലാത്ത അംഗങ്ങളുമുണ്ട് എന്നായിരുന്നു. എന്നാൽ ഉപരോധം രാഷ്ട്രീയപ്രവർത്തനത്തിനേറ്റ കടുത്ത ആഘാതമായിരുന്നു. സാമൂഹികഘടന തകർന്നിരിക്കുന്നു. ഈ ഉപരോധമില്ലായിരുന്നെങ്കിൽ ഇവിടത്തെ സ്വേചരാധിപത്യ ഭരണം തുടരുകയുമില്ലായിരുന്നു.

ആർട്ട് അക്കാദമിയിൽ രണ്ടാംവർഷം പഠിക്കുമ്പോൾ ഒപ്പമുണ്ടായിരുന്ന ഒരു സുഹൃത്തിനെ ഓർമ്മ വന്നു. എപ്പോഴും മാർക്സിന്റെ ഉദ്ധരണികൾ ഉപയോഗിച്ചായിരിക്കും തന്റെ വാദങ്ങൾക്ക് തെളിവുകൾ നിരത്തുക. നമ്മൾ അനുഭവിച്ചുകൊണ്ടിരിക്കുന്ന യാതനകളെയും യുദ്ധത്തേയും ജീവിത സംഘർഷങ്ങളേയുംകുറിച്ച് ഞാൻ പരിതപിക്കുമ്പോൾ ആ സുഹൃത്ത് തന്റെ അതേ ആശയം ഉൾക്കൊണ്ട് ചർച്ചകളിൽ പങ്കാളികളാകുന്ന മറ്റ് സുഹൃത്തുക്കളെക്കുറിച്ചായിരുന്നു സംസാരിച്ചത്. എന്നാലത് എന്നെ വീഴ്ത്താനുള്ള കെണിയായിരിക്കുമെന്ന് തോന്നിയപ്പോൾ ജോലിത്തിരക്കുണ്ടെന്ന് പറഞ്ഞ് ഒഴിയുകയായിരുന്നു ഞാൻ.

ഉത്സാഹിയായ ഈ ചെറുപ്പക്കാരനെപ്പോലെ അത്ര ശുഭാപ്തിവിശ്വാസമൊന്നും സ്വബ്രി അങ്കിളിൽ കണ്ടില്ല. ഉപരോധകാലയളവിൽ വംശീയ ചിന്താഗതിയിലും മത ആശയങ്ങളുടെ വേരോട്ടത്തിലുമുണ്ടായ വർദ്ധനവിനെക്കുറിച്ച് എന്താണഭിപ്രായമെന്ന് അങ്കിൾ ചെറുപ്പക്കാരനോട് തിരക്കി. മേഖലയിലെ മറ്റു രാജ്യങ്ങളുമായി താരതമ്യപ്പെടുത്തുമ്പോൾ ഇറാഖിലെ മതേതരത്വത്തിന്റെ ചരിത്രം വളരെ പ്രശസ്തമാണ്. മതകക്ഷികൾക്കാകട്ടെ ജല്പനങ്ങൾക്കപ്പുറം സമൂഹത്തിന്റെ പ്രശ്നങ്ങൾക്ക് വേണ്ട യാതൊരു പരിഹാരവും നിർദ്ദേശിക്കാൻ സാധിക്കുന്നില്ല. അറബ് ലോകത്തുള്ള ഇസ്ലാമികപ്രസ്ഥാനങ്ങളൊക്കെ പരാജയമാണ്. ഇത് കേട്ടതും ഈ ചെറുപ്പക്കാരനോട് തർക്കിക്കാനായി മതസംഘടനകളിൽ പ്രവർത്തിക്കുന്നയാളെന്ന് തോന്നിക്കുന്ന ഒരാൾ രംഗത്ത് വന്നു. ഇതോടെ അങ്കിൾ കുറച്ച് പുസ്തകങ്ങൾ എടുത്ത് സംഭാവനയായി കുറച്ച് തുക ചെറുപ്പക്കാരന് നൽകുകയും ചെയ്തു.

ചെറുപ്പക്കാരൻ നന്ദി പറഞ്ഞ ശേഷം തങ്ങളുടെ പാർട്ടിയുടെ താത്ക്കാലിക ആസ്ഥാനം സന്ദർശിക്കാനായി ഞങ്ങളെ ക്ഷണിച്ചു. സ്ഥലമെവിടെയാണെന്ന് തിരക്കിയപ്പോൾ അൽ-റഷീദ് തെരുവിന്റെ തുടക്കത്തിലുള്ള അൽ-റാഫിദൈൻ ബാങ്കിലാണെന്ന് ചെറുപ്പക്കാരൻ പറഞ്ഞു.

“അപ്പോൾ ആ ബാങ്ക് കൊള്ളയടിച്ചത് നിങ്ങളായിരുന്നല്ലേ?”

ചിരിച്ചു കൊണ്ട് ചെറുപ്പക്കാരൻ പറഞ്ഞത് തങ്ങൾ അവിടെയെത്തിയപ്പോഴേക്കും വൈകിപ്പോയിരുന്നു എന്നായിരുന്നു. ചിരിച്ചുകൊണ്ടാണ് ഞങ്ങൾ യാത്രപറഞ്ഞ് പിരിഞ്ഞത്.

ചെറുപ്പക്കാരൻ പറഞ്ഞ കാര്യങ്ങളെ സംബന്ധിച്ച് എന്താണ് അഭിപ്രായമെന്ന് ഞാൻ സബ്രി അങ്കിളിനോട് ചോദിച്ചു. അയാൾ ആവശ്യത്തിലധികം ശുഭാപ്തി വിശ്വാസക്കാരനാണെന്നായിരുന്നു അങ്കിൾ പറഞ്ഞത്. പ്രത്യേകിച്ച് മതേതരത്വത്തിന്റെ കാര്യത്തിൽ. എന്നാൽ അതത്ര അത്യാവശ്യമുള്ള കാര്യമല്ല താനും. ചിന്തയുടെ അശുഭാപ്തിയേയും ദൃഢചിത്തതയുടെ ശുഭാപ്തിയേയും സംബന്ധിച്ച ഗ്രംഷിയുടെ പ്രശസ്തമായൊരു പരാമർശവും അങ്കിൾ ഉദ്ധരിച്ചു. ജൈവികബുദ്ധിജീവികളെ സംബന്ധിച്ച അദ്ദേഹത്തിന്റെ സിദ്ധാന്തങ്ങളടങ്ങിയ ചെറുപുസ്തകങ്ങളിലേക്ക് വിരൽ ചൂണ്ടിക്കൊണ്ട് അങ്കിൾ പറഞ്ഞത് വിഭാഗീയ ചിന്താഗതികളുടെ കാര്യത്തിൽ താൻ തീരെ അശുഭാപ്തിയിലാണെന്നായിരുന്നു. രാജ്യത്ത് നടന്നത് കേവലം അധിനിവേശം മാത്രമല്ല, എൺപത് വർഷത്തിലധികം പ്രായമായ ഒരു ആധുനിക രാഷ്ട്രത്തിന്റെ തകർച്ച കൂടിയായിരുന്നു. ഈ അധിനിവേശം രാജ്യത്തിനേറ്റ കടുത്ത പ്രഹരമാണ്. എന്നാൽ ഈ പ്രഹരം സത്യത്തിൽ 1991 ലെ കുവൈറ്റ് യുദ്ധകാലം മുതൽ തുടങ്ങിയതാണ്. അത് രാജ്യത്തിന്റെ അടിത്തറ തന്നെ തകർത്തുകളഞ്ഞു. ശേഷം കടന്നെത്തിയ അമേരിക്കൻ ഉപരോധത്തിലൂടെ സാമൂഹികഘടന പൂർണ്ണമായും തകർക്കപ്പെട്ടിരിക്കുന്നു.

അധിനിവേശം സൃഷ്ടിച്ച ശൂന്യതയിൽ കടന്നുകൂടിയിരുന്നത് വംശീയവിഭാഗങ്ങളായിരിക്കും. അവരുടെ നിയന്ത്രണത്തിലാണ് സ്ഥാപനങ്ങളൊക്കെ. ജനഹൃദയങ്ങളെ സ്വാധീനിക്കാൻ പോന്ന സിദ്ധാന്തങ്ങൾ കൈയിലുള്ള അവർക്ക് രാഷ്ട്രീയ അന്തരീക്ഷം എങ്ങനെ മുതലെടുക്കണമെന്ന് നല്ലത് പോലെ അറിയുകയും ചെയ്യും. എങ്കിൽപോലും ഇറാഖിലെ മതേതരത്വത്തിന്റ ചരിത്രം വളരെ പ്രശസ്തമാണെന്ന് അദ്ദേഹം ആവർത്തിച്ചുപറഞ്ഞു. ഉദാഹരണമായി ശിയാ മതസംഘടനയായ അൽ–ദഅ്വ പാർട്ടി സ്ഥാപിതമായ നജഫിന്റെ കാര്യമെടുക്കുക. അവിടെയും കർബലയിലുമൊക്കെ കമ്മ്യൂണിസ്റ്റ് വേലിയേറ്റമുണ്ടായിട്ടുണ്ട്. ധാരാളം ചെറുപ്പക്കാർ അവയിലേക്ക് ആകർഷിക്കപ്പെട്ടു. മതനേതാക്കന്മാർക്ക് വലിയ ഭീഷണിയുമായിരുന്നു അവർ. ചില ആളുകൾക്കാകട്ടെ ശിയാ എന്നും ശുയൂഇ (കമ്മ്യൂണിസ്റ്റ്) എന്നും പറയുന്നതിലെന്താണ് വ്യത്യാസമെന്ന് അറിയാത്ത അവസ്ഥയുമുണ്ട്.

ഞങ്ങൾ അൽ–ഷഹ്ബന്തർ കഫെയുടെ അടുത്തെത്തി.

"അവിടെ വിൽക്കാൻ വച്ചിരുന്ന മതനേതാക്കളുടെ പോസ്റ്ററുകളും മതഗ്രന്ഥങ്ങളുമൊക്കെ താങ്കൾ കണ്ടില്ലേ?" എന്റെ ചോദ്യം കേട്ട് അങ്കിൾ പറഞ്ഞു:

"ഉവ്വ്! ഈ നീണ്ട അടിച്ചമർത്തലുകളുടെ വർഷങ്ങൾക്കിപ്പുറവും ജനങ്ങൾക്ക് വല്ലാത്ത ദാഹമുണ്ടാകും. അത് ശമിപ്പിക്കേണ്ട ആവശ്യവുമുണ്ടാകും."

ഞങ്ങൾ കഫെയിലേക്ക് കയറിയപ്പോൾ രണ്ട് ഒഴിഞ്ഞ കസേരകൾ കണ്ടു. അവിടെ ചെന്നിരുന്നശേഷം ചായയ്ക്ക് ഓർഡർ നല്കി. ഒരു ഫ്രഞ്ച്

ടെലിവിഷൻ സംഘം കുറച്ച് ബുദ്ധിജീവികളുമായി അഭിമുഖം നടത്തിക്കൊണ്ടിരിക്കുന്നത് കണ്ടു. കുറച്ച് വാര അകലെയായി പ്രശസ്ത നാടക സംവിധായകൻ സ്വലാഹ് അൽ-ഖസബിനെയും കണ്ടു. അവർ അദ്ദേഹത്തെ സമീപിച്ചെങ്കിലും അദ്ദേഹം ഇന്റർവ്യൂവിന് തയ്യാറാകുന്നതേയില്ല. വിവർത്തകന്റെ സഹായത്തോടെ അവതാരകൻ അദ്ദേഹത്തോട് ചോദിച്ചു:

"ഇവിടെ നടന്ന കാര്യങ്ങളെക്കുറിച്ച് എന്താണ് താങ്കളുടെ അഭിപ്രായം?"

"നിങ്ങൾ പോയി ബാഗ്ദാദിന്റെ ചിത്രീകരണം നടത്തിക്കോളൂ. അത് തന്നെയായിരിക്കും എന്റെ അഭിപ്രായവും"

പത്തു മിനിറ്റ് കഴിഞ്ഞപ്പോൾ കക്ഷത്തിൽ പത്രവുമായി നില്ക്കുന്ന ഒരാളെ കണ്ടു. 'ത്വരീഖ് അൽ-ശഅബ്' എന്ന കമ്മ്യൂണിസ്റ്റ് പാർട്ടിയുടെ ഔദ്യോഗിക പത്രം വിതരണം ചെയ്യുകയായിരുന്നു ആ മനുഷ്യൻ. സ്വബ്രി അങ്കിൾ എഴുന്നേറ്റ് അയാളുടെ അരികിലേക്ക് ചെന്നു. അവർ ഊഷ്മളതയോടെ കെട്ടിപ്പിടിച്ച ശേഷം പരസ്പരം ചുംബിച്ചു.

അമ്പത് വയസ്സ് തോന്നിക്കുന്ന തല മുഴുവൻ നരച്ച, നിറയെ പോക്കറ്റുകളുള്ള നീല കുപ്പായവും കണ്ണടയും ധരിച്ച ആ പത്രവിതരണക്കാരനുമായി കാൽ മണിക്കൂറോളമാണ് അങ്കിൾ സംസാരിച്ചു നിന്നത്. തിരികെ എത്തുമ്പോൾ ഒരു പത്രവും വാങ്ങി. കമ്മ്യൂണിസ്റ്റ് പാർട്ടിയിൽ പണ്ട് തനിക്കൊപ്പം പ്രവർത്തിച്ചിട്ടുള്ള ആളാണെന്നും 1982 ൽ ബൈറൂത്തിൽ വച്ചാണ് അവസാനമായി കണ്ടതെന്നും അയാളെക്കുറിച്ച് അങ്കിൾ പറഞ്ഞു. പരിചയമുള്ള മുഖങ്ങളേതെങ്കിലും ഉണ്ടോ എന്ന് പരതിയെങ്കിലും പതിവായി കാണുന്ന ആരേയും അപ്പോഴവിടെ കണ്ടില്ല.

സ്വബ്രി അങ്കിൾ പത്രം മറിച്ചുനോക്കാൻ തുടങ്ങി. വർഷങ്ങൾക്ക് മുമ്പ് വധശിക്ഷയ്ക്ക് വിധേയരാക്കപ്പെട്ട പാർട്ടി പ്രവർത്തകരായിരുന്ന രക്തസാക്ഷികൾക്ക് അനുശോചനം രേഖപ്പെടുത്തുന്ന പരിപാടികളെക്കുറിച്ചുള്ള പരസ്യങ്ങൾ കണ്ടു. ഒപ്പം മറ്റൊരു വലിയ വാർത്തയും കണ്ടു. ഇറാഖിലെ രാജഭരണത്തിന് അന്ത്യം കുറിച്ചുകൊണ്ട് 1958 ജൂലൈ 14 ന് നടന്ന പട്ടാള വിപ്ലവത്തിന്റെ ഓർമ്മദിനവുമായി ബന്ധപ്പെട്ട് മൂന്ന് ദിവസം കഴിയുമ്പോൾ നടക്കാൻ പോകുന്ന ജനകീയപ്രകടനത്തെ സംബന്ധിച്ചുള്ള വാർത്തയായിരുന്നു അത്. അൽ-ഹുർറിയ്യചത്വരത്തിൽ സംഘടിക്കുവാൻ പാർട്ടി അനുഭാവികളോട് ആഹ്വാനം ചെയ്തിരിക്കുകയാണ്. അവിടെ നിന്ന് അൽ-ഫിർദൗസ് ചത്വരത്തിലേക്ക് പ്രകടനം നീങ്ങുമത്രേ. വാർത്ത വായിച്ച ശേഷം ഈ പ്രകടനത്തിൽ പങ്കെടുക്കുന്നതിനെക്കുറിച്ച് എന്താണഭിപ്രായമെന്ന് അങ്കിൾ ചോദിച്ചു. ഞാൻ സമ്മതിച്ചു. അദ്ദേഹത്തിനൊപ്പം സമയം ചെലവഴിക്കാൻ കഴിയുമല്ലോ? അതിനേക്കാളുമൊക്കെ ഉപരിയായി മറ്റാരുടേയും സമ്മർദ്ദത്തിന് വഴങ്ങാതെ ജീവിതത്തിലാദ്യമായിട്ടൊരു പ്രകടനം നടത്താൻ അവസരം ലഭിച്ചിരിക്കുകയാണല്ലോ? മുമ്പൊക്കെ ബഅസ് സോഷ്യലിസ്റ്റ് പാർട്ടിക്കായി നിർബന്ധിച്ച് പ്രകടനത്തിൽ പങ്കാളിയാകേണ്ടി

വന്നിട്ടുണ്ട്. അതിനാൽ ഇതൊരു വ്യത്യസ്തത തന്നെയായിരിക്കും. എന്റെ വാക്കുകൾ കേട്ട് അങ്കിൾ ചിരിച്ചു.

വാച്ചിൽ നോക്കിയശേഷം ഡ്രൈവറുടെ അരികിലേക്ക് തിരികെപ്പോകാമെന്ന് ഏറ്റ സമയമായെന്ന് ഞാൻ ഓർമ്മിപ്പിച്ചു. തിരികെപ്പോകുമ്പോൾ കമ്മ്യൂണിസ്റ്റുകാരനായ ചെറുപ്പക്കാരനെ വീണ്ടും കണ്ടു. ദൂരെ നിന്ന് അഭിവാദ്യം അർപ്പിക്കുകയും പരസ്പരം പുഞ്ചിരിക്കുകയും ചെയ്തു. അങ്കിൾ ഡ്രൈവർ ഹമീദിനോട് അൽ-അൻദലൂസ് ചത്വരത്തിലേക്ക് പോകാമെന്ന് പറഞ്ഞു. അവിടെയുള്ള ഇൻഷൂറൻസ് മന്ദിരത്തിലാണ് കമ്മ്യൂണിസ്റ്റ് പാർട്ടിയുടെ പുതിയ ആസ്ഥാനമെന്ന് കേട്ടു. പാർട്ടിയുമായി താങ്കൾ ബന്ധമെല്ലാം വിച്ഛേദിച്ചുവെന്നാണ് കരുതിയതെന്ന് അങ്കിളിനോട് ഞാൻ പറഞ്ഞു.

“ശരിയാണ് പഴയ കുറേ സഖാക്കളെ സംബന്ധിച്ച വിവരം ശേഖരിക്കണം. അവരിൽ കുറച്ചുപേരെ നേരിൽ കാണണം. ആരൊക്കെ തിരികെ എത്തിയെന്ന് അറിയണം. അധികം വൈകില്ല.”

എനിക്ക് ഉറക്കം വരുന്നുണ്ടായിരുന്നു. അതിനാൽ അദ്ദേഹം പോയി വരുന്നതുവരെ കാറിന്റെ പിറകിലെ സീറ്റിൽ കിടന്ന് അല്പം മയങ്ങാമെന്ന് ഞാൻ പറഞ്ഞു. തിരിച്ചെത്തിയപ്പോൾ അങ്കിളിന്റെ മുഖത്തെ പുഞ്ചിരി മങ്ങിയിരുന്നു. ഞാൻ കാര്യം തിരക്കി.

“ഒന്നുമില്ല”

തൊട്ടടുത്ത ദിവസം അമേരിക്കൻ നയതന്ത്രദൂതൻ പോൾ ബ്രെമറുടെ കാർമ്മികത്വത്തിൽ പുതിയ താൽക്കാലിക ഇറാഖിഭരണകൂടം രൂപീകരിക്കുന്നത് സംബന്ധിച്ച വാർത്ത ടെലിവിഷനിൽ കണ്ടു. പല വിഭാഗക്കാരായ ആളുകളെക്കൊണ്ട് നിറഞ്ഞതായിരുന്നു ആ ഭരണസമിതി. അവയിൽ ബഹുഭൂരിപക്ഷം പേരുകളും മുമ്പൊന്നും കേട്ടിട്ടേ ഇല്ല. ഇറാഖി ജനതയിലെ വിവിധ വംശീയ വിഭാഗങ്ങളെ പ്രതിനിധാനം ചെയ്യുന്നവരായിരിക്കണം ഇവരൊക്കെ. എന്നാൽ എല്ലാവർക്കും പൊതുവായൊരു കാര്യമുണ്ടായിരുന്നു. ഓരോ പേരുകൾക്ക് മുന്നിലും സുന്നി, ശിയാ, ക്രിസ്ത്യൻ എന്നൊക്കെ തങ്ങളുടെ വിഭാഗങ്ങളുടെ പേരും ചേർത്തിരിക്കുന്നു. ഇത് ഞങ്ങൾക്ക് മുമ്പൊരിക്കലും പരിചയമില്ലാത്ത കാര്യമായിരുന്നു. ഈ ഭരണസമിതിയിലെ അംഗങ്ങൾക്കൊപ്പം ഇറാഖി കമ്മ്യൂണിസ്റ്റ് പാർട്ടിയുടെ സെക്രട്ടറി ഇരിക്കുന്ന ചിത്രം കണ്ടപ്പോൾ സ്വബ്രി അങ്കിളിന് ദേഷ്യം അടക്കാനായില്ല. ഇന്നലെ പാർട്ടി ആസ്ഥാനം സന്ദർശിച്ചപ്പോൾ ഇക്കാര്യത്തെക്കുറിച്ച് അണികളോട് പാർട്ടി കൂടിയാലോചിച്ചെന്ന വാർത്ത കേട്ടു. അതിൽ വോട്ടെടുപ്പും നടന്നത്രേ. അദ്ദേഹത്തിന് തന്റെ കണ്ണുകളെ വിശ്വസിക്കാൻ കഴിയാത്ത അവസ്ഥ. മുഷ്ടികൾ പരസ്പരം ചുരുട്ടി അടിച്ചു കൊണ്ട് അദ്ദേഹം പറഞ്ഞു.

“എന്റെ ദൈവമേ, ആ മനുഷ്യന്റെ മുഖത്തേക്ക് നോക്കൂ. അമേരിക്കക്കാർ അയാളെ അവിടെ പിടിച്ചിരുത്തിയിരിക്കുന്നത് ശിയ എന്ന പേരിലാണ്. അല്ലാതെ നീണ്ട രാഷ്ട്രീയപോരാട്ടത്തിന്റെ ചരിത്രമുള്ള ഒരു ആദർശ

പ്രസ്ഥാനത്തിന്റേയോ, രാഷ്ട്രീയപാർട്ടിയുടേയോ പ്രതിനിധിയായിട്ടല്ല. ഹോ, ഇതുവരെ നടന്ന സമരങ്ങളുടെയെല്ലാം ഫലം ഇതായിപ്പോയത് എത്ര അപമാനകരമാണ്! സ്വേച്ഛാധിപത്യത്തിനും യുദ്ധക്കൊതിക്കുമെതിരെയുള്ള മുഴുവൻ ചരിത്രവും നിരർത്ഥകമായിപ്പോയല്ലോ? ഈ ജനവഞ്ചകന്മാരെയും തെമ്മാടികളെയുംപോലെ തന്നെ ആയിപ്പോയിരിക്കുകയല്ലേ ഇപ്പോൾ കമ്മ്യൂണിസ്റ്റുകളും? അവന്മാരുടെ ചിത്രം നോക്കിക്കേ. ഓരോരുത്തനും ടൺ ഭാരമുള്ള കുടവയറുണ്ട്"

എന്നിട്ടും ജൂലൈ 14 ന് രാവിലെ ഞങ്ങൾ അൽ-ഹുർറിയ്യ ചത്വരത്തിലേക്ക് പുറപ്പെട്ടു. ഈ കഴിഞ്ഞ വർഷങ്ങളിൽ കമ്മ്യൂണിസ്റ്റ് പാർട്ടിക്ക് സംഭവിച്ച അപചയങ്ങൾ അവഗണിച്ചുകൊണ്ടുതന്നെ വിപ്ലവത്തിന്റെ സ്മരണ പുതുക്കാനും കമ്മ്യൂണിസ്റ്റുകളുടെ ജീവത്യാഗത്തെ ഓർക്കാനും താൻ ശ്രമിക്കുകയാണെന്ന് സ്വബ്രി അങ്കിൾ പറഞ്ഞു. അവിടെ എത്തിയപ്പോൾ പ്രശസ്തമായ സ്വാതന്ത്ര്യസ്തംഭത്തിനു കീഴിൽ നൂറുകണക്കിന് ആളുകൾ കൂടി നിൽക്കുന്നത് കണ്ടു. എത്രയോ കാലമായി ഞാൻ അവിടെ എന്തെങ്കിലും പരിപാടികളിൽ പങ്കെടുക്കുകയോ, അതുവഴി കടന്നുപോകുകയോ ചെയ്തിട്ടില്ല. മലിനീകരണവും അവഗണനയും മൂലം ആ സ്തംഭത്തിൽ അഴുക്ക് പിടിച്ചിരിക്കുകയാണ്. നല്ല പരിചരണവും മറ്റും ആവശ്യമാണെങ്കിൽ പോലും സ്തംഭത്തിന്റെ തിളക്കം ഇപ്പോഴും നഷ്ടമായിട്ടില്ല. അപ്പോൾ റാഇദ് സാറിനെ ഓർമ്മ വന്നു. ഒപ്പം എങ്ങോ നഷ്ടമായിപ്പോയ എന്റെ ശില്പകലാസ്വപ്നങ്ങളെയും ഓർത്തു പോയി.

ധാരാളം കമ്മ്യൂണിസ്റ്റ് പാർട്ടി പ്രവർത്തകർ അവിടെ കൂടിനില്പുണ്ടായിരുന്നു. കൈകളിൽ അവർ ചുവന്ന റിബൺ ധരിച്ചിരുന്നു. അവിടെ പാർട്ടി അനുഭാവികളെന്നോ, മറ്റ് വംശീയവിഭാഗ സംഘടനകളേക്കാൾ കമ്മ്യൂണിസ്റ്റ് പാർട്ടിയോട് കൂറ് പുലർത്തുന്നവരെന്നോ തോന്നിക്കുന്ന ധാരാളം പേരുണ്ടായിരുന്നു. മുഖാവരണം ധരിച്ച കുറേ സ്ത്രീകൾപോലുമുണ്ടായിരുന്നു ആ കൂട്ടത്തിൽ. 'അധിനിവേശം തുലയട്ടെ! ജനാധിപത്യം പുലരട്ടെ! ' തുടങ്ങിയ മുദ്രാവാക്യങ്ങളടങ്ങിയ പ്ലക്കാർഡുകൾ ഏന്തിയാണ് പലരും നിൽക്കുന്നത്. ഇതിൽ ആകൃഷ്ടരായി ധാരാളം പേർ എത്തിയിട്ടുണ്ടാകും. ഇവ കൂടാതെ വേറെ കുറേ പ്ലക്കാർഡുകളും ചുവപ്പ് കൊടികളും പിന്നെ അബ്ദുൽകരീം ഖാസിമിന്റെ ചിത്രങ്ങളുമുണ്ടായിരുന്നു സഖാക്കളുടെ കൈകളിൽ. 1958 ൽ ബ്രിട്ടീഷ് പിന്തുണയുള്ള രാജഭരണത്തെ അട്ടിമറിച്ച പട്ടാളവിപ്ലവാനന്തരം ആദ്യമായി ഇറാഖിന്റെ പ്രധാനമന്ത്രിയായ വ്യക്തിയായിരുന്നു അബ്ദുൽ കരീം ഖാസിം. 'ഒറ്റയ്ക്ക് അധികാരം കൈയടക്കി സ്വേച്ഛാധിപതി' യായവൻ എന്ന് തുടങ്ങുന്ന അധിക്ഷേപങ്ങൾക്കൊപ്പമാണ് ഇതുവരെ ഇദ്ദേഹത്തെക്കുറിച്ച് വായിച്ചിട്ടുള്ളതൊക്കെ.

ഖാസിമിനെതിരെയുള്ള ഒരു വധശ്രമത്തിൽ സദ്ദാംഹുസൈൻ പങ്കാളിയായ 'വീരചരിതം' ഒരു നൂറു തവണയെങ്കിലും കേട്ടിട്ടുമുണ്ട്. എന്നാലിപ്പോൾ അപലപിക്കുന്നതിനു പകരം ഖാസിമിന്റെ സ്മരണ പുതുക്കാനായി ഇത്രയേറെ ചിത്രങ്ങൾ ഉയർന്നു കാണുന്നത് വിചിത്രമായാണ് തോന്നിയത്.

ധാരാളം തെറ്റുകൾ ചെയ്തിട്ടുണ്ടെങ്കിൽപോലും ഇറാഖ് ഭരിച്ച ഇരുപതാം നൂറ്റാണ്ടിലെ ആദ്യത്തെ ദേശീയ നേതാവും, ശ്രദ്ധേയമായ ധാരാളം പരിഷ്കാരങ്ങൾ നടത്തിയിട്ടുള്ള ആളുമാണ് അബ്ദുൽ കരീം ഖാസിം എന്നാണ് അങ്കിളിന്റെ അഭിപ്രായം. ആൾക്കൂട്ടത്തെ നിരീക്ഷിച്ചുകൊണ്ട് ഹംവി വാഹനത്തിൽ ഇരിക്കുന്ന അമേരിക്കൻ സൈനികരെ ചൂണ്ടിക്കൊണ്ട് അദ്ദേഹം പറഞ്ഞത് അമേരിക്കക്കാർ ഖാസിമിനെതിരായിരുന്നുവെന്നും അദ്ദേഹത്തെ അട്ടിമറിക്കാൻ സദ്ദാമിന്റെ നേതൃത്വത്തിലുള്ള ബഅസ് പാർട്ടിക്കാരെ അന്ന് അമേരിക്ക സഹായിച്ചിട്ടുണ്ടെന്നുമായിരുന്നു.

വളരെ ആഘോഷമായ അന്തരീക്ഷമായിരുന്നു അൽ-ഹുർറിയ്യ ചത്വരത്തിലാകെ. ഒരു ജനകീയ സംഗീതസംഘം വന്ന് ഗാനങ്ങൾ ആലപിക്കാൻ തുടങ്ങിയതോടെ ആളുകൾ ഒപ്പം നൃത്തം വെച്ചു. ഇതിനിടെ അറുപത് വയസ്സുള്ള ഒരു സ്ത്രീ കൈകൊട്ടി നൃത്തം ചെയ്യുന്നത് കണ്ടു. പഴയൊരു കമ്മ്യൂണിസ്റ്റായ ഈ സ്ത്രീ ലണ്ടനിൽനിന്നും തിരികെ എത്തിയിരിക്കുകയാണെന്ന് അങ്കിൾ പറഞ്ഞു. സ്ഥിരമായി ലേഖനങ്ങൾ എഴുതാറുള്ള ഈ സ്ത്രീയുടെ ചിത്രങ്ങൾ അദ്ദേഹം കണ്ടിട്ടുണ്ട്. പ്രകടനക്കാർക്ക് അഭിവാദ്യമർപ്പിച്ചുകൊണ്ട് അതുവഴി കടന്നുപോകുന്ന വാഹനങ്ങൾ ഹോൺ മുഴക്കുന്നുണ്ടായിരുന്നു. കമ്മ്യൂണിസ്റ്റ് പാർട്ടി സർക്കാറിൽ പങ്കാളിയായതിൽ ശക്തമായ വിമർശനമുണ്ടെങ്കിൽപോലും അങ്കിൾ വലിയ ആവേശത്തിലാണെന്ന് തോന്നി. അടുത്ത ഇലക്ഷനിൽ സീറ്റുകളൊക്കെ തൂത്തുവാരി കമ്മ്യൂണിസ്റ്റുകൾ നാട് ഭരിക്കുമെന്നായിരിക്കും ഈ പ്രകടനം കണ്ടാൽ തോന്നുക.

"ഫഹദ്....ഫഹദ്...താങ്കളുടെ പാർട്ടി മരിച്ചിട്ടില്ല.....ജീവിച്ചീടും എന്നെന്നും"

മുദ്രാവാക്യം വിളി കേട്ട് ഇത് ഏത് ഫഹദിനെക്കുറിച്ചാണെന്ന് ഞാൻ തിരക്കി. അത് അങ്കിളിനെ അതിശയിപ്പിച്ചു.

"കമ്മ്യൂണിസ്റ്റ് പാർട്ടിയുടെ സ്ഥാപകനായിരുന്നു ഫഹദ്. രാജഭരണകാലത്ത് കഴുവിലേറ്റപ്പെടുന്നതിന് മുമ്പ് അദ്ദേഹം പറഞ്ഞ വാക്കുകൾ വിഖ്യാതമാണ്: കമ്മ്യൂണിസം മരണത്തേക്കാൾ ശക്തവും കഴുമരത്തേക്കാൾ ഔന്നത്യമുള്ളതുമായ ആശയമാണ്."

ഹന്നാ ബത്വാത്വുവിന്റെ ഇറാഖിനെ സംബന്ധിച്ച പുസ്തകം വായിക്കണമെന്ന് അങ്കിൾ ഉപദേശിച്ചു. ആധുനിക ഇറാഖിന്റെ ചരിത്രത്തെ സംബന്ധിച്ച ഏറ്റവും പ്രധാനപ്പെട്ട ഒരു സർവ്വവിജ്ഞാനകോശമാണത്രേ ഈ കൃതി. ഞാൻ ഈ പുസ്തകം കണ്ടെത്തി വായിക്കുമെന്ന് ഉറപ്പു കൊടുത്തു. ബാഗ്ദാദിൽ കിട്ടാനില്ലെങ്കിൽ താൻ പുസ്തകത്തിന്റെ ഒരു കോപ്പി അയച്ചു തരാമെന്ന് അങ്കിൾ പറഞ്ഞു.

ഒരു മണിക്കൂർ നേരം കഴിഞ്ഞപ്പോൾ ആൾക്കൂട്ടം അൽ-ഫിർദൗസ് ചത്വരത്തിലേക്ക് നീങ്ങിത്തുടങ്ങി. വളരെ വ്യവസ്ഥാപിതമായൊരു പ്രകടനമായിരുന്നു അത്. അൽ-സഅ്ദൂൻ തെരുവിലെത്തിയപ്പോൾ

പ്രകടനക്കാരുടെ എണ്ണമെത്രയാണെന്ന് ഊഹിക്കുന്നതിന് അങ്കിൾ തിരിഞ്ഞു നോക്കി. അൽ-ഫിർദൗസ് ചത്വരത്തിലെത്തിയപ്പോഴേക്കും പ്രകടനക്കാരുടെ എണ്ണം വളരെ കൂടുതലായി മാറി. അപ്പോൾ ഞങ്ങളുടെ മുകളിൽ അമേരിക്കൻ ഹെലിക്കോപ്റ്ററുകൾ വട്ടമിട്ട് പറക്കുന്നുണ്ടായിരുന്നു.

മതേതരത്വത്തെ സംബന്ധിച്ച ഞങ്ങളുടെ ശുഭപ്രതീക്ഷ അസ്ഥാനത്തായിരുന്നുവെന്ന് പിന്നീട് വ്യക്തമായി. കമ്മ്യൂണിസ്റ്റ് പാർട്ടിയുടെ പ്രകടനത്തെത്തുടർന്നുണ്ടായ ആഴ്ചകളിൽ വേറെ ധാരാളം പ്രകടനങ്ങൾ ബാഗ്ദാദിൽ അരങ്ങേറി. അവയൊക്കെ സംഘടിപ്പിച്ചത് മത, വംശീയ ചിഹ്നങ്ങൾ പേറുന്ന മറ്റ് പ്രസ്ഥാനങ്ങളായിരുന്നു. വംശീയമുദ്ര എല്ലാ കാര്യങ്ങളിലും പതിവുകാഴ്ചകളായി മാറുകയും അസാധാരണമാംവിധത്തിൽ അവ ജനങ്ങളെ സ്വാധീനിക്കാനും തുടങ്ങിയിരുന്നു.

കാലം കഴിയവെ കമ്മ്യൂണിസ്റ്റ് പാർട്ടി പിന്നോക്കം പോകുകയും തിരഞ്ഞെടുപ്പിലെ പ്രകടനം വളരെ നിരാശാജനകമായി മാറുകയും ചെയ്തു. വംശീയ പടയോട്ടത്തിൽ ആരും പന്തയം വയ്ക്കാൻ തയ്യാറല്ലാത്ത സ്ഥിരമായി ഏറ്റവും പിറകിലോടുന്ന കുതിരയായിരുന്നു കമ്മ്യൂണിസ്റ്റ് പാർട്ടിയുടെ മതേതരത്വം.

രക്തസാക്ഷി മണ്ഡപത്തിലേക്ക് പോകണമെന്ന അഭിപ്രായം സ്വബ്രി അങ്കിൾ പ്രകടിപ്പിച്ചപ്പോൾ ഞാൻ അതിശയിച്ചുപോയി. ഇസ്മാഈൽ ഫത്താഹ് അൽ-തുർക്ക് ആയിരുന്നു ഈ മണ്ഡപത്തിന്റെ ശില്പി. ഈ മണ്ഡപത്തിന്റെ ചിത്രങ്ങൾമാത്രം താൻ കണ്ടിട്ടുണ്ടെന്ന് അങ്കിൾ പറഞ്ഞു. ഒരു ജർമ്മൻ കലാനിരൂപകൻ അതിനെക്കുറിച്ച് എഴുതിയ ലേഖനത്തിൽ രേഖപ്പെടുത്തിയത് താൻ ജീവിതത്തിൽ കണ്ടിട്ടുള്ള ഏറ്റവും സുന്ദരമായ സ്തംഭമെന്നായിരുന്നു. അതിന്റെ വിവിധമാനങ്ങൾ നേരിട്ട് കാണാൻ തനിക്ക് ആഗ്രഹമുണ്ടെന്ന് അങ്കിൾ പറഞ്ഞു.

അൽ-അൻദലുസ് ചത്വരത്തിൽ നിന്നും ഞങ്ങൾ പോയത് അൽ-ശഅബ് സ്റ്റേഡിയം വഴിയായിരുന്നു. ഞാൻ അൽ-സൗറാഅ് ഫുട്ബോൾ ക്ലബ്ബിന്റെ ആരാധകനായി മാറിയത് ഓർമ്മയുണ്ടോ എന്ന് അങ്കിളിനോട് ചോദിച്ചു. ചിരിച്ചു കൊണ്ട് അദ്ദേഹം 'ഉവ്വ്' എന്ന് പറഞ്ഞു. അൽ-ഷഅബ് സ്റ്റേഡിയത്തിനരികെയുള്ള ഇൻഡോർ സ്പോർട്സ് ഹാൾ കണ്ടപ്പോൾ അതിനെക്കുറിച്ചായി ചോദ്യം.

"അതാണ് സദ്ദാം ഇൻഡോർ ഹാൾ"

"ഇനി അവർ ഇതിനെ എന്തു വിളിക്കും? ബുഷ് ഹാൾ എന്നായിരിക്കും, അല്ലേ?"

വളരെ ദൂരെ നിന്നുതന്നെ രണ്ടായിപ്പിളർന്ന് നിൽക്കുന്ന ആകാശനീലിമയുള്ള രക്തസാക്ഷി സ്മാരകം കണ്ണിൽപ്പെട്ടു. അടുത്തേക്കെത്തുംതോറും രണ്ട് ഇതളുകൾ പോലെ ഉയർന്നു നിൽക്കുന്ന സ്മാരക ഭാഗങ്ങൾ ഒട്ടിച്ചേരാൻ വിതുമ്പുന്നത് പോലെയാണ് തോന്നുന്നത്. തന്റെ ക്യാമറ പുറത്തെടുത്ത് അങ്കിൾ ചിത്രങ്ങളെടുക്കാൻ തുടങ്ങി. അതിന്റെ ഭംഗിയിൽ

മതിമറന്നിരിക്കുകയാണ് അദ്ദേഹം. റോഡിന്റെ മറ്റേഭാഗത്തായിരുന്നു ഒളിമ്പിക് സമിതിയുടെ മന്ദിരം. യുദ്ധത്തിനിടെയുണ്ടായ അതിശക്തമായ ബോംബിങ്ങിൽ അതിന്റെ നല്ലൊരു ഭാഗവും തകർന്നുപോയിരുന്നു. ഇനി ആകെക്കൂടി അവശേഷിക്കുന്നത് അതിന്റെ ഉരുക്കിൽ തീർത്ത അസ്ഥികൂടം മാത്രമാണ്. ഇവിടം സദ്ദാം ഹുസൈന്റെ മൂത്തമകൻ ഉദയ് സദ്ദാമിന്റെ ആസ്ഥാനമായിരുന്നു. അങ്കിൾ അല്പനേരം നോക്കിനിന്ന ശേഷം ക്യാമറ ഉപയോഗിച്ച് കുറച്ച് ചിത്രങ്ങളെടുത്തു. വീണ്ടും രക്തസാക്ഷി മണ്ഡപത്തിലേക്കായി ശ്രദ്ധ.

ഞങ്ങൾ മണ്ഡപത്തിന്റെ പ്രധാന വാതിൽക്കലെത്തി. അമേരിക്കൻ പട്ടാളക്കാർ അവിടെ തമ്പടിച്ചിരിക്കുകയാണ്. അവർ ആ സ്ഥലത്തെ ഒരു സൈനികത്താവളമാക്കി മാറ്റിയിരിക്കുന്നു. മുള്ളുവേലികൾ സ്ഥാപിച്ച ശേഷം വാതിൽക്കൽ മെഷീൻഗണ്ണുകളുമായി കാവൽ നിൽക്കുകയാണ് പട്ടാളക്കാർ. മണ്ഡപത്തിലേക്ക് നീളുന്ന റോഡിന്റെ ഇടതുഭാഗത്തായി അമേരിക്കൻ സൈനികവാഹനം നിർത്തിയിട്ടിരിക്കുന്നു.

1989ൽ ഈ രക്തസാക്ഷി മണ്ഡപം പൊതുജനങ്ങൾക്കായി തുറന്നുകൊടുത്തപ്പോൾ ഞാനും റീമും കൂടി സന്ദർശിക്കാനെത്തിയത് ഓർമ്മയിലേക്കെത്തി. യുദ്ധവുമായി ബന്ധപ്പെട്ട സർവ്വകാര്യങ്ങളോടും എതിർപ്പുണ്ടായിരുന്നെങ്കിൽ പോലും ഈ സ്ഥലത്തിന്റെ ഭംഗിയിൽ ഞങ്ങൾ അതിശയിച്ചിരുന്നു. എന്റെ സഹോദരനെപ്പോലെയുള്ള ഒരായിരം യുദ്ധ ഇരകളെ പ്രതിനിധാനം ചെയ്യുന്ന ഒരു സ്ഥലത്ത് അമേരിക്കൻ പട്ടാളക്കാരേയും അവരുടെ കവചിത വാഹനങ്ങളേയും കണ്ടപ്പോൾ എനിക്ക് വല്ലാത്ത അമർഷമാണ് തോന്നിയത്. ഇത് വളരെ കരുതിക്കൂട്ടിയുള്ള അപമാനിക്കലാണെന്നാണ് അങ്കിൾ പറഞ്ഞത്. കേവലം യുദ്ധതന്ത്രപരമായ കാര്യമല്ല. മറിച്ച് വളരെ പ്രതീകാത്മകമായ പ്രാധാന്യമാണ് ഈ പട്ടാളക്കാരുടെ സാന്നിദ്ധ്യത്തിനുള്ളതെന്നാണ് അദ്ദേഹത്തിന്റെ അഭിപ്രായം.

തുടർന്ന് ഞങ്ങളെ അൽ-റഷീദ് തെരുവിലേക്ക് കൂട്ടിക്കൊണ്ടുപോകാനായിരുന്നു ഡ്രൈവർ ഹമീദിനോട് സബ്രി അങ്കിൾ ആവശ്യപ്പെട്ടത്. അവിടെയുള്ള കടകളൊക്കെ അടച്ചിട്ടുണ്ടാകുമെന്നും ഒന്നും വാങ്ങാനാകില്ലെന്നും ഹമീദ് പറഞ്ഞു. തനിക്ക് സാധനങ്ങൾ വാങ്ങുക എന്ന ഉദ്ദേശ്യമേ ഇല്ലായെന്നും കഴിഞ്ഞ രണ്ട് പതിറ്റാണ്ടായി ആ തെരുവ് ഒന്ന് കണ്ടിട്ടുകൂടിയില്ലാ എന്നുമായിരുന്നു അങ്കിളിന്റെ മറുപടി. സമയം വൈകീട്ട് അഞ്ചായെന്നും ഇപ്പോഴേക്കും അവിടം ആൾശൂന്യമായിട്ടുണ്ടാകുമെന്നും ഡ്രൈവർ പറഞ്ഞു. കുറ്റകൃത്യങ്ങൾ വളരെ വ്യാപകമാണ്. കൊലയും കൊള്ളയും പതിവായതിനാൽ പലരും കടകൾ തുറക്കാറില്ല. ഇനി തുറന്നാൽതന്നെ നേരത്തേ അടയ്ക്കുകയും ചെയ്യുമത്രേ. അൽ-റഷീദ് തെരുവിന്റെ ആ കാഴ്ച കണ്ട് അങ്കിൾ വളരെ വികാരാധീനനായിപ്പോയി.

“അൽ-റഷീദ് തെരുവ് ഇങ്ങനെ ആയിത്തീർന്നുവെന്ന് പറഞ്ഞാൽ ആരെങ്കിലും വിശ്വസിക്കുമോ? എന്നും ജനനിബിഡമായിരുന്ന ഒരു സ്ഥലത്തിന്റെ ഇപ്പോഴത്തെ അവസ്ഥ നോക്കൂ”

തിരിച്ചു പോകുന്നതിന് രണ്ട് ദിവസം മുമ്പ് സബ്‌രി അങ്കിൾ 'മസ്കൂഫ്' കഴിക്കാൻ ആഗ്രഹമുണ്ടെന്ന് പറഞ്ഞു. ടൈഗ്രിസ് നദിയിൽ നിന്നും പിടിച്ച മത്സ്യം മസാലക്കൂട്ട് ചേർത്ത് തീയിൽ ചുട്ടെടുക്കുന്നതാണ് മസ്കൂഫ്. മത്സ്യം വാങ്ങിക്കൊണ്ട് ചെന്നാൽ ഈ ഭക്ഷണപദാർത്ഥം ഉണ്ടാക്കി നൽകുന്നതിൽ ഉമ്മയ്ക്ക് സന്തോഷമേ ഉണ്ടാകൂ. എന്നാൽ അത് വേണ്ടായെന്ന് പറഞ്ഞശേഷം അദ്ദേഹമെന്നെ ഒരു റെസ്റ്റോറന്റിലേക്ക് കൂട്ടിക്കൊണ്ടുപോയി. കാരണം തിരക്കിയപ്പോൾ നദികളിലെ മത്സ്യങ്ങൾ മലിനമാണെന്നും യുറേനിയത്തിന്റേയും മറ്റും അംശങ്ങൾ അവയിലുണ്ടാകുമെന്നായിരുന്നു മറുപടി. അഴുക്കുചാലുകളും മറ്റും യാതൊരു സംസ്കരണവും കൂടാതെ ടൈഗ്രിസിലേക്ക് നേരെ തള്ളുന്ന മാലിന്യങ്ങളെ സംബന്ധിച്ച് അദ്ദേഹം കേൾക്കുകയും വായിക്കുകയും ചെയ്തിട്ടുണ്ട്. ജർമ്മനിയിൽ ആയിരുന്നപ്പോഴും ഇറാഖിലെ കാര്യങ്ങളൊക്കെ അങ്കിൾ മനസ്സിലാക്കിയിരുന്നുവെന്നത് എന്നെ അതിശയിപ്പിച്ചു. റെസ്റ്റോറന്റുകളിൽ നിന്നും കിട്ടുന്ന മത്സ്യവും ഇതേ നദിയിൽ നിന്നുള്ളതല്ലേ എന്നായിരുന്നു ഞാൻ തിരിച്ചുചോദിച്ചത്. റെസ്റ്റോറന്റുകാർ തങ്ങൾക്കാവശ്യമുള്ള മത്സ്യങ്ങൾ കൃത്രിമ തടാകങ്ങളിലും മറ്റും വളർത്തിയെടുക്കുന്നതാണെന്നായിരുന്നു മറുപടി.

റെസ്റ്റോറന്റിലെ സായാഹ്നം വളരെ മനോഹരമായിരുന്നു. ഞങ്ങൾ കുറേ പഴയ ഓർമ്മകൾ അയവിറക്കി. നാട്ടിലെ വാർത്തകളും മറ്റും വായിക്കുമ്പോൾ മടുപ്പോ, ദുഃഖമോ തോന്നാറില്ലേ എന്ന് ഞാൻ തിരക്കി. ഇടയ്ക്കിടയ്ക്കൊക്കെ ഈ വാർത്തകളിൽ നിന്നൊക്കെ വിട്ടകന്ന് രാഷ്ട്രീയത്തേയും അതിന്റെ തലവേദനകളേയുമൊക്കെ ഉപേക്ഷിക്കണമെന്ന് തീരുമാനിക്കും. എന്നാൽ രണ്ട് ദിവസം കഴിയുമ്പോഴേക്കും താൻ അവയിലേക്ക് തന്നെ തിരികെ എത്തും. തന്നെ കൊണ്ട് മറക്കാൻ സാധിക്കാത്ത കാര്യം.

"സത്യത്തിൽ രാഷ്ട്രീയമൊരു ആസക്തിയായിരിക്കുന്നു."

എന്റെ ഭാവിപദ്ധതികളെന്തൊക്കെയാണെന്ന് സബ്‌രി അങ്കിൾ ചോദിച്ചു. വിദേശത്തെവിടെയെങ്കിലും പോയി കലാപഠനം പൂർത്തിയാക്കണമെന്നാണ് ആഗ്രഹമെന്ന് ഞാൻ പറഞ്ഞു. ഇറ്റലിയിലോ, മറ്റോ പോകണം. എന്നെ പ്രോത്സാഹിപ്പിച്ചുകൊണ്ട് അദ്ദേഹം പറഞ്ഞത് തന്റെ സാമ്പത്തിക നില അത്ര നല്ലനിലയിലല്ലെങ്കിലും വിദേശത്ത് പഠിക്കാനുതകുന്ന സ്കോളർഷിപ്പുകളോ, സാമ്പത്തിക സഹായങ്ങളോ നേടിയെടുക്കാൻ സഹായിക്കാമെന്നും ഹോളണ്ടിലെ ഒരു കലാസ്ഥാപനത്തിൽ അദ്ധ്യാപകനായ സുഹൃത്തിനോട് ഈ വിഷയം സംബന്ധിച്ച് അന്വേഷിക്കാമെന്നുമായിരുന്നു. ഉമ്മയുടെ കാര്യമാണ് എന്നെ കൂടുതൽ അസ്വസ്ഥനാക്കുന്നതെന്ന് ഞാൻ പറഞ്ഞു. ഈ സാഹചര്യങ്ങളിൽ ഉമ്മയെ തനിച്ചാക്കിപ്പോകാൻ കഴിയില്ലെന്നും.

"നമുക്കൊരുമിച്ച് ഒരു പരിഹാരം കണ്ടെത്താൻ ശ്രമിക്കാം." അങ്കിൾ പറഞ്ഞു.

അടുത്തെങ്ങാനും ഞങ്ങളെ വീണ്ടും സന്ദർശിക്കാൻ സാധ്യതയുണ്ടോ എന്ന് ഞാൻ തിരക്കി.

"ജോലിയിൽ നിന്നും അവധി ലഭിക്കുന്നത് വളരെ ബുദ്ധിമുട്ടാണ്. സത്യം പറയട്ടെ, നിങ്ങളെയൊക്കെ കാണാൻ സാധിച്ചതിൽ ഞാൻ വളരെ സന്തോഷവാനാണ്. പ്രത്യേകിച്ച് നിന്നെ. പക്ഷേ എന്റെ മനസ്സാകെ തകർന്നിരിക്കുകയാണ്. ഇറാഖിൽ നടക്കുന്ന കാര്യങ്ങളൊക്കെയും റേഡിയോയിലൂടെയും പത്രങ്ങളിലൂടെയും ഞാൻ ദിവസേനയെന്നോണം അറിയുന്നുണ്ടായിരുന്നു. ഇപ്പോൾ ഇന്റർനെറ്റും ഉണ്ടല്ലോ? സത്യത്തിൽ ഒരു ചെറിയ വാർത്തപോലും എന്റെ ശ്രദ്ധയിൽപ്പെടാതെ പോയിട്ടില്ല. അമേരിക്കൻ ഉപരോധം രാജ്യത്തെ തകർത്തിട്ടുണ്ട് എന്നെനിക്കറിയാമായിരുന്നു. എന്നാലത് സ്വന്തം കണ്ണുകൾ കൊണ്ട് കാണുക എന്നത് വേറൊരു കാര്യം തന്നെയായിരിക്കും. ഞെട്ടിപ്പിക്കുന്ന കാഴ്ചകളാണ് എവിടെയും. ഒരു രാജ്യം മുഴുവനും അവയിലുള്ള സർവ്വരും പരിക്ഷീണരായി മാറിയിരിക്കുന്നു. ഏറ്റവും മനോഹരമായ സ്ഥലമായിരുന്ന ഈ കർറാദയുടെ അവസ്ഥ തന്നെ നോക്കൂ. എവിടെയും ചപ്പുചവറുകളും പൊടിയും മുള്ളുവേലികളും യുദ്ധടാങ്കുകളും മാത്രം. തെരുവിലെങ്ങും ഒരു സ്ത്രീ നടന്നു പോകുന്നതു കാണാനേയില്ല. എന്റെ സങ്കല്പത്തിലെ ബാഗ്ദാദ് ഇങ്ങനെയേ ആയിരുന്നില്ല. മനുഷ്യരുടെ കാര്യം മാത്രമല്ല, ഈന്തപ്പനകളെ നോക്കൂ. അവയെ ശ്രദ്ധിക്കാൻ പോലും ആരുമില്ല. സത്യത്തിൽ ഈ അമേരിക്കക്കാരുടെ വിഡ്ഢിത്തവും വംശീയതയും കാരണം ജനം വീണ്ടും സദ്ദാമിന്റെ ഭരണം വന്നെങ്കിലെന്ന് കൊതിച്ചു പോകുന്ന അവസ്ഥയുണ്ടാകും, നോക്കിക്കോളൂ."

ആ ആഴ്ച വളരെ പെട്ടെന്നാണ് കടന്നുപോയത്. സ്വബ്‌രി അങ്കിൾ തിരിച്ചുപോകുന്നതിന്റെ തലേ രാത്രിയിൽ അദ്ദേഹത്തിനെ യാത്രയയ്ക്കാനായി കുടുംബത്തിലെല്ലാവരും ഒത്തുകൂടി. എന്റെ സഹോദരി ഷൈമയും അവളുടെ ഭർത്താവ് സത്താറും രണ്ട് മക്കളും വീട്ടിൽ വന്നു. പതിവ് പോലെ ജോലിത്തിരക്കുണ്ടെന്നുംപറഞ്ഞ് അര മണിക്കൂർ കഴിഞ്ഞപ്പോഴേക്കും സത്താർ സ്ഥലംവിട്ടു. വിദേശത്തുനിന്നും തിരികെ എത്തിയ ഇറാഖികളിലൊരാൾ സ്ഥാപിച്ച കോൺട്രാക്ടിംഗ് കമ്പനിയിൽ ജോലി ചെയ്യുകയാണ് ഇപ്പോൾ തന്റെ ഭർത്താവെന്ന് ഷൈമ പറഞ്ഞു. യുദ്ധത്തിൽ തകർന്ന കെട്ടിടങ്ങളും മറ്റും പുനർനിർമ്മിക്കാനുള്ള ധാരാളം കരാറുകൾ ഈ കമ്പനിക്ക് ലഭിക്കുന്നുണ്ടത്രേ. ഇത് കേട്ടപ്പോൾ ഷൈമയോടായി ഉമ്മ ചോദിച്ചു.

"എങ്കിൽ അവർക്ക് ഈ വൈദ്യുതിബന്ധം ഒന്ന് പുനഃസ്ഥാപിച്ചുകൂടെ?"

വൈദ്യുതി ഇല്ലാത്തതിനാൽ ഞങ്ങൾ മെഴുകുതിരി കത്തിച്ചുവച്ചാണ് ഭക്ഷണം കഴിച്ചത്. ഇതുപോലെ മെഴുകുതിരി വെട്ടത്തിൽ കാല്പനികമായൊരു അന്തരീക്ഷത്തിൽ അത്താഴം കഴിക്കാൻ ജർമ്മനിയിലൊക്കെ ആളുകൾ വൻതുകയാണ് ചെലവഴിക്കുന്നതെന്ന് അങ്കിൾ പറഞ്ഞു.

പോകുന്ന ദിവസം ഞങ്ങൾക്കൊരു സാറ്റലൈറ്റ് ഡിഷ് സമ്മാനമായി വാങ്ങിത്തരാമെന്ന് സ്വബ്‌രി അങ്കിൾ നിർബന്ധം പിടിച്ചു. സദ്ദാമിന്റേയും ഉപരോധത്തിന്റേയും കീഴിൽ ധാരാളം അനുഭവിച്ച കാലങ്ങളിൽ നഷ്ട പ്പെട്ടതെന്തൊക്കെയാണെന്ന് കാണണമെന്നും ഒരല്പം ആശ്വാസം ജീവിത ത്തിലൊക്കെ വേണമെന്നുമായിരുന്നു അദ്ദേഹം പറഞ്ഞത്. ഡിഷ് ഘടിപ്പി ക്കാനായെത്തിയ പണിക്കാരന്റെ ജോലി പൂർത്തിയാകുന്നതിന് മുമ്പേ വൈദ്യുതി വീണ്ടും പോയി. അടുത്തദിവസം വൈദ്യുതി വീണ്ടുമെത്തു മ്പോൾ അടുത്ത് തന്നെയുള്ള അയാളുടെ കടയിൽ വന്ന് വിവരമറിയിക്കാ മെന്ന് ഞാൻ പറഞ്ഞു. സത്യത്തിൽ ആ ഡിഷ് സ്ഥാപിച്ചതായിരുന്നു ചുറ്റു മുള്ള ലോകത്തെ എത്തിനോക്കാൻ ഞങ്ങൾക്ക് ആകെക്കൂടിയുണ്ടായിരുന്ന വാതിൽ. ഒപ്പം നാൾക്കുനാൾ കുമിഞ്ഞു കൂടിക്കൊണ്ടിരിക്കുന്ന സ്വന്തം നാശത്തേയും അറിയാനുള്ള വാതായനമായിരുന്നു അത്.

അന്ന് നമ്മൾ യാത്രപറഞ്ഞത് കണ്ണുനീരോടെയായിരുന്നു. ചായ കുടിച്ചു കൊണ്ടിരിക്കുന്നതിനിടയിൽ ഉമ്മ സ്വബ്‌രിയെ കുറ്റപ്പെടുത്തി. നാട് മുഴുവൻ ചുറ്റിക്കറങ്ങിയിട്ടും സ്വന്തം സഹോദരന്റേയും അദ്ദേഹത്തിന്റെ മകന്റേയും കബറിടങ്ങൾ മാത്രം സന്ദർശിക്കാൻ സ്വബ്‌രി അങ്കിൾ ശ്രമിച്ചി ല്ലത്രേ. എന്നാൽ താൻ കുഴിമാടങ്ങൾ സന്ദർശിക്കാറില്ലെന്നും അവരെ ഓർക്കാനായി തനിക്കതിന്റെ ആവശ്യമില്ലെന്നും അദ്ദേഹം പറഞ്ഞു. നെഞ്ചിൽ കൈവച്ചു കൊണ്ട് അദ്ദേഹം പറഞ്ഞു:

"അമ്മൂരിയും അവന്റെ വാപ്പയും ദാ ഇവിടെ എന്റെ ഹൃദയത്തിൽ തന്നെയുണ്ട്"

അഞ്ഞൂറ് ഡോളർ അടക്കം ചെയ്ത ഒരു കവർ എനിക്ക് നൽകിയ ശേഷം അത് വാങ്ങിക്കാൻ സ്വബ്‌രി അങ്കിൾ നിർബന്ധിച്ചു. കാര്യങ്ങൾ മെച്ചമാകുന്നതുവരെ ജീവിക്കാൻ അത് സഹായിക്കുമെന്നും അധികം വൈകാതെ നമ്മൾ വീണ്ടും കാണുമെന്ന് തനിക്കുറപ്പാണെന്നും അദ്ദേഹം പറഞ്ഞു. കെട്ടിപ്പിടിച്ച് കരയുന്നതിനിടയിൽ ഉമ്മ പറഞ്ഞു:

"ഇനി ഒരു ഇരുപത്തിയഞ്ച് വർഷത്തേക്ക് എങ്ങോ പോയി ഒളിച്ചിരി ക്കരുതേ, സ്വബ്‌രീ"

തിരിച്ചുവരുമെന്ന് ഉറപ്പാക്കാനായി അദ്ദേഹം പോയ കാറിന്റെ പിറകിൽ ഉമ്മ വെള്ളം തളിക്കുകപോലും ചെയ്തു.

ഞങ്ങളുടെ അരികിൽനിന്നും തിരിച്ചുപോയി ഒരുമാസം കഴിഞ്ഞ പ്പോഴേക്കും സ്വബ്‌രി അങ്കിൾ ഇടതുപക്ഷ വെബ്സൈറ്റുകളിൽ ഒന്നിൽ പ്രസിദ്ധീകരിച്ച ഒരു ലേഖനം എനിക്കയച്ചുതന്നു. ഇറാഖിലേക്കുള്ള തന്റെ അശുഭാപ്തിയും ദുഃഖവും നിറഞ്ഞ യാത്രാ അനുഭവങ്ങൾ വിവരിക്കുന്ന ആ ലേഖനത്തിന്റെ തലക്കെട്ട് "ഇറാഖിന്റെ ജീർണ്ണതകളിൽ ഒരു ആരാധ കൻ കണ്ട കാഴ്ചകൾ" എന്നായിരുന്നു. അതിലെ ഏറ്റവും മനോഹരമായ ഭാഗം ഈന്തപ്പനകളെ സംബന്ധിച്ചായിരുന്നു:

"ഇറാഖികളും ഈന്തപ്പനകളും-

ആർക്ക് ആരോടാണ് സാമ്യമുള്ളത് ?

ദശലക്ഷക്കണക്കിന് ഇറാഖികൾ ഉണ്ടാകും. ഒരുപക്ഷേ അത്രത്തോളമോ, അല്ലെങ്കിൽ അതിൽ കുറവോ ഈന്തപ്പനകളുമുണ്ടാകും.

ചിലതിന്റെ ഓലമടലുകൾ കത്തിയമർന്നിരിക്കും.

ചിലതിന്റെ തല കൊയ്തിരിക്കും.

ചിലതിന്റെ മുതുക് കാലത്തിന്റെ കരങ്ങളാൽ ഒടിഞ്ഞിട്ടുണ്ടാകും.. എന്നിട്ടും അവ നിവർന്നുനിൽക്കാൻ ശ്രമിച്ചുകൊണ്ടേയിരിക്കും.

ചിലതിന്റെ കുലകൾ ഉണങ്ങിപ്പോയിരിക്കും.

ചിലത് കടപുഴകി വീണതിനെത്തുടർന്ന് തോട്ടത്തിൽ നിന്ന് പുറത്താക്കപ്പെട്ടിരിക്കും.

ചിലത് അതിക്രമിച്ചു കേറിയവരെ തങ്ങളുടെ തടിയിൽ ചാരിയിരിക്കാൻ അനുവദിക്കും.

ചിലതിന്റെ ഓലമടലുകൾ കാറ്റിൽ ആടിയുലയും.

ചിലത് നിശ്ശബ്ദമായി നിൽക്കും.

ചിലത് താഴെ വീണുകിടക്കും.

ചിലത് വിശാലമായ തോട്ടത്തിൽ എന്തൊക്കെത്തന്നെ സംഭവിച്ചാലും തലയുയർത്തിപ്പിടിച്ച് നിവർന്നു തന്നെ നിൽക്കും.

ഇറാഖ് എന്നാണ് ആ വിശാലമായി തോട്ടത്തിന്റെ പേര്.

എപ്പോഴായിരിക്കും ഈ തോട്ടം അതിന്റെ സ്വന്തം ആളുകൾക്കിനി തിരികെ ലഭിക്കുക?

കോടാലികളുമായി എത്തുന്നവർക്കല്ല

ഈന്തപ്പനകളെ നശിപ്പിക്കാനെത്തുന്ന തോട്ടക്കാരനുമല്ല.

അയാളുടെ കത്തിയുടെ നിറമെന്താണെന്നത് പ്രശ്നമേയല്ല."

2005ൽ ഇബ്രാഹിം അൽ-ജഅ്ഫരിയെ അമേരിക്കക്കാർ ഇറാഖിന്റെ പുതിയ പ്രധാനമന്ത്രിയായി തിരഞ്ഞെടുത്തപ്പോൾ അങ്കിൾ വീണ്ടും എനിക്കെഴുതി:

"ചരിത്രം രണ്ടുതവണ ആവർത്തിക്കുമെന്ന് കാറൽമാർക്സ് പറഞ്ഞിട്ടുണ്ട്. ഒരു തവണ ദുരന്തരൂപത്തിലാണെങ്കിൽ മറ്റൊരു തവണ അത് വിരോധാഭാസരൂപത്തിലായിരിക്കും. ഇപ്പോൾ നമ്മൾ ഇറാഖിൽ കണ്ടുകൊണ്ടിരിക്കുന്നത് ചരിത്രത്തിന്റെ വിരോധാഭാസമായിരിക്കും. അങ്ങേയറ്റം വംശീയമായൊരു പട്ടികയിൽനിന്നും ശിയാ മതസംഘടനയായ അൽ-ദഅ്വ പാർട്ടിക്കാരനായ ഒരാൾ ഇറാഖിന്റെ പ്രധാനമന്ത്രിയായിത്തീരുമെന്ന്

മുമ്പാരെങ്കിലും പറഞ്ഞാൽ ആർക്കെങ്കിലും വിശ്വസിക്കാൻ കഴിയുമായിരുന്നോ? ഞാൻ ഇറാഖിൽനിന്നും രക്ഷപ്പെട്ടപ്പോൾ അൽ-ദഅ്‌വ പാർട്ടി നിരോധിത സംഘടനയായിരുന്നു. പിന്നീട് അമേരിക്കക്കാർ അതിനെ ഭീകര സംഘടനകളുടെ പട്ടികയിൽ ഉൾപ്പെടുത്തി. അതേ പാർട്ടിക്കാരനായ ഇബ്രാഹിം അൽ-ജഅ്ഫരിക്ക് ജോർജ്ജ് ബുഷ് ഇന്ന് ഷേക്ക്ഹാന്റ് നൽകുന്നു. എന്തൊരു ലോകമാണിത്!"

ഇരുപത്തിമൂന്ന്

അൽ-സഹ്‌റാഅ് തെരുവിൽ തുറന്നിരിക്കാറുള്ള ഇന്റർനെറ്റ് കഫെയിലേക്ക് ഞാൻ സ്ഥിരമായി പോകാറുണ്ടായിരുന്നു. സമയം പോകുന്നതറിയാതെ ദിവസവും വൈകീട്ട് മൂന്നും നാലും മണിക്കൂറു നേരം കമ്പ്യൂട്ടർ സ്ക്രീനിനു മുന്നിൽ ചെന്നിരിക്കും. അമേരിക്കൻ ഉപരോധവും സാമ്പത്തിക മാന്ദ്യവും കാരണം ഇതുവരെ പ്രവേശനം ലഭിക്കാതിരുന്ന ലോകം, അല്ലെങ്കിൽ പ്രപഞ്ചമായിരുന്നു അത്. വീട്ടിൽ ഇന്റർനെറ്റ് കണക്ഷൻ സ്ഥാപിക്കുന്നത് വളരെ ചെലവേറിയ കാര്യമാണ്. എന്റെ കൈയിലാണെങ്കിൽ കമ്പ്യൂട്ടറുമില്ല. എന്നാൽ ഇന്റർനെറ്റ് കഫെയിലെ വാടകയാകട്ടെ മിതമായ നിരക്കാണുതാനും.

ഇന്റർനെറ്റിലെത്തിയാൽ ആദ്യം പ്രാദേശികപത്രങ്ങൾ, അറബ് പത്രങ്ങൾ, വാർത്താ വെബ്സൈറ്റുകൾ തുടങ്ങിയവയിലൂടെ ഒരു ഓട്ടപ്രദക്ഷിണം നടത്തും. ഞങ്ങളുടെ നാട്ടിലെ തുടരുന്ന ദുരന്തങ്ങളെക്കുറിച്ച് ലോകത്തിനെന്താണ് പറയാനുള്ളതെന്ന് അറിയണമല്ലോ? ഇതിനിടയ്ക്ക് 'ഉറൂഖ്' എന്നൊരു ഇറാഖി വെബ്സൈറ്റ് കണ്ണിൽപ്പെട്ടു. ഇറാഖിന്റെ സർവ്വമാനവിധമായ രാഷ്ട്രീയ സംഭവവികാസങ്ങളും അരാജകത്വവുമെല്ലാം പ്രതിഫലിക്കുന്ന വെബ്സൈറ്റ്. വളരെ ആഴത്തിലുള്ളതും ആക്ഷേപഹാസ്യം തുളുമ്പുന്നതുമായ ധാരാളം ലേഖനങ്ങൾ കണ്ടു. ഒപ്പം അവസാനിക്കാത്ത തരത്തിലുള്ള സിദ്ധാന്തങ്ങളും വംശീയമായ ചിന്തകളും കാണാം. എഴുത്തുകാരുടെ പശ്ചാത്തലമോ, കാഴ്ചപ്പാടുകളോ ഒന്നും പരിഗണിക്കാതെ ധാരാളം ലേഖനങ്ങൾ പ്രസിദ്ധീകരിച്ചിരിക്കുന്നു. ഒപ്പം പകർച്ചാവ്യാധികൾ പോലെ പടർന്നുപിടിച്ച അഴിമതിയേയും രാഷ്ട്രീയക്കാരേയും തുറന്നുകാട്ടുന്ന വിവരങ്ങളും സർക്കാർരേഖകളും ഈ വെബ്സൈറ്റിൽ വെളിച്ചം കാണാറുണ്ട്.

ഇതൊക്കെ കഴിഞ്ഞാൽ ഞാൻ പിന്നീട് പ്രത്യേക ലക്ഷ്യമൊന്നുമില്ലാതെ അതും ഇതും നോക്കാൻ തുടങ്ങും. മനസ്സിൽ അപ്പപ്പോൾ തോന്നുന്ന വാക്കുകളും ചിന്തകളും ഒക്കെയായിരിക്കും അന്നേരം പുതിയ വെബ്സൈറ്റുകളിലേക്കും അവയിലെ വിവരങ്ങളിലേക്കുമെല്ലാം നയിക്കുക. സ്വബ്‌രി അങ്കിളുമായും റീമുമായും ബന്ധപ്പെടാൻ വേണ്ടി ഞാൻ ഹോട്ട്മെയിലിൽ ഒരു ഇമെയിൽ അക്കൗണ്ടും തുടങ്ങി. റീമിനെ കണ്ടെത്താനാകുമെന്ന ശുഭപ്രതീക്ഷ എനിക്കുണ്ടായിരുന്നു. തീർച്ചയായും അവളുമായി ബന്ധപ്പെടാൻ സാധിക്കുമെന്ന് ഞാൻ ഉറച്ചു വിശ്വസിച്ചു.

വർഷങ്ങൾക്കു മുമ്പ്തന്നെ ഇറാഖ് വിട്ടുപോയ എന്റെ കുറേ സഹപാഠികളൊക്കെ നല്ലനിലയിൽ എത്തിയതിൽ എനിക്ക് ഒരേ സമയം അഭിമാനവും അതിശയവുമാണ് തോന്നിയത്. തങ്ങളുടെ കലാസൃഷ്ടികൾ പ്രദർശിപ്പിക്കാനായി അവരിൽ പലർക്കും സ്വന്തം വെബ്സൈറ്റുകൾ പോലുമുണ്ട്. എന്റെ നാലിലൊന്ന് പ്രതിഭ പോലുമില്ലാത്ത ഇവരിൽ പലരും നേടിയ ജീവിത വിജയത്തിൽ എനിക്ക് പകയും അസൂയയുമൊക്കെ തോന്നിയിരുന്നു എന്ന കാര്യം നിഷേധിക്കുന്നില്ല. 'പബ്ലിക് റിലേഷൻസി'ന്റെ കരുത്തിൽ അമ്മാൻ അടക്കമുള്ള സ്ഥലങ്ങളിൽ ഇവരൊക്കെ സ്വന്തം ഇടങ്ങൾ കണ്ടെത്തുകയും വേരുറപ്പിക്കുകയും ചെയ്തിരുന്നു. സ്വന്തമായൊരു വെബ്സൈറ്റ് ആരംഭിക്കാൻ സാധിക്കുന്ന ദിവസത്തെക്കുറിച്ച് സ്വപ്നം കാണുകയായിരുന്നു ഞാൻ. എന്നാൽ കലാമേഖലയിലേക്ക് തിരികെ പോകുകയാണ് ഞാൻ ആദ്യം ചെയ്യേണ്ട കാര്യം.

ഇരുപത്തിനാല്

വാപ്പ മരണപ്പെട്ട് ഏതാണ്ട് ഒരു മാസം കഴിഞ്ഞപ്പോഴായിരുന്നു ഒരാൾ വാതിൽ മുട്ടി വിളിച്ചത്. അമ്പതിനോടടുത്ത പ്രായവും പൊക്കം കുറഞ്ഞ ശരീരപ്രകൃതിയും. വെള്ള തലപ്പാവും അരികുകളിൽ നര കയറിയ ശ്രദ്ധയോടെ വെട്ടിയൊതുക്കിയ ചാരനിറമുള്ള താടിയും. വെള്ളി ഫ്രെയിമുള്ള ഉരുണ്ട കണ്ണട ധരിച്ചിരിക്കുന്നു. തേനിന്റെ നിറമുള്ള കണ്ണുകളെ വേർതിരിക്കുന്ന മൂക്കിന്റെ പാലം. കറുപ്പും വെളുപ്പും കലർന്ന പുരികങ്ങൾക്ക് കീഴിൽ പതിയിരിക്കുന്ന കണ്ണുകൾ. കറുത്ത ജാക്കറ്റിനു മുകളിൽ അയഞ്ഞ കറുത്ത അബായ മേൽക്കുപ്പായവും ധരിച്ചിട്ടുണ്ട്. അഭിവാദ്യം ചെയ്തതിനുശേഷം വാപ്പയുടെ മരണത്തിലുള്ള അനുശോചനം അറിയിക്കുകയായിരുന്നു ആ മനുഷ്യൻ:

"ദീർഘായുസ്സായിരിക്കട്ടെ മകനെ. ഞാൻ സയ്യിദ് ജമാൽ അൽ-ഫർത്വൂസി. ക്ഷമിക്കണം. പിതാവ് മരിച്ച വിവരം ഞാൻ ഇന്നലെയാണ് അറിഞ്ഞത്."

ഞാൻ നന്ദിപറഞ്ഞ ശേഷം അദ്ദേഹത്തിനോട് വീടിനുള്ളിലേക്ക് കയറി വരാൻ ക്ഷണിച്ചു. ഒപ്പം വന്ന ചെറുപ്പക്കാരനായിരുന്നു കാറോടിച്ചിരുന്നത്. അയാളോട് കാറിനരികിൽ കാത്തുനിൽക്കാൻ ആവശ്യപ്പെട്ടതിനുശേഷം അദ്ദേഹം അകത്തേക്കു കയറിവന്നു. സ്വീകരണമുറിയുടെ വാതിൽ തുറന്ന ശേഷം കയറി വരാൻ ഞാൻ ആംഗ്യം കാണിച്ചു. ഇരിക്കാൻ പറഞ്ഞു. ഉമ്മയെ വിളിച്ച് കാപ്പി തയ്യാറാക്കാൻ പറഞ്ഞു.

എന്റെ പിതാവിനെ ധാരാളം വർഷങ്ങളായി അറിയാമെന്നും യുദ്ധവും അമേരിക്കക്കാരും കാരണം ശവസംസ്കാര ചടങ്ങുകളിൽ പങ്കെടുക്കാനുള്ള തന്റെ ആഗ്രഹമെല്ലാം പാഴായി പോയെന്നും അദ്ദേഹം പറഞ്ഞു. കുറച്ചു സമയം കഴിഞ്ഞപ്പോൾ ഉമ്മ ഇടനാഴിയിലേക്ക് തുറക്കുന്ന വാതിലിൽ മുട്ടി. വാതിൽ തുറന്നശേഷം അവരുടെ കൈയിൽ നിന്നും കാപ്പി ട്രേ വാങ്ങി.

ഞാൻ അദ്ദേഹത്തിനുനേരെ നീട്ടി. കാപ്പി കപ്പും സോസറും കൈയിലെടുത്ത ശേഷം അദ്ദേഹം കസേരയുടെ വലതുഭാഗത്തുള്ള മേശമേൽ വച്ചു. ട്രേ മുറിയുടെ മധ്യഭാഗത്ത് കിടന്ന മേശമേൽ വച്ച ശേഷം ഞാനും ഒരു കപ്പു കാപ്പി കൈയിലെടുത്തു.

ഒരിറക്ക് കാപ്പി കുടിച്ച ശേഷം അദ്ദേഹം വാപ്പ മരിക്കാനിടയായ സാഹചര്യം ചോദിച്ചു:

ഞങ്ങളിരിക്കുന്ന ഇതേ മുറിയിൽ നമസ്കരിച്ചുകൊണ്ടിരിക്കുമ്പോഴായിരുന്നു വാപ്പ മരിച്ചതെന്ന് ഞാൻ പറഞ്ഞു. വികാരക്ഷോഭത്തോടെ അദ്ദേഹം പലവുരു പറഞ്ഞു:

"അല്ലാഹു എത്ര പരിശുദ്ധനാണ്. അവൻ തന്റെ വിശാലമായ സ്വർഗത്തിൽ അദ്ദേഹത്തിന് ഇടം നൽകട്ടെ" അല്പസമയം നീണ്ട നിശ്ശബ്ദതയ്ക്ക് ശേഷം അദ്ദേഹം ചോദിച്ചു.

"നീ വാപ്പയോടൊപ്പം ജോലി ചെയ്തിട്ടുണ്ടോ?"

"ഇല്ല"

"അതെന്താ അങ്ങനെ? ഇപ്പോൾ നീ കണ്ട, പുറത്ത് കാറിനരികിൽ കാത്തുനിൽക്കുന്നത് എന്റെ മകനാണ്. അവനും മറ്റ് രണ്ട് സഹോദരന്മാരും എനിക്കൊപ്പം ജോലി ചെയ്യുന്നവരാണ്."

"ദൈവത്തിന് അങ്ങനെ ഉദ്ദേശ്യമില്ലെങ്കിലോ?"

അദ്ദേഹത്തിന് വാപ്പയെ എങ്ങനെ അറിയാമെന്ന് ഞാൻ തിരക്കി. കഴിഞ്ഞ പത്തു വർഷക്കാലമായി അജ്ഞാതമൃതദേഹങ്ങൾ ശേഖരിക്കുന്ന ജോലി ചെയ്യുകയാണ് താനെന്ന് അദ്ദേഹം പറഞ്ഞു. ആശുപത്രിയിൽ നിന്നോ മോർച്ചറിയിൽനിന്നോ സംസ്കരിക്കാൻ ബന്ധുക്കളാരും മുന്നോട്ട് വരാതിരിക്കുന്ന മൃതദേഹങ്ങൾ ഏറ്റുവാങ്ങി അദ്ദേഹം കുളിപ്പിച്ച്, കഫൻ തുണി പുതപ്പിച്ച് മറമാടാറുണ്ട്. ഏതെങ്കിലും സർക്കാർ ഏജൻസികളേയോ, ദുരിതാശ്വാസ സംഘടനകളേയോ പ്രതിനിധാനം ചെയ്യുന്ന ആളാണോ എന്ന് തിരക്കി. താനിതൊക്കെ അനൗദ്യോഗികമായി ചെയ്യുന്ന കാര്യമാണെന്നായിരുന്നു മറുപടി. ദൈവത്തിന്റെ തൃപ്തി ആഗ്രഹിച്ചുകൊണ്ടുള്ള വൈയക്തികമായ ശ്രമം. എങ്കിൽപോലും ആരോഗ്യമന്ത്രാലയവുമായും ആശുപത്രികളുമായും തനിക്ക് ഇടപാടുകളുണ്ട്. ഈ രീതിയിലാണ് വാപ്പയെ പരിചയം. കുറച്ച് മൃതദേഹങ്ങൾ അദ്ദേഹത്തിന്റെ അടുക്കൽ കൊണ്ടുവന്നാണ് കുളിപ്പിച്ചിട്ടുള്ളത്.

"ഇപ്പോഴത്തെ അവസ്ഥയെന്താണ്?"

"എങ്ങും അരാജകത്വമാണ്. ഏതാണ്ടെല്ലാ സർക്കാർ വകുപ്പുകളും കൊള്ളയടിക്കപ്പെട്ടതും നശിപ്പിക്കപ്പെട്ടതും നീ അറിഞ്ഞിട്ടുണ്ടാകുമെന്നത് ഉറപ്പാണ്. എന്നാൽ ഞാൻ മനസ്സിലാക്കിയിടത്തോളം ആരോഗ്യമന്ത്രാലയം മാത്രം കൊള്ളയടിക്കപ്പെട്ടിട്ടില്ല. കാര്യങ്ങളൊന്ന് ശമിക്കാൻ കാത്തിരിക്കുകയാണ് ഞാൻ. അപ്പോൾ എനിക്കെന്റെ ജോലിയിൽ തുടരാനാകും. അമേരിക്കൻ സൈന്യത്തിന്റെ അനുവാദം ലഭിക്കുവാൻ ശ്രമിക്കുകയാണ്

ഞാനിപ്പോൾ. അങ്ങനെയാകുമ്പോൾ നഗരം ചുറ്റുന്ന എന്റെ ട്രക്കുകളേയും സംഘാംഗങ്ങളേയും അവർ തടയില്ലായിരിക്കും. പക്ഷേ അമേരിക്കക്കാർക്കിടയിൽ പോലും നല്ല സംഘാടനമില്ല എന്നതാണ് വാസ്തവം. ഓരോരുത്തരും മറ്റെവിടെയെങ്കിലും പോകാനായിരിക്കും പറയുക. ആദ്യം അവർ എന്നോട് പറഞ്ഞത് ഗ്രീൻ സോണിലേക്ക് പോകാനായിരുന്നു. അവിടെയാണ് കൊട്ടാരങ്ങൾ സ്ഥിതി ചെയ്യുന്നതെന്ന് അറിയാമല്ലോ? അവിടേക്ക് എനിക്ക് പ്രവേശനം ലഭിച്ചതേയില്ല. പിന്നെ പറഞ്ഞത് കോൺഫറൻസ് സെന്ററിൽ പോയി അനുവാദവും അപേക്ഷാഫോമും വാങ്ങണം എന്നായിരുന്നു. യഥാർത്ഥത്തിൽ ഒന്നും നടന്നിട്ടില്ല."

"ഇതിനു വേണ്ട ചെലവുകളൊക്കെ ആരാണ് വഹിക്കുന്നത്?"

"ലോകത്തിപ്പോഴും കുറേയേറെ നല്ല മനുഷ്യരുണ്ട്. എനിക്ക് മാസംതോറും സംഭാവനകൾ ലഭിക്കാറുണ്ട്."

"ദൈവം താങ്കളെ അനുഗ്രഹിക്കട്ടെ. താങ്കളെപ്പോലെ ധാരാളം പേർ ഉണ്ടാകട്ടെ"

"ശരി. നിനക്ക് വാപ്പയെപ്പോലെ ഞങ്ങൾക്കൊപ്പം പ്രവർത്തിക്കാൻ കഴിയില്ലേ? നിനക്ക് മൃതദേഹങ്ങൾ കുളിപ്പിക്കാനറിയാമെന്ന് എനിക്കുറപ്പാണ്."

"ശരിയാണ്. ഞാനത് പിതാവിൽനിന്ന് പഠിച്ചതാണ്. കുറേക്കാലം ഒപ്പം പ്രവർത്തിച്ചിട്ടുണ്ട്. പക്ഷേ അത് വർഷങ്ങൾക്കു മുമ്പാണ്. വാപ്പയ്ക്കൊപ്പം ജോലി ചെയ്തിരുന്ന ഹമ്മൂദിയാണ് ഇപ്പോൾ അവിടം നോക്കിനടത്തുന്നത്. താങ്കൾക്കിക്കാര്യത്തെകുറിച്ച് അവനോട് നേരിട്ട് സംസാരിക്കാം."

"ഓ, അത് നന്നായി. എനിക്കയാളെ അറിയാം."

വാപ്പ മരിച്ച് ഒരാഴ്ച കഴിഞ്ഞപ്പോൾ ഹമ്മൂദി എന്നെ കാണാൻ വന്ന ശേഷം മഗൈസിൽ തുടർന്നു നടത്താൻ തനിക്കാഗ്രഹമുണ്ടെന്ന് അറിയിച്ചിരുന്നു. വരുമാനത്തിന്റെ പകുതി വാടകയായി നൽകാമെന്നു പറഞ്ഞപ്പോൾ ഞാൻ കൂടുതലൊന്നും ആലോചിക്കാതെ സമ്മതിച്ചു. എനിക്കെന്തെങ്കിലും ഒരു വരുമാനം കൂടിയേ തീരൂ. യുദ്ധം കാരണം വീടുകൾക്ക് പെയിന്റ് പൂശുന്ന ജോലി ഇല്ലാത്ത അവസ്ഥയാണ്. കുറേയേറെ ശ്രമിച്ചെങ്കിലും മറ്റൊരു ജോലി നേടാൻ എനിക്ക് സാധിച്ചതേ ഇല്ല. അമേരിക്കക്കാർ വാഗ്ദാനം ചെയ്തത് ഇറാഖിനെ പുതിയൊരു ഹോങ്കോങ് ആക്കാമെന്നായിരുന്നു. എന്നാലിവിടെ തൊഴിലില്ലായ്മയും അരാജകത്വവുമാണ് സർവ്വയിടത്തും.

ആ മനുഷ്യൻ യാത്ര പറഞ്ഞ് പുറത്തേക്കിറങ്ങുമ്പോൾ അദ്ദേഹം എന്റെ ജീവിതത്തിലേക്ക് വീണ്ടും കയറി വരുമെന്ന് ഞാനപ്പോൾ കരുതിയതേയില്ലായിരുന്നു.

ഇരുപത്തിയഞ്ച്

"**അ**പ്പോൾ വീടുകൾക്ക് പെയിന്റ് പൂശാൻ പോകുന്നതും പ്രതിമകൾ ഉണ്ടാക്കുന്നതുമൊക്കെ എന്റെ മാന്യവും നല്ല പ്രതിഫലം ലഭിക്കുന്നതുമായ തൊഴിലിനെക്കാൾ മെച്ചമാണെന്നാണോ നീ കരുതുന്നത്?"

ശില്പകല തൊഴിലായി സ്വീകരിക്കണമെന്ന എന്റെ ആഗ്രഹത്തിനു മുകളിൽ വാപ്പ പലതവണ എന്നെ മുറിവേല്പിക്കാൻ ശ്രമിച്ചിട്ടുണ്ട്. ആളുകൾ പ്രതിമകൾ കൊള്ളയടിച്ചുകൊണ്ടിരിക്കുകയാണ്, വാപ്പാ... മുൻ ഇറാഖി പ്രധാനമന്ത്രിയായിരുന്ന അബ്ദുൽ മുഹ്സിൻ അൽ-സഅ്ദൂനിന്റെ പ്രതിമ കൊള്ളയടിച്ച് കച്ചവടം ചെയ്തിരിക്കുകയാണ് ആളുകൾ. പ്രതിമകൾ മോഷ്ടിക്കാൻ ഉദ്ദേശമില്ലാത്തവർ അവ കടപുഴക്കിയിടുന്നു. ചരിത്രം പുനർരചിക്കലാണത്രെ അവരുടെ ഉദ്ദേശ്യം. ഏറ്റവും വിരോധാഭാസം എന്തെന്നു ചോദിച്ചാൽ ഇവർ തങ്ങളുടെ ശത്രുവായ സദ്ദാമിന്റെ പാത തന്നെയാണ് പിൻതുടരുന്നത് എന്നതാണ്. അയാളും ചരിത്രം പുനർരചിക്കാൻ ശ്രമിച്ചു. തന്റെ കക്ഷിയായ ബഅസ് സോഷ്യലിസ്റ്റ് പാർട്ടിയുടെ കാഴ്ചപ്പാടനുസരിച്ച് ധാരാളം പ്രതിമകൾ തകർത്തതിനുശേഷം തൽസ്ഥാനത്ത് പുതിയ പ്രതിമകൾ സ്ഥാപിച്ചു.

ചരിത്രം പ്രതിമകളും സ്മാരകങ്ങളും തമ്മിലുള്ള ഒരു സംഘട്ടനമാണ്, വാപ്പാ. ഇതിൽ എനിക്കൊരു പങ്കുമില്ല കേട്ടോ? കാരണം, പ്രധാനപ്പെട്ടതൊന്നും ഞാനിതുവരെ പണിതിട്ടില്ല. അൽ-ഫിർദൗസ് ചത്വരത്തിലെ സദ്ദാമിന്റെ പ്രതിമപോലും താങ്കളുടെ മരണശേഷം തകർക്കപ്പെട്ടു, വാപ്പാ. ഞാൻ സദ്ദാമിനെ അങ്ങേയറ്റം വെറുത്തിരുന്നു. അതിനാൽതന്നെ ഈ പ്രതിമയുടെ വീഴ്ചയിൽ എനിക്ക് സന്തോഷമുണ്ടാകുമെന്നാണ് കരുതിയത്. പക്ഷേ എന്റെ സന്തോഷമൊക്കെ ആരോ കവർന്നെടുത്തിരിക്കുകയാണിപ്പോൾ. ഞാൻ സ്വപ്നം കണ്ട പരിണതി ഇതൊന്നുമായിരുന്നില്ല.

സത്യത്തിൽ സദ്ദാമിനെ വീഴ്ത്തിയവർ തന്നെയായിരുന്നു അയാളെ അധികാരത്തിൽ ഒന്നാമനാക്കിയത്. താങ്കളുടെ പ്രിയപ്പെട്ട പുത്രനായിരുന്ന അമ്മൂരിയുടെ ജീവൻ കവർന്നെടുത്ത ഇറാൻ-ഇറാഖ് യുദ്ധത്തിൽ സദ്ദാമിന് ആയുധങ്ങൾ നല്കിയത് ഇവർ തന്നെയായിരുന്നില്ലേ? ബാഗ്ദാദ് പട്ടണത്തിന്റെ സ്ഥാപകനായിരുന്ന മധ്യകാല അബ്ബാസി ഭരണാധികാരി അബൂജഅ്ഫർ അൽ-മൻസൂറിന്റേയും അറബി കവി അൽ-മുതനബ്ബിയുടേയും പ്രതിമകളുടെ തല കൊയ്യാനാണ് ഇപ്പോൾ ചിലർ കൊതിച്ചുകൊണ്ടിരിക്കുന്നത്. രാത്രി ഉറങ്ങാൻ പ്രതിമകൾക്കുപോലും ഭയമാണിപ്പോൾ. ഉണർന്നെഴുന്നേൽക്കുന്നത് തങ്ങളുടെ തകർന്നു കിടക്കുന്ന അവശിഷ്ടങ്ങളിലേക്കായിരിക്കുമോ എന്ന ഭയം!

ഇരുപത്തിയാറ്

വാപ്പയുടെ മരണശേഷമുള്ള രണ്ടു വർഷത്തോളം മരണത്തിൽനിന്നും അതുമായി ബന്ധപ്പെട്ട ചടങ്ങുകളിൽ നിന്നും അകന്നുനിൽക്കുന്നതിൽ വിജയിച്ചു എന്നായിരുന്നു ഞാൻ കരുതിയിരുന്നത്. സ്വന്തം കാരണങ്ങൾ കൊണ്ട് ഞാൻ മരണവുമായി ഇടപെടാതെ അകന്നുനിന്നെങ്കിൽ പോലും, ഞങ്ങൾക്കു ചുറ്റുമുള്ള സർവ്വ സ്ഥലത്തും ഭരണത്തിന്റെ കരാള

ഹസ്തങ്ങൾ ഇഴഞ്ഞെത്തിയിരുന്നതായി മനസ്സിലാക്കിയിരുന്നു. മരണത്തിന്റെ ഔദാര്യമാണ് എന്റെ ജീവിനോപാധി എന്ന ചിന്തയെ ആട്ടി അകറ്റാനേ സാധിക്കുന്നില്ല. എന്നിട്ടും ഞാൻ വെറുതെ ന്യായം കണ്ടെത്താൻ ശ്രമിച്ചുകൊണ്ടിരുന്നു. വാപ്പ കുടുംബത്തിന്റെ ചെലവുകൾ നോക്കിയിരുന്ന കാലത്തും ഇതുപോലെ തന്നെയായിരുന്നല്ലോ കാര്യങ്ങൾ? ഇപ്പോൾ കാര്യമായ മാറ്റങ്ങളൊന്നും ഉണ്ടായിട്ടില്ലല്ലോ? ഒരു തരത്തിലല്ലെങ്കിൽ മറ്റൊരു തരത്തിൽ മരണം സമ്പാദിച്ചുതന്ന കാര്യങ്ങൾ തന്നെയായിരുന്നല്ലോ അന്നും ഞാൻ തിന്നുകയും കുടിക്കുകയും ഒക്കെ ചെയ്തിരുന്നത്? അന്നും വീട്ടുചെലവുകൾക്ക് കുറച്ച് തുക ഞാനും നല്കിയിരുന്നു. ഇപ്പോൾ ആകെയുള്ള ഒരേയൊരു വ്യത്യാസം അമേരിക്കക്കാരുടെ കാരുണ്യംകൊണ്ട് മരണം വളരെ ഉദാരമായി മാറിയിരിക്കുന്നു എന്നതാണ്.

വരുമാനത്തിന്റെ പകുതി ഏല്പിക്കാനായി എല്ലാ മാസാവസാനവും ഹമ്മൂദി വീട്ടിലേക്കു വരും. മഗൈസിലിലെ കാര്യങ്ങൾ എങ്ങനെ നടക്കുന്നു എന്നു തിരക്കുമ്പോഴെല്ലാം ഹമ്മൂദി പറയുക ഇപ്പോൾ ധാരാളം മൃതദേഹങ്ങൾ എത്തുന്നു എന്നായിരിക്കും. ഓരോ മാസവും അവൻ കൊണ്ടുവരാറുള്ള തുക കൂടിക്കൂടി വരുന്നത് കാണുമ്പോൾ എനിക്കും ഇക്കാര്യം മനസ്സിലാകുമായിരുന്നു.

കുളിപ്പിക്കാൻ കൊണ്ടുവരുന്ന മൃതദേഹങ്ങളെപ്പറ്റി ചോദിച്ചു. അമേരിക്കൻ പട്ടാളക്കാരുടെ വെടിയേറ്റു മരിക്കുന്നവരാണ് അധികംപേരും എന്നാണ് ഹമ്മൂദി പറഞ്ഞത്. കൂടാതെ തുല്യതയില്ലാത്ത വിധത്തിൽ വർദ്ധിച്ചുകൊണ്ടിരിക്കുന്ന വിവിധ കുറ്റകൃത്യങ്ങളുടെ ഇരകളാകുന്ന മനുഷ്യരും ഉണ്ടാകും. ഇതു കൂടാതെ കാർബോംബ് സ്ഫോടനങ്ങളിലും മറ്റും കൊല്ലപ്പെടുന്നവർ വേറേയും.

എന്തെങ്കിലും ഒരു ജോലി കണ്ടെത്താനുള്ള എന്റെ ശ്രമങ്ങളെല്ലാം പരാജയപ്പെട്ടുകൊണ്ടിരുന്നു. വായനയും ഇന്റർനെറ്റിനു മുന്നിൽ കുത്തിയിരിക്കലും, പിന്നെ ഉപരോധകാലയളവിൽ നിഷേധിക്കപ്പെട്ട ലോകങ്ങൾ കണ്ടെത്തലുമൊക്കെയായി സമയം ചെലവിടുകയായിരുന്നു ഞാൻ. ഞങ്ങളുടെ വീടിനരികിലുള്ള അൽ-സഹ്റാഅ് തെരുവിലെ ഉഫ്ഖ് കഫെയായിരുന്നു എന്റെ പ്രധാന താവളം. കുറെ ദിവസം റീമിനെക്കുറിച്ച് അന്വേഷിച്ചു നോക്കിയെങ്കിലും ഫലമൊന്നുമുണ്ടായില്ല.

വിദേശത്തു പോയി ശില്പകലാ പഠനം പൂർത്തിയാക്കുന്നതിനെ കുറിച്ച് ഗൗരവമായി ചിന്തിക്കുകയായിരുന്നു ഞാൻ അക്കാലത്ത്. എന്തെങ്കിലുമൊരു സ്കോളർഷിപ്പ് നേടിയെടുക്കുക എന്നത് അത്ര എളുപ്പമല്ലെന്ന് അറിയാമായിരുന്നു. യാത്രാചെലവും പഠനത്തിനു വേണ്ടിവരുന്ന ഫീസുകളും വളരെ വലുതായിരിക്കും. ഭാഷാപ്രതിബന്ധമായിരിക്കും മറ്റൊരു തടസ്സം. എന്റെ ഇംഗ്ലീഷ് വളരെ ദുർബലമാണ്. സ്കൂളിൽ പഠിച്ചപ്പോഴുള്ളതും പിന്നെ സിനിമകളിലും മറ്റും കേട്ടതുമായ കുറച്ചു വാക്യങ്ങളും മാത്രമേ അറിയൂ. എങ്കിലും ഞാൻ വിവരങ്ങൾ ശേഖരിക്കാനും ചില കോളേജുകളുമായും ആർട്ട് അക്കാദമികളുമായും കത്തിടപാടുകളും നടത്തി. എന്നാ

ലവിടെ നിന്നും ലഭിച്ച മറുപടികളൊക്കെ സ്ഥിരം ക്ലീഷേകളായിരുന്നു. എന്റെ താത്പര്യത്തിന് നന്ദി പറയുന്നതിനോടൊപ്പം പ്രവേശന നിബന്ധനകൾ വായിച്ചുനോക്കാനുള്ള ഉപദേശവും ഉണ്ടാകും. പ്രവേശന വിസയുടെ കാര്യം പ്രത്യേകം ഓർമ്മിപ്പിച്ചിട്ടുമുണ്ടാകും.

ഞാനിക്കാര്യത്തെക്കുറിച്ച് പ്രൊഫസർ ഇസാം അൽ-ജനാബിയുടെ ഉപദേശം തേടി. എന്നെ പ്രോത്സാഹിപ്പിച്ച അദ്ദേഹം ഒരു ശിപാർശ കത്ത് തയ്യാറാക്കി തന്ന് സഹായിക്കാമെന്ന് വാഗ്ദാനവും നല്കി. എന്നാൽ പ്രവേശനം ഉറപ്പാക്കാനായി നല്ലൊരു 'ആർട്ട് പോർട്ട്ഫോളിയോ' യുടെ പ്രസക്തിയെക്കുറിച്ച് എന്നെ ബോധ്യപ്പെടുത്തുവാനും അദ്ദേഹം ശ്രമിച്ചു. ഇതിനൊക്കെ അപ്പുറമായി ബിരുദം നേടിയതിനു ശേഷം ഞാനേതെങ്കിലും ഒരു ആർട്ട് എക്സിബിഷനിലും പങ്കെടുത്തിട്ടില്ല. അതിനാൽ തന്നെ കലാനിർമ്മാണത്തിലേക്ക് വളരെ ഗൗരവത്തോടെ തിരിയണമെന്ന് അദ്ദേഹം പറഞ്ഞു. എന്റെ പഴയ സൃഷ്ടികളുടെ ചിത്രമെടുക്കാനായി ഞാനൊരു ചെറിയ ഡിജിറ്റൽ ക്യാമറ വാങ്ങുകയും ചെയ്തു.

2003 ലെ അമേരിക്കൻ അധിനിവേശം തുടങ്ങി മൂന്നു ദിവസമായപ്പോൾ എന്റെ പുതിയ മൊബൈലിലേക്ക് പ്രൊഫസർ ഇസാം വിളിച്ചു. ബാഗ്ദാദിലെ ഫ്രഞ്ച് സാംസ്കാരികകേന്ദ്രം, യുവാക്കൾക്കും മുൻപ് അവസരങ്ങൾ ലഭിക്കാത്തതുമായ കലാകാരന്മാർക്കു വേണ്ടി ഒരു എക്സിബിഷൻ സംഘടിപ്പിക്കുന്നുണ്ടെന്നും ഞാനതിൽ പങ്കെടുക്കണമെന്നും ആയിരുന്നു പ്രൊഫസർ പറഞ്ഞത്. ഏതെങ്കിലും ഒരു സൃഷ്ടി മാത്രമേ പ്രദർശനത്തിന് വയ്ക്കാൻ സാധിക്കുകയുള്ളൂ. അക്കാദമിയിൽ പഠിക്കുന്ന കാലത്ത് കുറച്ച് പ്രശ്നങ്ങൾ സൃഷ്ടിച്ച ഒരു 'വർക്ക്' ആയിരുന്നു ഞാൻ തിരഞ്ഞെടുത്തത്.

ഒരു ദിവസം റീമിന്റെ കൂടെ അക്കാദമിയുടെ പരിസരത്ത് ചുറ്റിക്കറങ്ങുന്ന നേരം. അപ്പോഴാണ് തെരുവിൽ ഉപേക്ഷിക്കപ്പെട്ട നിലയിൽ വിചിത്രഘടനയുള്ള ഒരു ഇരുമ്പു കസേര കണ്ണിൽപ്പെട്ടത്. തുരുമ്പ് പിടിച്ചതിനാൽ ഉടമസ്ഥർ തെരുവിലേക്കു വലിച്ചെറിഞ്ഞതാകും. എന്തായാലും അതിനെ കൈയിലെടുക്കാൻ തന്നെ തീരുമാനിച്ചു.

ഇതു കണ്ട് റീം കളിയാക്കി:

"അപ്പോൾ നിങ്ങൾ വീട്ടു സാധനങ്ങൾ ശേഖരിച്ചു തുടങ്ങിയല്ലേ?"

"അതിന് ഞാൻ വിവാഹത്തിനുതന്നെ എതിരാണല്ലോ? ഇതിൽ നിന്ന് ഒരു കലാസൃഷ്ടി രൂപപ്പെടുത്താൻ സാധിക്കും"

ഞങ്ങളുടെ വകുപ്പിലെ വർക്ക്ഷോപ്പിൽ വയ്ക്കാനായി ഈ കസേരയുമായി അക്കാദമിയിലേക്കു ചെന്നപ്പോൾ സുരക്ഷാ ജീവനക്കാരൻ കളിയാക്കി. അയാൾ അക്കാദമിയുടെ പ്രവേശന കവാടത്തിനരികെ ഇരിക്കുകയായിരുന്നു.

"ഇതെന്താ? നീ ആക്രി കച്ചവടം തുടങ്ങിയോ?"

ബാബ് അൽ-അഗാ കമ്പോളത്തിൽനിന്നും കുറച്ചു ഇരുമ്പു ചങ്ങല വാങ്ങിയതിനുശേഷം ആ കസേരയുടെ കൈകളിലും മുൻവശത്തെ

കാലുകളിലും ചുറ്റിക്കെട്ടി. ചുറ്റിക ഉപയോഗിച്ച് ചങ്ങലയെ കസേരയോടു ചേർത്ത് ബന്ധിച്ചു. അക്കാദമിയിലെ വാർഷികപ്രദർശനത്തിന് ഈ സൃഷ്ടി പ്രദർശിപ്പിച്ചാലോ എന്ന് ആലോചിച്ചു. എന്നാൽ അതു പാടില്ല എന്നായിരുന്നു റീം ഉപദേശിച്ചത്. ഒരു കാരണവും ഇല്ലാതെ വെറുതെ അപകടത്തിൽ ചെന്നു ചാടരുതെന്നാണ് അവൾ പറഞ്ഞത്. ജയിലുകളിൽ പീഡനത്തിനും ചോദ്യം ചെയ്യലിനും ഉപയോഗിക്കുന്ന കസേര പോലെ തോന്നുമായിരുന്നു എന്റെ സൃഷ്ടി കണ്ടാൽ. പ്രൊഫസർ ഇസാമിനോടും ഞാനിക്കാര്യത്തെക്കുറിച്ച് ആലോചിച്ചു. എന്നാൽ അദ്ദേഹവും റീമിന്റെ അഭിപ്രായത്തോട് യോജിക്കുകയായിരുന്നു.

ഈ കസേരയോട് ഒരു കൂടും അതിനുള്ളിൽ ഒരു ജീവനുള്ള പക്ഷിയെ അടയ്ക്കുക കൂടി ചെയ്താലോ എന്നും ആലോചിച്ചു. നല്ല ആശയമാണെങ്കിലും പക്ഷിയെ കൂടാതെ ചങ്ങലകളിൽ കെട്ടിയ കസേര മാത്രം മതി എന്ന അഭിപ്രായമായിരുന്നു റീമിന്.

“ഇതുകൊണ്ടൊന്നും ഈ സൃഷ്ടി മുന്നോട്ടുവയ്ക്കുന്ന മുഖ്യ ആശയം മറഞ്ഞിരിക്കില്ല. അതിനാൽ തന്നെ ഇത് പ്രദർശിപ്പിച്ചാൽ അത് അപകടകരമായിരിക്കും.”

റീം പറഞ്ഞു. പ്രൊഫസർക്ക് അത് വളരെ ഇഷ്ടപ്പെട്ടു. ഞാനത് അദ്ദേഹത്തിനുള്ള സമ്മാനമായി നല്കി. ആദ്യം അത് സ്വീകരിക്കാൻ അദ്ദേഹം തയ്യാറായില്ല. എന്നാൽ പ്രൊഫസർ ഇത് സ്വീകരിച്ചാൽ തനിക്കത് വലിയൊരു അംഗീകാരമാകുമെന്നും തന്റെ വീട്ടിലെ ചെറിയ മുറിയിൽ ഇത് കൂടി വയ്ക്കാനുള്ള സ്ഥലമില്ലെന്നും പറഞ്ഞപ്പോഴായിരുന്നു അദ്ദേഹം കസേര സ്വീകരിച്ചത്. ഇത്രയും കാലം അത് അദ്ദേഹത്തിന്റെ മുറിയിൽ തന്നെ കിടന്നു. തന്റെ ഓഫീസിലെ കടലാസുകളോ, പുസ്തകങ്ങളോ അല്ലാതെ മറ്റു വസ്തുക്കളൊന്നും അതിനു മുകളിൽ കൊണ്ടു വയ്ക്കാതിരിക്കാൻ പ്രൊഫസർ പ്രത്യേകം ശ്രദ്ധിച്ചിരുന്നു.

ഞാൻ ഈ കസേര വീട്ടിലേക്കു കൊണ്ടുപോകുന്നതിനായി പ്രൊഫസറുടെ റൂമിലേക്കു ചെന്നു. കസേര വൃത്തിയാക്കിയ ശേഷം ഇരിപ്പിടത്തിൽ രക്തത്തുള്ളികൾ വീണു കിടക്കുന്നതുപോലെ തോന്നിക്കാൻ ചുവന്ന പെയിന്റ് പൂശുകയും വേണം. ഇതു കേട്ടപ്പോൾ പ്രൊഫസറുടെ മുഖത്ത് വലിയ ആകാംക്ഷയാണ് കണ്ടത്. ഞാൻ കാര്യം തിരക്കി. ബഅസ് പാർട്ടിയുമായി ബന്ധമുണ്ടായിരുന്ന ആളുകളോടെല്ലാം പ്രതികാരം ചെയ്യാൻ പോകുന്നു എന്ന ഊഹോപോഹം കേട്ടുവെന്ന് പ്രൊഫസർ പറഞ്ഞു. ഞാൻ പൊട്ടിച്ചിരിക്കുകയായിരുന്നു. 95 % ആളുകളും സത്യത്തിൽ നിർബന്ധത്തിനു വഴങ്ങിയാണ് ബഅസ് പാർട്ടിയിൽ അംഗങ്ങളാകുന്നത്. അതുപോലെ ഞാനും മനസ്സുകൊണ്ട് ഈ പാർട്ടിയിൽ അംഗമായതല്ല. ഇറ്റലിയിൽ പഠിക്കാൻ പോകുന്നതിനായി സ്കോളർഷിപ്പ് ലഭിക്കുന്നതിനുള്ള അംഗീകാരം ലഭിക്കാൻ വേണ്ടിയായിരുന്നു പാർട്ടിയിൽ അംഗമായത്. എന്റെ വാക്കുകൾ കേട്ടപ്പോൾ അദ്ദേഹം പറഞ്ഞത് ചില ആളുകൾ പഴയ കണക്കുകൾ തീർക്കാൻ ശ്രമിക്കുകയാണ് എന്നായിരുന്നു.

“നല്ലതു മാത്രം സംഭവിക്കട്ടെ!”

പ്രദർശനം ആരംഭിക്കുന്നതിനു രണ്ടു ദിവസം മുമ്പ് തന്നെ സൃഷ്ടികൾ കൊണ്ടുവരണമെന്നായിരുന്നു ഞങ്ങൾക്ക് ലഭിച്ച നിർദ്ദേശം. അബൂ നുവാസ് തെരുവിൽ സ്ഥിതി ചെയ്യുന്ന ഫ്രഞ്ച് സാംസ്കാരികകേന്ദ്രത്തിലേക്ക് ഞാനൊരു ടാക്സി കാറിൽ പുറപ്പെട്ടു. നല്ല തിരക്കായിരുന്നു എങ്ങും. ബാഗ്ദാദിന്റെ പതനശേഷം ട്രാഫിക്ക് സംവിധാനം മുഴുവൻ താറുമാറായി കഴിഞ്ഞിരുന്നു. നാല്പതു മിനിറ്റ് നേരത്തെ യാത്രയ്ക്കൊടുവിൽ അബൂ നുവാസ് തെരുവിനടുത്തെത്തി. സ്ഫോടനങ്ങൾ കാരണം റോഡിൽ നിറയെ കുഴികളും വിള്ളലുകളുമായിരുന്നു. ഡ്രൈവറിന്റെ സഹായത്തോടെ കാറിന്റെ ഡിക്കിയിൽ എടുത്തു വച്ചിട്ടുള്ള കസേരയ്ക്ക് വല്ലതും പറ്റുമോ എന്ന ഭയമായിരുന്നു എനിക്ക്. പിന്നീടാണ് കസേര ഇരുമ്പു നിർമ്മിതമാണല്ലോ എന്ന് ഓർമ്മ വന്നത്.

റോഡിന് രണ്ടു ലൈനുകളുണ്ടായിരുന്നെങ്കിൽ കൂടിയും ഒന്ന് അടച്ചിട്ടിരിക്കുകയാണ്. അതിനാൽ തന്നെ ഒരേ ലൈനിലൂടെ ഇരുവശത്തേക്കും വാഹനങ്ങൾ സഞ്ചരിക്കേണ്ട അവസ്ഥ. തെരുവിന്റെ കിഴക്കു ഭാഗത്തായി അമേരിക്കൻ ടാങ്കുകൾ നിർത്തിയിട്ടിരിക്കുന്നു. അൽ-ഫിർദൗസ് ചത്വരത്തിനടുത്തെത്തിയതോടെ അമേരിക്കൻ പട്ടാളക്കാർ വാഹനം തടഞ്ഞു. തിരികെ പോകണമെന്നാണ് അവർ കൈകൊണ്ട് ആംഗ്യം കാണിച്ചത്. നിരാശയോടെ നിശ്വസിച്ചു കൊണ്ട് കാർ ഡ്രൈവർ യുടേൺ രീതിയിൽ കാർ തിരിച്ചു വിട്ടു. പിന്നീട് അൽ-സഅ്ദൂൻ തെരുവിലൂടെ ഞങ്ങൾ കർറാദയിലേക്കും അവിടെ നിന്നും എക്സിബിഷൻ നടക്കുന്ന സ്ഥലത്തേക്കും എത്തിച്ചേർന്നു. വർഷങ്ങൾക്കു മുമ്പ് ഇതിനു മുമ്പിലൂടെ ഞാൻ പലതവണ കടന്നുപോയിട്ടുണ്ട്. അന്ന് റീം ഫ്രഞ്ചുഭാഷയിലുള്ള ഒരു കോഴ്സ് ചെയ്യുകയായിരുന്നു. പിറകു വശത്തുള്ള പൂന്തോട്ടത്തിൽ ഒരു ചെറിയ മനോഹരമായ കോഫീ ഹൗസുണ്ടായിരുന്നു. ഞങ്ങളവിടെ ചിലപ്പോഴൊക്കെ പോയി ഇരിക്കാറുണ്ടായിരുന്നു. അവളുടെ കോഴ്സ് പൂർത്തിയായ ദിവസമായിരുന്നു അവസാനമായി ഇവിടെ വന്നത്.

അവളുടെ ക്ലാസ്സിലെ കുട്ടികളൊക്കെ മുറ്റത്ത് കൂടി നിൽക്കുകയായിരുന്നു. ചിത്രമെടുത്ത് സൂക്ഷിക്കാനായിരുന്നു അവരുടെ ശ്രമം. കാൽ മണിക്കൂർ നേരം കഴിഞ്ഞപ്പോഴേക്കും ഒരു ജി.എം.സി വാഹനം ‘നോ പാർക്കിങ്ങ്’ ബോർഡ് സ്ഥാപിച്ചിട്ടുള്ള സ്ഥലത്ത് വന്ന് നിന്നു. ജനാലകൾ മറച്ചിരുന്ന വാഹനത്തിന്റെ ഡ്രൈവർ മഞ്ഞ ലൈറ്റ് പ്രകാശിപ്പിച്ചു. ഡ്രൈവറിന്റെ അരികിലെ സീറ്റിൽ നിന്നും കാക്കി വസ്ത്രം ധരിച്ച ഒരാൾ പുറത്തേക്കിറങ്ങി.

ആശംസകൾ കൈമാറിക്കൊണ്ടിരിക്കുന്ന വിദ്യാർത്ഥികളുടെ അരികിലേക്ക് വന്നശേഷം അയാൾ ആരാണ് ക്യാമറ ഉപയോഗിക്കുന്നതെന്ന് തിരക്കി.

“ഇവിടെ ഫോട്ടോഗ്രാഫി നിരോധിക്കപ്പെട്ടിരിക്കുകയാണ്”

ഒരു വിദ്യാർത്ഥിനിയുടെ കൈയിൽനിന്നും അയാൾ ക്യാമറ പിടിച്ചു വാങ്ങി. അതിനുള്ളിൽ നിന്നും ഫിലിം റോൾ പുറത്തെടുത്ത ശേഷം മേലിൽ ഇതാവർത്തിക്കരുതെന്ന് മുന്നറിയിപ്പും നല്കി. അയാൾ തിരികെ എത്തിയതും വാഹനം മുന്നോട്ടു കുതിച്ചുപാഞ്ഞു. ഞങ്ങളിൽ അധികം പേരും അദ്ഭുതപ്പെട്ടു പോയിരുന്നു. പിന്നീടാണ് മനസ്സിലായത് ടൈഗ്രിസിന്റെ നേരെ അക്കരെ കൊട്ടാരമേഖലയാണെന്ന്.

ഇപ്പോൾ ഈ മേഖലയൊക്കെ അമേരിക്കൻ സൈനികർ കൈയേറിയിരിക്കുകയാണ്. അവയ്ക്കു ചുറ്റുമായി ചുമരുകളും ചെക്കിങ് പോയിന്റുകളുമൊക്കെ സ്ഥാപിച്ചിരിക്കുന്നു. അതിനാൽ ഞങ്ങളുടെ പുതു ഭരണാധികാരികൾക്ക് ജനങ്ങളിൽ നിന്നൊക്കെ അകന്നു ജീവിച്ചു പോകാം.

എന്റെ സൃഷ്ടി പ്രദർശനഹാളിന്റെ ഒരു മൂലയിൽ ജനാലകളിൽ നിന്നൊക്കെ അകലെയായി ഇരുളുള്ള ഒരിടത്ത് സ്ഥാപിക്കണമെന്ന് ഞാൻ സംഘാടകരോട് ആവശ്യപ്പെട്ടു. ഒരു ഇലക്ട്രിക് പ്ലഗ് പോയിന്റ് അരികിൽ വേണം. അതുപയോഗിച്ച് സൃഷ്ടിയിലേക്ക് ശക്തമായ വെളിച്ചം നൽകാനാകും. ചോദ്യംചെയ്യൽ മുറികളിലും പീഡന അറകളിലുമൊക്കെ ഉപയോഗിക്കുന്ന തരത്തിലുള്ള വെളിച്ചം.

രാത്രിയിൽ കർഫ്യൂവും സാഹചര്യങ്ങൾ അപകടകരമാകുന്നതും കാരണം പ്രദർശനത്തിന്റെ ഉദ്ഘാടനം ഉച്ച കഴിഞ്ഞയുടനെ തുടങ്ങി. ഫ്രഞ്ച് കൾച്ചറൽ അറ്റാഷെയുടെ വകയായ ചെറിയ പ്രഭാഷണത്തോടെ സന്തോഷകരമായ തുടക്കം. അക്കാദമിയിലെ ഒരു പ്രൊഫസറുടെ വാക്കുകൾ നിറയെ സ്വാതന്ത്ര്യം തുളുമ്പുന്ന ഭാവിയെ സംബന്ധിച്ച പ്രതീക്ഷകളായിരുന്നു. യുദ്ധവും നാശവും വ്യാപകമാകുന്നതിനിടയിലും പുതിയൊരു ജീവിതം തുടങ്ങാനാകുമെന്ന ശുഭപ്രതീക്ഷ സത്യത്തിൽ ഞങ്ങളിൽ പലർക്കും ഉണ്ടായിരുന്നു. പ്രത്യേകിച്ച് ഇന്നല്ലെങ്കിൽ നാളെ ഈ അമേരിക്കൻ ഉപരോധം അവസാനിച്ചേ തീരൂ എന്നത് പരിഗണിക്കുമ്പോൾ. എന്നാൽ എന്നെ അതിശയിപ്പിച്ച കാര്യം പ്രദർശനത്തിൽ പങ്കെടുക്കാനെത്തിയ ചില കലാകാരന്മാർ അമേരിക്കക്കാരെ അതിരു കടന്ന് പുകഴ്ത്തുന്നതായിരുന്നു. നമ്മൾ ഇറാഖികളുടെ നന്മയെക്കരുതിയാണ് അമേരിക്കക്കാർ ഇവിടെ എത്തിയതെന്നാണ് അവർ വിശ്വസിക്കുന്നതെന്ന് തോന്നും.

ഐക്യരാഷ്ട്രസഭയുടെ ഇറാഖി പ്രതിനിധി ബ്രസീലുകാരൻ സെർജിയോ ദെ മെല്ലോ പ്രദർശനം കാണാനെത്തിയത് എന്നെ വളരെയധികം സന്തോഷിപ്പിച്ചു. ഓരോ സൃഷ്ടിയുടെ മുന്നിലും പോയി നിന്ന് കുറച്ചു സമയം ചിന്തിക്കുകയായിരുന്നു അദ്ദേഹം. കൂടെ മൂന്നു ആളുകളും കുറച്ചു സുരക്ഷാഭടന്മാരുമുണ്ട്. എന്നാൽ എന്റെ സൃഷ്ടിയുടെ അരികിൽ അദ്ദേഹം മറ്റുള്ള ഇടങ്ങളേക്കാൾ കുറച്ചു കൂടുതൽ സമയം ചെലവഴിച്ചു. തലകുലുക്കിക്കൊണ്ട് അദ്ദേഹം പറഞ്ഞു:

“വെരി പവർഫുൾ”

“നല്ല സ്വാധീനം ചെലുത്തുന്ന സൃഷ്ടി.” കൂടെയുണ്ടായിരുന്ന വിവർത്തകൻ പറഞ്ഞു. ഒരു കൈ കൊണ്ട് ഷേക്ക് ഹാന്റ് നൽകിയ ശേഷം

മറുകൈ കൊണ്ട് എന്റെ വലത്തെ കൈ പൊതിഞ്ഞുപിടിച്ച് ദെ മെല്ലോ പറഞ്ഞു:

"താങ്ക്യു....താങ്ക്യു"

പലവിഭാഗത്തിൽപ്പെട്ട വിദ്യാർത്ഥികളായിരുന്നു പ്രദർശനത്തിൽ പങ്കെടുത്തത്. അതുപോലെത്തന്നെ വർഷങ്ങൾക്കുമുമ്പേ ബിരുദം നേടി പുറത്തെത്തിയവരുമുണ്ട് കൂട്ടത്തിൽ. അതാത് കാലങ്ങളിൽ നിലവിലുണ്ടായിരുന്ന പ്രത്യേക രാഷ്ട്രീയ സാഹചര്യങ്ങൾ മൂലം തങ്ങളുടെ കലകളെ പുറംലോകത്തെത്തിക്കുവാൻ സാധിക്കാതെ പോയ കലാകാരന്മാർ. ഒരാഴ്ചയോളം നീണ്ടുനിന്ന പ്രദർശനത്തിന് ലഭിച്ച പ്രതികരണങ്ങൾ വളരെ പോസിറ്റീവ് ആയിരുന്നു.

ഇറാഖിൽ നിലവിലുണ്ടായിരുന്ന സേച്ഛാധിപത്യ ഭരണത്തിനേയും അമേരിക്കൻ അധിനിവേശത്തേയും കുറിച്ച് ഡോക്യുമെന്ററി ഫിലിം ചിത്രീകരിച്ചു കൊണ്ടിരുന്ന ഒരു സംഘം അവിടെയുണ്ടായിരുന്നു. അവർ ഞങ്ങളിൽ പലരുടേയും അഭിമുഖങ്ങൾ ക്യാമറയിൽ പകർത്തി. അവരിലൊരാൾ അമേരിക്കയിലെ ന്യൂയോർക്കിൽ താമസിച്ചിരുന്ന ഇറാഖി ആയിരുന്നു. എന്റെ സൃഷ്ടിയെക്കുറിച്ച് അയാൾ ഒരു സംഭാഷണം റെക്കോർഡ് ചെയ്തു. അതൊരു സി.ഡിയിലാക്കി എനിക്ക് അയച്ചു തരുമോ എന്ന് ചോദിച്ചപ്പോൾ അയാൾ അപ്രകാരം ചെയ്യാമെന്ന് വാക്ക് നൽകി. പക്ഷേ പിന്നീട് എനിക്കൊരു സാധനവും ലഭിച്ചില്ല എന്നത് വേറെ കാര്യം. അയാൾ അക്കാര്യം മറന്നു പോയതാണോ, അതല്ല പാർസൽ തപാലിൽ മോഷ്ടിക്കപ്പെട്ടതാണോ എന്നൊന്നുമറിയില്ല.

ഒരു വർഷം കഴിഞ്ഞപ്പോൾ ആ ഡോക്യുമെന്റർ അൽ-അറബിയ്യ ചാനലിൽ പ്രക്ഷേപണം ചെയ്തു. ഞാനുമായുള്ള അഭിമുഖത്തിന്റെ ഒരു ദൃശ്യമെങ്കിലും കാണാനായി കാത്തിരുന്നു. പക്ഷേ, എന്റെയോ, ആ പ്രദർശനത്തിന്റെയോ യാതൊരു വിവരവും ആ ഡോക്യുമെന്ററിയിൽ ഉണ്ടായിരുന്നില്ല. അക്കാദമിയിലുണ്ടായ നാശനഷ്ടങ്ങളുടെ ദൃശ്യങ്ങളും കൊള്ള, തകർച്ച തുടങ്ങിയവകളുടെ രംഗങ്ങളുമായിരുന്നു അതിൽ ഉണ്ടായിരുന്നത്. അൽ-മുതനബ്ബി തെരുവിൽ വച്ച് കുറച്ച് കവികളുമായി നടത്തിയ അഭിമുഖങ്ങളും കണ്ടു. നീണ്ട വർഷങ്ങൾക്കിപ്പുറം ഇറാഖിലേക്ക് തിരികെ എത്തുന്ന ഈ പ്രവാസികളെയെല്ലാം ഞാൻ സംശയദൃഷ്ടിയോടെയായിരുന്നു കണ്ടിരുന്നത്. ഇവരിൽ പലരും തിരികെ എത്തുന്നത് അമേരിക്കൻ ടാങ്കുകൾക്കൊപ്പമോ, അല്ലെങ്കിൽ വംശീയ തീവ്രവാദികൾക്കൊപ്പമോ ആയിരിക്കും. പണം ഉണ്ടാക്കുക, എന്തെങ്കിലും 'ഹോട്ടായ' വാർത്തകൾ സംഘടിപ്പിക്കുക, പിന്നെ ഞങ്ങൾ തദ്ദേശികളായ ഇറാഖികളെ മറക്കുക. ഇതൊക്കെയായിരിക്കും ഇവർ ചെയ്യുന്നത്.

എക്സിബിഷൻ കഴിഞ്ഞ് ഒരു മാസമായപ്പോഴേക്കും അൽ-ഖനാത്ത് ഹോട്ടലിന്റെ തകർന്ന അവശിഷ്ടങ്ങൾക്കിടയിൽ സെർജിയോ ദെ മെല്ലോവിന്റെ മൃതദേഹം തിരയുന്ന ആളുകളെ ടെലിവിഷൻ സ്ക്രീനിൽ കണ്ട്

ഞാൻ മരവിച്ചു പോയി. ബാഗ്ദാദിലെ ഐക്യരാഷ്ട്ര സഭയുടെ ആസ്ഥാന മായിരുന്ന ഈ ഹോട്ടലിലേക്ക് 2003 ഓഗസ്റ്റിൽ സ്ഫോടകവസ്തുക്കൾ നിറച്ചൊരു ട്രക്ക് ഇടിച്ചു കയറ്റുകയായിരുന്നു. ദെ മെല്ലോയും ധാരാളമാളു കളും അന്ന് കൊല്ലപ്പെട്ടു. അടുത്ത ഏതാനും ദിവസങ്ങൾക്കുള്ളിൽ പ്രമുഖ ശിയാ പണ്ഡിതനായ മുഹമ്മദ് ബാഖിർ അൽ-ഹകീം നജഫിലുണ്ടായ കാർ ബോംബ് സ്ഫോടനത്തിൽ കൊല്ലപ്പെട്ടു. പിന്നെ ഒന്നിനു പിറകെ മറ്റൊന്നായി എത്രയോ സ്ഫോടനങ്ങളാണ് അരങ്ങേറിയത്. ആദ്യമാദ്യം വളരെ പ്രധാനപ്പെട്ട വ്യക്തിത്വങ്ങളും പ്രശസ്തരായ ആളുകളുമാണ് കൊല്ല പ്പെട്ടിരുന്നതെങ്കിൽ, പിന്നീട് ഈ സംഭവങ്ങളിലൊന്നും ഒരു പങ്കുമില്ലാത്ത സാധു മനുഷ്യർ കൊല്ലപ്പെടാൻ തുടങ്ങി. ഒരു വിലയുമില്ലാത്ത ജീവിതമാ ണല്ലോ അവരുടേത്? ഒരു വിലയുമില്ലാതിരുന്ന ഈ ജീവിതങ്ങൾക്ക് സേച്ഛാ ധിപത്യഭരണത്തിൻ കീഴിൽ സ്വന്തം മൂല്യം തിരികെ ലഭിക്കുമെന്നായിരുന്നു ഞങ്ങൾ കരുതിയത്. എന്നാൽ സംഭവിച്ചത് നേരെ മറിച്ചായിരുന്നു.

അവസാനിക്കാത്തൊരു മത്സരത്തിലെ ഗോൾമഴ പോലെ കുന്നുകൂടു കയായിരുന്നു ശവശരീരങ്ങൾ. പേയിളകിയ കളിസംഘങ്ങൾക്കായി മരണം വർഷിക്കുന്ന ഗോളുകൾ. “മറ്റൊരു കാർബോംബ് സ്ഫോടനംകൂടി ഉണ്ടായി” എന്ന് കേൾക്കുമ്പോൾ മനസ്സിലേക്കെത്തുന്നത് ഇത്തരമൊരു ചിന്തയായിരിക്കും.

ഓരോ സ്ഫോടനങ്ങൾ കഴിയുമ്പോഴും രക്തത്തിലും, മണ്ണിലും കുളിച്ചുകിടക്കുന്ന ശരീരഭാഗങ്ങളായിരിക്കും പെറുക്കി എടുക്കേണ്ടിവരിക. കണ്ണോ, തലയോ നഷ്ടപ്പെടാതെ ഒരൊറ്റ ശരീരമായി ചിതറിപ്പോകാതെ രക്ഷപ്പെട്ടവർ ഭാഗ്യവാന്മാർ എന്നേ പറയാൻ കഴിയൂ. അമേരിക്കക്കാരനായ റഫറി ആവശ്യത്തിനുള്ള ആളുകളെ കൊന്നു തള്ളിക്കഴിഞ്ഞിരിക്കുന്നു. അതിനാൽ കൊല ഇപ്പോൾ ഇടയ്ക്കിടയ്ക്കായി മാറിയിട്ടുണ്ട്. എന്നാൽ തങ്ങളേക്കാൾ ക്രൂരന്മാരായ പ്രാദേശിക കളിക്കാർക്ക് തങ്ങളുടെ സ്ഥാനം കൈയടക്കി കൊല തുടരുവാൻ അവർ അനുമതി നൽകിയിരിക്കുകയാണ്. നഗരത്തിന്റെ വിവിധ ഭാഗങ്ങളിലായി ചിതറിക്കിടക്കുന്ന ശരീരഭാഗങ്ങൾ പെറുക്കിയെടുത്ത് അവിടം ശുദ്ധീകരിക്കുന്ന ആളുകൾക്കുപോലും മരണ ത്തിന്റെ പിടിയിൽ നിന്നും രക്ഷപ്പെടാനാകാത്ത അവസ്ഥയാണ് എവി ടെയും.

ഇരുപത്തിയേഴ്

2005 ഓഗസ്റ്റ് മാസം അവസാനത്തെ വ്യാഴാഴ്ച ഹമ്മൂദി ഷൂർജ കമ്പോള ത്തിലേക്ക് പോയി. മഗൈസിലിലേക്ക് ആവശ്യമുള്ള കർപ്പൂരവും താമര പ്പൂവും വാങ്ങേണ്ടതുണ്ട്. ഇപ്പോൾ സാധനങ്ങൾ വളരെപ്പെട്ടെന്നാണ് തീർന്നുപോകുന്നത് എന്ന് ഹമ്മൂദി പറഞ്ഞിട്ടുണ്ട്. യുദ്ധത്തിന് മുമ്പ് ആറ് മാസമോ അതിൽ കൂടുതലോ കാലമാകുമ്പോൾ മാത്രമായിരിക്കും

സാധനങ്ങൾ വാങ്ങാനായി കമ്പോളത്തിലേക്ക് പോകേണ്ടിവന്നിരുന്നത്. എന്നാൽ ഇപ്പോഴാകട്ടെ എല്ലാ മാസവും അവിടേക്ക് പോകേണ്ട അവസ്ഥയാണ്.

കമ്പോളത്തിലേക്ക് പോയ ഹമ്മൂദി പക്ഷേ തിരികെ വന്നില്ല. തൊട്ടടുത്ത ദിവസമായിട്ടും അയാളെ കണ്ടില്ല. മൊബൈൽ ഫോൺ സ്വിച്ച് ഓഫ് ചെയ്തിരിക്കുന്നു. ഭാര്യയും പിന്നെ ഇലക്ട്രോണിക് ഷോപ്പിൽ ജോലി ചെയ്യുന്ന സഹോദരനും അയച്ച മൊബൈൽ ഫോൺ മെസേജുകൾക്കൊന്നും മറുപടിയും കിട്ടിയില്ല. ആ മാസം ഷൂർജ കമ്പോളത്തിൽ എന്തെങ്കിലും സ്ഫോടനമോ പൊട്ടിത്തെറിയോ സംഭവിച്ചിട്ടില്ല. അടുത്തുള്ള ആശുപത്രികളിലും പൊലീസ് സ്റ്റേഷനുകളിലുമൊക്കെ രണ്ട് ദിവസം പോയി അന്വേഷിച്ചു. പക്ഷേ ഒരു തുമ്പും കിട്ടിയില്ല. മോർച്ചറിയിൽ പോയി നോക്കണമെന്ന് ചിലർ ഉപദേശിച്ചു. മോർച്ചറിയിൽ കുന്നുകൂട്ടിയിട്ടിരിക്കുന്ന മൃതദേഹങ്ങളുടെ ചിത്രങ്ങൾ പരിശോധിച്ചു നോക്കിയ സഹോദരന് ഹമ്മൂദിയുടെ മുഖസാമ്യമുള്ള ഒരാളെയും കണ്ടെത്താനായില്ല. കുന്നുകൂടിക്കിടന്ന ശവശരീരങ്ങൾക്കിടയിലൂടെ ഹമ്മൂദി ഇടത്തേ കൈവിരലിൽ ധരിക്കാറുള്ള പച്ചമോതിരം തിരയുകയായിരുന്നു ആ ചെറുപ്പക്കാരൻ. പക്ഷേ ഒന്നും കിട്ടിയില്ല. ഇടയ്ക്കിടയ്ക്ക് അയാൾ മോർച്ചറിയിലേക്ക് പോയി എന്തെങ്കിലും വിവരമുണ്ടോയെന്ന് അന്വേഷിക്കും.

ഞങ്ങളുടെ നാടായ കാസിമിയ്യയിലാണ് ഏഴാമത്തെ ശിയാ ഇമാമായ മൂസാ അൽകാസിമിന്റെ ശവകുടീരം. ഹമ്മൂദിയുടെ ഉമ്മ കൂടെക്കൂടെ അവിടം സന്ദർശിച്ചുകൊണ്ടേയിരുന്നു. ആഗ്രഹനിവൃത്തിക്കായി സഹായം തേടിയെത്തുന്നവരുടെ പ്രതീക്ഷ കെടുത്താത്ത ഇടമാണത്രേ അൽ-കാസിമിന്റെ അന്ത്യവിശ്രമകേന്ദ്രം. ഹമ്മൂദി തിരികെ എത്തിയാൽ നജഫിലെ പുണ്യസ്ഥലങ്ങളിലേക്ക് കാൽനടയായി തീർത്ഥയാത്ര നടത്തുമെന്ന് ആ ഉമ്മ നേർച്ച നേർന്നു. പക്ഷേ, ഹമ്മൂദി മടങ്ങിവന്നതേയില്ല.

സമ്പന്നനായ ഏതോ കച്ചവടക്കാരനാണെന്ന് കരുതി ആരെങ്കിലും ഹമ്മൂദിയെ തട്ടിക്കൊണ്ടുപോയതായിരിക്കുമോ? എന്നാൽ അവന്റെ രൂപമോ പ്രായമോ കണ്ടാൽ ആർക്കും അങ്ങനെ തോന്നാനിടയില്ല. ഇനി തട്ടിക്കൊണ്ടുപോകുന്നവരാണെങ്കിൽ മോചനദ്രവ്യം ആവശ്യപ്പെട്ടുകൊണ്ട് കുടുംബാംഗങ്ങളെ ബന്ധപ്പെടും. പണംകിട്ടാതെ അവർ ബന്ദിയായോ അയാളുടെ ശവശരീരമായോ വിട്ടുകൊടുക്കാറില്ല. അത്തരത്തിലൊന്നും സംഭവിച്ചില്ല. ഹമ്മൂദി തിരികെ വന്നതേയില്ല. ആ ഉമ്മയാകട്ടെ ഇതിനകം നജഫിലേക്ക് മൂന്ന് തവണ കാൽനടയാത്ര നടത്തിക്കഴിഞ്ഞു.

ഇരുപത്തിയെട്ട്

ഹമ്മൂദിയെപ്പോലെ പൊടുന്നനവേ അപ്രത്യക്ഷയാവുകയായിരുന്നു റീമും. ഏഴുവർഷം മുമ്പായിരുന്നു ആ സംഭവം. എന്നാൽ അവളെ ആരെങ്കിലും തട്ടിക്കൊണ്ട് പോയതായിരുന്നില്ല. ഓഗസ്റ്റ് മാസത്തിലെ ഒരു പ്രഭാതത്തിൽ

ഞാൻ റീമിനെ വിളിച്ചു. ഫോൺ ബെല്ലടിച്ചതല്ലാതെ ആരും റിസീവർ എടുത്തില്ല. അന്ന് ഞങ്ങളുടെ കൈയിൽ മൊബൈൽ ഫോൺ ഇല്ലായിരുന്നു. വൈകീട്ട് ഞാൻ വീണ്ടും അവളെ ബന്ധപ്പെടാൻ ശ്രമിച്ചു. എന്നിട്ടും റിസീവർ എടുക്കാൻ ആരും ഉണ്ടായിരുന്നില്ല. എനിക്കാകെ പന്തികേട് തോന്നി. മുമ്പ് ഞങ്ങൾക്ക് ഫോൺ ചെയ്യാൻ ഒരു രഹസ്യരീതിയുണ്ടായിരുന്നു. ഫോൺ ഒരു തവണ ബെല്ല് മുഴങ്ങിക്കഴിയുമ്പോഴേക്കും ഞാൻ റിസീവർ ക്രാഡിലിലേക്ക് തിരികെവയ്ക്കും. ഇതുകേട്ട് റീം തിരികെ വിളിക്കും. ഞങ്ങൾ തമ്മിലുള്ള വിവാഹനിശ്ചയം കഴിഞ്ഞതോടെ റീം തന്റെ പിതാവിന്റേയും അദ്ദേഹത്തിന്റെ ഭാര്യയുടേയും മുന്നിൽവച്ച് എന്നോട് സ്വാഭാവികമായി സംസാരിക്കാൻ തുടങ്ങി.

തന്നെ ഔപചാരികമായി വിവാഹം അന്വേഷിക്കാനുള്ള ധൈര്യം റീം തന്നെയാണ് നൽകിയത്. അതോടെ വർഷങ്ങളായി തുടരുന്ന ആശങ്കയെ എനിക്ക് മറികടക്കാൻ കഴിഞ്ഞു. എന്റെ സാമ്പത്തികനില വളരെ പരുങ്ങലിലായിരുന്നു. ഒരു അപ്പാർട്ടുമെന്റ് വാടകയ്ക്ക് എടുക്കാനുള്ള പണം പോലും കൈയിലില്ല. അവളെ എന്റെ വീട്ടിൽ കൊണ്ടുപോയി താമസിപ്പിക്കുന്നതും നടക്കാത്ത കാര്യമാണ്. എനിക്ക് സത്യത്തിൽ വിവാഹം കഴിഞ്ഞ് കുടുംബമായി ജീവിക്കാൻ യാതൊരു താത്പര്യവുമില്ലായിരുന്നു. എന്നാൽ വർഷങ്ങൾ കടന്നുപോകുയാണെന്നും തനിക്ക് മടുത്തുവെന്നും റീം പറഞ്ഞു. ഇത്തരത്തിൽ രഹസ്യമായി കണ്ടുമുട്ടുക, ഒത്തൊരുമിക്കാൻ പോരാടേണ്ടിവരിക... തുടങ്ങിയ കാര്യങ്ങളൊക്കെ ഇനിയും ഇതുപോലെ തുടരാനാകില്ല എന്ന നിലപാടിലായിരുന്നു റീം.

ഞാനുമായുള്ള വിവാഹത്തിന് സമ്മതിക്കുവാൻ റീം തന്റെ പിതാവിനെ നിർബന്ധിച്ചു. എന്റെ പിതാവിന്റെ തൊഴിലും പിന്നെ എനിക്ക് വരുമാനമൊന്നുമില്ലാത്തതും കാരണം റീമിന്റെ പിതാവ് ആദ്യമൊന്ന് മടിച്ചതായിരുന്നു. എന്നാൽ റീം പിതാവിനോട് പറഞ്ഞത് ഞാൻ പഠനം പൂർത്തീകരിക്കാനായി വിദേശത്തേക്ക് പോകാൻ ഉദ്ദേശിക്കുകയാണ് എന്നായിരുന്നു. എന്നിട്ടും അദ്ദേഹം മടിച്ചുനിന്നെങ്കിലും റീം വാശിപിടിച്ചു. അദ്ദേഹത്തിന്റെ ഉടമസ്ഥതയിൽ അൽ-സയ്യിദിയ്യയിലുള്ള വീടുകളിലൊന്നിൽ വിവാഹശേഷം ഞങ്ങളെ താമസിക്കുവാൻ അനുവദിക്കുന്നതിൽ പ്രധാന പങ്കുവഹിച്ചത് രണ്ടാം ഭാര്യയായിരുന്നു. റീമിന്റെ ശല്യം എന്നെന്നേക്കുമായി അവസാനിക്കാൻ പോകുന്നതിനാൽ ഈ സംഭവവികാസങ്ങളിൽ ആ സ്ത്രീ വളരെ സന്തോഷവതിയായിരുന്നു.

എനിക്കും മാതാപിതാക്കളുടെ സമ്മതം നേടിയെടുക്കേണ്ടതുണ്ടായിരുന്നു. ഒരു വിധവയെ വിവാഹം കഴിക്കുന്നത് ആർക്കും ഇഷ്ടപ്പെടില്ലല്ലോ? ഒരിക്കൽ റീമും കൂട്ടുകാരികളിൽ ഒരാളും കൂടി വീട്ടിൽ ഉച്ചഭക്ഷണം കഴിക്കാൻ വന്നിട്ടുള്ളപ്പോൾ ഉമ്മ അവളെ കണ്ടിട്ടുണ്ട്. അവർക്ക് റീമിന്റെ ഇഷ്ടപ്പെടുകയും ചെയ്തിരുന്നു. എങ്കിലും ഞങ്ങൾക്കിടയിൽ എന്തെങ്കിലുമൊരു ബന്ധമുണ്ടായിരുന്നതായി ഞാൻ ഉമ്മയോട് പറഞ്ഞിട്ടില്ല. ഞാൻ റീമിനെ വിവാഹം കഴിക്കാനാഗ്രഹിക്കുന്നു എന്ന കാര്യം അവതരിപ്പിച്ചപ്പോൾ ഉമ്മ ചോദിച്ചു:

"ഇത്രയും പെൺകുട്ടികൾ ഉണ്ടായിട്ടും നീ എന്താ ഒരു വിധവയെ ത്തന്നെ വിവാഹം കഴിക്കാൻ തിരഞ്ഞെടുത്തത്?"

ഹൃദയമായിരുന്നു അവളെ തിരഞ്ഞെടുത്തത് എന്നായിരുന്നു ഞാൻ പറഞ്ഞ മറുപടി. വൈമനസ്യത്തോടെയാണെങ്കിലും അവർ സമ്മതിച്ചു. ഈ വിഷയം വാപ്പയുടെ മുന്നിൽ അവതരിപ്പിക്കാനും അദ്ദേഹത്തെക്കൊണ്ട് സമ്മതിപ്പിക്കാനും ഞാൻ ഉമ്മയെ ചട്ടംകെട്ടി. ഔപചാരികമായി വിവാഹം അന്വേഷിക്കാനായി വാപ്പ എനിക്കൊപ്പം വരണം, അത്രയേ ചെയ്യേണ്ട തുള്ളൂ. എന്നാൽ റീം വിധവയാണെന്ന കാര്യത്തിൽ വാപ്പയ്ക്ക് ഒരു പ്രശ്നവും തോന്നിയില്ല. ഒരു പക്ഷേ, തന്റെ മകനെപ്പോലെ അവളുടെ ഭർത്താവും രക്തസാക്ഷിയായതുകൊണ്ടായിരിക്കാം. റീമിന്റെ കുടുംബത്തെ ക്കുറിച്ചും അവളുടെ പിതാവിന്റെ തൊഴിലിനെക്കുറിച്ചും വാപ്പ തിരക്കി. ഒരു സമ്പന്ന കുടുംബത്തിൽനിന്നും വിവാഹം കഴിക്കാൻ എന്റെ സാമ്പത്തിക സ്ഥിതി അനുവദിക്കുമോ എന്ന കാര്യത്തിൽ വാപ്പയ്ക്ക് സംശയമുണ്ടായി രുന്നു. റീമിന്റെ വീട്ടിലേക്കുള്ള യാത്രയിൽ ടാക്സികാറിൽവച്ച് വാപ്പ എന്നോട് കുറേ ചോദ്യങ്ങൾ ചോദിച്ചു. വിവാഹശേഷം എവിടെ താമ സിക്കും? വിവാഹ അവസരത്തിൽ വധുവിന് സമ്മാനമായി നൽകേണ്ട തുക എത്രയാണ്? പിന്നെ വേറെ കുറെ കാര്യങ്ങളും. ഇതിൽ പല ചോദ്യങ്ങൾക്കു മുള്ള വ്യക്തമായ യാതൊരു ഉത്തരവും എന്റെ പക്കലുണ്ടായിരുന്നില്ല.

കാസിമിയ്യയിലെ ഞങ്ങളുടെ വീട്ടിൽനിന്നും അൽ-ജാദിരിയ്യയിലുള്ള റീമിന്റെ വീടുവരെയുള്ള ദൂരം രണ്ട് വർഗങ്ങളും ലോകങ്ങളും തമ്മിലുള്ള ദൂരമായിരുന്നു സത്യത്തിൽ. വാപ്പയാകട്ടെ അൽ-ജാദിരിയ്യയിൽ മുമ്പ് കാൽകുത്തിയിട്ടേ ഇല്ലായിരുന്നു. ഈ രണ്ട് ലോകങ്ങൾ തമ്മിലുള്ള വിടവ് കാരണം ഭാവിയിൽ ഞങ്ങൾ അനുഭവിക്കേണ്ടിവരുന്ന പ്രശ്നങ്ങളേയും സംഘർഷങ്ങളേയും കുറിച്ചായിരുന്നു ഞാൻ അന്ന് ചിന്തിച്ചത്. ടാക്സി കാറിന്റെ ചില്ലിട്ട ജനാലയിലൂടെ പുറത്തെ വലിയ ആധുനികവീടുകളിലേക്ക് നോക്കിയിരുന്നപ്പോൾ വാപ്പയുടെ മനസ്സിലൂടെ കടന്നുപോയ ചിന്തകളെ ന്തൊക്കെയായിരിക്കും? അദ്ദേഹവുമായുള്ള അവസാനബന്ധവും ഞാൻ മുറിച്ചെറിയുവാൻ പോകുന്നുവെന്നും അദ്ദേഹത്തിന്റെ ലോകം ഉപേക്ഷിച്ചു പോകുന്നതിൽ ഞാൻ വിജയിച്ചുവെന്നുമായിരിക്കുമോ വാപ്പ ഇപ്പോൾ ചിന്തിച്ചുകൊണ്ടിരിക്കുന്നത്?

ഞങ്ങൾ റീമിന്റെ വീടിന് മുന്നിലെത്തിയപ്പോൾ നീണ്ട ഗാരേജിൽ മൂന്ന് കാറുകൾ കിടക്കുന്നത് കണ്ടു. വലതുഭാഗത്ത് വലിയൊരു പൂന്തോട്ടമുണ്ട്. ശ്രദ്ധയോടെ വെട്ടിയൊതുക്കിയ ലോണും വശങ്ങളിലായി വൃക്ഷങ്ങളും പുഷ്പങ്ങളും കാണാം. ഒരു മൂലയിൽ നല്ല ഉയരമുള്ള ഈന്തപ്പനയും അതി നരികിലായി അറബിമുല്ലയും നിൽക്കുന്നു. അക്കാദമിയിൽ പഠിക്കുന്ന കാലത്തും പിന്നീടുമൊക്കെ ഈ മുല്ലച്ചെടിയിൽനിന്നും എനിക്ക് മുല്ലപ്പൂക്കൾ പറിച്ചുകൊണ്ടുവന്ന് തരാൻ റീം പ്രത്യേക താത്പര്യം കാണിച്ചിരുന്നു. കോളിംഗ് ബെല്ലടിച്ചശേഷം ഞങ്ങൾ കാത്തുനിന്നു. രണ്ട് നിലകളിലുള്ള ആ വീടിന്റെ മുൻവശത്തേക്കും മികവുറ്റ വാസ്തുകലാ വൈഭവമുള്ള

കെട്ടിടങ്ങളിലേക്കും കണ്ണോടിക്കുകയായിരുന്നു വാപ്പ. ഞാൻ ഷൂസിലേക്ക് നോക്കി. വൃത്തിയുണ്ടോ എന്നറിയണമല്ലോ? കഴുത്തിൽ കെട്ടിയിരുന്ന ടൈ ഒന്നുകൂടി മുറുക്കി. എത്രയോ വർഷത്തിനു ശേഷമാണ് ഞാൻ ടൈ കെട്ടുന്നതും ജാക്കറ്റ് ധരിക്കുന്നതുമൊക്കെ. വാപ്പയ്ക്കാകട്ടെ ടൈ ഒന്നുമില്ല. കടും നിറത്തിലുള്ള ജാക്കറ്റിനു കീഴേ ആകാശത്തിന്റെ നിറമുള്ള കുപ്പായമാണ് ധരിച്ചിരുന്നത്. കഷണ്ടി കയറിയ ശിരസ്സിൽ വലത്തൊപ്പിയും വച്ചിട്ടുണ്ട്.

തടിവാതിൽ കടന്ന് റീമിന്റെ പിതാവ് പുറത്തേക്കുവന്ന് ഞങ്ങളെ സ്വാഗതം ചെയ്തു. കൈപിടിച്ച് കുലുക്കിയശേഷം സ്വീകരണമുറിയിലേക്ക് നയിച്ചു. അവിടെ കുഷ്യൻ കസേരകളിൽ ഇരിക്കാൻ ക്ഷണിച്ചു. വളരെ മാന്യമായാണ് പെരുമാറിയിരുന്നതെങ്കിൽപോലും തങ്ങൾക്കിടയിലെ അദൃശ്യമായ മറകൾ ഭേദിക്കാൻ അദ്ദേഹം ശ്രദ്ധിച്ചതേയില്ല. ഞങ്ങൾ ഉപചാരപൂർവമുള്ള വാക്കുകൾ പരസ്പരം കൈമാറി. എല്ലാം പതിവുപോലെ തന്നെ. എന്താണ് കുടിക്കാൻവേണ്ടതെന്ന് അദ്ദേഹം തിരക്കി. ജ്യൂസ്, ചായ, കാപ്പി. കാപ്പി മതിയെന്ന് ഞങ്ങൾ പറഞ്ഞു. പകുതി തുറന്ന് കിടന്ന അകത്തെ വാതിലിനരികിലേക്ക് ചെന്ന ശേഷം അദ്ദേഹം കാപ്പി തയ്യാറാക്കാൻ പറഞ്ഞു. അവിടെയൊരു ജോലിക്കാരിയുള്ളതായി അറിയാം. എന്നാൽ റീമായിരിക്കും കാപ്പിയുമായി വരുന്നതെന്ന് ഞാൻ പ്രതീക്ഷിച്ചു. അതാണല്ലോ നാട്ടുനടപ്പും? കാലടി ശബ്ദം കേട്ടപ്പോൾ റീം അടുത്തെത്തിയെന്ന് മനസ്സിലായി.

ഇടത്തരം പൊക്കമുള്ള ഷൂസായിരുന്നു റീം ധരിച്ചിരുന്നത്. അതവൾ നടക്കുമ്പോൾ ശരീരത്തിൽ കൂടുതൽ കൃശത സമ്മാനിക്കുന്നുണ്ടായിരുന്നു. മുട്ടുവരെ മറയുന്ന കറുത്തപാവാടയും നീലകുപ്പായവുമായിരുന്നു വസ്ത്രം. കുപ്പായത്തിന്റെ നീളമുള്ള കൈകൾക്ക് അറ്റത്തെത്തുമ്പോൾ നല്ല അയവുണ്ടായിരുന്നു. തലമുടി പിറകിൽ കെട്ടിവച്ചിരിക്കുന്നു. ഇളം ചുവപ്പ് ലിപ്സ്റ്റിക്കും കൺപോളകളിൽ ഇളംനീല നിറവും. അവൾ ആദ്യം കാപ്പി നൽകിയത് എന്റെ വാപ്പയ്ക്കായിരുന്നു. ട്രേയിൽ ഒരു പ്ലേറ്റിലിട്ട് വച്ചിരുന്ന ചോക്കലേറ്റ് കഷണങ്ങളിൽ ഒന്ന് എടുത്തുകൊള്ളുവാൻ ആവശ്യപ്പെട്ടെങ്കിലും വാപ്പ നന്ദിയോടെ വേണ്ടായെന്ന് പറഞ്ഞു.

പിന്നീട് റീം എന്റെ നേരെ തിരിഞ്ഞു. ഞാൻ വാപ്പയുടെ വലത് ഭാഗത്ത് ഇരിക്കുകയാണ്. കാപ്പിക്കപ്പും ചോക്കലേറ്റ് കഷണവും എടുക്കുന്നതിനിടയിൽ ഞങ്ങൾ ഒരു പുഞ്ചിരി കൈമാറി. ഇതിനിടയിൽ അവളുടെ കുപ്പായത്തിലൂടെ മാറിടങ്ങൾക്കിടയിലെ വിടവിലേക്ക് നോക്കാതിരിക്കാൻ എനിക്കായില്ല. ഈ ചടങ്ങിനോടുള്ള ആദരവ് കൊണ്ടാകണം കാര്യമായിട്ട് ഒന്നും കാണാൻ കഴിയാത്ത വിധമുള്ള കുപ്പായമായിരുന്നു അവളുടേത്. ഞാൻ എന്താണ് അന്വേഷിക്കുന്നതെന്ന് മനസ്സിലായതുപോലെ റീമിന്റെ മുഖത്ത് നാണം തെളിഞ്ഞുകണ്ടു. അവൾ വെള്ളിവളകളും നഖങ്ങളിൽ ക്രീംനിറത്തിലുള്ള ക്യൂട്ടക്സും പുരട്ടിയിരുന്നു.

നിറഞ്ഞ നിശ്ശബ്ദതയായിരുന്നു സ്വീകരണഹാളിലെങ്ങും. എല്ലാവർക്കും സംഭാഷണങ്ങളിൽ മുഴുകുവാൻ സഹായിക്കുന്ന എന്തെങ്കിലുമൊരു

വിഷയം തുടങ്ങിവയ്ക്കുവാനുള്ള എന്റെ ശ്രമങ്ങളും വിജയിച്ചില്ല. വാപ്പയും റീമിന്റെ പിതാവും പിടിവാശിയോടെ അത്യാവശ്യകാര്യങ്ങൾ മാത്രം സംസാരിച്ചു. എന്റെ വാപ്പ അധികം സംസാരിക്കുന്ന കൂട്ടത്തിലല്ല. റീമിന്റെ പിതാവിന്റെ പ്രകൃതം കണ്ടപ്പോൾ ലാഭകരമല്ലാത്ത എന്തോ ഇടപാട് നടത്തുന്നതുപോലെയാണ് തോന്നിയത്. വീട്ടിലേക്ക് തിരിച്ചുപോകുമ്പോൾ സർവ്വ കാര്യങ്ങൾക്കും റീമിനേയും അവളുടെ പിതാവിനേയും ആശ്രയിക്കുന്നതിനെതിരെ മുന്നറിയിപ്പ് നൽകുകയായിരുന്നു വാപ്പ.

“നീ അവർക്കൊരു ഭാരമായി മാറരുത്.”

‘ഭാരമാവുക’ എന്ന വാക്ക് നോവിച്ചെങ്കിലും ഞാനൊന്നും മിണ്ടിയില്ല. ഇനിയുള്ള കാലങ്ങളിൽ വാപ്പയുമായി തർക്കിച്ചതുകൊണ്ട് കാര്യമൊന്നുമില്ലെന്ന് എനിക്കറിയാമായിരുന്നു.

മുമ്പനുഭവിച്ചിട്ടില്ലാത്ത സ്വാതന്ത്ര്യമായിരുന്നു വിവാഹനിശ്ചയത്തിനണിഞ്ഞ മോതിരം എനിക്കും റീമിനും നല്കിയത്. ഞാൻ അവളുടെ വീട്ടിൽ പോകുകയും സ്വീകരണമുറിയിലിരുന്ന് സംസാരിക്കുകയും ചെയ്യും. സ്വാതന്ത്ര്യത്തോടെ പുറത്തേക്ക് പോകാൻ മുമ്പത്തേതിനേക്കാൾ സാധിച്ചു. എങ്കിലും ആ നല്ല ദിനങ്ങളുടെ ആയുസ്സ് മൂന്ന് മാസം മാത്രമായിരുന്നു.

പിന്നീട് ഞാനവളെ ബന്ധപ്പെടാൻ ശ്രമിച്ചെങ്കിലും അത് വിജയിച്ചില്ല. വൈകീട്ട് അൽ-ജാദിരിയ്യയിലുള്ള അവളുടെ വീട്ടിലേക്കു ചെന്ന് കോളിംഗ് ബെല്ലടിച്ചെങ്കിലും ആരും പുറത്തേക്കിറങ്ങിവന്നില്ല. മുറ്റത്തെ ഗാരേജിൽ രണ്ട് കാറുകൾ മാത്രമേ ഉണ്ടായിരുന്നുള്ളൂ എന്ന് ശ്രദ്ധയിൽപ്പെട്ടു. റീമിന്റെയും പിതാവിന്റെ ഭാര്യയുടെയും കാറുകൾ മാത്രം. അവളുടെ പിതാവിന്റെ കാർ അപ്രത്യക്ഷമായിരിക്കുന്നു. ജനാലകളിലെ കർട്ടനുകൾ താഴ്ത്തിയിട്ടിരിക്കുന്നു. പ്രധാനവാതിലും അടഞ്ഞുകിടക്കുന്നു. ഒന്നും മനസ്സിലാകാത്ത അവസ്ഥ! വീട്ടിലേക്ക് തിരിച്ചെത്തിയശേഷം റീമിന്റെ സുഹൃത്തായ സുഹായുമായി ബന്ധപ്പെട്ടു. അവൾ പറഞ്ഞത് റീമിന്റെ കുടുംബം അന്ന് രാവിലെ ജോർദാനിലേക്ക് പോയെന്നും എപ്പോൾ തിരികെ വരുമെന്ന് അറിയില്ലെന്നുമായിരുന്നു.

സർവ്വസാധ്യതകളെക്കുറിച്ചും ഞാൻ ആലോചിച്ചു. എന്നാൽ തൃപ്തികരമായ ഒരു വിശദീകരണവും ലഭിച്ചില്ല. ഇവിടെനിന്നും പോകാൻ റീമിനെ അവളുടെ പിതാവ് നിർബന്ധിച്ചിരുന്നെങ്കിൽ അവൾ എന്നെ വിളിച്ച് സഹായം തേടേണ്ടതായിരുന്നു. ജോർദാനിലും തുർക്കിയിലും വ്യവസായ സംരംഭങ്ങൾ വർദ്ധിച്ചതനുസരിച്ച് ഇറാഖിൽനിന്നും പുറത്തേക്ക് പോകുന്നതിനെക്കുറിച്ച് റീമിന്റെ പിതാവ് ആലോചിക്കുന്നുണ്ടായിരുന്നു.

വിവരമറിയാനായി കർറാദയിലുള്ള അദ്ദേഹത്തിന്റെ കമ്പനി ഓഫീസിലേക്ക് ചെന്നു. തങ്ങൾക്ക് വ്യക്തമായ വിവരമൊന്നുമില്ലെന്ന് അവിടെ ഉള്ളവർ പറഞ്ഞു. ഭാര്യയ്ക്ക് എന്തെങ്കിലും രോഗം ബാധിച്ചിരിക്കുമെന്നും ചികിത്സയ്ക്കായി ജോർദാനിലേക്ക് പോയതായിരിക്കുമെന്നും കൂട്ടിന് പോയ റീം അധികംവൈകാതെ തിരിച്ചുവരുമെന്നും മനസ്സ് പറഞ്ഞു. ഫോൺ

ചെയ്യുകയോ കത്തയയയ്ക്കുകയോ ഇനി അതുമല്ലെങ്കിൽ പെട്ടെന്ന് പ്രത്യക്ഷപ്പെട്ട് റീം അദ്ഭുതപ്പെടുത്തുകയോ ചെയ്യുമെന്ന് മനസ്സിനെ ആശ്വസിപ്പിച്ചു. പക്ഷേ, റീം തിരിച്ചുവന്നതേയില്ല.

ഒന്നര മാസം കഴിഞ്ഞപ്പോൾ എനിക്കൊരു കത്ത് ലഭിച്ചു. കൈപ്പറ്റിയെന്ന് ഉറപ്പാക്കാനായി തന്റെ പിതാവിന്റെ കമ്പനിയിലെ ഡ്രൈവറുടെ കൈവശം കൊടുത്തയയ്ക്കുകയായിരുന്നു. കവറിന് മുകളിലെ കൈയക്ഷരം കണ്ടപ്പോൾതന്നെ അത് റീമിന്റേതാണെന്ന് എനിക്കുറപ്പായി. മനോഹരമായ കടലാസിൽ നീലമഷികൊണ്ടെഴുതിയ കത്ത്. ധൃതിയിൽ കവർ തുറന്ന് നിൽക്കുന്ന നിലയിൽതന്നെ ഞാൻ ആ കത്ത് വായിക്കാൻ തുടങ്ങി.

"പ്രിയപ്പെട്ടവനേ,

നിങ്ങൾ എന്നും എന്റെ പ്രിയപ്പെട്ടവൻ തന്നെയായിരിക്കും. എന്തൊക്കെ സംഭവിച്ചാൽതന്നെയും! നിങ്ങളോട് ഒരു വാക്കുപോലും മിണ്ടാതെ ഇങ്ങനെ ആകസ്മികമായി അവിടെനിന്നും പോകേണ്ടിവന്നതിൽ എനിക്ക് മാപ്പു തരണം. ക്ഷമയോടും സ്നേഹത്തോടും കൂടി ഞാൻ പറയുന്നത് കേൾക്കണം. വിശാലഹൃദയത്തോടെ മുൻപ് എങ്ങനെയായിരുന്നോ അതുപോലെ എന്നെ മനസ്സിലാക്കാൻ ശ്രമിക്കണം. ഈ ലോകത്ത് എനിക്ക് ചെയ്യാവുന്ന അവസാനത്തെ കാര്യം നിങ്ങളെ വേദനിപ്പിക്കുകയായിരിക്കും. നിങ്ങളിൽനിന്നും അകന്നുപോകാനായിരിക്കും എന്റെ വിധി. ഞാൻ നിങ്ങളിൽ നിന്നകന്നുപോകുമ്പോൾ സ്വന്തം മനസ്സിൽനിന്നുതന്നെയായിരിക്കും ഞാനകന്നുപോകുന്നത്. ഈ ലോകത്ത് എനിക്കേറ്റവും വിലപിടിച്ച വസ്തു നിങ്ങളാണെന്നും നിങ്ങളോടുള്ള സ്നേഹംകൊണ്ടാണ് ഞാൻ ഇങ്ങനെയൊക്കെ ചെയ്തതെന്നും പറഞ്ഞാൽ നിങ്ങളത് വിശ്വസിക്കണം.

രണ്ടുമാസംമുമ്പ് കുളിക്കുന്ന വേളയിൽ എന്റെ ഇടത്തേ മാറിടത്തിൽ ഒരു തടിപ്പുള്ളതുപോലെ തോന്നി. പരിശോധന നടത്താനായി ഞാനൊരു ഡോക്ടറുടെ അടുത്തേക്ക് പോയി. നിങ്ങളെ വിഷമിപ്പിക്കേണ്ടി വരുമെന്ന് കരുതിയാണ് ഞാനന്ന് ഒന്നും പറയാതിരുന്നത്. ഈ മുഴ നീക്കം ചെയ്യാനായി സർജറി നടത്തണമെന്ന് ഡോക്ടർ പറഞ്ഞു. ബയോപ്സി നടത്തിയപ്പോൾ ക്യാൻസർ കോശങ്ങളാണ്. കൂടുതൽ പരീക്ഷണങ്ങൾ നടത്തേണ്ടതുണ്ടെന്നും അതിനായി ജോർദാനിലേക്ക് പോകണമെന്നും വാപ്പ നിർബന്ധിച്ചു. പിന്നെ കാര്യങ്ങളൊക്കെ വളരെ വേഗത്തിലാണ് നടന്നത്. എന്നാൽ രണ്ടാമത്തേയും മൂന്നാമത്തേയും ഡോക്ടർമാരുടെ അഭിപ്രായങ്ങളും ആദ്യത്തേതുപോലെതന്നെയായിരുന്നു. എക്സ്റേയും പരിശോധനകളും സൂചിപ്പിച്ചത് ക്യാൻസർ കോശങ്ങൾ അതിവേഗം പടർന്നുപിടിക്കുകയാണെന്നും മാറിടം നീക്കംചെയ്യുകയല്ലാതെ മറ്റൊരു വഴിയുമില്ലെന്നായിരുന്നു.

കീമോതെറാപ്പിക്ക് വിധേയയാവുകയാണ് ഞാനിപ്പോൾ. മനംപിരട്ടലും തലവേദനയും ഛർദ്ദിയും നിറഞ്ഞ ദിനങ്ങൾ. ഒരുകാലത്ത് നിങ്ങൾ താലോലിച്ചിരുന്ന എന്റെ നീളമുള്ള തലമുടി മുഴുവൻ കൊഴിഞ്ഞുപോയിരിക്കുന്നു.

ചികിത്സ കഴിയുമ്പോഴേക്കും മുടി വീണ്ടും കിളിർത്തുവരുമെന്നാണ് ആളുകൾ പറയുന്നത്. പക്ഷേ, അത് വിശ്വസിക്കുവാൻ കഴിയുന്നതേയില്ല എനിക്ക്.

പക്ഷേ, എന്റെ മാറിലെ മുറിവ് ഉണങ്ങിയില്ല. ശസ്ത്രക്രിയയ്ക്കുശേഷം അണുബാധയുണ്ടായതായിരുന്നു കാരണം. ശസ്ത്രക്രിയ കഴിഞ്ഞപ്പോൾ ആരോ കത്തികൊണ്ട് കുത്തിയതുപോലെ വലിയൊരു മുറിവും കണ്ടുകൊണ്ടായിരുന്നു ഞാൻ ബോധത്തിലേക്ക് ഉണർന്നത്. എന്റെ മാറിടം ആരോ കവർന്നെടുത്തിരുന്നു. ഒരു കാലത്ത് നിങ്ങൾ സ്നേഹിക്കുകയും സ്വന്തം ആരാധനാലയത്തിന്റെ മകുടങ്ങളിലൊന്ന് എന്ന് വിളിച്ച് ആരാധിക്കുകയും ചെയ്തിരുന്ന മാറിടം. സ്വന്തം കരങ്ങൾകൊണ്ട് നിങ്ങൾ താലോലിച്ചിരുന്ന മാറിടം. ഒരു പട്ടിക്കുട്ടിയെപ്പോലെ നിങ്ങൾ മുലകുടിക്കുകയും കടിക്കുകയും ചെയ്തിരുന്ന മാറിടം. അവകാശങ്ങൾ തനിക്കുതന്നെ വേണമെന്ന് നിങ്ങൾ വാദിച്ച മാറിടം. മുലക്കച്ചയിൽ ശ്വാസം മുട്ടിക്കാതെ വസ്ത്രങ്ങളിൽനിന്നും മോചിപ്പിക്കണമെന്ന് നിങ്ങൾ തമാശ പറഞ്ഞിരുന്ന അതേ മാറിടം. ആ മാറിടത്തെ അവർ എന്നിൽനിന്നും മുറിച്ചുമാറ്റിയിരിക്കുന്നു. അതിപ്പോൾ എന്റെ ശരീരത്തിന്റെ ഭാഗമേയല്ല.

പിന്നീട് ഒരിക്കൽ മാത്രമാണ് കണ്ണാടിയുടെ മുന്നിൽ പോയി നിൽക്കാനുള്ള ധൈര്യം എനിക്ക് ലഭിച്ചത്. അന്ന് തകർന്നുപോയ ഞാൻ മണിക്കൂറുകളോളം കരഞ്ഞു. രോഗം തങ്ങളുടെ ശരീരഭാഗങ്ങളെ ആക്രമിക്കുമ്പോൾ ഏതൊരാളേയും ബാധിക്കുന്ന തരത്തിലുള്ള യുക്തിരഹിതമായ ചിന്തകളിലും വികാരങ്ങളിലും മുങ്ങിത്താഴുകയായിരുന്നു ഞാൻ. എന്തുകൊണ്ട്? എന്തുകൊണ്ട് എനിക്ക് തന്നെ ഇത് സംഭവിച്ചു? ഞാൻ വളരെ ചെറുപ്പമല്ലേ? എനിക്ക് നാല്പത് വയസ്സുപോലും ആയിട്ടില്ലല്ലോ? ഈ അടുത്ത കാലത്തായി ക്യാൻസർ ബാധിക്കുന്നവരുടെ എണ്ണം പെരുകിയിരിക്കുകയാണെന്നാണ് ബാഗ്ദാദിലെ ഡോക്ടർ പറഞ്ഞത്. 1991 ലെ യുദ്ധത്തിനിടയ്ക്ക് വെടിക്കോപ്പുകളിലും മറ്റും ഉപയോഗിച്ചിരുന്ന യുറേനിയത്തിന്റെ സ്വാധീനമായിരിക്കാം ഇതിനുള്ള കാരണമത്രേ. സ്വന്തം ശരീരത്തെ വെറുത്തുപോയ എനിക്ക് അതിൽനിന്നും രക്ഷപ്പെട്ട് വേറൊരു ശരീരത്തിൽ അഭയം തേടാനായെങ്കിലെന്ന് കൊതിച്ചുപോകുകയാണ്. ഈ ശരീരത്തെ സഹിച്ച് സമാധാനത്തോടെ ജീവിക്കാനാകുമെന്ന് എനിക്ക് തോന്നുന്നില്ല. സ്വന്തം രീതികൾക്കും ചിന്തകൾക്കുമൊപ്പം സ്വാർത്ഥതയോടെ സഞ്ചരിക്കുന്ന എനിക്ക് നിങ്ങൾ മാപ്പ് നൽകണം.

എനിക്ക് നിങ്ങളോടെ പറയാനുള്ളത് ഞാനിക്കാര്യം വളരെ ആലോചിച്ചെടുത്ത തീരുമാനമാണെന്നാണ്. അതിനു കാരണം ഞാൻ നിങ്ങളെ സ്നേഹിക്കുന്നുവെന്നതാണ്. ഒപ്പം നിങ്ങൾക്ക് എന്നോടുള്ള പ്രണയത്തേയും ഞാൻ സ്നേഹിക്കുന്നു. ഈ സ്നേഹം ഒരിക്കലും മാറിപ്പോകരുതേ എന്നാണ് ഞാൻ കൊതിക്കുന്നത്. ഈ വരികൾ വായിച്ചശേഷം നിങ്ങൾ പറയുമെന്ന് എനിക്കറിയാം, ഒരു മാറിടമില്ലാത്ത എന്റെ ശരീരത്തെ നിങ്ങൾക്ക് ഇപ്പോഴും ഇഷ്ടമാണെന്ന്. കള്ളം പറയരുത് നിങ്ങൾ.

സത്യത്തിൽ എനിക്കുപോലും ഈ ശരീരത്തെ ഇഷ്ടമല്ല. ഈ ശരീരത്തെ ഇഷ്ടപ്പെടാനോ അതിനൊപ്പം സമാധാനത്തോടെ ജീവിക്കാനോ എനിക്ക് സാധിക്കുമെന്ന് തോന്നുന്നില്ല.

നിങ്ങൾ എന്നെ എന്നും പ്രണയിക്കുമെന്ന് എനിക്കറിയാം. പക്ഷേ, ക്യാൻസറിനോടുള്ള എന്റെ ഈ പോരാട്ടം ഒരുപക്ഷേ, ഒരിക്കലും അവസാനിക്കുകയേ ഇല്ലായിരിക്കും. ഈ തീരുമാനം നമുക്ക് രണ്ടുപേർക്കും വളരെ കഠിനമായിരിക്കും എന്ന് തോന്നിയേക്കാം. പക്ഷേ ഞാൻ എന്നെ നിങ്ങളുടെ ജീവിതത്തിൽനിന്നും അറുത്തുമാറ്റിയേ തീരൂ. ശരീരത്തിലൊരു ടൈംബോംബുമായി നടക്കുന്ന സ്ത്രീക്കൊപ്പം നിങ്ങളെ ജീവിക്കാൻ ഞാൻ അനുവദിക്കില്ല. ഒരു യാത്രാമൊഴിപോലും പറയാതെ ഞാൻ ഓടിപ്പോയതിന് എന്നോട് ക്ഷമിക്കണേ, നിങ്ങളോട് യാത്രപറയാൻ എനിക്കാകില്ല. പക്ഷേ, ഞാൻ എല്ലാ ദിവസവും നിങ്ങളോട് യാത്രാമൊഴി പറഞ്ഞുകൊണ്ടേയിരിക്കും.

നിങ്ങൾ എന്നും എന്റെ ഓർമ്മകളിലുണ്ടാകും. നിങ്ങളുടെ ഗന്ധം എന്നും എന്റെ ദേഹത്തുണ്ടാകും. നിങ്ങളുടെ ദേഹത്തെ ഓരോ വിശദാംശങ്ങളും എന്റെ സ്മരണകളിൽ എന്നും ജീവനോടെയുണ്ടാകും.

എന്നോട് ക്ഷമിക്കൂ. നമുക്കിടയിലെ കാര്യങ്ങൾ ലളിതമാകാനായി ഞാനെന്റെ ജീവിതവിലാപങ്ങളുടെ വീണ മീട്ടുകയില്ല. മറ്റൊരു സ്ത്രീയുമായി പുതിയൊരു ജീവിതം തുടങ്ങാനുള്ള അവസരമായിരിക്കും നിങ്ങൾക്ക് അതിലൂടെ ലഭിക്കുക. ആ സ്ത്രീ ആരാണെന്നറിയില്ല. എങ്കിലും എനിക്കവളോട് അസൂയ തോന്നിപ്പോകുന്നു.

ജീവിതത്തിൽ ഇന്നോളം എഴുതിയിട്ടുള്ള ഏറ്റവും ദുഷ്കരമായ വാക്യമായിരിക്കാം ഇത്. ദയവുചെയ്ത് നിങ്ങൾ എന്നെ ബന്ധപ്പെടാൻ ശ്രമിക്കരുതേ.

പ്രേമത്തോടെയും ചുംബനങ്ങളോടെയും

റീം."

എത്രയോ തവണ ഞാൻ ആ കത്ത് വായിച്ചു. ഒടുക്കം അതിലെ ഓരോ വാക്കുകളും എനിക്ക് ഹൃദിസ്ഥമായി. ആദ്യമാദ്യം ഒലിച്ചിറങ്ങുന്ന കണ്ണുനീർ ഞാൻ കൈകൊണ്ട് തുടച്ചുമാറ്റിക്കൊണ്ടിരുന്നു. പക്ഷേ, പിന്നീട് ആ കണ്ണുനീർ എന്റെ മനസ്സിലേക്കായിരുന്നു ഒലിച്ചിറങ്ങിയത്. ഹൃദയത്തിൽ തളംകെട്ടിനിന്ന ആ കണ്ണുനീർ ഇടയ്ക്കിടയ്ക്ക് തന്റെ സാന്നിദ്ധ്യം അറിയിച്ചുകൊണ്ടേയിരുന്നു. എന്നെന്നേക്കുമായി ഹൃദയത്തിനുള്ളിൽതന്നെ തുടരുമെന്ന സന്ദേശം.

റീമിന്റെ വിലാസം കണ്ടുപിടിക്കാൻ ശ്രമിച്ചെങ്കിലും ഒരു ഫലവുമുണ്ടായില്ല. പല വഴികളിലൂടെയും അവളെ സംബന്ധിച്ച് എന്തെങ്കിലും വിവരം ലഭിക്കുമോ എന്ന് ശ്രമിച്ചുകൊണ്ടിരുന്നു. പിന്നീട് കേട്ടത് റീമിന്റെ വാപ്പ

രണ്ട് ദിവസത്തേക്ക് ഇറാഖിൽ തിരിച്ചുവന്നുവെന്നും തങ്ങളുടെ സ്വത്തുവകകളെല്ലാം വിൽക്കാനുള്ള പവർ ഓഫ് അറ്റോർണി തന്റെ വക്കീലിന് നൽകിയെന്നുമാണ്. ശേഷം അറിഞ്ഞത് അവർ ബ്രിട്ടണിൽ സ്ഥിരതാമസമാക്കി എന്നായിരുന്നു. ഞാൻ റീമിന്റെ കൂട്ടുകാരി സുഹായോട് കാര്യങ്ങൾ തിരക്കി. പക്ഷേ, തനിക്ക് റീമിനെക്കുറിച്ച് കൂടുതലൊന്നും അറിയില്ല എന്നായിരുന്നു സുഹാ പറഞ്ഞത്.

മാസങ്ങളും വർഷങ്ങളും കടന്നുപോയി. ആ മുറിവുണങ്ങിയെങ്കിലും അടയാളങ്ങൾ ഇപ്പോഴും അവശേഷിക്കുന്നു. ഇടയ്ക്കിടയ്ക്ക് ഞാനാ മുറിപ്പാടിൽ തൊട്ടുനോക്കും. ഇടയ്ക്കിടയ്ക്ക് ഞാൻ ആ കത്തെടുത്ത് വായിക്കും. ഒരു ചെറിയ പെട്ടിയിൽ ആ കത്തും കവറും കൂടി ഇട്ട് വച്ചിരിക്കുകയാണ്. അക്കാദമിയിൽ പഠിക്കുന്ന കാലംമുതലേ ഉള്ള ഞങ്ങളുടെ ചില ചിത്രങ്ങളും കൈമാറിയ കത്തുകളും ആ പെട്ടിയിലുണ്ടായിരുന്നു.

ഇരുപത്തിയൊമ്പത്

ഹമ്മൂദിയെ കാണാതായി കുറച്ച് ദിവസം കഴിഞ്ഞപ്പോൾ സയ്യിദ് അൽ-ഫർത്വൂസി എന്നെക്കാണാൻ വീണ്ടും വന്നു. ഹമ്മൂദിയെ കഴിഞ്ഞ അഞ്ചു ദിവസമായി മൊബൈൽ ഫോണിൽ വിളിക്കുമ്പോൾ ഫോൺ എടുക്കാത്തതും പിന്നെ മഗൈസിൽ പൂട്ടിക്കിടക്കുന്നതും കണ്ടപ്പോൾ താൻ വല്ലാതെ വിഷമിച്ചുപോയെന്ന് അദ്ദേഹം പറഞ്ഞു. ഹമ്മൂദിയുടെ വീട്ടിൽപോയപ്പോഴായിരുന്നത്രേ ബന്ധുക്കൾ പറഞ്ഞ് വിവരമറിഞ്ഞത്.

ഞാൻ അദ്ദേഹത്തെ വീട്ടിനുള്ളിലേക്ക് ക്ഷണിച്ചു. ഞാൻ കൊണ്ടുവന്ന് നൽകിയ വെള്ളം കുടിക്കുമ്പോൾ അദ്ദേഹം വളരെ ദുഃഖിതനും ആശങ്കാകുലനുമായാണ് തോന്നിയത്. ഹമ്മൂദിയെ ആരെങ്കിലും തട്ടിക്കൊണ്ട് പോയതാണെങ്കിൽ മോചനദ്രവ്യം എത്രയാണെങ്കിലും അത് നൽകാൻ താൻ തയ്യാറാണെന്ന് അദ്ദേഹം പറഞ്ഞു. പിന്നീടദ്ദേഹം പറഞ്ഞത് കേട്ടപ്പോൾ അനിവാര്യമായ വിധിയെ സംബന്ധിച്ച ഭയമായിരുന്നു പുറത്തുവന്നത്.

“അവന് എന്ത് സംഭവിച്ചുവെന്നറിയുന്നത് ദൈവത്തിന് മാത്രമായിരിക്കും. സത്യത്തിൽ ഇത്തരമൊരു ഗതി അവന് ഉണ്ടാകരുതായിരുന്നു. തീർച്ചയായും അല്ലാഹുവിന്റെ പക്കാലാണ് അന്ത്യസമയത്തെപ്പറ്റിയുള്ള അറിവ്. അവൻ മഴ പെയ്യിപ്പിക്കുന്നു. ഗർഭാശയത്തിലുള്ളത് അവൻ അറിയുകയും ചെയ്യുന്നു. നാളെ താൻ എന്താണ് പ്രവർത്തിക്കുക എന്ന് ഒരാളും അറിയുന്നില്ല. താൻ ഏത് നാട്ടിൽവച്ചാണ് മരണപ്പെടുക എന്നും ഒരാളും അറിയുന്നില്ല. തീർച്ചയായും അല്ലാഹു സർവജ്ഞനും സൂക്ഷ്മജ്ഞാനിയുമാകുന്നു.”

ഈ വിശുദ്ധ ഖുർആൻ സൂക്തം രണ്ട് തവണ ആവർത്തിച്ച ശേഷം നിലത്തേക്ക് നോക്കിയപ്പോൾ എന്തോ എഴുതിയിരിക്കുന്നത് കണ്ടതുപോലെ ശിരസ്സ് കുലുക്കിക്കൊണ്ട് അദ്ദേഹം പറഞ്ഞു:

"ശക്തിയും അധികാരവും ദൈവമല്ലാതെ മറ്റാർക്കുമില്ല. മനുഷ്യൻ അങ്ങേയറ്റം അധഃപതിച്ചിരിക്കുകയാണിപ്പോൾ. തനിക്ക് താഴാൻ ഇനിയുമേറെ ആഴമുണ്ടെന്ന് അവൻ കണ്ടെത്തുകയും ചെയ്യുന്നു. ചവറുതൊട്ടികളിലും ബാഗ്ദാദിന്റെ പ്രാന്തപ്രദേശങ്ങളിലും ടൈഗ്രിസിലുമൊക്കെ ചത്തുകിടക്കുന്ന ശവശരീരങ്ങളുടെ എണ്ണം ഇക്കഴിഞ്ഞ മാസങ്ങളിൽ എത്രയോ ഇരട്ടിയാണ്. ശവശരീരങ്ങൾപോലും സുരക്ഷിതമല്ല സുഹൃത്തേ. ശവങ്ങളെപ്പോലും കെണിവച്ച് പിടിക്കുകയാണവർ."

അദ്ദേഹം ഉപയോഗിച്ച ഈ 'അവർ' എന്ന പ്രയോഗം എന്റെ ശ്രദ്ധയാകർഷിച്ചു. മറുചേരിയെ സൂചിപ്പിക്കാനായി ഇപ്പോൾ എല്ലാവരും ഉപയോഗിക്കുന്ന പദമാണ് ഈ 'അവർ.' അവർ എന്നത് കൊണ്ട് താങ്കൾ ആരെയാണുദ്ദേശിച്ചത് എന്ന് ചോദിക്കാൻ ആഞ്ഞതായിരുന്നു ഞാൻ. അപ്പോഴാണ് ആദ്യം വീട്ടിൽ വന്നപ്പോൾ അദ്ദേഹം പറഞ്ഞ കാര്യം ഓർമ്മ വന്നത്. തങ്ങൾ വംശമോ മതമോ ഒന്നും നോക്കാതെ എല്ലാ മൃതദേഹങ്ങളും മാറ്റുമെന്ന്. ചിലപ്പോൾ തങ്ങൾ അടക്കംചെയ്യുന്ന ശരീരാവശിഷ്ടങ്ങൾ സ്വയം പൊട്ടിത്തെറിച്ച് ചാവേറുകളായ കൊലപാതകികളുടേതായിരിക്കുമത്രേ. അതിനാൽ ഈ 'അവർ' ആരാണെന്ന് തിരക്കാതെ അദ്ദേഹം എങ്ങനെയാണ് ഈ തൊഴിലിലേക്ക് എത്തിയതെന്നും അതെന്തിനു വേണ്ടിയാണെന്നുമായിരുന്നു ഞാൻ ചോദിച്ചത്.

"അതൊരു നീണ്ട കഥയാണ്."

"പറയൂ, ഞാൻ കേൾക്കാം."

ചെറുപ്പത്തിൽ അദ്ദേഹം ഒരു മതവിശ്വാസിയോ ഭക്തനോ ഒന്നുമായിരുന്നില്ലത്രേ. എന്നാൽ 1991ൽ ഇറാഖ് കുവൈത്തിൽനിന്നും പിൻമാറിയ സന്ദർഭത്തിൽ കണ്ട കാഴ്ചകൾ അദ്ദേഹത്തിന്റെ ജീവിതഗതിയെ തന്നെ മാറ്റിമറിച്ചു.

"ഞാൻ നമസ്കരിക്കുകയോ വ്രതമനുഷ്ഠിക്കുകയോ ചെയ്യുമായിരുന്നില്ല. ജീവിതസുഖങ്ങൾ ആസ്വദിക്കുന്ന കാലം. മാനേജ്മെന്റ് ഇക്കണോമിക്സ് കോളേജിൽനിന്നും ബിരുദംനേടി പുറത്തിറങ്ങിയപ്പോൾ നിർബന്ധിത സൈനിക സേവനത്തിന് നിയമിക്കപ്പെട്ടു. സൈന്യത്തിൽനിന്നും പിരിയാൻ കുറച്ച് മാസം മാത്രം അവശേഷിക്കുമ്പോഴായിരുന്നു സദ്ദാം ഹുസൈൻ കുവൈത്തിനെ ആക്രമിച്ചത്. അതോടെ എന്റെ സൈനിക യൂണിറ്റ് കുവൈത്തിലേക്ക് നിയോഗിക്കപ്പെട്ടു. യുദ്ധം തുടങ്ങിയതോടെ അതിശക്തവും നിരന്തരവുമായ ബോംബാക്രമണം ആരംഭിച്ചു. അതിൽനിന്നും എങ്ങനെ രക്ഷപ്പെട്ടുവെന്നറിയില്ല. എന്റെ യൂണിറ്റിൽനിന്നും ഞാനും അമ്മാറക്കാരനായ ഒരു പട്ടാളക്കാരനും മാത്രമാണ് രക്ഷപ്പെട്ടത്. അയാളുടെ പേര് മൂസ എന്നായിരുന്നു. ഞങ്ങൾ രണ്ടുപേരും ഒരേ ട്രെഞ്ചിലായിരുന്നു. യൂണിറ്റിലുള്ള ബാക്കി എല്ലാവരും കൊല്ലപ്പെട്ടു. ഞങ്ങൾ അവരെയൊക്കെ മരുഭൂമിയിൽ കുഴിച്ചിട്ടു.

ആകെക്കൂടി അരാജകത്വമായിരുന്നു യുദ്ധം തുടങ്ങിയതു മുതൽ. വാർത്താവിനിമയസംവിധാനങ്ങളും ആയുധവും ഭക്ഷണവും മരുന്നും ലഭിക്കാനുള്ള വഴികളുമൊക്കെ തകർന്നു. അതിനിടയിലാണ് കുവൈത്തിൽനിന്നും ഇറാഖ് പിൻമാറാൻ തീരുമാനിച്ചു എന്ന വാർത്ത റേഡിയോവിൽ കേൾക്കുന്നത്. സർവ്വരും ബസറയിലേക്കുള്ള ഹൈവേയിലേക്ക് കുതിക്കുകയാണ്. കാരണം ഞങ്ങളുടെ യൂണിറ്റുകളോട് കൂടുതൽ അടുത്ത പ്രദേശം അതായിരുന്നു. ഹൈവേയിലൂടെ ഇറാഖിലേക്ക് പിന്മാറിക്കൊണ്ടിരിക്കുന്ന ഏതൊരു വസ്തുവും ഞങ്ങളുടെ മുകളിൽ പാറിപ്പറക്കുന്ന അമേരിക്കൻ യുദ്ധവിമാനങ്ങളുടെ ആക്രമണങ്ങൾക്കിരയായിക്കൊണ്ടിരുന്നു. മനുഷ്യർ പ്രാണികളെപ്പോലെ വേട്ടയാടപ്പെട്ടു.

ഹൈവേയിലൂടെ സഞ്ചരിക്കുകയോ, ഇറാഖി പട്ടാളക്കാർ കുവൈത്തിൽനിന്നും കൊള്ളയടിച്ച സാധനങ്ങൾ നിറച്ച സൈനികവാഹനങ്ങളിലോ ട്രക്കുകളിലോ കയറരുതെന്നും മൂസ പറഞ്ഞു. അത് മാത്രമാണ് രക്ഷപ്പെടുവാനുള്ള വഴി. അമേരിക്കക്കാർ ഹൈവേയിലൂടെ നീങ്ങുന്ന ഏതൊരു വാഹനവും തകർത്തുകൊണ്ടിരിക്കുകയാണ്. തിരിഞ്ഞുനോക്കാതെ നായ്ക്കളെപ്പോലെ ഞങ്ങൾ മരുഭൂമിയിലൂടെ രണ്ട് മണിക്കൂറോളം ഓടി. ഹൈവേയിൽനിന്നും അകന്നുനിൽക്കാനുള്ള മൂസയുടെ തീരുമാനമായിരുന്നു ഞങ്ങളെ രക്ഷിച്ചത്. അല്ലെങ്കിൽ മറ്റുള്ളവരെപ്പോലെ ഞങ്ങളും വാഹനങ്ങളുടെ ഇരിപ്പിടങ്ങളിൽ തന്നെ കത്തിയമർന്നേനെ. പല മൃതദേഹങ്ങളും റോഡിൽ ചിതറിക്കിടക്കുകയായിരുന്നു. പച്ചമാംസവും തലമുടിയും കത്തിയ ഗന്ധം മൂക്കിലെത്തിയപ്പോൾ ഛർദ്ദിക്കാൻ തോന്നി. അതിന്റെ ഭീകരത പിന്നെ മാസങ്ങളോളം എന്നെ വിടാതെ പിന്തുടർന്നു. ആ ഗന്ധമോ, ബസറയ്ക്കരികിൽ മരിച്ചുകിടന്ന പട്ടാളക്കാരുടെ ശവശരീരങ്ങൾ തെരുവുനായ്ക്കൾ ആർത്തിയോടെ കടിച്ചുകീറുന്ന ദൃശ്യമോ, ജീവിതത്തിലൊരിക്കലും മറക്കാൻ സാധിക്കില്ല. സ്തംഭിച്ചുനിൽക്കുകയായിരുന്നു ഞാൻ. നിലത്തുനിന്ന് കല്ലെടുത്ത് നായ്ക്കളെ എറിയാൻ തുനിഞ്ഞതായിരുന്നു. മൂസ എന്നെ പിറകോട്ടു പിടിച്ചുവലിച്ചു. ഞങ്ങൾ പോയിക്കഴിയുമ്പോഴേക്കും തെരുവുനായ്ക്കൾ വീണ്ടും തിരിച്ചെത്തും. അവർ ഈ മൃതദേഹങ്ങൾ കടിച്ചുകീറുകയും ചെയ്യും. പിന്നെ അവയെ കല്ലെറിഞ്ഞതുകൊണ്ട് ഒരു പ്രയോജനവുമില്ലല്ലോ?

കൈയിൽ ആകെയുള്ളത് വാട്ടർബോട്ടിലുകളും പോക്കറ്റിലുള്ള കുറച്ച് ഈന്തപ്പഴങ്ങളും മാത്രമായിരുന്നു. കൂടെ ഒരു റേഡിയോയും ഉണ്ട്. അതിന്റെ ബാറ്ററി ചത്തുപോകാതിരിക്കാനായി ഞങ്ങൾ റേഡിയോ അധികനേരം കേൾക്കാതിരിക്കാൻ പ്രത്യേകം ശ്രദ്ധിച്ചു. ബസറയിലുള്ള മൂസയുടെ ബന്ധുക്കളുടെ അരികിലെത്തുക. കാര്യങ്ങൾ ഒന്നടങ്ങുന്നത് വരെ അവിടെ കഴിയുക. ശേഷം മൂസ അമ്മാറയിലേക്കും ഞാൻ ബാഗ്ദാദിലേക്കും മടങ്ങുക, ഇതായിരുന്നു ഞങ്ങളുടെ ലക്ഷ്യം.

ദിവസം മുഴുവൻ മരുഭൂമിയിലൂടെ ഓടിയതുകാരണം ഞങ്ങളുടെ കാലുകളൊക്കെ നീരുവന്ന് വീർത്തു. ഞങ്ങൾ ബസറയിലെത്തിയപ്പോഴേക്കും

അവിടെയുള്ള തെരുവുകളൊക്കെ ശൂന്യമായിരുന്നു. ചുമരുകളിലൊക്കെ 'സദ്ദാം തുലയട്ടെ' എന്ന മുദ്രാവാക്യം. സദ്ദാമിന്റെ ചില ചുമർചിത്രങ്ങൾ ചായംതേച്ച് വികൃതമാക്കിയിരിക്കുന്നു. ബസറയിൽ ഭരണകൂടത്തിനെതിരെ എന്തോ കലാപത്തിന്റെ തിരി പകർന്നുവെന്നും അത് മറ്റു തെക്കൻ നഗര ങ്ങളിലേക്ക് പടരുകയാണെന്നുമുള്ള വാർത്ത റേഡിയോയിൽ കേട്ടു. ഇത് അമേരിക്കൻ പ്രസിഡന്റ് ജോർജ് ബുഷ് ഇറാഖി ജനതയോട് കാര്യങ്ങൾ സ്വയം തീരുമാനിക്കാൻ ആഹ്വാനം ചെയ്ത ശേഷമായിരുന്നു. ബാക്കി കഥ നിനക്കറിയാമല്ലോ. കുറച്ചുദിവസം കഴിഞ്ഞപ്പോഴേക്കും അവരുടെ സ്വരം മാറി. പക്ഷേ, കലാപം നടത്താനൊരുങ്ങിയവരുടെ സഹായത്തിന് ആരു മെത്തിയില്ല. പകരം വന്നത് സദ്ദാമിന്റെ സേനയായ റിപ്പബ്ലിക്കൻ ഗാർഡു കളായിരുന്നു. 'തെരുവുതെമ്മാടികൾ' എന്ന് വിളിച്ച് അവർ കലാപകാരികളെ മുഴുവൻ കൂട്ടക്കൊല നടത്തി. ഞങ്ങൾ ഒരാഴ്ച മൂസയുടെ ബന്ധുക്കൾക്കരി കിൽ ഒളിച്ചു താമസിച്ചു. കാരണം ഇപ്പോൾ ബാഗ്ദാദിലേക്ക് മടങ്ങുന്നത് വളരെ അപകടകരമാണ്. ചില പഴയ ബഅസ് പാർട്ടിക്കാരോട് അവർ എന്തൊക്കെയാണ് ചെയ്തതെന്ന് കേട്ടറിഞ്ഞു. പലരുടേയും മൃതദേഹങ്ങൾ വികൃതമാക്കി. കുറെപ്പേരേ കഴുമരത്തിൽ കെട്ടിത്തൂക്കി. എനിക്ക് ഒരു കാലത്തും ബഅസ് പാർട്ടിക്കാരെ ഇഷ്ടമായിരുന്നില്ല. വെറും സംശയ ത്തിന്റെ പേരിൽ എന്റെ കുടുംബത്തിലെ ചിലരെയും സദ്ദാം വധിച്ചിട്ടുണ്ട്. ദൈവം എത്ര വലിയവനാണ്. നിങ്ങളുടെ ശത്രുവാണെങ്കിൽപ്പോലും ഒരു മനുഷ്യനോട് ഇത്തരം ക്രൂരതകൾ ചെയ്യുന്നത് കൊടുംപാപമല്ലേ? ഓരോ അക്രമിക്കും യോജിച്ച ശിക്ഷ തിരഞ്ഞെടുക്കുന്നത് ദൈവമായിരിക്കും.

വേദനാജനകമായ ശിക്ഷയായിരിക്കും അവർക്കുണ്ടാകുക.

ഈ ദൃശ്യങ്ങളൊക്കെ പിറകിൽ ഉപേക്ഷിക്കാനായി എന്നായിരുന്നു സഹോദരാ ഞാൻ കരുതിയത്. എന്നാൽ ബാഗ്ദാദിൽ തിരികെ എത്തി ആഴ്ചകൾ കഴിഞ്ഞിട്ടും ആ തെരുവ് നായ്ക്കൾ എന്നെ പിന്തുടരുകയായി രുന്നു. അതോടെ എന്റെ പേക്കിനാവുകളും തുടങ്ങി. ആറോ ഏഴോ നായ്ക്കൾ ചില മൃതദേഹങ്ങൾ കടിച്ചുകീറുന്ന ദൃശ്യം. അവയെ എറിഞ്ഞോ ടിക്കാനായി കുനിഞ്ഞ് കല്ലെടുക്കാൻ തുനിയുമ്പോൾ കല്ലുകൾ പൊടിഞ്ഞ് മണ്ണായി മാറുന്നു. സ്വപ്നത്തിൽ എന്റെ ബന്ധുക്കെല്ലാം കത്തിച്ചാര മാകുന്ന കാഴ്ചയാണ് കണ്ടത്. അവരെ രക്ഷിക്കാനായി വാട്ടർ ബോട്ടി ലിലെ വെള്ളം ഒഴിക്കാൻ ശ്രമിക്കുകയാണ് ഞാൻ. എന്നാൽ വാട്ടർബോ ട്ടിൽ കാലിയായിരുന്നു. അതോടെ ഞാൻ കത്തിയെരിയുന്ന ദേഹങ്ങളിലേക്ക് മണൽ വാരിയെറിയുവാൻ തുടങ്ങി. അപ്പോൾ ആ ദുർഗന്ധം വീണ്ടും വമി ക്കാൻ തുടങ്ങി. ഞാൻ പെട്ടെന്ന് ഉറക്കത്തിൽനിന്നും ഞെട്ടിയുണർന്നു.

ഞാനെന്റെ പിതൃസഹോദരന്റെ മകനോട് ഈ പേടിസ്വപ്നങ്ങളെ ക്കുറിച്ചും പകൽനേരങ്ങളെക്കൂടി നശിപ്പിക്കുന്ന ഉറക്കമില്ലായ്മയെക്കുറിച്ചും പറഞ്ഞു. പള്ളിയിലേക്ക് പോയി നമസ്കരിക്കാനായിരുന്നു അവന്റെ ഉപദേശം. സത്യത്തിൽ എന്റെ നേരെ ഇഴഞ്ഞെത്തുകയായിരുന്ന ഭ്രാന്തിൽ നിന്ന് ആത്മാവിനേയും മനസ്സിനേയും രക്ഷിച്ചത് നമസ്കാരമായിരുന്നു.

തെരുവുനായ്ക്കളും പേടിസ്വപ്നങ്ങളും പൂർണമായും എന്നെ വിട്ടകന്നില്ല. എന്നാൽ കുറേമാസങ്ങൾ കൂടുമ്പോഴായിരിക്കും അവ വന്നെത്തുക. മൃതദേഹങ്ങൾ മാറ്റുന്നതിനെക്കുറിച്ചാണല്ലോ നീ എന്നോട് ചോദിച്ചത്. എന്നാൽ ഇതിന്റെയെല്ലാം വേരുകൾ എന്റെ ഉറക്കം കെടുത്തുന്നതായിരുന്നു. പിന്നീടെനിക്ക് ആരോഗ്യമന്ത്രാലയത്തിലെ ഒരു വകുപ്പിൽ ജോലി ലഭിച്ചു. ഈ ജോലിക്കിടയിലാണ് മോർച്ചറിയിലും മറ്റും ഉപേക്ഷിക്കപ്പെട്ട മൃതദേഹങ്ങളുടെ വിഷയത്തെക്കുറിച്ച് കേട്ടത്. അവയെ മാറ്റാനോ പല കാരണങ്ങളാലും അന്വേഷിക്കാനോ പോലും ആരുമില്ലാത്ത അവസ്ഥ. ഇതെന്നെ വളരെയധികം ദുഃഖിപ്പിച്ചു.

ഇക്കാര്യത്തെക്കുറിച്ച് ഞാൻ കുറെ പരിചയക്കാരോടും സുഹൃത്തുക്കളോടുമൊക്കെ സംസാരിച്ചു. ഒരു സർക്കാർ വക ശ്മശാനം ഉള്ളതായി അറിയാം. മുഹമ്മദ് സകറാൻ ശ്മശാനം. ബാഗ്ദാദിലുള്ള ഈ ശ്മശാനത്തിൽ അജ്ഞാത മൃതദേഹങ്ങൾ അടക്കംചെയ്യാനാകും. തുടക്കത്തിൽ കുറേയേറെ പ്രതിബന്ധങ്ങളുണ്ടായി. എന്നാൽ കുറേ സുമനസ്സുകൾ സംഭാവന നൽകി സഹായിക്കാൻ തുടങ്ങി. അങ്ങനെയാണ് ഈ തൊഴിലിലേക്കിറങ്ങിയത്."

മഗൈസിലിലേക്ക് ജോലി ചെയ്യാനെത്തുന്നതിനെക്കുറിച്ച് എന്റെ അഭിപ്രായം ഞാൻ മാറ്റിയോ എന്നായിരുന്നു അദ്ദേഹത്തിന് പിന്നീട് അറിയേണ്ടിയിരുന്നത്. ഞാൻ ഇല്ല എന്ന് പറഞ്ഞു.

"നിനക്ക് ദൈവത്തിൽനിന്ന് നല്ല പ്രതിഫലം ലഭിക്കും." ഞാൻ അതിനെക്കുറിച്ച് ഒന്നും പറഞ്ഞില്ല. എന്നാൽ ആ തെരുവുനായ്ക്കളും പേടിസ്വപ്നങ്ങളെയുംകുറിച്ച് ഞാൻ അദ്ദേഹത്തോട് വീണ്ടും തിരക്കി. അവ അദ്ദേഹത്തെ ഇപ്പോൾ സമാധാനത്തോടെ കഴിയാൻ അനുവദിക്കുന്നുണ്ടോ എന്നായിരുന്നു എനിക്കറിയേണ്ടിയിരുന്നത്.

അദ്ദേഹം ചിരിച്ചു.

"അവ എന്നെ ഉപേക്ഷിച്ചുപോയി. കാരണം എന്റെ മറ്റ് ചില പേടിസ്വപ്നങ്ങളിൽ വന്ന വസ്തുക്കൾകണ്ട് അവ പേടിച്ചുപോയിരിക്കും."

ഞാൻ ആ പുതിയ പേടിസ്വപ്നങ്ങളെന്തൊക്കെയാണെന്ന് തിരക്കി. അദ്ദേഹം വീണ്ടും ചിരിച്ചു.

"ഇനിയൊരവസരത്തിൽ പറയാം."

മുപ്പത്

ബാഗ്ദാദിലെ ഒരു പൊതു ഉദ്യാനത്തിലൂടെ നടക്കുകയായിരുന്നു ഞാൻ. വളരെക്കാലം മുമ്പ് അവിടം സന്ദർശിച്ചിട്ടുണ്ടെന്ന് തോന്നി. ഉദ്യാനത്തിനുള്ളിലേക്കും പിന്നെ വാട്ടർ ഫൗണ്ടെനു ചുറ്റിലുമുള്ള വഴി നല്ല പരിചയമുള്ളതുപോലെ. ഉദ്യാനത്തിന് മധ്യഭാഗത്ത് നിൽക്കുന്ന ഫൗണ്ടെൻ കണ്ടാൽ ജല ഇതളുകളുള്ള വലിയൊരു പുഷ്പമാണെന്നേ തോന്നൂ. ആ

മർമരം മുമ്പും കേട്ടിട്ടുള്ളതുപോലെ. എന്നാൽ ഇരുഭാഗത്തുമുള്ള ലോണിൽ ഇത്രയേറെ വെള്ളപ്രതിമകൾ കണ്ടിട്ടുള്ളതായി ഒരോർമ്മയുമില്ല. വിവിധ രൂപങ്ങളിലുള്ള പുരുഷന്മാരുടേയും സ്ത്രീകളുടേയും കുഞ്ഞുങ്ങളുടേയുമൊക്കെ പ്രതിമകൾ.

ചിലത് ഇരിക്കുന്ന നിലയിലാണെങ്കിൽ മറ്റു ചിലത് നിൽക്കുകയാണ്. ചില പ്രതിമകളാകട്ടെ നിലത്ത് കിടക്കുന്നു. മഷിപോലെ നീലനിറമുള്ള ആകാശത്തേക്ക് നോക്കി. അജ്ഞാതമായ ഏതോ ഇടത്തേക്ക് കാറ്റ് നയിച്ചു കൊണ്ടുപോകുന്ന മേഘക്കീറുകൾക്ക് പിന്നിൽ ഇടയ്ക്കിടയ്ക്ക് ഒളിച്ചുകളിക്കുകയാണ് ചന്ദ്രൻ.

നിലത്ത് എന്തോ നഷ്ടപ്പെട്ടത് തിരയുന്നത് പോലെ കുനിഞ്ഞിരിക്കുന്ന ഒരു പ്രതിമ ഒന്ന് ചലിച്ചത് പോലെ തോന്നി. പിന്നെ കേട്ടത് ഒരു ഞരക്കമായിരുന്നു. ഞാൻ ആ പ്രതിമയ്ക്കരികിലേക്ക് നീങ്ങിയതോടെ ഞരക്കത്തിന്റെ ശബ്ദം ഉയരുന്നത്പോലെ തോന്നി. കുറച്ചുകൂടി അടുത്തേക്ക് ചെന്നപ്പോഴാണ് മനസ്സിലായത് ആ പ്രതിമ വെള്ളത്തുണിയിൽ പൊതിഞ്ഞ നിലയിലാണെന്ന്. ആ പ്രതിമയായിരുന്നു ഞരങ്ങിയത്. ഞാൻ കുറച്ചുകൂടി അരികിലേക്ക് ചെന്നപ്പോൾ കേട്ടത് ഒരു പുരുഷസ്വരമായിരുന്നു. തന്റെ ദേഹത്തേക്ക് അല്പം വെള്ളം തളിക്കാമോ എന്നായിരുന്നു ഞാൻ കേട്ടത്.

"നീ ആരാണ്? എന്തിനാ ഇങ്ങനെ കൂനി ഇരിക്കുന്നത്?"

"ഞാൻ മരിച്ചപ്പോൾ ഇങ്ങനെയായിരുന്നു. അതിനാൽ എനിക്ക് ചലിക്കാനാകില്ല. ദയവുചെയ്ത് എന്നെ ആ വെള്ളത്തിനരികിലേക്ക് കൊണ്ടുപോകൂ. ഞാൻ വല്ലാതെ കഷ്ടപ്പെടുകയാണ്.

ഞാൻ ആ പ്രതിമയുടെ ചുമലിൽ പിടിച്ചപ്പോൾ നല്ല തണുപ്പായിരുന്നു. കുനിഞ്ഞിരുന്ന് ഞരങ്ങിക്കൊണ്ടിരുന്ന പ്രതിമയെ വാട്ടർ ഫൗണ്ടെനരികിലേക്ക് ഞാൻ വലിച്ചിഴച്ച് കൊണ്ടുപോയി. വെള്ളം ശിരസ്സിലേക്ക് തെറിച്ച് വീഴാവുന്ന വിധത്തിൽ ഞാൻ ആ പ്രതിമയെ ഫൗണ്ടെനരികിൽ കൊണ്ടുവന്ന് വച്ചു. വല്ലാത്തൊരു നിശ്വാസത്തോടെ പ്രതിമ ആവശ്യപ്പെട്ടത് തന്നെ ഫൗണ്ടെനിലുള്ളിലേക്ക് തള്ളിനീക്കാനായിരുന്നു. ഞാൻ അപ്രകാരം പ്രവർത്തിച്ചു.

എന്തൊക്കെയാണ് സംഭവിച്ചുകൊണ്ടിരിക്കുന്നതെന്ന് മനസ്സിലാകുന്നതിന് മുമ്പ് മറ്റൊരു ഞരക്കം കൂടി കാതിലേക്കെത്തി:

"ദയവായി, എന്നെയും കൂടി..."

മുപ്പത്തിയൊന്ന്

മഗൈസിലിൽ മൃതദേഹങ്ങൾ കുളിപ്പിക്കുന്ന ജോലിയിലേക്ക് തിരികെപ്പോകാനായിരിക്കുമോ എന്റെ വിധി? പിതാവ് തന്റെ അന്ത്യം വരെ ആഗ്രഹിച്ചിരുന്ന പാതയിലേക്കുതന്നെ തിരികെ എത്താനായിരിക്കുമോ എന്റെ

വിധി? പക്ഷേ എന്താണ് ഈ വിധി? ഞാനാകട്ടെ വിധി എന്നതിൽ വിശ്വസിക്കുന്നതേയില്ല. ഇവിടെ ചരിത്രമുണ്ട്. ചിലർ ചരിത്രത്തെ വിധിയെന്ന് വിളിക്കുന്നു. യഥാർത്ഥത്തിൽ ചരിത്രമെന്താണ് എന്നും എനിക്കറിയില്ല. കുന്നുകൂടിയ കുറേ സംഭവവികാസങ്ങൾ പിറകിൽ അവശേഷിപ്പിച്ച് പോകുന്ന കുറേ ശവക്കൂമ്പാരങ്ങൾ.

'ചരിത്രത്തിന്റെ കൂമ്പാരങ്ങൾ' എന്നൊരു പ്രയോഗം ഒരു ടെലിവിഷൻ അനലിസ്റ്റ് കുറച്ച് ദിവസങ്ങൾക്കുമുമ്പ് ഉപയോഗിക്കുന്നത് കേട്ടിരുന്നു. അന്തിമമായി ചരിത്രത്തിന്റെ ഗതി എന്താണെന്ന് നിശ്ചയിക്കുന്നതാരാണ്? ചരിത്രമെന്നതിന് വ്യക്തമായൊരു യുക്തിയുണ്ടോ? അതോ സർവ്വതും കുന്നുകൂടുകയാണോ? ശവശരീരങ്ങൾ, തലയോട്ടികൾ, അറ്റുപോയ ശരീരഭാഗങ്ങൾ, തകർന്ന പ്രതീക്ഷകൾ, ദുഃഖങ്ങൾ...

വ്യത്യസ്തമാകണമെന്ന് ഞാനാഗ്രഹിച്ച എന്റെ കൊച്ചുചരിത്രത്തെ അത്യാർത്തി നിറഞ്ഞ വലിയ ചരിത്രം വിഴുങ്ങിക്കഴിഞ്ഞിരിക്കുന്നു. അങ്ങനെ എന്റെ ചരിത്രമെന്നത് എങ്ങോ അപ്രത്യക്ഷമായി. നിറങ്ങളും ജീവിതവും നിറഞ്ഞതായിരിക്കണമെന്ന് ഞാൻ കൊതിച്ച എന്റെ കൊച്ചു നദിയുടെ നിറങ്ങളെല്ലാം വളവും തിരിവുകളും കാരണം വൻനദിയിലേക്ക് ഒലിച്ചുപോയി കഴിഞ്ഞിരിക്കുന്നു. മരണമെന്ന മഹാനദിയിലേക്ക് സർവ്വതും ഒഴുകിപ്പോയിക്കഴിഞ്ഞു.

ഹമ്മൂദി എങ്ങോ അപ്രത്യക്ഷനാകുന്നതിന് ഒരു ഒൻപതുമാസംമുമ്പ് ഉമ്മയുടെ വയറിൽ നല്ല വേദന തുടങ്ങി. ഇതിനെത്തുടർന്ന് അവർ നിരന്തരം ഛർദ്ദിക്കാനും ആരംഭിച്ചു. അവർ പറയാൻ തുടങ്ങി:

"വയറിനുള്ളിൽ കത്തികൊണ്ട് കുത്തുന്നതുപോലെ."

ഞാൻ ഉമ്മയെ ഒരു ഡോക്ടറുടെ അടുത്തേക്ക് കൊണ്ടുപോയി. അദ്ദേഹം കുറെയേറെ പരിശോധനകൾ നടത്താൻ പറയുകയും ചില മരുന്നുകൾ കുറിക്കുകയും ചെയ്തു. എന്നാൽ അവരുടെ അവസ്ഥ നന്നാവുകയല്ല, മറിച്ച് കൂടുതൽ വഷളാവുകയാണ് ചെയ്തത്. ഞാൻ ഉമ്മയെ മറ്റൊരു ഡോക്ടറുടെ അരികിൽ കൊണ്ടുപോയി. അവരും വേറെ ചില പരിശോധനകൾ നടത്തി. വൻകുടൽ പരിശോധിക്കാനായി ഒരു 'കൊളണോസ്കോപി' ടെസ്റ്റ് നിർദ്ദേശിച്ചു. പരിശോധനയിൽ കണ്ടത് ഉദരത്തിൽ ട്യൂമർ ഉണ്ട് എന്നതായിരുന്നു. ബയോപ്സി പരിശോധനയിൽ ഈ ട്യൂമർ അത്ര മാരകമല്ലെന്ന് ബോധ്യമായെങ്കിൽപോലും ശസ്ത്രക്രിയയിലൂടെ അത് നീക്കം ചെയ്യണമായിരുന്നു. ശസ്ത്രക്രിയ നടന്നു. അതിനെത്തുടർന്ന് ഉമ്മയുടെ ആരോഗ്യം മെച്ചപ്പെടാൻ തുടങ്ങി. എന്നാൽ ശക്തമായ അണുബാധ ഉണ്ടായതിനെത്തുടർന്ന് അവർക്ക് വീണ്ടും ഒരുമാസത്തോളം ആശുപത്രിയിൽ കഴിയേണ്ടിവന്നു.

ഹമ്മൂദി മാസാമാസം നൽകിയിരുന്ന തുകയിൽനിന്നും ഞാൻ ശേഖരിച്ചു വച്ചിരുന്നതൊക്കെ ഡോക്ടർമാരുടെ ഫീസായും ശസ്ത്രക്രിയാ ചെലവുകളായും ചോർന്ന് പോയിക്കഴിഞ്ഞിരുന്നു. തുടർന്നുള്ള ബില്ലുകൾ അടയ്ക്കാനും വീട്ടുചെലവുകൾക്കുമായി കുറേയേറെ തുക സഹോദരിയുടെ

ഭർത്താവിന്റെ കൈയിൽനിന്നും കടംവാങ്ങാൻ ഞാൻ നിർബന്ധിതനായി. എന്തെങ്കിലുമൊരു ജോലി കണ്ടെത്താനുള്ള എന്റെ ശ്രമങ്ങളെല്ലാം പരാജയപ്പെട്ടു. പുറത്തിറങ്ങി പട്ടണത്തിലെന്തെങ്കിലും ജോലി അന്വേഷിക്കുന്നതുതന്നെ പലതരത്തിലുമുള്ള പ്രതിബന്ധങ്ങളും നിയന്ത്രിതമേഖലകളും കാരണം അത്യന്തം ദുഷ്കരമായിത്തീർന്നിരുന്നു.

കടം കുന്നുകൂടിയതോടെ എന്റെ മുന്നിലെ വഴികൾ എല്ലാം അടഞ്ഞു. നാനാവശത്തുകൂടെയും ഉപരോധിക്കപ്പെട്ട അവസ്ഥ. ഹമ്മൂദി അപ്രത്യക്ഷമാവുകയും തിരികെ വരാതാവുകയും മഗൈസിലിൽനിന്നുള്ള വരുമാനം നിലയ്ക്കുകകൂടി ചെയ്തതോടെ കാര്യങ്ങൾ കൂടുതൽ കൂടുതൽ ദുഷ്കരമായി.

ഈ സമയത്താണ് അൽ-ഫർത്ത്യൂസി വീണ്ടും എത്തി പിതാവിന്റെ ജോലി ഏറ്റെടുക്കാൻ എന്നെ നിർബന്ധിച്ചത്. ഞാൻ കടംകാരണം ആകെ വീർപ്പുമുട്ടി വലഞ്ഞിരിക്കുകയാണെന്ന് അറിഞ്ഞുകൊണ്ടാണ് അദ്ദേഹം വന്നതെന്ന് തോന്നിപ്പോയി. മഗൈസിൽ ഇങ്ങനെ അടച്ചിടുന്നത് ശരിയല്ലെന്ന് പറഞ്ഞ അദ്ദേഹം അവിടം വീണ്ടും തുറക്കണമെന്നും ഞാൻ ജോലിക്ക് തിരികെയെത്തണമെന്നും പ്രേരിപ്പിച്ചു. മരിച്ചവരോട് ജീവിച്ചിരിക്കുന്നവർക്ക് കടപ്പാടുകളുണ്ടെന്ന് അദ്ദേഹം ഓർമ്മിപ്പിച്ചു. ഇത്തവണ പറ്റില്ല എന്ന് ഞാൻ നേരിട്ട് പറഞ്ഞില്ല. അതോടെ ഞാൻ ഇക്കാര്യത്തെക്കുറിച്ച് ഗൗരവമായി ചിന്തിക്കാൻ തുടങ്ങിയിരിക്കുന്നുവെന്ന് അദ്ദേഹത്തിന് മനസ്സിലായിക്കാണും. കുഴിക്കാൻ പറ്റിയൊരു തുള എന്റെ ചുമരിൽ കണ്ടെത്തിയിരിക്കുന്നു. ഞാൻ പറഞ്ഞു:

"ഞാൻ ഒരു മതവിശ്വാസപ്രകാരം ജീവിക്കുന്ന ആളല്ല."

"അതൊരു കാര്യമേയല്ല. നമ്മുടെ ഉദ്ദേശ്യമാണ് പ്രധാനം." അദ്ദേഹം ഖുർആനിലെ ഒരു സൂക്തം ഉദ്ധരിച്ചു.

"നിങ്ങളുടെ മുഖങ്ങൾ കിഴക്കോട്ടോ പടിഞ്ഞാറോട്ടോ തിരിക്കുക എന്നതല്ല പുണ്യം."

"തെരുവുകളിലും മോർച്ചറികളിലെ ഫ്രീസറുകളിലും ശവശരീരങ്ങൾ നിറഞ്ഞു കവിഞ്ഞിരിക്കുകയാണ് സഹോദരാ. നിനക്ക് അവ കഴുകി, കഫൻ തുണി പൊതിയാനായാൽ ദൈവം നിന്നെ സ്നേഹിക്കും. നിന്റെ തെറ്റുകളെല്ലാം പൊറുത്തു നൽകുകയും ചെയ്യും. ഒപ്പം നിന്റെ വാപ്പയ്ക്കത് വലിയ സന്തോഷമാകുമെന്ന് ഞാൻ പറയുന്നത് വിശ്വസിച്ചോളൂ. സ്വർഗത്തിൽ അദ്ദേഹത്തിന്റെ ആത്മാവിന് ശാന്തി ലഭിക്കും."

വർഷങ്ങളായിട്ട് മൃതദേഹങ്ങൾ കുളിപ്പിച്ചിട്ടേ ഇല്ലെന്നും വിശദാംശങ്ങളൊക്കെ മറന്നുപോയിട്ടുണ്ടാകുമെന്നും ഞാൻ പറഞ്ഞു. എന്നാൽ താനത് വിശ്വസിക്കുകയേ ഇല്ല എന്ന് പറഞ്ഞ് അദ്ദേഹം പുഞ്ചിരിക്കുകയായിരുന്നു. ഒപ്പം എനിക്കൊരു കർമ്മശാസ്ത്രഗ്രന്ഥം നൽകാമെന്നും പറഞ്ഞു. അതിൽ മൃതദേഹങ്ങൾ കുളിപ്പിക്കൽ, കഫൻ ചെയ്യൽ തുടങ്ങിയവയുടെ വളരെ സൂക്ഷ്മമായ വിവരങ്ങൾ ഉണ്ടത്രേ.

എന്തുകൊണ്ടാണ് ഞാൻ അൽ-ഫർത്വൂസിയുടെ ആവശ്യം അംഗീകരിച്ചതെന്നറിയില്ല. എനിക്ക് പണത്തിന്റെ വലിയ ആവശ്യംതന്നെ ഉണ്ടായിരുന്നു എന്നത് ശരിയാണ്. മറ്റേതെങ്കിലും ഒരു വഴിയോ വരുമാനമാർഗമോ ലഭിക്കുന്നത് വരെയുള്ള ഒരു താത്കാലിക മാർഗം മാത്രമാണ് ഇതെന്ന് പറഞ്ഞ് ഞാൻ സ്വന്തം മനസ്സിനെ ആശ്വസിപ്പിക്കുവാൻ ശ്രമിക്കുകയായിരുന്നു. എന്നാൽ മഗൈസിലിലേക്ക് തിരികെയെത്തിയശേഷം മാസങ്ങളോ വർഷങ്ങളോ വരെ അത് നീണ്ടുനിന്നേക്കുമെന്ന് ഞാൻ സത്യത്തിൽ കരുതിയതേ ഇല്ലായിരുന്നു.

അൽ-ഫർത്വൂസി എന്നെ കെട്ടിപ്പിടിച്ചു തോളിൽ തട്ടി. യാത്രപറയുന്നതിനുമുമ്പ് അദ്ദേഹം കൂട്ടിച്ചേർത്തു.

“ഹമ്മൂദിയ്ക്കൊപ്പം മുമ്പ് ജോലി ചെയ്തിരുന്ന മഹദിയെ ഞാൻ വിളിക്കും. മഗൈസിൽ വീണ്ടും തുറക്കാൻ പോകുന്നുവെന്ന് അവനോട് പറയുകയും ചെയ്യും.”

മുപ്പത്തിരണ്ട്

പുഷ്പങ്ങൾ വിരിഞ്ഞുനിൽക്കുന്ന മാതളമരങ്ങൾ നിറഞ്ഞൊരു പൂന്തോട്ടത്തിൽ നഗ്നയായി നിൽക്കുകയായിരുന്നു റീം. കാറ്റിൽ മരച്ചില്ലകൾ ആടിയുലഞ്ഞപ്പോൾ ചുവന്നപൂക്കൾ കണ്ണെത്തും ദൂരത്തുനിന്ന് അലയിളകിത്തുടങ്ങി. എന്നെ കണ്ടതും റീം കൈവീശി. എനിക്ക് തോന്നി ആ കൈ പറഞ്ഞത് അടുത്തേക്ക് വരൂ എന്നാണെന്ന്. ഞാൻ അവൾക്കരികിലേക്ക് ചെന്നശേഷം പേര് വിളിച്ചു. എന്നാൽ എനിക്കെന്റെ ശബ്ദമോ കാലടികളോ കേൾക്കാനായില്ല. കാറ്റിന്റെ മർമ്മരം മാത്രമേ കേൾക്കാനുള്ളൂ. ഒന്നും ഉരിയാടാതെ പുഞ്ചിരി തൂകുകയായിരുന്നു റീം.

കൂടുതൽ അടുത്തേക്ക് ചെന്നപ്പോൾ അവളുടെ മാറിടങ്ങളുടെ സ്ഥാനത്ത് രണ്ട് മാതളങ്ങളാണ് എന്റെ കണ്ണിൽ പെട്ടത്. ഞാൻ ആ മാതളങ്ങളെ നോക്കുന്നു എന്നത് ശ്രദ്ധയിൽപ്പെട്ടതോടെ ഒന്ന് പുഞ്ചിരിച്ചുകൊണ്ട് അവൾ മാതളങ്ങളെ കൈപ്പത്തികൊണ്ട് പൊത്തിപ്പിടിച്ചു. റീമിന്റെ നഖങ്ങളിലും അധരങ്ങളിലും പുരട്ടിയിരുന്നത് മാതളപ്പൂക്കളുടെ അതേ ചുവപ്പ് നിറമായിരുന്നു.

ഞാൻ അവളുടെ നേരേ കുതിക്കുകയായിരുന്നു. ആലിംഗനം ചെയ്യുന്നതിനിടയിൽ അവളുടെ ഇടത്തേ മാറിടത്തിന്റെ സ്ഥാനത്തിരുന്ന മാതളം താഴേക്ക് ഉരുണ്ടുവീണു. അത് കുനിഞ്ഞെടുക്കാൻ തുനിഞ്ഞപ്പോൾ എന്റെ കൈ നിറയെ ചുവന്നൊലിക്കുന്ന പാടുകളായിരുന്നു. തിരിഞ്ഞുനോക്കുമ്പോൾ റീം കരയുകയാണ്. മാതളം ഉതിർന്ന് വീണ സ്ഥലത്തുനിന്നും പ്രവഹിച്ചുകൊണ്ടിരുന്ന രക്തത്തെ അടക്കിനിർത്താൻ പെടാപ്പാട് പെടുകയായിരുന്നു അവൾ.

മുപ്പത്തിമൂന്ന്

"**നി**ന്റെ വാപ്പ ജീവനോടെ ഉണ്ടായിരുന്നെങ്കിൽ അദ്ദേഹം ഇപ്പോൾ വള രെയേറെ സന്തോഷിച്ചേനെ."

ചോറ്റുപാത്രം നിർബന്ധിച്ച് കൈയിൽ തരുന്നതിനിടയിൽ ഉമ്മ പറഞ്ഞു. തലേദിവസം രാത്രി ഞാൻ ഉമ്മയോട് പറഞ്ഞതായിരുന്നു എനിക്ക് ഉച്ച ഭക്ഷണം തയ്യാറാക്കാൻ ബുദ്ധിമുട്ടേണ്ടെന്നും ഞാൻ ഏതെങ്കിലും കട യിൽനിന്നും ഭക്ഷണം കഴിച്ചോളാമെന്നും.

"നീ എന്തിനാ മോനേ, പുറത്തുനിന്നും ഭക്ഷണം കഴിക്കുന്നത്? നിന്റെ ഉമ്മ വീട്ടിൽ ഉണ്ടാക്കുന്നതിനേക്കാൾ രുചിയുള്ള ഭക്ഷണമുണ്ടോ? ഞാൻ നിനക്കായി ചോറും ഉരുളക്കിഴങ്ങും കോഴിക്കറിയും തയ്യാറാക്കി വച്ചിട്ടുണ്ട്."

വാപ്പയുടെ ജോലി ഞാൻ തുടരാൻ തീരുമാനിച്ചതിൽ അതിയായി സന്തോഷിക്കുകയായിരുന്നു ഉമ്മ. കടങ്ങൾ വീട്ടാനും വീട്ടുചെലവുകൾക്ക് വേണ്ട വരുമാനം കണ്ടെത്താനും വേണ്ടി മാത്രമാണ് ഞാൻ ഈ തൊഴി ലിലേക്ക് ഇറങ്ങുന്നതെന്ന് അവരോട് പറഞ്ഞില്ല. എന്റെ നെറുകയിൽ ചുംബിച്ചുകൊണ്ട് ഉമ്മ പറഞ്ഞു:

"അല്ലാഹുവും പ്രവാചകൻ മുഹമ്മദ് നബിയും ഇമാം അലിയും നിനക്ക് തുണയാകട്ടെ."

മഗൈസിലിന്റെ തടിവാതിലിൽ ചാരിനിൽക്കുകയായിരുന്നു മഹദി. കാൽമുട്ട് മടക്കി വലത്തേ പാദം വാതിലിൽ ചേർത്ത് കൈകൾ നെഞ്ചിൽ കെട്ടിവച്ച് നിൽക്കുന്ന മഹദിയെ കണ്ടാൽ പതിനഞ്ച് വയസ്സ് തോന്നിക്കും. പട്ടാളക്യാമ്പിലേതുപോലെ വെട്ടിച്ചുരുക്കിയ കാപ്പിനിറത്തിലുള്ള തലമുടി, കട്ടിയുള്ള പുരികങ്ങൾക്ക് കീഴിലെ തവിട്ടുനിറമുള്ള കണ്ണുകൾ. വലിയ മൂക്ക്. ചുണ്ടുകൾക്കു മുകളിലും കവിളിലും പ്രത്യക്ഷപ്പെട്ടു തുടങ്ങിയിരി ക്കുന്ന കുറ്റിരോമങ്ങൾ. മെലിഞ്ഞ ശരീരപ്രകൃതിയാണെങ്കിലും വീതിയുള്ള തോളുകളും ബലിഷ്ഠമായ പ്രകൃതവും കാരണം അവന് മൃതദേഹങ്ങൾ എടുത്തുയർത്താൻ സാധിക്കും. കറുത്ത സ്പോർട്സ് ഷൂസുകളും ജീൻസ് പാന്റ്സും കറുത്ത ജാക്കറ്റും ധരിച്ചിരിക്കുന്നു. ജാക്കറ്റിനുള്ളിലെ ചുവപ്പും കറുപ്പും കലർന്ന ജേഴ്സിയിൽ 'ബാർസെലോണ' എന്ന് വലിയ ഇംഗ്ലീഷ് അക്ഷരങ്ങളിൽ എഴുതിയിട്ടുണ്ട്.

രാവിലെ എട്ടുമണിക്ക് കുളിപ്പുരയുടെ മുന്നിൽവച്ച് കാണാമെന്നായി രുന്നു ഞാൻ അവനോട് സമ്മതിച്ചിരുന്നത്. ഞാൻ അടുത്തെത്തിയതും അവൻ എഴുന്നേറ്റ് വാതിലിനരികിൽനിന്നും മാറിനിന്നു. നാണം കലർന്ന പുഞ്ചിരിയോടെ അവൻ എന്നെ സ്വാഗതം ചെയ്തപ്പോൾ ഞാൻ കൈനീട്ടി. 'സാർ' എന്ന് ചേർത്ത് എന്റെ പേര് വിളിച്ച് അവൻ കൈപിടിച്ച് കുലുക്കി. എന്നാൽ അങ്ങനെ വിളിക്കേണ്ട ആവശ്യമില്ലെന്ന് ഞാൻ പറഞ്ഞു.

ഞാൻ പോക്കറ്റിൽനിന്നും താക്കോലെടുത്ത് വാതിൽ തുറന്നു. സത്യ ത്തിൽ എനിക്കൊപ്പമോ മറ്റു വല്ലവർക്കും ഒപ്പമോ ജോലി ചെയ്യുന്നതിന്

പകരം അവൻ സ്കൂളിൽ പോകേണ്ടതാണെന്ന് മനസ്സ് പറഞ്ഞു. കാര്യം തിരക്കിയപ്പോൾ കുടുംബത്തിനെ സഹായിക്കാനായി താൻ രണ്ടു വർഷം മുമ്പ് സ്കൂളിൽ പോകുന്നത് നിർത്തിയെന്ന് മഹദി പറഞ്ഞു. തുടക്കത്തിൽ സാന്റ്വിച്ചും സോഫ്റ്റ് ഡ്രിംഗ്സും വിൽക്കുന്ന പണിയായിരുന്നു. പിന്നീട് മാതാവിന്റെ സഹോദരനായ ഹമ്മൂദിക്കൊപ്പം ജോലി ചെയ്യാൻ തുടങ്ങി. അത് ഹമ്മൂദി അപ്രത്യക്ഷനാകുന്നത് വരെ തുടർന്നു. അത് പറയുമ്പോൾ മഹദിയുടെ സ്വരം വിറയ്ക്കുന്നുണ്ടായിരുന്നു.

"ദൈവം തുണച്ചാൽ അവൻ തിരിച്ചുവരും."

പ്രതീക്ഷ നഷ്ടപ്പെട്ടിരുന്നുവെങ്കിൽകൂടിയും ഞാൻ പറഞ്ഞു. എന്നാൽ ഉത്തരം കിട്ടാത്തൊരു ചോദ്യം അപ്പോഴും മനസ്സിലേക്ക് ആഴ്ന്നിറങ്ങുന്നുണ്ടായിരുന്നു. ഹമ്മൂദിയുടെ ശവശരീരത്തിന് എന്ത് സംഭവിച്ചിരിക്കും? എവിടെയായിരിക്കും ആ ശരീരമിപ്പോൾ?

സത്യത്തിൽ ഞാൻ മഗൈസിലിലേക്ക് വന്നിട്ടിപ്പോൾ വളരെക്കാലം കഴിഞ്ഞിരിക്കുന്നു. വാതിൽ തുറന്നപ്പോൾ പഴയ അതേ ഗന്ധമായിരുന്നു എന്നെ സ്വീകരിച്ചത്. പതിറ്റാണ്ടുകൾ കഴിഞ്ഞാലും ചില സ്ഥലങ്ങളുടെ പഴയ ഗന്ധം വിട്ടുമാറാത്തത് വിചിത്രമായൊരു കാര്യമാണ്. കർപ്പൂരത്തിന്റേയും താമരയിതളുകളുടേയും മണവും ഈർപ്പവും കലർന്ന വേറിട്ട ഗന്ധമാണ് കുളിപ്പുരയ്ക്കുള്ളത്. കുറേക്കാലം അടഞ്ഞുകിടന്ന വായുവിന്റെ ഗന്ധമുണ്ടായിരുന്നു കൂട്ടിന്. എനിക്കുമുന്നേ അകത്തേക്ക് പ്രവേശിക്കാൻ ഞാൻ ആംഗ്യം കാട്ടിയെങ്കിലും മഹദി മടിച്ചുനിന്നു. അതോടെ ഞാനവന്റെ തോളിൽ പിടിച്ച് പതിയെ തള്ളി. അവൻ അകത്തേക്ക് കയറി വലതുവശത്തേക്ക് മാറിനിന്നു. ഞാനും പിറകേ അകത്തുകയറി വാതിൽ തിരികെ അടച്ചു.

പ്രഭാതത്തിലെ സൂര്യരശ്മികൾ പുറത്തേക്ക് പിൻവലിഞ്ഞതുപോലെയാണ് തോന്നിയത്. ഇരുളിൽ മുങ്ങിനിൽക്കുന്ന മാർബിൾ ബഞ്ച് കണ്ടു. നാണം കുണുങ്ങിയായ സൂര്യൻ വളരെക്കുറച്ച് രശ്മികളെ മാത്രമേ ജനാലയിലൂടെ അകത്തേക്ക് കടത്തിവിടുന്നുള്ളൂ. ഞാൻ ഇടനാഴിയുടെ അങ്ങേയറ്റത്തേക്ക് നടന്നു. മേൽക്കൂരയിൽ ഘടിപ്പിച്ചിട്ടുള്ള ഫാൻ ഓണാക്കിയ ശേഷം മാതളമരം നിൽക്കുന്ന ചെറുതോട്ടത്തിലേക്ക് തുറക്കുന്ന വാതിലിനരികിലേക്ക് ചെന്നു. വായു അകത്തേക്ക് കടക്കാനായി വാതിൽ തുറന്നു. സമീപത്തെ മുറിയുടെ ജനാല കൂടി തുറന്നിടുവാൻ മഹദിയോട് പറഞ്ഞു. അങ്ങനെയെങ്കിലും കുറച്ച് ശുദ്ധവായു ശ്വസിക്കാൻ കിട്ടുമല്ലോ. വാതിലിലൂടെ പുറത്തേക്ക് നോക്കിയപ്പോൾ മാതളങ്ങൾ വൃക്ഷശിഖരങ്ങളിൽ തൂങ്ങിക്കിടക്കുന്നത് കണ്ടു. സെപ്തംബറിലെ തണുത്ത വായു അന്തരീക്ഷത്തിൽ നിറയവെ ജാക്കറ്റ് ഊരിയിടാനുള്ള ചിന്ത വേണ്ടായെന്ന് വച്ചു. മാതളങ്ങൾ ഇഷ്ടമാണോ എന്ന് തിരക്കിയപ്പോൾ ആണെന്നമട്ടിൽ മഹദി തലയാട്ടി. ആവശ്യമുള്ളവ പറിച്ച് വീട്ടിൽ കൊണ്ടുപോയ്ക്കോളാൻ ഞാൻ അവനോട് പറഞ്ഞു. എനിക്ക് അവ ഇഷ്ടമല്ലേ എന്ന് നന്ദി പറയുന്ന വേളയിൽ മഹദി തിരക്കി.

“മാതളങ്ങൾ എനിക്കിഷ്ടമാണ്. പക്ഷേ, ഈ മരത്തിലേതല്ലെന്ന് മാത്രം.”

ചുമരലമാരകൾക്കരികിലേക്ക് ചെന്ന് അവ തുറന്നുനോക്കി. വാപ്പ നിശ്ചയിച്ചിട്ടുള്ളതുപോലെ എല്ലാം അതാതിന്റെ സ്ഥാനത്ത് തന്നെ ഇരിപ്പുണ്ട്. താമരപ്പൂ ഇതളുകളുടെ കൂടുകൾ ധാരാളമുണ്ട്. എന്നാൽ കർപ്പൂര സഞ്ചികൾ കുറവാണ്. അതുകൊണ്ടായിരിക്കും ഹമ്മൂദി ഷൂർജ കമ്പോളത്തിലേക്ക് പോയിട്ടുണ്ടാകുക. എന്നാൽ കുറച്ച് ദിവസങ്ങൾക്കാവശ്യമുള്ള കർപ്പൂരം അവിടെത്തന്നെ ഉണ്ടുതാനും. വെള്ളടവ്വലുകളും കഫൻ തുണിയും യഥാസ്ഥാനത്ത് തന്നെയുണ്ട്. കഫൻ തുണികൾ നൈലോൺ സഞ്ചികൾക്കകത്താണ് വച്ചിട്ടുള്ളത്. അവയ്ക്ക് മുകളിൽ പ്രാർത്ഥനകൾ രേഖപ്പെടുത്തിയിരിക്കുന്നു. മൂന്നാമത്തെ ചുമരലമാര നിറയെ ഒലീവ് നിറത്തിലുള്ള ബാർസോപ്പുകളും പഞ്ഞിക്കൂടുകളുമാണ്. അത് നിറയെ സോപ്പിന്റെ മണമായിരുന്നു.

പാത്രങ്ങളും കപ്പുകളും ബക്കറ്റുകളുമൊക്കെ ഒന്നിനുമുകളിൽ മറ്റൊന്നായി അടുക്കിവച്ചിരിക്കുന്നു.

വെള്ളം ഉണ്ടെന്ന് ഉറപ്പാക്കാനായി പൈപ്പ് തുറന്നതും ആദ്യം വെള്ളത്തിന്റെ അലർച്ചയും പിന്നെ ശക്തിയോടെ തണുത്തജലവും പുറത്തേക്ക് വരാൻ തുടങ്ങി. മാർബിൾ ബഞ്ചിനരികിലേക്കു ചെന്ന് അതിന്റെ അരികിലൂടെ വിരലോടിച്ചുനോക്കി. അതിന് മുകളിൽ കിടത്താറുള്ള മൃതദേഹങ്ങൾ പോലെ തണുത്തുറഞ്ഞ ബഞ്ച്. ഞാൻ വിരലുകളിലേക്ക് നോക്കിയപ്പോൾ പൊടി പിടിച്ചിരിക്കുന്നത് ശ്രദ്ധയിൽപ്പെട്ടു. അവിടെ ഒന്ന് വൃത്തിയാക്കുവാൻ മഹദിയോട് പറഞ്ഞപ്പോൾ അവൻ ചൂല് എടുക്കാനായി സ്റ്റോർ റൂമിലേക്ക് പോയി. സമീപത്തുള്ള മുറിയിലേക്ക് പോയിനോക്കിയപ്പോൾ എല്ലാം പഴയതുപോലെതന്നെയുണ്ട്. കസേരകൾ, മേശ, ജനാലയ്ക്കു മുകളിൽ വച്ചിരിക്കുന്ന ഇമാം അലിയുടെ ചിത്രം. പച്ചതലക്കെട്ട് ചുറ്റിയ ഇമാം അലിയുടെ ശിരസ്സിന് ചുറ്റും തിളക്കമുള്ള ഒരു മഞ്ഞ പ്രഭാവലയം ഉള്ളതുപോലെ തോന്നി. മധ്യഭാഗം അല്പം ഉയർന്ന പുരികങ്ങളും വലിയ കൺകുഴികളിലെ സുറുമയിട്ട തവിട്ടുനിറമുള്ള കണ്ണുകളും. ചുരുണ്ട മീശരോമങ്ങളും താടിരോമങ്ങളും. വെള്ളക്കുപ്പായം. ചിത്രത്തിന് താഴെയായി ഒരു വാക്യവുമുണ്ട്.

“അലിയല്ലാതെ ഒരു യുവാവുമില്ല. അദ്ദേഹത്തിന്റെ ദുൽഫിഖാർ അല്ലാതെ മറ്റൊരു ഖഡ്ഗവുമില്ല.”

വലതുഭാഗത്തേക്ക് നോക്കിയപ്പോൾ വാപ്പയുടെ ഒരു പഴയചിത്രം കണ്ടു. തടി ഫ്രെയ്മിൽ തീർത്ത ബ്ലാക്ക് ആന്റ് വൈറ്റ് ചിത്രം. ഹമ്മൂദിയായിരിക്കും അത് ഈ മുറിയിൽ തൂക്കിയിരിക്കുക. അവന് ഈ ചിത്രം എവിടെനിന്ന് ലഭിച്ചു എന്ന് ഉമ്മയോട് തിരക്കി. ഒരു ചിത്രം എൻലാർജ് ചെയ്യാനായി ഹമ്മൂദി ആവശ്യപ്പെട്ടിരുന്നെന്നും എന്നോട് അക്കാര്യം പറയാൻ താൻ മറന്നുപോയെന്നും ഉമ്മ പറഞ്ഞു. ചെറിയൊരു ചിരി

വാപ്പയുടെ മുഖത്ത് കാണാമായിരുന്നു. ഞാൻ ആ ചിത്രത്തിലേക്ക് നോക്കി ക്കൊണ്ട് പറഞ്ഞു:

"വാപ്പാ, താങ്കൾ അനന്തരാവകാശിയാകണമെന്ന് ആഗ്രഹിച്ച ഇടത്തി ലേക്ക് ഞാനിതാ തിരിച്ചെത്തിയിരിക്കുന്നു. താങ്കൾ സ്വന്തം പിതാവിന്റെ സ്ഥാനം ഏറ്റെടുത്തത് പോലെ ഞാനുമിതാ താങ്കളുടെ സ്ഥാനം ഏറ്റെടു ക്കുന്നു. എന്നാൽ ഇവിടെ അധികകാലം തുടരില്ല എന്ന് താങ്കളെ അറിയി ക്കാനും ആഗ്രഹിക്കുകയാണ് ഞാൻ."

നിലത്ത് ചൂല് ഉരയുന്ന ശബ്ദം കേട്ടു. നിമിഷങ്ങൾക്കുള്ളിൽ മൂക്കിനു ള്ളിൽ പൊടി കയറാനും തുടങ്ങി. കസേരയിൽ ഇരുന്ന ശേഷം ഞാൻ ഇമാം അലിയുടെ ചിത്രത്തിലേക്ക് വീണ്ടും നോക്കി. അപ്പോഴതാ ഇമാ മിനെ അഭിസംബോധന ചെയ്യുന്ന കവി മുസഫർ അൽ-നവ്വാബിന്റെ ശബ്ദം കേൾക്കുന്നു:

"ഇപ്പോഴെങ്ങാനും അങ്ങ് തിരികെയെത്തിയാൽ സ്വന്തം അനുയായി കൾ അങ്ങേക്കെതിരെ പോരാടിയിരിക്കും അവർ അങ്ങയെ വിളിക്കുക 'കമ്മ്യൂണിസ്റ്റ്' എന്നായിരിക്കും."

വർഷങ്ങൾക്കു മുമ്പുള്ള ഒരു വേനൽക്കാലത്ത് മൃതദേഹങ്ങൾ കുളി പ്പിക്കുന്നത് സംബന്ധിച്ച വിശദാംശങ്ങൾ എഴുതിവച്ച ചെറിയൊരു കുറിപ്പു പുസ്തകം ഞാൻ ജാക്കറ്റിന്റെ പോക്കറ്റിൽനിന്നും പുറത്തേക്കെടുത്തു. താളുകൾ മഞ്ഞളിച്ചുപോയെങ്കിലും പുറംചട്ട സുരക്ഷിതമാണ്. അതിന്റെ താളുകൾ നിറയെ വാപ്പയുടെ മുഖത്തിന്റേയും ജപമാലയുടേയും ഇമാം അലിയുടെ മുഖത്തിന്റേയും മറ്റ് പല മുഖങ്ങളുടേയും ചിത്രങ്ങളായിരുന്നു. അതിലെ കുറിപ്പുകൾക്ക് മഹദിയേക്കാളും പ്രായമുണ്ടാകും.

അവയിലൊന്നിൽ എന്റെ കൈപ്പടയിൽ എഴുതിയിരിക്കുന്നത് വായിച്ചു നോക്കി.

"മൃതദേഹം കുളിപ്പിക്കുന്നതിന് മുമ്പ് ഇങ്ങനെ പറയണം: *ദൈവത്തിന്റെ സാമീപ്യം കൊതിച്ചുകൊണ്ടും ഈ മനുഷ്യനോടുള്ള കടപ്പാട് നിർവ്വഹി ക്കുന്നതിനുമായി ഞാൻ ഈ മൃതദേഹം കുളിപ്പിക്കുന്നു.* കുളിപ്പിക്കുന്നതി നിടയിൽ ചൊല്ലണം: *ദൈവമേ, നീ ക്ഷമിച്ചുനൽകണേ.* അല്ലെങ്കിൽ ഇങ്ങനെ പ്രാർത്ഥിക്കണം: *ദൈവമേ, ഇത് നിന്റെ വിശ്വാസിയായ അടിമ യുടെ ദേഹമാണ്. നീ ഇവന്റെ ദേഹത്തേയും ആത്മാവിനേയും തമ്മിൽ വേർതിരിച്ചിരിക്കുന്നു. അതിനാൽ നീ ഇയാൾക്ക് മാപ്പ് നൽകണേ."*

സർവ്വവിവരങ്ങളും ഞാൻ ഈ പുസ്തകത്തിൽ കുറിച്ചുവച്ചിട്ടുണ്ടായി രുന്നു. മൃതദേഹങ്ങൾ കുളിപ്പിക്കുന്നത് സങ്കീർണമോ ബുദ്ധിമുട്ടോ ആയി രുന്നില്ല. വാപ്പ ഈ പ്രവൃത്തി ചെയ്യുന്നത് ഞാൻ ഒരു നൂറ് തവണയെ ങ്കിലും നിരീക്ഷിച്ചിട്ടുണ്ട്. അതുപോലെ അദ്ദേഹത്തെ സഹായിച്ചിട്ടുമുണ്ട്.

നിലം വൃത്തിയാക്കിയശേഷം വേറെ എന്തെങ്കിലും ചെയ്യേണ്ടതുണ്ടോ എന്ന് മഹദി ചോദിച്ചു. തണുപ്പുകാലം തുടങ്ങിയതിനാൽ ജനാലകളും

വാതിലുകളും അടയ്ക്കാനും സ്ത്രീകളുടെ മഗൈസിലിൽ പോയി കുറച്ച് താമര ഇതളുകളും കർപ്പൂരവും വാങ്ങിക്കൊണ്ടുവരാനും പറഞ്ഞു. കുറച്ചു ദിവസത്തേക്ക് ആവശ്യമുള്ള സാധനം കൈയിലുണ്ടെങ്കിൽപ്പോലും അല്പം അധികം ശേഖരിച്ചുവയ്ക്കുന്നതിൽ കുഴപ്പമൊന്നുമില്ലല്ലോ? തിരികെ എത്തിയ മഹദി സാധനങ്ങൾ ചുമരലമാരയിൽ വച്ചശേഷം വീണ്ടും വാതിലിനരികിൽ വന്ന് നിന്നു. ഞാനവനോട് അടുത്ത് വന്ന് ഇരിക്കുവാൻ പറഞ്ഞു. അവൻ മേൽക്കുപ്പായം ഊരി കസേരയിൽ ഇട്ടു. എനിക്ക് മഹദിയെക്കുറിച്ച് കൂടുതൽ അറിയണമായിരുന്നു. ഞാൻ അവന്റെ വിനോദങ്ങളെക്കുറിച്ച് തിരക്കി. ഒഴിവ് സമയങ്ങളിൽ എന്തൊക്കെ ചെയ്യുമെന്ന് ചോദിച്ചു.

തനിക്ക് ഫുട്ബോൾ ഇഷ്ടമാണെന്നും സമയം കിട്ടുമ്പോഴൊക്കെ കളിക്കാറുണ്ടെന്നും മഹദി പറഞ്ഞു. ഭാവിയിൽ ഒരു 'പ്രൊഫഷണൽ ഫുട്ബോൾ പ്ലേയർ' ആകാനാണ് മോഹം.

"എന്തുകൊണ്ട് ആയിക്കൂടാ?"

പുഞ്ചിരിയോടെ ഞാൻ പറഞ്ഞു. അവൻ ധരിച്ചിരുന്ന ബാർസലോണ ക്ലബ്ബിന്റെ പേരും നിറവുമുള്ള ജേഴ്സിയിലേക്ക് ചൂണ്ടിക്കൊണ്ട് ആ ക്ലബ്ബിൽ കളിക്കാനാഗ്രഹമുണ്ടോ എന്ന് തിരക്കി. അതോടെ മഹദിക്ക് ആവേശമായി.

"അതേ."

"ഇറാഖിലെ ഫുട്ബോൾ ടീമുകളെക്കുറിച്ച് എന്താണഭിപ്രായം?"

"എനിക്ക് ത്വലബ ടീമിനെയാണ് ഇഷ്ടം."

ഞാൻ സത്യത്തിൽ ഇപ്പോൾ ഫുട്ബോൾ മത്സരങ്ങൾ ശ്രദ്ധിക്കാറേ ഇല്ല. എങ്കിലും ഞാൻ മർമ്മത്തു പിടിച്ചു. അൽ-സൗറാഅ് ക്ലബ്ബ് ആരാധകനാണെന്ന് മഹദിയോട് പറഞ്ഞു.

"ഏത് റോളിൽ കളിക്കാനാണ് നിനക്കിഷ്ടം?"

"സ്ട്രൈക്കർ."

കൂടുതൽ സംസാരിക്കാൻ കഴിയുന്നതിന് മുമ്പുതന്നെ മരണം മഗൈസിലിന്റെ വാതിലിൽ മുട്ടിവിളിച്ചു. മഹദി വാതിലിന് നേരേ ഓടി. എന്റെ നെഞ്ച് ഇടിക്കാൻ തുടങ്ങി. ഒരു അരമിനിറ്റ് നേരം ഞാൻ കസേരയിൽതന്നെ ഇരുന്നു. വാതിലിൽ മുട്ടിയ ആളിനോട് മഹദി പറയുന്നത് കേട്ടു:

"അതെ, ഇവിടെത്തന്നെയാണ്."

ഞാൻ എഴുന്നേറ്റ് മുറിയിൽനിന്നിറങ്ങി നേരെ മാർബിൾ ബഞ്ചിനരികിലേക്കും ശേഷം ഇടനാഴിയിലേക്കും നടന്നു. മഹദിയുടെ പിറകെ മൂന്ന് പുരുഷന്മാർ ഉള്ളിലേക്ക് വന്നു. മൃതദേഹം പുതപ്പിച്ച രക്തം പുരണ്ട വെള്ള ഷീറ്റും ചുമന്നാണ് അവർ വരുന്നത്. മഹദി മാർബിൾ ബഞ്ചിലേക്ക് വിരൽ ചൂണ്ടി. അവർ മൃതദേഹം അവിടെകൊണ്ടു വച്ചു. മഹദി എന്റെ നേരേ ചൂണ്ടിക്കൊണ്ട് അവരോട് പറഞ്ഞു.

"ജവാദ് സാറാണ് മൃതദേഹം കുളിപ്പിക്കുന്നത്."

എനിക്കത് കേട്ടപ്പോൾ ആകെ വിചിത്രമായാണ് തോന്നിയത്. ഞാൻ ചെയ്യാൻ പോകുന്ന കാര്യം അവൻ ഔദ്യോഗികമായി പ്രഖ്യാപിച്ചതു പോലെ.

അൻപത് വയസ്സ് തോന്നിക്കുന്ന ഒരാളെ അക്കൂട്ടത്തിൽ കണ്ടു. പൊക്കം കുറഞ്ഞ് തടിച്ച ശരീരപ്രകൃതി. മുൻവശത്ത് പകുതിയോളം ശിരസ്സ് കഷണ്ടി കയറിയിരിക്കുന്നു. ഗോതമ്പിന്റെ നിറമുള്ള നെറ്റി. തലയുടെ ഇരുവശത്തും ചാരനിറമുള്ള കുറച്ച് മുടിയുണ്ട്. ചെറിയ മീശയ്ക്കും അതേ നിറംതന്നെയാണ്. അയാളുടെ ക്ഷീണിച്ച കറുത്ത കണ്ണുകളിലേക്ക് നോക്കിക്കൊണ്ട് ഞാൻ പറഞ്ഞു:

"എന്റെ അനുശോചനങ്ങൾ. ഇത് നിങ്ങളുടെ ആരാണ്?"

"എന്റെ സഹോദരിയുടെ മകൻ."

"ദൈവം ആത്മാവിന് ശാന്തിനൽകട്ടെ. എനിക്ക് മരണസർട്ടിഫിക്കറ്റ് ഒന്ന് കാണാമോ?"

കൂടെ വന്നവരിലൊരാളോട് കാറിൽനിന്നും സർട്ടിഫിക്കറ്റ് എടുത്തുകൊണ്ടുവരുവാൻ അയാൾ ആവശ്യപ്പെട്ടു. ആ മനുഷ്യൻ കാറിനരികിലേക്ക് പോയി. മഹദിയാകട്ടെ ബക്കറ്റുകൾ അടുക്കിവയ്ക്കുകയും അവയിൽ വെള്ളം നിറയ്ക്കുകയും ചെയ്തുകൊണ്ടിരുന്നു. മൃതദേഹം കുളിപ്പിക്കുന്നതിന്റെ ചെലവ് എത്രയായിരിക്കുമെന്ന് മുതിർന്നയാൾ ചോദിച്ചു. വാപ്പ സ്ഥിരം പറയാറുള്ള വാചകങ്ങൾ നാവിലെത്തി.

"നിങ്ങൾക്ക് നൽകാനാകുന്നതെന്തോ അത് നൽകിയാൽ മതി. ഒപ്പം കഫൻതുണിയുടെ തുകയും നൽകണം. ശവപ്പെട്ടി വഖഫ് മന്ത്രാലയത്തിൽനിന്നും സംഭാവനയായി ലഭിക്കും. അതിനെക്കുറിച്ചൊക്കെ നമുക്ക് അവസാനം സംസാരിക്കാം."

"നന്നായി."

ഞാൻ അവരോട് ഇരിക്കാൻ പറഞ്ഞു. മൂന്നാമൻ ബഞ്ചിൽപോയി ഇരുന്നെങ്കിലും മരിച്ചയാളിന്റെ അങ്കിൾ അവിടെത്തന്നെ നിൽക്കുകയായിരുന്നു. അല്പം തടിച്ച ശരീരപ്രകൃതിയും കാപ്പി നിറത്തിലുള്ള തലമുടിയും വീർത്ത മുഖവുമുള്ള പുറത്തേക്കു പോയ ചെറുപ്പക്കാരൻ മരണസർട്ടിഫിക്കറ്റുമായി തിരികെ എത്തി. അയാളത് അങ്കിളിന് നൽകി. അദ്ദേഹമാകട്ടെ അല്പം വൈഷമ്യത്തോടെയായിരുന്നു എനിക്കത് കൈമാറിയത്. ഞാൻ സർട്ടിഫിക്കറ്റ് നോക്കി. പേര് : ജാസിം മുഹമ്മദ് അൽവാൻ, ലിംഗം: പുരുഷൻ, ജനനത്തീയതി: 08.05.1982, മരണകാരണം: വിഷബാധ/ അമിത ഗുളിക ഉപയോഗം. ഒന്നുംപറയാതെ ഞാൻ സർട്ടിഫിക്കറ്റ് തിരികെ നൽകി.

ഇരുപത്തിനാല് വയസ് മാത്രമുണ്ടായിരുന്ന ഈ ചെറുപ്പക്കാരൻ ജീവിക്കാൻ തുടങ്ങുന്നതിന് മുമ്പുതന്നെ മരണത്തിന് കീഴടങ്ങിയിരിക്കുന്നു.

മുമ്പൊന്നും കണ്ടിട്ടില്ലാത്ത വിധത്തിൽ മയക്കുമരുന്നുകളുടെയും ഗുളികകളുടേയും ഉപയോഗം യുവാക്കൾക്കിടയിൽ വർദ്ധിച്ചുവരികയാണിപ്പോൾ. സർട്ടിഫിക്കറ്റുകളുമായി വന്ന ചെറുപ്പക്കാരനും ബഞ്ചിലിരിക്കുകയായിരുന്ന മൂന്നാമന്റെ അരികിൽപോയി ഇരിപ്പുറപ്പിച്ചു.

മൃതദേഹം കിടത്തിയിരിക്കുന്ന മാർബിൾ ബഞ്ചിനരികിലേക്ക് ചെന്നു. അപ്പോഴാണ് ചെരുപ്പ് അഴിച്ചുമാറ്റണമെന്ന് ഓർത്തത്. വീട്ടിൽനിന്നും വേറെ ചെരുപ്പ് കൂടെക്കരുതിയിട്ടുമില്ല. ആദ്യം കുറച്ച് പരിഭ്രമം തോന്നിയെങ്കിലും ഞാൻ സമീപത്തെ മുറിയിലേക്ക് ചെന്നു. ഷൂസും സോക്സും ഊരിമാറ്റി. സോക്സുകൾ ഷൂസുകൾക്കുള്ളിൽ തിരുകിവച്ചശേഷം കസേരയുടെ അടിയിലേക്ക് നീക്കിവച്ചു. നിലത്തെ തണുപ്പ് പാദത്തിലൂടെ ഇരച്ചുകയറുന്നതായാണ് തോന്നിയത്. ഷർട്ടിന്റെ കൈഭാഗം മുകളിലേക്ക് മടക്കിവച്ചശേഷം ഞാൻ മാർബിൾ ബഞ്ചിനരികിലേക്ക് നടന്നു.

പൈപ്പിനരികിൽ ചെന്ന് ടാപ്പ് തുറന്നപ്പോൾ തണുത്തവെള്ളം പുറത്തേക്ക് കുതിച്ചെത്തി. സോപ്പുപയോഗിച്ച് കൈകൾ മുട്ടുവരെ കഴുകി. ശേഷം മഹദി തയ്യാറാക്കിവച്ചിരുന്ന ടവ്വലെടുത്ത് കൈകൾ തുടച്ചു. ബഞ്ചിന്റെ വലതുഭാഗത്ത് ചെന്നശേഷം മൃതദേഹത്തിന്റെ പുറത്ത് മൂടിയിരുന്ന ഷീറ്റ് എടുത്തുമാറ്റി. വെളുത്തൊരു പാന്റ്സ് മാത്രമായിരുന്നു മൃതദേഹത്തിൽ അവശേഷിച്ചിരുന്നത്. അയാളുടെ ചർമ്മത്തിന് മഞ്ഞനിറമായിരുന്നു. പറ്റെ വെട്ടിച്ചുരുക്കിയിരുന്ന കാപ്പിനിറത്തിലുള്ള തലമുടി, വീതിയേറിയ നെറ്റിത്തടം, നീളമുള്ള മൂക്ക്, വലതുകവിളിൽ മീശയ്ക്കരികിലായി ഒരു മറുകുമുണ്ട്. വരണ്ട ചുണ്ടുകൾ കണ്ടാൽ അവയ്ക്ക് ദാഹിക്കുകയാണെന്ന് തോന്നിപ്പോകും. നെഞ്ചിൽ മാറിടങ്ങൾക്ക് നടുവിലായി അവിടവിടങ്ങളിൽ കുറച്ച് രോമങ്ങളുണ്ട്. അത് ഒരു വരപോലെ വളർന്ന് വയറിലേക്ക് നീളുന്നു. നല്ല മെലിഞ്ഞ ശരീരം. എല്ലുകളും വാരിയെല്ലുകളുമൊക്കെ വ്യക്തമായി പുറത്ത് കാണാം. കഴുത്തിനടിയിലൂടെ കൈ ഇട്ട് മൃതദേഹത്തിന്റെ മുകൾഭാഗം ഒന്നുയർത്താൻ നോക്കി. അന്നേരം മറുകൈകൊണ്ട് മുതുക്ഭാഗത്ത് വിരിച്ചിരിക്കുന്ന തുണി എടുത്തുമാറ്റാൻ കഴിയും. ശരീരത്തിലെ രോമകൂപങ്ങൾ എഴുന്നേറ്റു നിൽക്കുന്നതുപോലെയാണ് തോന്നിയത്.

ഞാൻ ശിരസ്സിന്റെ ഭാഗം ബഞ്ചിലേക്ക് തിരികെവച്ചു. അന്നേരം ശരീരത്തിന്റെ മറ്റേ ഭാഗം ഉയർത്താനായി മഹദി മൃതദേഹത്തിന്റെ കാൽമുട്ടിനടിയിലേക്ക് കൈ കടത്തി. അതോടെ അവശേഷിച്ച ഷീറ്റും കൂടി വലിച്ചെടുത്തശേഷം മഹദിക്ക് കൈമാറി. അവനത് മടക്കി അവിടെത്തന്നെ നിൽക്കുകയായിരുന്ന മുതിർന്ന മനുഷ്യന് കൈമാറി. അത് വാങ്ങി കൈയിൽതന്നെ പിടിക്കുകയായിരുന്നു ആ മനുഷ്യൻ.

മഹദി വൃത്തിയുള്ള ഒരു വെള്ളടവ്വൽ എടുത്ത്കൊണ്ടുവന്ന് തന്നു. അവന്റെ മറ്റേ കൈയിൽ ഒരു കത്രികയുമുണ്ടായിരുന്നു. ഞാൻ ആ ടവ്വൽ ശവശരീരത്തിന്റെ അരഭാഗത്ത് വിരിച്ചു. ശേഷം മഹദിയുടെ കൈയിലിരുന്ന കത്രിക വാങ്ങി. ഇടത്തേക്കൈകൊണ്ട് പുറത്തേക്ക് കാണാത്ത

വിധത്തിൽ ടവ്വൽ ഉയർത്തിയശേഷം മൃതദേഹത്തിൽ കിടക്കുകയായിരുന്ന പാന്റ്സ് മുറിച്ച് മാറ്റുവാൻ തുടങ്ങി. രണ്ട് വശവും മുറിച്ചശേഷം പാന്റ്സ് മുകളിലൂടെയും താഴ്ഭാഗത്തുകൂടിയും എടുത്തുമാറ്റി. അലമാരയിൽനിന്നും എടുത്തുകൊണ്ടുവന്ന നൈലോൺ സഞ്ചിയിൽ അത് വാങ്ങിയിട്ടശേഷം മഹദി അത് അങ്കിളിന് കൈമാറി. ശേഷം എന്റെ കൈയിലിരുന്ന കത്രിക മഹദി തിരികെവാങ്ങി.

ഞാൻ മൃതദേഹത്തിന്റെ ഉദരത്തിൽ കൈവച്ച് മൃദുവായി അമർത്താൻ തുടങ്ങി. നല്ല കട്ടിയുള്ള പ്ലാസ്റ്റിക് പോലെയാണെന്ന് തോന്നിപ്പോയി വയറിൽ തൊട്ടപ്പോൾ. കപ്പിൽ വെള്ളം നിറച്ചശേഷം മുഖത്ത് പതിയെ ഒഴിച്ചു. വായിലേക്ക് ചൂണ്ടുവിരൽ കടത്തി പല്ല് തേച്ചുകൊടുത്തു. മഹദി പൊടിച്ച താമരപ്പൂഇതളുകൾ ബക്കറ്റിലെ വെള്ളത്തിൽ കലർത്തി. ജലോപരിതലത്തിൽ നുര രൂപപ്പെട്ടപ്പോൾ സുഖകരമായൊരു ഗന്ധം പരന്നു. ഞാൻ മറ്റൊരു പാത്രം വെള്ളം കൂടി ശിരസ്സിലേക്ക് ഒഴിച്ചശേഷം തലമുടിയും മുഖവും കഴുകി. സമൃദ്ധമായി വെള്ളം ഒഴിച്ചു കഴുകി. പിന്നെ മഹദിക്ക് നേരേ നോക്കി. ദേഹം ഒരുവശത്തേക്ക് തിരിച്ചു കിടത്താൻ സമയമായെന്ന് അവന് മനസ്സിലായി.

“ദൈവമേ, നീ മാപ്പ് നൽകണേ” എന്ന് ഉരുവിട്ടുകൊണ്ട് ഞങ്ങൾ ദേഹം തിരിച്ചുകിടത്തി. ആദ്യം വലതുഭാഗം ശിരസ് മുതൽ പാദം വരെ കഴുകി. ഇടതുഭാഗവും ഇപ്രകാരം കഴുകി. രണ്ടാംവട്ടം കർപ്പൂരം കലർത്തിയ വെള്ളം ഉപയോഗിച്ച് മൃതദേഹം കഴുകി. മൂന്നാംവട്ടം വെറും വെള്ളമുപയോഗിച്ചായിരുന്നു കുളി.

അരമണിക്കൂർ നേരത്തേക്ക് ആകെക്കൂടി കേൾക്കാനുണ്ടായിരുന്നത് വെള്ളം ദേഹത്ത് വീഴുന്നതിന്റേയും പിന്നെ എന്റെ പ്രാർത്ഥനകൾ ഉരുവിടുന്നതിന്റേയും ശബ്ദങ്ങൾ മാത്രമായിരുന്നു. ദേഹം മുഴുവൻ തുടച്ചശേഷം കഫൻതുണി പൊതിഞ്ഞു. സ്റ്റോർറൂമിൽനിന്നും മഹദി കൊണ്ടുവന്ന ഈന്തപ്പനയുടെ രണ്ട് ശിഖരങ്ങൾ ശവപ്പെട്ടിക്കുള്ളിൽ വയ്ക്കുകയും ചെയ്തു.

ഹമ്മൂദിയ്ക്കൊപ്പം ചെലവഴിച്ച രണ്ട് വർഷങ്ങൾകൊണ്ട് ഒരു സഹായിയുടെ കടമകളും കുളിരീതികളുമൊക്കെ മഹദി നന്നായി മനസ്സിലാക്കിയിരുന്നു. അടുത്ത ചുവടുവയ്പ് എന്താണെന്ന് മനസ്സിലാക്കുന്നതിലും അതിനായി തയ്യാറാകുന്നതിലുമൊക്കെ അവൻ എന്നേക്കാൾ മുന്നിലായിരുന്നു. അതിനാൽതന്നെ എന്തോ തെറ്റ് ചെയ്യുന്നുവെന്ന ആകാംക്ഷ ഇല്ലാതായി. ശവപ്പെട്ടി എടുക്കാനായി ഞങ്ങൾ മുറിയുടെ മൂലയിലേക്ക് ചെന്നപ്പോൾ അവിടെ ഇരിക്കുകയായിരുന്ന ചെറുപ്പക്കാർ എഴുന്നേറ്റു. പെട്ടി മാർബിൾ ബഞ്ചിനരികിലേക്ക് കൊണ്ടുവന്നശേഷം മൃതദേഹം അതിനുള്ളിലേക്ക് ഇറക്കിവച്ചു. തുക എത്രയായെന്ന് മുതിർന്നയാൾ വീണ്ടും തിരക്കി. കൃത്യമായൊരു തുകയൊന്നുമില്ലെന്നായിരുന്നു എന്റെ മറുപടി. അയാളെനിക്ക് പതിനായിരം ദിനാർ പ്രതിഫലമായി നൽകി. ഞാൻ നന്ദി പറഞ്ഞുകൊണ്ട്

ഒരിക്കൽകൂടി അനുശോചനം രേഖപ്പെടുത്തി. അതോടെ ശവപ്പെട്ടിയും ചുമലിലേന്തി അവർ പുറത്തേക്ക് പോയി.

അവർ നൽകിയ തുക പോക്കറ്റിലേക്ക് വയ്ക്കുന്നതിനിടയിൽ ഈ തുകയെക്കുറിച്ച് ഞാൻ മഹദിയോട് ചോദിച്ചു. ഇത് നല്ല തുകയാണെന്ന് പറഞ്ഞ ശേഷം മഹദി കൂട്ടിച്ചേർത്തത്: പ്രാർത്ഥനകളും മറ്റും എഴുതിച്ചേർത്ത കഫൻ തുണിയും ശവപ്പെട്ടിയും ബന്ധുക്കൾ പ്രത്യേകം ആവശ്യപ്പെട്ടാൽ ഹമ്മൂദി ഇരുപതിനായിരം ദിനാർ ഈടാക്കാറുണ്ടായിരുന്നു എന്നായിരുന്നു. മാർബിൾ ബഞ്ച് കഴുകി പാത്രങ്ങളും മറ്റും ക്രമപ്പെടുത്തി വയ്ക്കാമെന്ന് ഞാൻ മഹദിയോട് പറഞ്ഞു. എന്നാൽ താൻ തന്നെ അതൊക്കെ ചെയ്തു കൊള്ളാമെന്നായിരുന്നു അവന്റെ മറുപടി.

ഞാൻ സമീപത്തെ മുറിയിൽ പോയി ഇരുന്നു. അവിടെ മുമ്പുണ്ടായിരുന്ന റേഡിയോ എവിടെയെന്ന് നോക്കിയെങ്കിലും കണ്ടെത്താനായില്ല. മഹദിയോടും തിരക്കി. അവനും അറിയില്ല അതെവിടെയെന്ന്. ചെറിയൊരു വിനോദത്തിന് വീട്ടിൽനിന്നൊരു റേഡിയോ കൊണ്ടുവരുവാൻ തീരുമാനിച്ചു. അപ്പോഴാണ് 'ദൈവത്തിന്റെ സാമിപ്യം കൊതിച്ചുകൊണ്ടും ഈ മനുഷ്യനോടുള്ള കടപ്പാട് നിർവ്വഹിക്കുന്നതിനുമായി ഞാൻ ഈ മൃതദേഹം കുളിപ്പിക്കുന്നു' എന്ന ആമുഖപ്രാർത്ഥന ഉരുവിടുവാൻ മറന്നുപോയല്ലോ എന്നോർത്തത്. എനിക്ക് തോന്നി ചുമർചിത്രത്തിലെ ഇമാംഅലി എന്നെത്തന്നെ നോക്കുകയാണെന്ന്. എന്നാൽ ആ കണ്ണുകളിൽ ഏതെങ്കിലും തരത്തിലുള്ള വിദ്വേഷമോ താക്കീതോ ഒന്നും കണ്ടതുമില്ല.

അങ്ങനെ ആദ്യദിനത്തിൽ മരണം എന്നോട് വളരെ ഉദാരത കാണിച്ചു. പിന്നെ ഉച്ചവരെ വേറെയാരും വന്നില്ല. അപ്പോഴാണ് ഉമ്മ തയ്യാറാക്കിത്തന്നെ ചോറ്റുപാത്രത്തിന്റെ കാര്യം ഓർമ്മ വന്നത്. മഹദി ഭക്ഷണം അടങ്ങുന്ന സഞ്ചിയോ മറ്റോ കൊണ്ടുവന്നിരുന്നില്ല. അതിനാൽ ഞാനവന് കുറച്ച് പണം നൽകിയ ശേഷം തെരുവിന്റെ ഒടുവിൽ സ്ഥിതിചെയ്യുന്ന അബൂകരീമയുടെ കടയിൽനിന്നും രണ്ട് ഫലാഫിൽ സാന്റ്വിച്ചുകളും രണ്ട് ടിൻ പെപ്സിയും വാങ്ങി വരുവാൻ പറഞ്ഞു. വളരെ ഉത്സാഹത്തോടെയും സന്തോഷത്തോടെയുമായിരുന്നു അവൻ പുറത്തേക്ക് പോയത്.

അവൻ തിരിച്ചുവരുന്നതും കാത്തിരിക്കുന്നതിനിടയിൽ ഞാനെന്റെ പഴയ നോട്ട്പുസ്തകം മറിച്ചുനോക്കാൻ തുടങ്ങി. അതിൽ ചില ഒഴിഞ്ഞ പുറങ്ങൾ കണ്ടപ്പോൾ അവയിൽ കുളിപ്പിക്കാൻ പോകുന്ന മൃതദേഹങ്ങളുടെ പേരുകൾ രേഖപ്പെടുത്തി വയ്ക്കാമെന്ന് മനസ്സ് പറഞ്ഞു. ആദ്യമായി ഇന്നത്തെ തിയതിയും ശേഷം ആദ്യത്തെ മൃതദേഹത്തിന്റെ പേരും കുറിച്ചിട്ടു. ജാസിം.

ഒരുമിച്ച് ഭക്ഷണം കഴിക്കാനും പുതുതായി വാങ്ങിയ റേഡിയോവിനരികിൽ ഒരുമിച്ചിരിക്കുവാനും തുടങ്ങിയതോടെ ഞാനും മഹദിയും കൂടുതൽ അടുത്തു. എന്നാൽ ഇതിനേക്കാളൊക്കെ ഞങ്ങളെ അടുപ്പിച്ചത് കുളിമുറിയിൽ പിന്നീടുള്ള മാസങ്ങളിൽ ഞങ്ങൾ കുളിപ്പിച്ച മൃതദേഹങ്ങൾ കാരണമായിരുന്നു. ആ മൃതദേഹങ്ങളുടെ പേരുകൾ എഴുതിവയ്ക്കുവാൻ

തന്നെ ധാരാളം നോട്ടുപുസ്തകങ്ങൾ വേണ്ടിവന്നു. മഗൈസിലിലെ ആദ്യ ദിവസം സത്യത്തിൽ പിന്നീട് തുടർന്നുവന്ന ദിവസങ്ങളേയും മാസങ്ങളേയും അപേക്ഷിച്ച് വളരെ ലളിതമായിരുന്നു എന്നാണ് പറയേണ്ടത്.

മുപ്പത്തിനാല്

ശരീരപ്രകൃതിയും മുഖങ്ങളും കണ്ടപ്പോൾ മനുഷ്യരെപ്പോലെയാണ് തോന്നിയത്. എന്നാൽ അവർക്ക് മാംസമോ രക്തമോ ഇല്ലതാനും. മേഘങ്ങളെപ്പോലെയുള്ള എന്തോ സംഗതിയാലുള്ള രൂപം. ഞാൻ അവർ കടന്നു വരുന്നത് കണ്ടു. എണ്ണിനോക്കിയപ്പോൾ പത്തിലധികം പേരുണ്ടായിരുന്നു. ഓരോരുത്തരുടെയും വലിയ ചിറകുകൾ ശക്തിയോടെ ഉയർന്ന് താഴുന്നു. ഇരുളിലും തേജസ്സോടെ തിളങ്ങുന്ന മുഖങ്ങൾ. അവർ എനിക്കു ചുറ്റും കൂടിനിന്നു. രണ്ടുപേർ എന്റെ ചുമലിൽ പിടിച്ചശേഷം മേഘങ്ങളിലൊന്നിൽ ഇരുത്തി. അപ്പോഴതാ മൂന്നാമതൊരാൾ വന്ന് എന്റെ കഴുത്തിൽ പിടിമുറുക്കുന്നു. എന്റെ മുന്നിൽത്തന്നെ നിൽക്കുകയായിരുന്നെങ്കിലും അയാളുടെ ശബ്ദം വളരെ വിദൂരതയിൽനിന്ന് വരുന്നതുപോലെയാണ് തോന്നിയത്.

“നല്ല ഉദ്ദേശ്യമില്ലാതെ മൃതദേഹങ്ങൾ കുളിപ്പിക്കാൻ നിനക്കെങ്ങനെ ധൈര്യം വന്നു?”

ശ്വാസംമുട്ടുന്നതിനിടയിൽ ഞാൻ തിരക്കി.

“നിങ്ങളൊക്കെ ആരാണ്?”

“വിഡ്ഢിയാണോ നീ? ഞങ്ങൾ മാലാഖമാരാണെന്ന് കണ്ടാലറിയില്ലേ?”

“രഹസ്യപ്പൊലീസുകാരെപ്പോലെ എന്നോട് പരുഷമായി പെരുമാറുന്ന നിങ്ങളെങ്ങനെ മാലാഖമാരാകും?”

ഇത് കേട്ടതും മൂന്നാമൻ എന്റെ പുറത്തടിച്ചു.

“നീ എന്താ ഞങ്ങളെ ചോദ്യം ചെയ്യുകയാണോ?”

അയാൾ തന്റെ പഴയ ചോദ്യം വീണ്ടും ആവർത്തിച്ചു.

“നല്ല ഉദ്ദേശ്യമില്ലാതെ മൃതദേഹങ്ങൾ കുളിപ്പിക്കാൻ നിനക്കെങ്ങനെ ധൈര്യം വന്നു?”

“എനിക്ക് നല്ല ഉദ്ദേശ്യം തന്നെയാണുള്ളത്.”

ഞാൻ പറഞ്ഞു.

മുപ്പത്തിയഞ്ച്

അലാറത്തിന്റെ മുഴക്കംകേട്ട് ഉണരുന്ന നിമിഷമാണ് ഏറ്റവും ദുർഘടമായ ജീവിതനേരം. അതോടെ നിർബന്ധിത മാരത്തോണിലേക്ക് മടങ്ങാനുള്ള തയ്യാറെടുപ്പ് ആരംഭിക്കേണ്ടതുണ്ടെന്ന് മനസ്സ് പറയും. ഏറ്റവും വികൃതമായ പേടിസ്വപ്നങ്ങളിൽ പോലും ഉണർവിന്റെ പ്രതീക്ഷകളുണ്ടാകും. എന്നാൽ

ഈ ശാശ്വതമായ പേടിസ്വപ്നങ്ങളിൽനിന്നും ദിവസേനയുള്ള ഉണർച്ച കളിൽ നിന്നുമൊക്കെ ഉണർന്നെഴുന്നേൽക്കാൻ കഴിയാത്ത അവസ്ഥയി ലാണ് ഞാൻ. കടലാസുകൾ കുന്നുകൂടിയ ഓഫീസ് ഡെസ്കുകൾക്ക് പിറകിലിരുന്ന് ജോലി ചെയ്യുന്നവരുണ്ട്. ചിലർ ദിവസം മുഴുവൻ യന്ത്ര ങ്ങളെപ്പോലെ പണിയെടുക്കും. എന്റെ ഓഫീസ് ഡെസ്ക് മൃതദേഹങ്ങൾ കിടത്തുന്ന മാർബിൾ ബഞ്ചാണ്. മരണത്തിന്റെ മാലാഖയായ അസ്റാ ഈൽ ഒരു പക്ഷേ ദൈവമായിത്തീരാനുള്ള ഉദ്യോഗക്കയറ്റം ലഭിക്കുമെന്ന പ്രതീക്ഷയിൽ അധികസമയം പണിയെടുക്കുകയാണിപ്പോൾ.

തെരുവിലൂടെ നടക്കുന്നതിനിടയിൽ ഞാൻ ആളുകളുടെ രൂപങ്ങളി ലേക്ക് നോക്കി. ഇവരിലാരായിരിക്കാം അടുത്തതായി എന്റെ മാർബിൾ ബഞ്ചിൽ വന്നുകിടക്കാൻ പോകുന്നത്?

ആഴ്ചയിലെ എല്ലാ ദിവസങ്ങൾക്കും അവയുടേതായ ബുദ്ധിമുട്ടുകളു ണ്ടാകും. ഓരോന്നിനും സ്വന്തമായ കുറേ ദുരിതങ്ങൾ. വ്യാഴാഴ്ചയായി രിക്കും ഏറ്റവും ബുദ്ധിമുട്ടേറിയതും ദൈർഘ്യമേറിയതുമായ ദിനം. ആ ദിവസമായിരിക്കും ഓരോ ആഴ്ചത്തേയും മരണത്തിന്റെ വിളവെടുപ്പ് അടക്കംചെയ്ത അൽഫർത്വൂസിയുടെ ശീതീകരിച്ച ട്രക്ക് എത്തുന്നത്. സ്വന്തം കുടുംബങ്ങളിൽനിന്നും ജീവിതത്തിൽനിന്നും അടർത്തെറിയ പ്പെട്ടവർ. ബാഗ്ദാദിന്റെ പ്രാന്തപ്രദേശങ്ങളിലെ ചവറ്കൂനകളിലും ടൈഗ്രിസ് നദിയിലും മോർച്ചറികളിലും ഉപേക്ഷിക്കപ്പെട്ട മൃതദേഹങ്ങൾ. പലതിനും കടലാസുകളോ തിരിച്ചറിയിൽ കാർഡുകളോ ഉണ്ടാകില്ല. പേരോ ഊരോ ഇല്ലാത്ത അവസ്ഥ. പേരിന് പകരം മരണകാരണമായിരിക്കും ഇവരുടെ കാര്യത്തിൽ ഞാനെന്റെ നോട്ടുപുസ്തകത്തിൽ രേഖപ്പെടുത്തുക. നെറ്റി യിൽ ഒരു വെടിയുണ്ട, കഴുത്തിന് ചുറ്റും ശ്വാസംമുട്ടി മരിച്ചതിന്റെ ചുവന്ന പാടുകൾ, മുതുകിൽ കത്തിക്കുത്തേറ്റ മുറിവ്, വൈദ്യുതിവാളുകൊണ്ട് വികൃതമായ ശരീരം, ശിരസ്സില്ലാത്ത ദേഹം, ചാവേർസ്ഫോടനത്തിൽ ചിത റിയ ശരീരം, അങ്ങനെയങ്ങനെ.

ഓരോ പേരുകളും ഉള്ളിന്റെ ഉള്ളിലേക്ക് ആഴ്ന്നിറങ്ങുന്നതുപോലെ. അവയുടെ പ്രതിധ്വനി മുഴങ്ങിക്കൊണ്ടേയിരിക്കുന്നു. ആ മുഖങ്ങളെ ഒന്നിനും മായ്ക്കാനാകുന്നില്ല. അങ്ങനെ എന്റെ മനസ്സ് മൃതദേഹങ്ങളുടെ മുഖങ്ങൾ രേഖപ്പെടുത്തിയ നോട്ടുപുസ്തകം പോലെയായിരിക്കുന്നു. ഒരുനാൾ വീട്ടി ലേക്ക് മടങ്ങവേ ഓർത്തുപോയി, മഹദിയേയും ഉമ്മയേയും മാറ്റിനിർത്തിയാൽ ഇപ്പോൾ എന്റെ ജീവിതം മുഴുവൻ ശവശരീരങ്ങളല്ലാതെ ഒന്നും തന്നെയില്ല!

മുപ്പത്തിയാറ്

2006 ഫെബ്രുവരിയിലെ ഒരു പ്രഭാതത്തിൽ ജോലിസ്ഥലത്തേക്ക് പോകാ നായി വസ്ത്രം ധരിച്ചുകൊണ്ടിരിക്കുകയായിരുന്നു ഞാൻ. പെട്ടെന്ന് താഴത്തെ നിലയിൽ ഉമ്മ അലറിക്കരയുന്നത് കേട്ടു. പാന്റ് മാത്രം ധരിച്ച

നിലയിൽ ചെരിപ്പിടാതെ ഞാൻ പടികളിറങ്ങി താഴേക്ക് ഓടിച്ചെന്നു. അവിടെ കണ്ട കാഴ്ച ഉമ്മ ടി.വി.യുടെ മുന്നിലിരുന്ന് അലറിക്കരയുന്നതായിരുന്നു. അവർ തന്നത്താനേ ഇരുകൈകൊണ്ട് മുഖത്ത് സ്വയം പ്രഹരിച്ചുകൊണ്ടിരിക്കുന്നു.

"എന്റെ ദൈവമേ... എന്റെ ദൈവമേ..."

ഞാനവരുടെ കൈയിൽ പിടിച്ചുകൊണ്ട് മുഖത്തടിക്കുന്നത് മതിയാക്കാൻ യാചിച്ചു.

"എന്തുപറ്റി ഉമ്മ? എന്താണ് പ്രശ്നം?"

ഒരു പള്ളിയുടെ മകുടം തകർന്നുകിടക്കുന്ന ചിത്രങ്ങളായിരുന്നു ടിവി സ്ക്രീനിൽനിറയെ.

"അവർ അൽ-അസ്കരി പള്ളിയിൽ ബോംബാക്രമണം നടത്തി. ദൈവമേ, നീ എന്നെ അന്ധയാക്കിയിരുന്നെങ്കിൽ ഈ കാഴ്ച കാണേണ്ടിവരില്ലായിരുന്നല്ലോ..."

ഞാൻ ഉമ്മയെ ശാന്തയാക്കാൻ ശ്രമിച്ചുകൊണ്ടിരുന്നു. സത്യത്തിൽ വ്യത്യസ്തമായ കാരണങ്ങൾ കൊണ്ടാണെങ്കിൽകൂടിയും ഈ ദൃശ്യങ്ങൾ കണ്ടപ്പോൾ എനിക്കും ദുഃഖം വന്നു. ശിയാ മുസ്ലീംകളുടെ പത്താമത്തെയും പതിനൊന്നാമത്തെയും ഇമാമുമാരുടെ അന്ത്യവിശ്രമകേന്ദ്രമായ സാമർറയിലെ ഈ തീർത്ഥാടനകേന്ദ്രം ഞാൻ ഒന്നിലധികം തവണ സന്ദർശിച്ചിട്ടുണ്ട്. ഇവിടെയാണത്രേ പന്ത്രണ്ടാമത്തെ ഇമാം മഹദി അപ്രത്യക്ഷനായത്. ലോകാവസാനകാലമാകുമ്പോൾ അദ്ദേഹം തിരികെ എത്തുമെന്നാണ് ശിയാവിശ്വാസം. ആ ശവകുടീരത്തിനുള്ളിലെ സ്വർണംപൂശിയ ജനാലക്കമ്പികളിൽ പിടിമുറുക്കി ഉമ്മ കരയുന്നത് കണ്ടപ്പോഴൊക്കെ എന്റെ മനസ്സിലും വലിയ ദുഃഖം തോന്നിയിരുന്നു. ഞാനന്ന് വളരെ ചെറുപ്പമായിരുന്നു. ആൾക്കൂട്ടത്തിൽ വഴിതെറ്റിപ്പോകാതിരിക്കാനായി ഉമ്മ എന്റെ തൊട്ടുപിറകിൽ തന്നെ ഉണ്ടായിരുന്നു. ആ തണുത്ത ജനാലക്കമ്പികളുടെ സ്പർശനം ഇപ്പോഴും എന്റെ കവിളിലുണ്ട്. പ്രാർത്ഥനകൾ ഉരുവിട്ടുകൊണ്ട് എന്റെ പിറകിൽ നിൽക്കുകയായിരുന്ന ഉമ്മയുടെ ദേഹത്തെ ചൂട് എന്നിലേക്കും പകരുന്നുണ്ടായിരുന്നു. അമ്മൂരിയുടെ പേര് പറഞ്ഞ് കരയുകയായിരുന്നു ഉമ്മ. അവനെ സംരക്ഷിക്കണേ എന്ന് ഇമാമിനോട് യാചിക്കുകയായിരുന്നു അവർ. ഉമ്മയ്ക്കൊപ്പം ഞാനും കരഞ്ഞു. എന്നാൽ ആ പ്രാർത്ഥനകളും കണ്ണീരുമൊന്നും ഫലം ചെയ്തില്ല എന്നുമാത്രം!

ബാല്യത്തിലും യുവത്വത്തിലുമൊക്കെ പിന്നെയും പലതവണ ഞങ്ങൾ സാമർറയിലേക്ക് പോയിട്ടുണ്ട്. അന്ന് ഞങ്ങൾ വളരെയധികം നിഷ്കളങ്കരായിരുന്നു. സ്കൂളിലെ വിനോദയാത്രയുടെ ഭാഗമായി സർപ്പിളാകൃതിയിലുള്ള മിനാരമുള്ള സാമർറയിലെ വലിയ പള്ളി സന്ദർശിക്കുകയും ആ മിനാരത്തിന്റെ മുകളറ്റംവരെ കയറുകയും ചെയ്യും. അവിടെനിന്നുകൊണ്ട് നോക്കിയാൽ അസ്കരി ശവകുടീരത്തിന്റെ സുവർണമകുടത്തിന്റെ അന്ധാളിപ്പിക്കുന്ന ഭംഗി കണ്ടറിയാം. സൂര്യപ്രകാശത്തിൽ തിളങ്ങുന്ന മകുടം

കണ്ടാൽ തോന്നുക ആകാശത്തുനിന്നൊരു നക്ഷത്രം താഴേക്ക് വീണ പ്പോൾ സ്വർണഅരുവിയിൽ മുങ്ങികിടക്കുന്നുവെന്നായിരിക്കും.

ടി.വി. സ്ക്രീനിന്റെ താഴ്ഭാഗത്തുകൂടി വാർത്തകൾ സ്ക്രോൾ ചെയ്തു കാണിക്കുന്നുണ്ട്. സർവ്വദിക്കിൽനിന്നും ഈ ആക്രമണത്തെ അപലപിക്കു കയും തള്ളിപ്പറയുകയും ചെയ്യുന്ന പ്രസ്താവനകൾ വന്നുകൊണ്ടിരി ക്കുന്നു. സാഹചര്യങ്ങൾ കൂടുതൽ വഷളാകുന്നതായാണ് തോന്നുന്നത്. ഈ കുറ്റകൃത്യം അടിച്ചമർത്തപ്പെട്ട വിദ്വേഷം ആളിക്കത്തിക്കും. ശവങ്ങൾ ഇനി സർവ്വയിടങ്ങളിലും കുന്നുകൂടും. മറ്റ് തീർത്ഥാടനകേന്ദ്രങ്ങളിലെ മകുട ങ്ങളും തകർക്കപ്പെടുമോ എന്ന ഭീതിയായിരുന്നു ഉമ്മയ്ക്ക്.

"ഇമാം മൂസ അൽ-കാസിമിന്റെ നമ്മുടെ നാട്ടിലുള്ള ശവകുടീരം തകർക്കാൻ അവർ തുനിഞ്ഞാൽ ആർക്കാണ് തടുക്കാനാകുക? ദൈവമേ ഞങ്ങളെ സഹായിക്കണേ."

'ദൈവം നമ്മെ സഹായിക്കും ഉമ്മാ, നിങ്ങൾ സമാധാനമായിരിക്കൂ. അവർ അൽ-കാസിം കുടീരം തകർക്കുകയൊന്നുമില്ല."

മുമ്പ് കണ്ടിട്ടില്ലാത്ത തരത്തിൽ ഉമ്മ ദേഷ്യപ്പെട്ടു.

"എനിക്ക് സമാധാനിക്കാനാകില്ല.നിനക്കെങ്ങനെ ശാന്തനായിരിക്കാൻ കഴിയുന്നു? കുറച്ച് മാസങ്ങൾക്ക് മുമ്പല്ലേ അവർ ഇമാം അൽ-കാസിമിന്റെ കുടീരത്തിലേക്ക് റോക്കറ്റാക്രമണം നടത്തിയത്. എല്ലാ വർഷവും ഇമാം ഹുസൈനിന്റെ രക്തസാക്ഷിദിനമായ ആഷൂറാഇന് അവിടെ സ്ഫോടന ങ്ങൾ നടക്കുന്നില്ലേ? നിനക്ക് ശിയാക്കളുടെ അവസ്ഥയിൽ യാതൊരു കരുത ലുമില്ല."

ഒരു തരത്തിൽ എന്നെക്കുറിച്ച് ഉമ്മ പറഞ്ഞത് വളരെ ശരിയാണെന്ന് അവരോട് പറയാൻ തുനിഞ്ഞതായിരുന്നു. സത്യത്തിൽ ഞാനിപ്പോൾ സുന്നി യാകട്ടെ, ശിയായാകട്ടെ എല്ലാവരെയും ഒരുപോലെ വെറുക്കാൻ തുടങ്ങി യിരിക്കുന്നു. ശിയാ, സുന്നി, ക്രിസ്ത്യൻ, ജൂതൻ, യസീദി, വേദക്കാരൻ, റാഫിദി, നാസിബി, കാഫിർ, സുബ്ബി... തുടങ്ങിയ പദങ്ങളൊക്കെ എന്നെ ശ്വാസംമുട്ടിച്ച് കൊല്ലാക്കൊല ചെയ്യുകയാണ്. ഈ പദങ്ങൾ ആരും ഉപ യോഗിക്കാത്ത വിധത്തിൽ മായ്ച്ചുകളയാനോ കുഴിബോംബ് കുഴിച്ചിട്ട് പൊട്ടി ച്ചുകളയാനോ സാധിച്ചെങ്കിലെന്ന് കൊതിച്ചുപോകുന്നു. എന്നാൽ പോലും ഈ പദങ്ങൾ പേറുന്ന സൂചകങ്ങൾ മാറിപ്പോകാനേ പോകുന്നില്ല. ഈ പറയുന്ന ഞാൻപോലും സ്ഫോടനങ്ങളുടേയും കശാപ്പിന്റേയും ഭാഷയല്ലേ ഉപയോഗിച്ചുകൊണ്ടിരിക്കുന്നത്?

"ശരി ഉമ്മാ"

ഞാൻ പടികൾ കയറി മുറിയിലേക്ക് ചെന്നു. വസ്ത്രം കൂടി ധരിച്ച് പുറത്തേക്കിറങ്ങി. എന്റെ കാലടി ശബ്ദം കേട്ടപ്പോൾ ഉമ്മ പ്രാർത്ഥിച്ചു.

"അല്ലാഹു നിന്നെ കാക്കട്ടെ, മകനേ."

ഞാൻ ഒന്നും തിരിച്ചുപറഞ്ഞില്ല.

അന്ന് വൈകിട്ട് വീട്ടിൽ തിരിച്ചെത്തിയപ്പോൾ ഉമ്മ എന്നെ നെറുകയിൽ ചുംബിച്ചുകൊണ്ട് ക്ഷമ ചോദിച്ചു.

"എന്തു ചെയ്യാനാണ് മോനേ, എന്റെ ഹൃദയം തകർന്നിരിക്കുകയാണ്."

"അതിന് തകർന്നുപോകാത്ത ഒരൊറ്റ ഹൃദയംപോലും ഈ നാട്ടിൽ ഇന്നില്ലല്ലോ ഉമ്മാ?"

ഞങ്ങൾ രണ്ടുപേരും ചായ കുടിച്ചുകൊണ്ട് ടെലിവിഷന്റെ മുന്നിലിരുന്നു. ദിവസം മുഴുവൻ ഞാൻ റേഡിയോവിലൂടെ കേട്ട വാർത്തകൾ തന്നെയായിരുന്നു ടി.വി.യിലും കണ്ടത്. ഇറാഖിലെ ശിയാ വംശജരുടെ പരമോന്നത ആത്മീയ നേതാവായ ആയത്തുല്ല അലി അൽ-സിസ്താനിയുടെ ആഹ്വാനപ്രകാരം കോപാകുലമായ ശിയാപ്രതിഷേധപ്രകടനങ്ങൾ ബാഗ്ദാദിലും നജഫിലും ബസറയിലും നടന്നു. ബാഗ്ദാദിലെ അഞ്ച് സുന്നി വിഭാഗക്കാരുടെ പള്ളികൾക്കു നേരേ ആക്രമണങ്ങൾ അരങ്ങേറി. മറ്റുചില പട്ടണങ്ങളിലെ പള്ളികളെ അഗ്നിക്കിരയാക്കി. ഇതൊക്കെ കണ്ട് ഞാനും ഉമ്മായും പരസ്പരം നോക്കി.

"എന്ത് ചെയ്യാനാണ്? അവരുടെ ഹൃദയവും തകർന്നിരിക്കുകയല്ലേ?"

ഉമ്മയുടെ ന്യായീകരണം കേട്ട് ഞാൻ ചോദിച്ചു.

"സ്വന്തം ഹൃദയം തകർന്നതിനാൽ അവർക്ക് മറ്റുള്ളവരുടെ പള്ളികൾ ചുട്ടെരിക്കാമെന്നാണോ?"

ഉമ്മ പിൻതിരിഞ്ഞുകളഞ്ഞു. കാരണം തർക്കിച്ചാൽ ഞാൻ പതിവുപോലെ പുറത്തേക്കിറങ്ങിപ്പോകുമെന്നും ഇന്റർനെറ്റ് കഫേയിൽ പോയിരിക്കുമെന്നും അവർക്കറിയാമായിരുന്നു.

"നീ പറഞ്ഞത് ശരിയാണ് മോനേ, സുന്നികളാണ് ആദ്യം രക്തം ചിന്തിയതെങ്കിൽകൂടിയും ആരാധനാലയങ്ങൾ തകർക്കാൻ പാടില്ലല്ലോ?"

ഇറാഖി സർക്കാർ മൂന്ന് ദിവസത്തെ ഔദ്യോഗിക ദുഃഖാചരണം പ്രഖ്യാപിച്ചു. എന്നാൽ യാതൊരു ഔദ്യോഗിക അറിയിപ്പുകളും കൂടാതെതന്നെ, ഈ മൂന്ന് ദിവസങ്ങൾക്കപ്പുറവും വംശീയകൂട്ടക്കുരുതികൾ നടന്നുകൊണ്ടേയിരുന്നു. ഇരുപക്ഷത്തേയും വംശീയവെറി നിറഞ്ഞ വാഗ്വാദങ്ങൾകൊണ്ട് നിറഞ്ഞിരിക്കുകയാണെന്ന് ടെലിവിഷൻ ചാനലുകൾ. തങ്ങളുടെ വിഭാഗങ്ങളിലെ ആളുകളുടെ വികാരങ്ങളെ ആളിക്കത്തിക്കുന്നതിൽ പേരുകേട്ട തലപ്പാവുധാരികളായ പണ്ഡിതന്മാരാണ് ടിവി സ്ക്രീനുകളിൽ പ്രത്യക്ഷപ്പെടുന്നത്. ഇവരുടെ വാക്കുകൾ ആയുധങ്ങളും കഠാരികളുമുപയോഗിച്ച് പ്രയോഗവൽക്കരിക്കുന്നത് മുഖംമൂടിധാരികളായിരിക്കും.

സ്ഫോടനത്തിന്റെ തൊട്ടടുത്ത ദിവസം ബാഗ്ദാദിന്റെ വിവിധ ഭാഗങ്ങളിൽനിന്നും കണ്ടെടുത്തത് നൂറോളം അജ്ഞാത മൃതദേഹങ്ങളായിരുന്നു. എന്നാൽ'മഗൈസിലി'ലേക്ക് വന്നുകൊണ്ടിരുന്ന ശിയാക്കളുടെ മൃതദേഹങ്ങളുടെ എണ്ണത്തിലും കാര്യമായ വർദ്ധനവുണ്ടായില്ല. ഈ താഴ്‌വരയുടെ മറുവശത്തുള്ള സുന്നിവിഭാഗക്കാരുടെ മൃതദേഹങ്ങൾ

കുളിപ്പിക്കുന്നവരുടെ അവസ്ഥയെക്കുറിച്ച് ഞാൻ ചിന്തിച്ചു. മരണവും വെള്ളവും അവരെ ഇപ്പോൾ ശ്വാസംമുട്ടിക്കുകയായിരിക്കും.

ഞങ്ങൾ സുരക്ഷിതരാണോ എന്നുറപ്പാക്കാനായി സബ്രി അങ്കിൾ ഒരു ഇ-മെയിൽ അയച്ചു. മൂന്നുവർഷം മുമ്പ് ബാഗ്ദാദ് സന്ദർശിച്ചപ്പോൾ താൻ പറഞ്ഞ കാര്യങ്ങൾ ഓർമ്മിപ്പിക്കുകയായിരുന്നു അദ്ദേഹം. വംശീയവെറിയുടെ അഗ്നിയെ തടുത്തുനിർത്താനാകില്ല. ഈ തലപ്പാവുധാരികളും മുഖംമൂടികളും സർവ്വശിരസ്സുകളും കൊയ്തുവീഴ്ത്തുകതന്നെ ചെയ്യും. പച്ചയും ഉണക്കയുമടക്കം സർവ്വതിനെയും അവർ അഗ്നിക്കിരയാക്കും. ബാഗ്ദാദിലുണ്ടായിരുന്നപ്പോൾ അദ്ദേഹത്തിനോട് പറഞ്ഞതനുസരിച്ച് വിദേശത്തേക്ക് കുടിയേറാനോ പുറത്ത്പോയി പഠനം പൂർത്തിയാക്കാനോ ഞാൻ ഗൗരവമായി ചിന്തിക്കുന്നുണ്ടോയെന്ന് അങ്കിൾ തിരക്കി. തന്റെ സഹായവാഗ്ദാനം ആവർത്തിക്കുകയായിരുന്നു അദ്ദേഹം. ഞാൻ ഇക്കാര്യത്തെക്കുറിച്ച് ആലോചിക്കുന്നുണ്ടെന്നും ഉമ്മയെ തനിച്ചാക്കി പോകുന്ന കാര്യമാലോചിക്കുമ്പോൾ സ്വസ്ഥതയില്ലെന്നുമായിരുന്നു അദ്ദേഹത്തിന് മറുപടി അയച്ചത്.

മുപ്പത്തിയേഴ്

എന്റെ കണ്ണുകൾ മൂടിക്കെട്ടിയിരിക്കുകയാണ്. അതിനാൽ ഒന്നും കാണാൻ കഴിയുന്നില്ല. എങ്കിലും കണ്ണിനുനേരെ അതിശക്തമായ പ്രകാശം പതിക്കുന്നതായി തോന്നുന്നു. ഈ കസേരയിൽ എന്നെ ആരാണ് പിടിച്ചിരുത്തിയതെന്ന് ഓർമ വരുന്നില്ല. മുതുകിൽ നല്ല വേദന തോന്നുന്നു. നല്ല ആഴമുള്ള ഒരു ശബ്ദം കേട്ടു.

"ഇവന്റെ കണ്ണിലെ കെട്ടഴിക്ക്."

"ശരി സാർ."

ആരോ എന്റെ കണ്ണിലെ കെട്ടഴിച്ചുമാറ്റി. ഇടതുഭാഗത്ത് നിന്നുള്ള കണ്ണഞ്ചിപ്പിക്കുന്ന പ്രകാശം എന്റെ മുഖത്തേക്കടിക്കുന്നുണ്ടായിരുന്നു. എന്റെ മുന്നിലൊരു മേശയും അതിന് പിറകിലൊരാളും ഇരിക്കുന്നു. കണ്ണഞ്ചിപ്പിക്കുന്ന പ്രകാശം കാരണം അയാളുടെ മുഖം വ്യക്തമായി കാണാനാകുന്നില്ല. അയാൾ എന്നോട് ചോദിച്ചു.

"നിന്റെ പേര് ജവാദ് കാസിം എന്നല്ലേ?"

"അതെ."

തന്റെ മുന്നിലിരിക്കുന്ന കടലാസുകളിലേക്ക് നോക്കിക്കൊണ്ട് അയാൾ ചോദിച്ചു.

"ആർട്ട് അക്കാദമിയിൽനിന്നും ബിരുദം. പരാജിതനായ ശില്പി. പെയിന്റർ. നീയൊരു മതവിശ്വാസിയാണോ?"

ആ ചോദ്യം എന്നെ വല്ലാതെ ആശയക്കുഴപ്പത്തിലാഴ്ത്തി.

"മനസ്സിലായില്ല."

അയാൾ എന്റെ മുഖത്ത് നോക്കി അലറുകയായിരുന്നു.

"എടാ നാറീ, എന്റെ മുന്നിൽ വലിയ മിടുക്കനാകാൻ ശ്രമിക്കരുത്. നിനക്ക് ചോദ്യം നന്നായി മനസ്സിലായിട്ടുണ്ട്. നീയൊരു മതവിശ്വാസിയാണോ?"

"അതെ. ദൈവത്തിന് സ്തുതി."

ഇത് കേട്ടതോടെ അയാൾ എനിക്കരികിൽ നിന്നയാൾക്ക് സൂചന നൽകി. ആ മനുഷ്യൻ എന്നെ ദേഹത്ത് ആഞ്ഞടിച്ചു. തല തകർന്നുപോകുന്നതായാണ് തോന്നിയത്.

"എടാ വിഡ്ഢീ, നീ ഇതുവരെ വ്രതമനുഷ്ഠിച്ചിട്ടില്ല, നമസ്കരിച്ചിട്ടില്ല. ഈ കഴിഞ്ഞ നൂറ് വർഷക്കാലത്തിനിടയ്ക്ക് ഒരുതവണപോലും പള്ളിയുടെ പടി പോലും കയറിയിട്ടില്ല. എന്നിട്ടും നീ പറയുന്നു താനൊരു മതവിശ്വാസിയാണെന്ന്, അല്ലേ? വൃത്തികെട്ട അവിശ്വാസിയായിട്ടും നിനക്കെങ്ങനെ രക്തസാക്ഷികളുടെ മൃതദേഹങ്ങൾ തൊട്ടശുദ്ധമാക്കാനുള്ള ധൈര്യം കിട്ടി? നീയൊരു കലാകാരനാണെങ്കിൽ എന്തിനാണ് ഇങ്ങനെയൊരു ജോലിയിലേക്ക് ഇറങ്ങിത്തിരിച്ചത്? നിനക്ക് വല്ലതും കുത്തിക്കുറിക്കുകയോ മണ്ണിലും ചെളിയിലും കളിച്ചാലും പോരേ? മദ്യപിച്ചിട്ട് നിന്റെ സ്വവർഗാനുരാഗികളായ കലാകാരൻ സുഹൃത്തുക്കൾക്കൊപ്പം നടക്കാൻ നോക്കിക്കോ, അല്ലാതെ മാന്യമാരായ മനുഷ്യരുടെ മൃതദേഹങ്ങളിൽ തൊട്ടുപോകരുത്, കേട്ടോടാ വിഡ്ഢീ. അല്ലാത്തപക്ഷം നിന്നെ ഞാൻ വലിച്ചുകീറും."

തന്റെ ഫോൺ ബെല്ലടിക്കുന്നതിനിടയിൽ അയാൾ പറയുന്നുണ്ടായിരുന്നു.

"നിന്നെ ഞാനൊരു പാഠം പഠിപ്പിക്കും, നോക്കിക്കോ."

അയാൾ ഫോൺ എടുത്ത് ഏതോ സുഹൃത്തിനോട് സ്നേഹത്തോടെ സംസാരിക്കുകയും തമാശ പറയുകയും അത്താഴസമയത്ത് കാണാമെന്ന് വാക്ക് കൊടുക്കുകയും ചെയ്തു.

ഇവർ എന്നെ വീണ്ടും ഉപദ്രവിക്കുമെന്ന കാര്യം ഉറപ്പായിരുന്നു. ഞാൻ ജീവനോടെ അവശേഷിക്കുമോ? അതോ മറ്റുള്ളവരുടെ കാര്യത്തിൽ സംഭവിക്കുന്നതുപോലെ എന്നെയും ഇവർ പീഡിപ്പിച്ചുകൊല്ലുമോ? പിന്നെ അവരെന്നെ വല്ല ചവറുകൂനയിലോ ടൈഗ്രിസിലോ കൊണ്ട് തള്ളുമോ? ഇറാഖി ഗായകനായ കാസിം അൽ-സാഹിറിന്റെ ഒരു ഗാനമായിരുന്നു ആ മനുഷ്യന്റെ ഫോണിലെ റിങ്ടോൺ. പക്ഷേ, ഫോണിന്റെ റിങ്ടോൺ നിലയ്ക്കാതെ ഈ മനുഷ്യൻ എങ്ങനെയാണ് തന്റെ സുഹൃത്തുമായി ഇങ്ങനെ സംസാരിച്ചുകൊണ്ടിരിക്കുന്നത് എന്നോർത്തപ്പോൾ ആകെക്കൂടി ആശയക്കുഴപ്പമായി.

ഞാൻ ഉറക്കത്തിൽനിന്നും ഞെട്ടിയുണർന്നു. എന്റെ മൊബൈൽ ഫോണായിരുന്നു ബെല്ലടിച്ചുകൊണ്ടിരുന്നത്.

മുപ്പത്തിയെട്ട്

സാമർറയിലെ അസ്കരി പള്ളിയിൽ സ്ഫോടനം നടന്ന് മൂന്നുമാസം കഴിഞ്ഞ വേള.

ഞാൻ മഗൈസിലിൽ നിന്നും വൈകീട്ട് വീട്ടിലേക്ക് മടങ്ങിയെത്തിയപ്പോൾ അതിഥി മുറിയിൽ ഉമ്മയ്ക്കൊപ്പം കുറച്ച് ബന്ധുക്കളുമുണ്ടായിരുന്നു. കാസിമിയ്യയിലെ ശിയാ ഇമാം മൂസ അൽ-കാസിമിന്റെ ശവകുടീരത്തിനരികിലായിരുന്നു ഞങ്ങളുടെ വീട്. അതിനാൽത്തന്നെ ബന്ധുജനങ്ങളുടേയും മറ്റും സന്ദർശനം വളരെ കൂടുതലായിരിക്കും. കുടീരത്തിലെത്തുന്നവരൊക്കെ വീട്ടിലും വരും. പ്രത്യേകിച്ച് പെരുന്നാളുകളിലും മറ്റ് ചടങ്ങുകളിലും.

നല്ല ക്ഷീണിതനായിരുന്നതിനാൽ ഞാൻ പെട്ടെന്ന് ആശംസ അർപ്പിച്ച് കടന്നുപോകാമെന്നായിരുന്നു കരുതിയത്. പകുതി തുറന്ന വാതിലിലൂടെ ഉമ്മയുടെ ബന്ധുക്കളിലെ പരിചിതമായൊരു മുഖം കണ്ടു. വർഷങ്ങൾക്കു മുമ്പ് ഏതോ ഒരു വിവാഹച്ചടങ്ങിൽ വച്ചായിരുന്നു അവരെ കണ്ടത്. അവരോട് നല്ല സാമ്യം തോന്നുന്ന ഒരു സുന്ദരിയായ പെൺകുട്ടിയും പത്തു വയസ് തോന്നിക്കുന്ന ബാലനേയും ഒപ്പം കണ്ടു. ഞാൻ വാതിലിൽ മുട്ടിയതും ആ സ്ത്രീ കറുത്തതട്ടംകൊണ്ട് തലമുടി മറച്ചു. എന്നാൽ പെൺകുട്ടിയാകട്ടെ ശിരസ്സ് മറയ്ക്കാനൊന്നും ശ്രമിക്കാതെ എന്നെ നോക്കി പുഞ്ചിരിക്കുകയായിരുന്നു. ഞങ്ങൾ പരസ്പരം ആശംസകൾ കൈമാറി.

"നിനക്ക് ഗയ്ദായുടെ ഉമ്മയെ അറിയില്ലേ?"

ഉമ്മ ചോദിച്ചു.

"ഓ അറിയാമല്ലോ."

"ഇത് ഇവരുടെ മകൾ ഗയ്ദാ, ഇത് മകൻ ഗൈസ്."

ഞാൻ ഒരിക്കൽക്കൂടി അവരെ സ്വാഗതം ചെയ്തു. നല്ല ക്ഷീണമുള്ളതിനാൽ ഒപ്പം ഇരിക്കാൻ കഴിയില്ലെന്ന് ഒഴികഴിവ് പറഞ്ഞു. എന്തെങ്കിലും കഴിക്കാനായി ഞാൻ അടുക്കളയിലേക്ക് ചെന്നു. ഉമ്മ എന്റെ പിറകേ വന്നു. തനിക്ക് പ്രധാനപ്പെട്ടൊരു കാര്യം സംസാരിക്കാനുണ്ടെന്ന് അവർ പറഞ്ഞു.

"എന്താ കാര്യം, ഉമ്മാ?"

"ഗയ്ദായുടെ ഉമ്മയും മക്കളും ആകെ ബുദ്ധിമുട്ട് നേരിടുകയാണ്. ഭീഷണികളും കൊലപാതകപരമ്പരയും കാരണം അൽ-ആമിരിയ്യയിലെ വീട്ടിൽ കഴിയാൻ സാധിക്കാത്ത അവസ്ഥയാണ് അവർക്കുള്ളത്. അഞ്ച് മാസംമുമ്പ് അവരുടെ ഭർത്താവ് കൊല്ലപ്പെട്ടു. ഇപ്പോൾ അവർ ഒറ്റയ്ക്കാണ്. അല്ലാഹു കാര്യങ്ങൾ ശാന്തമാക്കുന്നതുവരെ അവർക്ക് നമുക്കൊപ്പം ഇവിടെ കഴിയാൻ സാധിക്കുമോ? നമ്മുടെ ഈ പ്രദേശം ശിയാക്കൾക്ക് സുരക്ഷിതമായ മേഖലയാണല്ലോ?"

ഒന്നും ആലോചിക്കാതെയായിരുന്നു ഞാൻ മറുപടി പറഞ്ഞത്.

"അതിനെന്താ ഉമ്മ? ആയിക്കോട്ടെ."

സന്തോഷത്തോടെ എന്റെ കവിളിലൊരുമ്മ തന്നിട്ട് ഉമ്മ പറഞ്ഞു.

"നിനക്ക് ഇഷ്ടപ്പെടുമോ എന്ന പേടിയുണ്ടായിരുന്നു എനിക്ക്."

ഞാൻ സത്യത്തിൽ വീടിനുള്ളിൽ അധികസമയം ചെലവഴിക്കാറില്ലായിരുന്നു. ഇന്റർനെറ്റിനു മുന്നിൽ കുത്തിയിരിക്കുവാൻ തുടങ്ങിയതിനു ശേഷം പ്രത്യേകിച്ചും. വാപ്പയുടെ മരണാനന്തരം ഈ വീട്ടിൽ വല്ലാത്ത ശൂന്യത ഉമ്മ അനുഭവിച്ചിരുന്നു എന്നറിയാമായിരുന്നു. ഗയ്ദായുടെ ഉമ്മയുമായുള്ള സഹവാസം ഉമ്മയ്ക്ക് വലിയ ആശ്വാസമാകും. അവർക്ക് മൂന്നു പേർക്കും സ്വീകരണമുറിയിൽ കിടന്നുറങ്ങാം. എന്നാൽ പിന്നീടാണ് മനസ്സിലായത് ഗയ്ദായുടെ ഉമ്മയ്ക്ക് നടുവേദനയുണ്ടെന്ന്. അതിനെത്തുടർന്ന് ഉമ്മ തനിക്കൊപ്പം കട്ടിലിൽ കിടന്നുറങ്ങാൻ അവരേയും ക്ഷണിച്ചു. ഗയ്ദായും ഗൈസും സ്വീകരണമുറിയിൽ കിടന്നുറങ്ങും. ഉറങ്ങുന്നതിന് മുമ്പ് പരവതാനി വിരിച്ചിടും. രാവിലെ ചുരുട്ടി വയ്ക്കുകയും ചെയ്യും.

അവരുടെ വരവിനുശേഷം ഉമ്മയുടെ നില കുറെയേറെ മെച്ചപ്പെട്ടതായി ഞാൻ ശ്രദ്ധിച്ചു. ഉമ്മയുടെ പരാതികളും നെടുവീർപ്പിടലുകളുമൊക്കെ കുറഞ്ഞു. അവരുടെ സാന്നിദ്ധ്യം വീട്ടിൽ ജീവന്റെ സാന്നിദ്ധ്യം തിരിച്ചു കൊണ്ടുവന്നു. പ്രത്യേകിച്ച് അത്താഴം കഴിച്ചശേഷം ടെലിവിഷന് മുന്നിൽ വന്നിരിക്കുന്ന നേരത്ത്. അതുപോലെ ശിയാ വിലാപഗീതങ്ങളടങ്ങിയ ടേപ്പുകൾ കേൾക്കുന്നതും ഉമ്മ കുറച്ചു. ഈ അവസാനകാലങ്ങളിൽ ഇത്തരം ടേപ്പുകൾ ഉമ്മ വളരെയധികം കേൾക്കുമായിരുന്നു. കമ്പോളങ്ങളിൽ ഇത്തരം ടേപ്പുകൾ വളരെ സുലഭമായിരുന്നു. ഇത്തരം ഗാനങ്ങൾ ആലപിക്കുന്ന ഗായകർ ഉപഗ്രഹചാനലുകളിൽ പ്രത്യക്ഷപ്പെട്ടു തുടങ്ങിയിരുന്നു. ഇതിൽ ചില ഗാനങ്ങൾ എന്നേയും സ്വാധീനിച്ചിരുന്നു എന്നത് നിഷേധിക്കുന്നില്ല. പ്രത്യേകിച്ച് ഇറാഖിലെ ശിയാ വിലാപഗായകനായ ബാസിം അൽ-കർബലാഇയുടെ വിഷാദ ഈണത്തിലുള്ള പഴയ പാട്ടുകൾ. അദ്ദേഹം മികച്ച കവിതകൾ തിരഞ്ഞെടുക്കുന്നതിലും അവതരിപ്പിക്കുന്നതിലും നല്ല പ്രതിഭയുള്ള ആളാണ്. അതിനാൽതന്നെ ഉമ്മ ഇത്തരം ഗാനങ്ങൾ കേൾക്കുന്നതിൽ ഞാൻ വിരോധം കാണിച്ചില്ല. അതേസമയം ചില ടേപ്പുകൾ കേൾക്കാൻ എന്നോട് ആവശ്യപ്പെട്ടിട്ടുമുണ്ട്. രാവിലെ മുതൽ വൈകുന്നേരം വരെ കാണുന്ന മരണംതന്നെ ധാരാളമാണെന്നും ഇനി കൂടുതൽ വിലാപത്തിലേക്ക് മടങ്ങാൻ എനിക്കെന്തായാലും ഉദ്ദേശ്യമില്ലെന്നും ഉമ്മയോട് പറയുമായിരുന്നു. എനിക്ക് വേണ്ടത് അല്പം മനസ്സമാധാനമാണ്.

മുപ്പത്തിയൊമ്പത്

ഒരു വൃദ്ധന്റെ മൃതദേഹം കുളിപ്പിച്ചുകൊണ്ടിരിക്കുകയായിരുന്നു ഞാൻ. വെളുത്ത മുടി. ശോഷിച്ച ശരീരം. നെറ്റിയടക്കം മുഖം നിറയെ ചുളിവുകൾ. എന്നാൽ എന്റെ തലച്ചോർ മറ്റ് എന്തോ കാര്യങ്ങളിൽ അലയുകയായിരുന്നു.

അപ്പോഴതാ ആ മനുഷ്യൻ കണ്ണുതുറക്കുന്നു. ശിരസ്സ് കുലുക്കിയശേഷം അയാൾ എഴുന്നേൽക്കാൻ ശ്രമിച്ചു. ഇത് കണ്ടതും എന്റെ കൈയിലിരുന്ന വെള്ളം കോരാനുള്ള കപ്പ് തറയിൽവീണു. ഞാൻ പേടിച്ച് മാർബിൾ ബഞ്ചി നരികിൽനിന്നും ദൂരേക്കു മാറി. തൊണ്ട അടച്ച ശബ്ദത്തിൽ ആ മനു ഷ്യൻ എന്നോട് സംസാരിച്ചു.

"ഈ പ്രവൃത്തി സ്വയം ചെയ്യാൻ നിർബന്ധിതനാകുമെന്ന് ഞാൻ കരുതിയതേ ഇല്ലായിരുന്നു. സഹോദരാ, നിങ്ങൾ സ്വന്തം പ്രവൃത്തിയിൽ ശ്രദ്ധിക്കാതെ, നിസ്സാരകാര്യങ്ങളിൽ വ്യാപൃതനായിരിക്കുകയല്ലേ?"

കുനിഞ്ഞ് എന്റെ കൈയിൽനിന്നും താഴെ വീണ കപ്പ് കൈയിലെടു ത്തശേഷം വെള്ളം നിറച്ച് സ്വയം ശിരസ്സിലേക്ക് ഒഴിക്കുകയായിരുന്നു ആ മനുഷ്യൻ. അയാൾ താമരയിതളുകളിലേക്ക് കൈനീട്ടി. ഞാൻ സഹായി ക്കാൻ തുനിഞ്ഞെങ്കിലും അയാളത് നിരസിച്ചു. ദൂരെ മാറി കസേരയിൽ ചെന്നിരിക്കാനായിരുന്നു എന്നോട് പറഞ്ഞത്.

അപ്പോഴതാ കുറെയേറെ മൃതദേഹങ്ങൾ സർവ്വദിക്കിൽനിന്നും അങ്ങോ ട്ടേക്ക് വരുന്നു. ചിലർ പ്രധാന വാതിലിലൂടെ ഉള്ളിലേക്ക് കടന്നുവന്നപ്പോൾ ചിലർ പൂന്തോട്ടത്തിലേക്ക് തുറക്കുന്ന വാതിലിലൂടെയും മറ്റു ചിലർ സ്റ്റോർറൂ മിൽനിന്നുമാണ് കടന്നെത്തിയത്. അരയിൽ ചുറ്റിയിരുന്ന തുണിയൊഴികെ നഗ്നരായിരുന്നു ചിലർ. ചിലരുടെ ദേഹത്ത് കഫൻതുണി ചുറ്റിയിട്ടുണ്ട്. അത് ശരീരത്തിൽനിന്നും പറിച്ചെറിയാൻ ശ്രമിച്ചുകൊണ്ട് മാർബിൾ ബഞ്ചിനുനേരേ നടന്നടുക്കുകയാണവർ. മൃതദേഹങ്ങൾ പരസ്പരം കുളി പ്പിക്കാൻ തുടങ്ങി. മറ്റുള്ളവർ തങ്ങളുടെ ഊഴംകാത്ത് ബഞ്ചിന് ചുറ്റും വരി വരിയായി നിൽക്കുന്നു. മഗൈസിൽ നിറയുംവിധം മൃതദേഹങ്ങളുടെ എണ്ണം വർദ്ധിച്ചു. എനിക്കവിടെ ഒന്ന് നിൽക്കാൻ പോലും ഇടമില്ലാത്ത അവസ്ഥ.

ഞാൻ അവിടെനിന്ന് തെരുവിലേക്കിറങ്ങിച്ചെന്നു. എന്നാൽ തെരുവും നടപ്പാതകളും നിറയെ ജീവനുള്ള ശവങ്ങൾ തിങ്ങി ഞെരുങ്ങിനിൽക്കുക യായിരുന്നു. വല്ലാതെ ശ്വാസംമുട്ടിയപ്പോൾ ഞാൻ ഉറക്കത്തിൽനിന്നും ഞെട്ടിയുണർന്നു.

നാല്പത്

അൽ-താജി സൈനികക്യാമ്പിലേക്കുള്ള റോഡിൽ ഗയ്ദായുടെ വാപ്പയും വേറൊരു സുഹൃത്തും പങ്കാളിയായ ഒരു ചെറിയ റെസ്റ്റോറന്റുണ്ടായിരുന്നു. 2003ലെ യുദ്ധം തുടങ്ങിയപ്പോൾ അമേരിക്കക്കാർ അവിടം ബോംബിട്ട് തകർത്തു. അവിടെയുള്ള ഫലാഫിൽ സാന്റ്‌വിച്ചിൽ ഉപയോഗിക്കുന്ന മാങ്ങ അച്ചാറും സുഗന്ധദ്രവ്യങ്ങളുമൊക്കെ പെന്റഗണിന്റെ കാഴ്ചപ്പാടിൽ ലോകത്തിന് ഭീഷണിയായ വൻ നശീകരണായുധങ്ങളുടേയും രാസായു ധങ്ങളുടേയും പട്ടികയിൽ ഉൾപ്പെടുത്തുവാൻ കഴിയുന്ന വസ്തുക്കളിൽ

പെട്ടവയായിരിക്കുമെന്ന് ഗയ്ദായുടെ വാപ്പ തമാശപറയുമായിരുന്നു. എങ്കിലും നാല് മാസം കഴിഞ്ഞപ്പോൾ ഗയ്ദായുടെ വാപ്പയും പങ്കാളിയും ചേർന്ന് റെസ്റ്റോറന്റ് പുതുക്കിപ്പണിത് വീണ്ടും തുറന്നു. പക്ഷേ കച്ചവടം ഒട്ടും ലാഭകരമായിരുന്നില്ല. കാരണം ആ പ്രദേശം വളരെ അപകടരമായ മേഖലയായി മാറിക്കഴിഞ്ഞിരുന്നു. അമേരിക്കൻ പട്ടാളക്കാരും സായുധ സംഘങ്ങളും തമ്മിൽ ഇടയ്ക്കിടയ്ക്ക് ഏറ്റുമുട്ടലുകൾ നടക്കാറുണ്ട്. എല്ലാം നഷ്ടപ്പെട്ട ഗയ്ദായുടെ വാപ്പയും പങ്കാളിയും റെസ്റ്റോറന്റ് അടച്ചുപൂട്ടാൻ നിർബന്ധിതരായി. ഒരു വർഷത്തോളം ഒരു ജോലിയുമില്ലാതെ കഴിയേണ്ടി വന്നു. അപ്പോഴാണ് ആഭ്യന്തരമന്ത്രാലയത്തിൽ പൊലീസുകാരുടെ ഒഴിവുകളുണ്ടെന്ന പരസ്യം കാണാനിടയായത്. നല്ല ശമ്പളവുമുണ്ടത്രേ. അതിരാവിലെതന്നെ അദ്ദേഹം അൽ-നുസൂർ ചത്വരത്തിലേക്ക് പുറപ്പെട്ടു. പേര് രജിസ്റ്റർ ചെയ്യാനായി വരിയിൽ നിന്നു. എന്നാൽ അതേ വരിയിൽതന്നെ നിൽക്കുകയായിരുന്നു ഒരു ചാവേർ സ്വയം പൊട്ടിത്തെറിച്ചു. പരിക്കേറ്റവരുടെ കൂട്ടത്തിൽ ഗയ്ദായുടെ വാപ്പയും ഉണ്ടായിരുന്നു. യർമൂക്ക് ആശുപത്രിയിലേക്ക് കൊണ്ടുപോയങ്കിലും രണ്ട് മണിക്കൂർ കഴിഞ്ഞപ്പോഴേക്കും അദ്ദേഹം മരണത്തിന് കീഴടങ്ങി. മക്കൾക്കൊപ്പം ഗയ്ദായുടെ ഉമ്മ ആശുപത്രിയിൽ എത്തുമ്പോഴേക്കും അവരുടെ ഭർത്താവ് എന്നെന്നേക്കുമായി കണ്ണടച്ചുകഴിഞ്ഞിരുന്നു.

തന്റെ ഭർത്താവിനെക്കുറിച്ച് ഓർക്കുമ്പോഴെല്ലാം ആ സ്ത്രീയുടെ കണ്ണുകൾ നിറഞ്ഞുതുളുമ്പും. കണ്ണുനീർ തുടച്ച് ഭർത്താവിന്റെ മരണകഥ വീണ്ടും പറയും അവർ.

“ഇതൊരു കുറ്റകൃത്യമല്ലേ? തന്റെ കുടുംബത്തിനൊരു അത്താണിയാകാനുള്ള തൊഴിൽ കണ്ടെത്താനായി വരി നിൽക്കുകയായിരുന്നു അദ്ദേഹം. എന്ത് നെറിയാണ് ഇത്തരം പ്രതിരോധ സമരത്തിനുള്ളത്? അധിനിവേശകരെ കൊല്ലാനാണ് ഇവരുടെ ഉദ്ദേശ്യമെങ്കിൽ, പിന്നെ എന്തിനാണ് ഞങ്ങളെ ലക്ഷ്യം വയ്ക്കുന്നത്?”

വാപ്പയെക്കുറിച്ചുള്ള സ്മരണകളിൽ ഉമ്മയ്ക്കൊപ്പം ഗയ്ദായും കരയും. എന്നാൽ ഗൈസാകട്ടെ ടെലിവിഷൻ കാണുന്നുവെന്ന മട്ടിൽ നിശ്ശബ്ദനായിരിക്കുകയേ ഉള്ളൂ. എന്നാൽ അവന്റെ കണ്ണുകളിലെ ദുഃഖം വളരെ വ്യക്തമായി കാണാനാകും. ഈ സ്ഥായിയായ നിശ്ശബ്ദഭാവം എന്നെ അലട്ടിയിരുന്നു. അവന്റെ ഉള്ളിൽ നടക്കുന്ന ചിന്തകളെന്തായിരിക്കുമെന്നായിരുന്നു ഞാൻ ആലോചിച്ചത്. വാപ്പ ഇല്ലാത്തതിന്റെ നഷ്ടപരിഹാരമെന്നോണം അവന് ആഗ്രഹമുള്ള കളിപ്പാട്ടങ്ങളൊക്കെ ഉമ്മ വാങ്ങിക്കൊടുക്കും. ഒപ്പം ഇരട്ടിയായി സ്നേഹിക്കുകയും ചുംബനങ്ങൾകൊണ്ട് മൂടുകയും ചെയ്യും. ഞങ്ങളുടെ മുന്നിൽവച്ച് അപ്രകാരം ചെയ്യുമ്പോൾ അവന് അസ്വസ്ഥതയായിരിക്കും. പ്രത്യേകിച്ച് ‘ആപ്പിൾപോലത്തേത്’ എന്ന് വിളിച്ച് അവർ അവന്റെ കവിളിൽ നുള്ളുമ്പോൾ.

ഗയ്ദായുടെ ഉമ്മയുടെ മുഖത്തെ സൗന്ദര്യം ഇപ്പോഴും നഷ്ടമായിട്ടില്ല. കാലത്തിന്റെ ഭാരം ഏറ്റുവാങ്ങുന്നതിനു മുമ്പുള്ള അതേ സൗന്ദര്യം.

നാല്പതോളം വയസ്സുണ്ടായിരുന്നു അവർക്ക്. ഗയ്ദായുടെ വാപ്പയേക്കാൾ അഞ്ച് വയസ്സ് കുറവായിരുന്നു അവരുടെ പ്രായം. തേനിന്റെ നിറമുള്ള കൃഷ്ണമണികളും കുറച്ച് വലിയ മൂക്കും. കവിളുകളും കൺകുഴികളും വലുതല്ലെങ്കിൽപോലും ആ വലിപ്പമുള്ള മൂക്ക് മുഖത്തിന് ചേരുന്ന തരത്തിലുള്ളതായിരുന്നു. ഭംഗിയുള്ള അധരങ്ങൾ.

ഗയ്ദായ്ക്ക് പ്രായം പത്തൊമ്പത്. അവളുടെ തേൻനിറമുള്ള കണ്ണുകളിൽ എപ്പോഴും ദുഃഖമായിരുന്നു ഭാവം. എപ്പോഴും കണ്ണീരൊഴുകുന്ന മുഖം. എങ്കിലും ജീവസ്സുറ്റ അവളുടെ ഭാവവും ചിരികളും ഞങ്ങളുടെ സദസ്സുകളെ പ്രകാശമയമാക്കിക്കൊണ്ടിരുന്നു. ശരീരത്തിലെ ഓരോ അഴകുകളും വളരെ സവിശേഷമായ നിലയിലായിരുന്നു ദൃശ്യമായിരുന്നത്. യുവത്വം തുളുമ്പുന്ന കവിളുകളും ഗോതമ്പിന്റെ നിറമുള്ള ചർമ്മവും ഒതുങ്ങിയ അധരങ്ങളും. നാണംവരുമ്പോൾ അവൾ കീഴ്ച്ചുണ്ട് കടിച്ചുപിടിക്കും. കഴുത്തിന്റെ ഭംഗി പുറത്തറിയിക്കുംവിധമുള്ള തവിട്ടും ചുവപ്പും നിറമുള്ള നീളംകുറഞ്ഞ പാറിനടക്കുന്ന തലമുടി. ഉമ്മയുടേതുപോലെ തിങ്ങിയ പുരികങ്ങളും കൺപീലികളും. ഉമ്മയുടേതിൽനിന്നും വ്യത്യസ്തമായി അവ ശ്രദ്ധയോടെ ഒതുക്കിയിരിക്കുന്നു. മെലിഞ്ഞ ദേഹമായിരുന്നില്ലെങ്കിൽപ്പോലും ഒതുങ്ങിയ ദേഹപ്രകൃതിയായിരുന്നു. എന്നാൽ ഉരുണ്ട മാറിടങ്ങൾ വളരെ വ്യക്തമായി തിരിച്ചറിയാം. അവസരം കിട്ടുമ്പോഴെല്ലാം ഞാൻ അവളുടെ മാറിടങ്ങളിലേക്ക് ഒളികണ്ണിട്ട് നോക്കും. പ്രത്യേകിച്ച് ചായ കൊണ്ടുവന്ന് തരുമ്പോൾ. അവളാണ് ഇപ്പോൾ സ്ഥിരമായി ചായ തയ്യാറാക്കുന്നത്.

വളരെ മികച്ച മാർക്കോടെ ഹൈസ്കൂൾ വിദ്യാഭ്യാസം പൂർത്തിയാക്കിയ ഗയ്ദായ്ക്ക് മൊസൂൾ സർവ്വകലാശാലയിലെ ഇംഗ്ലീഷ് ഭാഷാസാഹിത്യ വകുപ്പിൽ പ്രവേശനം ലഭിച്ചു. എന്നാൽ അവിടേക്ക് അവളെ പഠിക്കാനയയ്ക്കുന്ന കാര്യത്തിൽ ഗയ്ദായുടെ മാതാപിതാക്കൾക്ക് സമ്മതമില്ലായിരുന്നു. ഗയ്ദാ തനിച്ച് മൊസൂളിലേക്ക് പോകുന്നതിലും വളരെ അപായകരമായ സാഹചര്യം നിലനില്ക്കുന്ന അവിടെയുള്ള ഏതെങ്കിലും ഡോർമിറ്ററിയിൽ താമസിക്കുന്നതിലും അവർക്ക് പേടിയായിരുന്നു. പ്രത്യേകിച്ച് മൊസൂളിൽ ധാരാളം സ്ഫോടനങ്ങളും കൂട്ടക്കൊലകളും നടക്കുന്ന പശ്ചാത്തലത്തിൽ. കൂടാതെ ബാഗ്ദാദിൽനിന്ന് മൊസൂളിലേക്കുള്ള പാത വളരെ അപകടം പിടിച്ചതുമാണ്. ബാഗ്ദാദിലേയോ അൽമുസ്തൻസിരിയ്യയിലേയോ സർവ്വകലാശാലയിലേക്ക് അവളെ അയയ്ക്കാൻ പിതാവ് ശ്രമിച്ചെങ്കിലും വിജയിച്ചില്ല. ഫലത്തിൽ അവളുടെ ഒരു വർഷത്തെ പഠനം നഷ്ടമായിപ്പോയി.

ഞങ്ങളുടെ വീട്ടിലെ ഗയ്ദായുടെ സാന്നിദ്ധ്യം സൗന്ദര്യവും സ്ത്രൈണതയും ജീവിതവുമൊക്കെ സമ്മാനിക്കുകയായിരുന്നു. ജീവിതമാർഗത്തിനുവേണ്ടി കുളിപ്പുരയിൽ മൃതദേഹങ്ങൾ കുളിപ്പിക്കുന്നതിനിടയിൽ ഇക്കഴിഞ്ഞ കുറെയേറെക്കാലമായി എനിക്ക് നഷ്ടമായതാണ് അവളുടെ സാന്നിദ്ധ്യം

കൊണ്ട് എനിക്ക് തിരിച്ചുകിട്ടിയത്. അങ്ങനെ എല്ലാ ദിവസവും വൈകുന്നേരം സ്വന്തം വീട്ടിലേക്ക് മടങ്ങിയെത്തുവാൻ ഇപ്പോൾ ഒരു കാരണമുണ്ടായിരിക്കുന്നു. ഒപ്പം സ്വന്തം രൂപത്തിലും വസ്ത്രത്തിലുമൊക്കെ ഞാനിപ്പോൾ കൂടുതൽ ശ്രദ്ധ ചെലുത്താനും തുടങ്ങിയിരിക്കുന്നു.

നാല്പത്തിയൊന്ന്

ജിയോകോമെത്തിയുടെ ശില്പങ്ങൾ പോലും ഇപ്പോഴിതാ എന്റെ പേടിസ്വപ്നങ്ങളിലേക്ക് രാവിന്റെ വിടവുകൾ ഭേദിച്ച് കടന്നെത്തുവാൻ തുടങ്ങിയിരിക്കുന്നു. കുറച്ച് ദിവസങ്ങൾക്കുമുമ്പ് അവയിലൊന്ന് മാർബിൾബഞ്ചിന്മേൽ എന്റെ മുന്നിൽ കിടക്കുന്നതു കണ്ടു. എനിക്കാകെ അതിശയമായി. എന്നാൽ മഗൈസിലിൽ എത്തിയതിനാൽ എനിക്ക് ആ ശില്പത്തെ കഴുകിയേ തീരൂ എന്ന് മനസ്സ് പറഞ്ഞു. ശില്പത്തിന്റെ ചെറിയ ശിരസിന്റെ വലതുഭാഗത്തായി ഞാൻ വെള്ളം ഒഴിക്കാൻ തുടങ്ങി. അതോടെ ശില്പം ചെറു കഷണങ്ങളായി പൊടിഞ്ഞ് വെള്ളത്തിൽ അലിയുന്നതാണ് കണ്ടത്. കൈയിലിരുന്ന കപ്പ് ഒരു വശത്ത് വച്ചശേഷം നിലത്തേക്ക് ഉതിർന്ന് വീണ ശില്പത്തിന്റെ ഭാഗങ്ങൾ പെറുക്കിയെടുക്കാൻ ശ്രമിച്ചു. എന്നാൽ സർവ്വതും കൈയിലിരുന്ന് അലിഞ്ഞില്ലാതാകുകയായിരുന്നു.

നാല്പത്തിരണ്ട്

മറ്റൊരു ദിവസം രാത്രി ഞാൻ ദുഃസ്വപ്നങ്ങളിലൊന്നിൽനിന്നും ഞെട്ടി എഴുന്നേൽക്കുമ്പോൾ സമയം അർദ്ധരാത്രി കഴിഞ്ഞ് മൂന്നായിരുന്നു. ഉറങ്ങാൻ കഴിയാതെ ഞാൻ കിടക്കയിൽ തിരിഞ്ഞും മറിഞ്ഞും കിടന്നു. വല്ലാത്ത ദാഹം തോന്നി. ഒരു കപ്പ് വെള്ളം കുടിച്ചാലോ എന്നാലോചിച്ച് പടികളിറങ്ങി താഴേക്കു ചെന്നു. ശേഷം അല്പനേരം ടെലിവിഷൻ കാണാനായി സ്വീകരണമുറിയിലേക്ക് നടന്നു. വൈദ്യുതി ഉള്ള സമയമായിരുന്നു. മറ്റുള്ളവരെ ഉണർത്താതിരിക്കുന്നതിനായി ഞാൻ ശബ്ദമുണ്ടാക്കാതിരിക്കാൻ ശ്രമിച്ചു. ചാനലുകൾ ഓരോന്നോരോന്നായി മാറ്റി നോക്കി. ടെലിവിഷന്റെ ശബ്ദം പരമാവധി കുറച്ചുവച്ചു.

ഒരു പത്ത് മിനിറ്റ് നേരം കഴിഞ്ഞപ്പോൾ കാലടി ശബ്ദം കേട്ടു. ഗയ്ദാ ഇരുട്ടിൽ നിന്നും മുറിയിലേക്ക് എത്തിനോക്കി.

"ഞാനും കൂടി ടി.വി. കണ്ടോട്ടെ?"

ഗയ്ദാ ചോദിച്ചു.

"അതിനെന്താ, കയറി വരൂ"

അവളെ ഉണർത്തിയതിൽ ഞാൻ ക്ഷമ ചോദിച്ചു. എന്നാൽ തനിക്ക് നല്ല ഉറക്കമില്ലായ്മയുണ്ടെന്ന് അവൾ പറഞ്ഞു.

"ഉറക്കമില്ലായ്മ ഉണ്ടാകാൻ മാത്രമുള്ള പ്രായമൊന്നും നിനക്കില്ലല്ലോ?"

അവൾ പുഞ്ചിരിച്ചു.

"നിങ്ങൾക്കുമുണ്ടോ ഉറക്കമില്ലായ്മ?"

"അതെ. വളരെക്കാലമായിട്ട്"

ഗയ്ദായുടെ കാലുകളിൽ ചെരുപ്പൊന്നുമില്ലായിരുന്നു. ആകാശ നീല നിറമുള്ള സ്പോർട്ട്സ് പാന്റ്സും, വെള്ള ടീ-ഷർട്ടുമായിരുന്നു വേഷം. ബ്രാ ധരിക്കാത്തതിനാൽ മാറിടത്തിലെ ഞെട്ടുകൾ വ്യക്തമായി കാണാം. വലതു വശത്ത് കിടന്ന സോഫയിൽ വന്നിരുന്നശേഷം കാലുകൾ സോഫമേൽ കയറ്റിവച്ച് കൈകൾ മുട്ടിൽ കെട്ടിയിരുന്നു. വലത്ത് നിന്നും നോക്കിയപ്പോൾ കക്ഷത്തിനും മാറിടത്തിന്റെ ചരുവിനുമിടയിലെ ഭാഗം പുറത്തു കാണാമായിരുന്നു.

ചാനലുകളിലൊന്നിൽ അവതാരകൻ പ്രധാനവാർത്തകൾ ആവർത്തിക്കുന്നു. ഒരു അര മിനിറ്റ് നേരം കഴിഞ്ഞപ്പോൾ പഴയൊരു ഈജിപ്ഷ്യൻ സിനിമ പ്രദർശിപ്പിക്കുന്ന ചാനലിലേക്ക് മാറി.

"നിങ്ങളുടെ ഈ ആതിഥ്യത്തിനും ഔദാര്യത്തിനും വലിയ നന്ദിയുണ്ട് ഞങ്ങൾക്ക്"

"ഓ, അത് സാരമില്ല. എന്തായാലും നിങ്ങളുടെയൊക്കെ സാന്നിദ്ധ്യം ഉമ്മയ്ക്ക് വലിയ ആശ്വാസമായിട്ടുണ്ട്"

"നിങ്ങൾക്കോ?"

"എനിക്കും സന്തോഷം തന്നെ. ഇവിടത്തെ സൗകര്യങ്ങളിൽ നിങ്ങൾക്ക് സംതൃപ്തിയുണ്ടെന്ന് കരുതുന്നു."

"തീർച്ചയായും. സ്വർഗവും നരകവും തമ്മിലുള്ള വ്യത്യാസമാണ് ഇപ്പോൾ. രാത്രികളിൽ വെടിയൊച്ച കേൾക്കാനില്ല. ഭീഷണികളോ, തലവേദനകളോ ഇല്ല. ആകെക്കൂടി ഒരു വിഷമം മാത്രമേയുള്ളൂ. എന്റെ പുസ്തകങ്ങളൊക്കെ അങ്ങ് വീട്ടിലാണ്."

"ഏത് പുസ്തകങ്ങൾ? പഠിക്കാനുള്ളവയാണോ?"

"അല്ല. നോവലുകളും മറ്റും."

"എന്റെ മുറിയിൽ ധാരാളം പുസ്തകങ്ങളുണ്ട്. നിനക്കത് എടുത്ത് വായിക്കാം, കാര്യങ്ങളൊന്ന് ശാന്തമാകുമ്പോൾ നമുക്ക് നിന്റെ വീട്ടിൽ പോയി കുറച്ച് പുസ്തകങ്ങൾ എടുത്തുകൊണ്ട് വരികയും ചെയ്യാം."

"അതേയോ, വളരെ നന്ദി. ഇതെന്തായാലും ഭാഗ്യമായി."

"ശരി. നാളെ ഞാൻ നിനക്ക് കുറച്ച് പുസ്തകങ്ങൾ നല്കാം. എന്റെ മുറിയിൽ വന്ന് നിനക്ക് തന്നെ ഇഷ്ടപ്പെട്ടവ തിരഞ്ഞെടുക്കുകയും ചെയ്യാം."

"വളരെ നന്ദി"

ഒരു നിമിഷത്തെ നിശ്ശബ്ദതയ്ക്ക് ശേഷം ഗയ്ദാ ചോദിച്ചു

“ഞാനൊരു കാര്യം ചോദിച്ചോട്ടേ?”

“അതിനെന്താ? ചോദിച്ചോളൂ”

“നിങ്ങൾക്ക് ഇപ്പോൾ ചെയ്യുന്ന ജോലിയിൽ സംതൃപ്തിയുണ്ടോ?” ആ ചോദ്യം എന്നെ അതിശയിപ്പിച്ചു കളഞ്ഞു. വളരെ കുറച്ച് ആളുകളേ എനിക്ക് സ്വന്തം ജോലിയിൽ സംതൃപ്തിയുണ്ടോ, അതോ ഒരു പീഡനമാണോ എന്ന് തിരക്കുവാൻ മെനക്കെട്ടിട്ടുള്ളൂ. സബ്രി അങ്കിൾ ഇമെയിൽ അയയ്ക്കുമ്പോൾ തിരക്കാറുണ്ട്. അതുപോലെ പ്രൊഫസർ ഇസാം അൽ -ജനാബിയും അന്വേഷിക്കും. ഉമ്മ പറയാറുള്ളത് ‘അല്ലാഹു നിനക്ക് ശക്തി തരട്ടേ മോനേ’ എന്നു മാത്രമായിരിക്കും.

“എന്താ അങ്ങനെ ചോദിച്ചത്?”

എന്റെ ചോദ്യം കേട്ട് കീഴ്ച്ചുണ്ട് കടിച്ചുപിടിച്ച് അവൾ പറഞ്ഞു.

“ക്ഷമിക്കണം. ഞാനങ്ങനെ ചോദിക്കാൻ പാടില്ലായിരുന്നു”

“ഓ, അത് സാരമില്ല”

“ജോലി കഴിഞ്ഞ് ദിവസവും തിരിച്ചുവരുമ്പോൾ നിങ്ങൾ വളരെ ക്ഷീണിതനായാണ് ഞാൻ കണ്ടിട്ടുള്ളത്. ഞങ്ങളെ കാണുമ്പോൾ ചിരിക്കുമെങ്കിൽ കൂടിയും നിങ്ങളുടെ ഉള്ളാകെ തകർന്നതുപോലെയാണ് എനിക്ക് തോന്നിയിട്ടുള്ളത്.”

“സത്യം പറഞ്ഞാൽ മാനസികമായി ഈ ജോലി വളരെ ദുഷ്കരമാണ്.”

അവളുടെ മുഖത്തെ ചിരി മാഞ്ഞു. വളരെ ആത്മാർത്ഥതയോടെ ഗയ്ദാ പറഞ്ഞു:

“എന്നോട് ക്ഷമിക്കണം”

“സാരമില്ല. ചോദിച്ചതിന് നന്ദി”

ആ രാത്രി പിന്നീട് എന്റെ ജോലിയെക്കുറിച്ച് ഗയ്ദാ ഒന്നും ചോദിച്ചില്ല. എങ്കിലും പുലരുംവരെ ഞങ്ങൾ പതിഞ്ഞ സ്വരത്തിൽ ധാരാളം കാര്യങ്ങളെക്കുറിച്ച് സംസാരിച്ചുകൊണ്ടേയിരുന്നു. പിന്നീടവൾ കോട്ടുവായിടുവാൻ തുടങ്ങി. ഒപ്പം ഞാനും. രാവിലെ ജോലിക്ക് പോകുന്നതിന് മുമ്പ് എനിക്കൊരു രണ്ട് മണിക്കൂറെങ്കിലും ഉറങ്ങേണ്ടതുണ്ട്.

ഞാൻ ക്ഷമ ചോദിച്ചു.

“ക്ഷമിക്കണം, നിങ്ങളുടെ ഉറക്കം ഞാനായിട്ട് കെടുത്തിയല്ലേ?”

“ഒരിക്കലുമില്ല. നല്ലൊരു അനുഭവമായിരുന്നു”

“എനിക്കും”

“നന്നായി ഉറങ്ങാൻ സാധിക്കട്ടെ”

“നിങ്ങൾക്കും”

ഗയ്ദായുമായി കൂടുതൽ അടുത്തല്ലോ എന്നോർത്ത് പുഞ്ചിരിച്ചുകൊണ്ടാണ് ഞാൻ പടികൾ കയറി മുകളിലെ മുറിയിലേക്ക് പോയത്.

എന്നാൽ ഈ കൂടിക്കാഴ്ച എത്ര നിഷ്കളങ്കമായിരുന്നെങ്കിൽ പോലും ഞങ്ങളുടെ ഉമ്മമാർ അറിയാനിടയായാൽ അവർ തികച്ചും വ്യത്യസ്തമായേ അതിനെ വ്യാഖ്യാനിക്കാനിടയുള്ളൂ. പ്രത്യേകിച്ച് എന്റെ ഉമ്മ.

നാല്പത്തിമൂന്ന്

അമ്പത് വയസ്സ് തോന്നിക്കുമായിരുന്നു അയാളെ കണ്ടാൽ. അല്പം തടിച്ച ശരീരപ്രകൃതി. കഷണ്ടി കയറിയ ശിരസ്സ്. രണ്ട് വശത്തുമായി കുറച്ച് നരച്ച മുടി ബാക്കിയുണ്ട്. താടി വടിച്ചിരിക്കുന്നു. എന്നാൽ നരച്ച മീശ ബാക്കിയുണ്ട്താനും. തലയിലും നെറ്റിയിലും വലത്തേ കവിളിലും പൊള്ളലേറ്റ പാടുകൾ. കാപ്പി നിറമുള്ള കണ്ണുകളിൽ കറുത്ത ഫ്രെയിമുള്ള കണ്ണട ധരിച്ചിരിക്കുന്നു. മഞ്ഞ നിറമുള്ള മുഴുവൻകൈ ഷർട്ടും കറുത്ത പാന്റ്സും വേഷം. മോർച്ചറിയിലെ ആളുകളാണ് തന്നെ ഇങ്ങോട്ട് അയച്ചതെന്നും തന്റെ പക്കൽ എത്രയും വേഗം കുളിപ്പിച്ച് മറമാടേണ്ട ഒരു മൃതദേഹമുണ്ടെന്നും ആ മനുഷ്യൻ പറഞ്ഞു.

“അല്ലാഹു ആ മനുഷ്യന്റെ ആത്മാവിന് ശാന്തി നൽകട്ടെ. നിങ്ങളുടെ ബന്ധുവാണോ?”

“അല്ല. ആളാരാണെന്ന് എനിക്ക് തീരെ അറിയില്ല. അയാൾക്ക് ശാന്തി ലഭിക്കട്ടെ”

എന്റെ അതിശയം ശ്രദ്ധിച്ചിട്ടാകണം മൃതദേഹം എടുത്തുകൊണ്ടു വരുവാനായി പുറത്തേക്ക് പോകവേ ആ മനുഷ്യൻ പറഞ്ഞു.

“എനിക്കെന്താണ് സംഭവിച്ചതെന്ന് പറഞ്ഞാൽ നിങ്ങൾ വിശ്വസിക്കുകയേ ഇല്ല.”

“എന്താണ് സംഭവിച്ചത്?”

“വലിയ കഥയാണത്”

ഞാൻ കൂടുതലൊന്നും തിരക്കിയില്ല. കഴിഞ്ഞ രണ്ട് വർഷം കൊണ്ട് ചിന്തിക്കാൻപോലും കഴിയാത്ത കാര്യങ്ങളാണ് ഞാൻ കാണുകയും കേൾക്കുകയും ചെയ്തിട്ടുള്ളത്.

അയാൾ എനിക്കൊരു മരണസർട്ടിഫിക്കറ്റ് കൈമാറി. ഞാനത് വായിച്ചു നോക്കി. പേര്: അജ്ഞാതൻ, ലിംഗം: പുരുഷൻ, മരണകാരണം: ഗുരുതരമായ പൊള്ളൽ, ബാക്കി വിവരങ്ങളെല്ലാം അജ്ഞാതമാണ്. മരണത്തീയതി ഏതാണ്ട് രണ്ട് മാസം മുമ്പ്. കുളിപ്പുരയുടെ അരികിലായി നിർത്തിയിട്ടിരുന്ന ഒരു ചെറിയ വെള്ളകാറിലേക്ക് അയാൾ വിരൽചൂണ്ടി. സ്റ്റിയറിംഗ് വീലിന് പിറകിൽ ഒരാൾ ഇരിപ്പുണ്ട്. ഡിക്കി തുറന്നിരിക്കുന്നു. അതിനുള്ളിൽ ഒരു കട്ടിയുള്ള നൈലോൺ ബോഡിബാഗ് കണ്ടു. വശങ്ങളൊക്കെ കുത്തിതച്ചിരിക്കുന്നു. അജ്ഞാതമായ മൃതദേഹങ്ങൾ കൊണ്ടു വരുന്ന തരത്തിലുള്ള ബാഗ്. നൈലോൺ ബാഗിന് നല്ല കട്ടിയുണ്ടായിരുന്നെങ്കിലും

മൃതദേഹത്തെ ധാരാളം ചുറ്റിയിരുന്നെങ്കിലും കത്തിക്കരിഞ്ഞ ശവശരീരം കാണാൻ സാധിക്കുമായിരുന്നു.

"ഗുരുതമായ പൊള്ളലേറ്റിട്ടുണ്ടെങ്കിൽ മൃതദേഹം കുളിപ്പിക്കാൻ സാധിക്കില്ല. ദേഹത്തെ മാംസം അടർന്നു പോകും. പകരം 'തയമ്മും' ചെയ്യാം."

"നിങ്ങളുടെ ആളുകൾ അങ്ങനെയാണോ ചെയ്യാറുള്ളത്?"

ഈ 'നിങ്ങളുടെ ആളുകൾ' എന്നതുകൊണ്ട് ഇയാൾ എന്തായിരിക്കും ഉദ്ദേശിച്ചിട്ടുണ്ടാകുക? മഗൈസിലിൽ കുളിപ്പിക്കുന്നവരെന്നോ, അതോ ശിയാക്കളെന്നോ?

"മനസ്സിലായില്ല. നിങ്ങളെന്താണുദ്ദേശിച്ചത്?"

"നോക്കൂ സഹോദരാ, ഞാൻ തുറന്നു പറയാം. ഞാനൊരു ശിയാ അല്ല കേട്ടോ?"

"പിന്നെ എന്തിനാ നിങ്ങൾ ഈ മൃതദേഹം ഇവിടെക്കൊണ്ടുവന്നത്?"

"ഇയാളൊരു ശിയായാണ്. ഈ വിചിത്രകഥ പറഞ്ഞാൽ നിങ്ങൾക്ക് വിശ്വസിക്കാനേ കഴിയില്ലെന്ന് ഞാൻ പറഞ്ഞില്ലേ?"

എന്നോട് തന്റെ കഥ പറയുവാൻ അയാൾ വല്ലാതെ ദാഹിക്കുന്നത് പോലെയാണ് തോന്നിയത്.

"സാധാരണയായി, മൃതദേഹങ്ങൾക്ക് വലിയ പൊള്ളലേല്ക്കുകയോ, വികൃതമാകുകയോ, വീർത്തിരിക്കുകയോ, ചെയ്താൽ കുളിപ്പിക്കുന്നത് ദുഷ്കരമായിരിക്കും. മാംസം അടരാൻ സാധ്യതയുണ്ട്. അതിനാൽ തന്നെ കുളിപ്പിക്കണമെന്ന് നിർബന്ധമില്ല."

എന്തായാലും അയാളുടെ കഥ ഒന്ന് കേൾക്കാൻ തന്നെ തീരുമാനിച്ചു. കാരണം, വിചിത്രമായ ഒരു സാഹചര്യമാണല്ലേ ഇത്?"

"നിങ്ങളെന്താ കഥ പറയാത്തത്?"

"സഹോദരാ, ഞാനൊരു ടാക്സി ഡ്രൈവറാണ്. ജീവിക്കണമല്ലോ? അൽ-സയ്യിദിയ്യയിലാണ് ഞാൻ താമസിക്കുന്നത്. അവിടെ നിന്നാണ് ഈ പാവം മനുഷ്യൻ എന്റെ കാറിൽ കയറിയത്."

കഥ പറയുന്നതിനിടയിൽ അയാൾ തന്റെ കൈകൾ ഉപയോഗിച്ച് നന്നായി ആംഗ്യം കാണിക്കുന്നുണ്ടായിരുന്നു. അതയാളുടെ ശബ്ദത്തിന് ദുഃഖഭാവം നൽകിക്കൊണ്ടിരുന്നു.

"നല്ല മാന്യനായ മനുഷ്യനെന്നാണ് ഇയാളെ കണ്ടപ്പോഴേ തോന്നിയത്. നാം ഇപ്പോൾ അനുഭവിക്കുന്ന ദുരിതങ്ങളെയും കൂട്ടക്കൊലകളെയും രാഷ്ട്രീയത്തെയും പറ്റിയെല്ലാം ഞങ്ങൾ കാറിൽവെച്ച് സംസാരിച്ചു കൊണ്ടേയിരുന്നു. ശിയാക്കളെയും സുന്നികളെയും സംബന്ധിച്ച ചർച്ച വന്നപ്പോൾ താനൊരു ശിയായാണെന്ന് അയാൾ പറഞ്ഞു. കുറച്ചൊക്കെ തർക്കിച്ചെങ്കിലും പലകാര്യങ്ങളിലും ഞങ്ങൾക്ക് യോജിപ്പായിരുന്നു. പരസ്പരം ആശ്വസിപ്പിക്കുകയും ചെയ്തു. മൂത്രമൊഴിക്കാൻ തോന്നിയപ്പോൾ

ഒരു മിനിറ്റ് നേരത്തേക്ക് കാർ നിർത്താമെന്ന് ഞാൻ പറഞ്ഞു. അൽ-ഖനാത്ത് ഹൈവേയിൽ മരങ്ങൾ നിൽക്കുന്നതിനരികിലായി ഞാൻ കാർ ഒതുക്കിയിട്ടു. ആകാശത്ത് അമേരിക്കൻ ഹെലിക്കോപ്റ്ററുകൾ വട്ടംചുറ്റുന്നുണ്ടായിരുന്നു. അൽ-സദർ സിറ്റിയിൽ അമേരിക്കൻ പട്ടാളക്കാരും ശിയാക്കളുടെ മഹദിസേനയും തമ്മിൽ എന്തോ സംഘട്ടനം നടന്നിരിക്കുന്നു.

"പാന്റ്സിന്റെ സിബ്ബ് ഊരുന്നതിനിടയിൽ വൻസ്ഫോടനം കേട്ടു. ചെവി പൊട്ടിത്തെറിച്ചോ എന്ന് പേടിപ്പെടുത്തുംവിധമുള്ള ഉഗ്രസ്ഫോടനം. തിരിഞ്ഞു നോക്കിയപ്പോൾ കണ്ട കാഴ്ച എന്റെ കാറൊരു അഗ്നിഗോളമായി കത്തിയെരിയുന്നതായിരുന്നു. ഞാൻ കാറിനരികിലേക്ക് ഓടിയടുത്തു. ഒരു അമേരിക്കൻ അപ്പാച്ചി ഹെലികോപ്റ്റർ ആകാശത്ത് വട്ടംചുറ്റിയ ശേഷം എന്റെ കാറിന് നേരെ വീണ്ടും പറന്നടുക്കുവാൻ ശ്രമിക്കുന്ന കാഴ്ചയാണ് കണ്ടത്. എന്തു ചെയ്യണമെന്നറിയാത്ത അവസ്ഥയിലായിരുന്നു ഞാൻ. ഹെലികോപ്റ്ററിൽ നിന്നും എന്റെ നേരെ വെടിയുതിർക്കുമോ എന്ന പേടിയുമുണ്ടായിരുന്നു. തീയണയ്ക്കാനുള്ള മാർഗ്ഗമൊന്നും കാണാതെ ഞാൻ മണ്ണ് വാരി കത്തിയെരിയുന്ന കാറിന് നേരെ എറിയാൻ തുടങ്ങി. റോഡിന് നടുവിലേക്ക് ഓടി ഇരുകൈകളും വീശിക്കാണിക്കുമ്പോൾ ഏതെങ്കിലും വാഹനം നിർത്തുമെന്ന പ്രതീക്ഷയുണ്ടായിരുന്നു. പക്ഷേ ഒരൊറ്റ വാഹനം പോലും നിർത്തിയില്ല. കഴിയുന്നത്ര ഉച്ചത്തിൽ ഞാൻ അലറിവിളിച്ചു.

"സഹായിക്കണേ...ആരെങ്കിലും സഹായിക്കണേ..."

"കാർ പൊട്ടിത്തെറിക്കുന്നതിന് മുമ്പ് ഏത് വിധേനയും ഡോർ തുറന്ന് അകത്തിരിക്കുകയായിരുന്ന മനുഷ്യനെ പുറത്തിറക്കിയേ തീരൂ. ഞാൻ ഷർട്ടൂരി കൈയിൽ ചുറ്റിയ ശേഷം ഡോർ വലിച്ചു തുറന്നു. അതോടെ തീ എന്റെ ദേഹത്തേക്കും പടർന്നു. തലയും നെറ്റിയും കവിളും പൊള്ളിയതങ്ങനെയാണ്. എങ്ങനെയാണ് ആ മനുഷ്യനെ പുറത്തേക്കിറക്കാനായതെന്ന് എനിക്കറിയില്ല. അയാളുടെ ദേഹം കത്തിയെരിയുകയായിരുന്നു. ഞാനയാളെ വലിച്ച് ദൂരേക്ക് കൊണ്ടുപോയ ശേഷം കൈയിലിരുന്ന ഷർട്ടും മണ്ണും ഉപയോഗിച്ച് എങ്ങനെയെങ്കിലും തീയണയ്ക്കാൻ ശ്രമിച്ചുകൊണ്ടിരുന്നു. അതിനിടയ്ക്ക് തന്നെ ആ ശരീരം പൂർണമായും കത്തിയെരിഞ്ഞു കഴിഞ്ഞിരുന്നു. അയാളുടെ മാംസവും തലമുടിയും കത്തിയതിന്റെ ഗന്ധമായിരുന്നു സർവ്വയിടത്തും."

"അപ്പോഴേക്കും കാർ പൊട്ടിത്തെറിച്ചു. അതിന്റെ ഭാഗങ്ങൾ സർവ്വയിടത്തേക്കും ചിതറിത്തെറിച്ചു. എന്ത് ചെയ്യണമെന്നറിയാതെ അവിടെ എത്ര സമയം ഇരുന്നുവെന്ന് എനിക്കറിയില്ല. ഞാൻ വീണ്ടും എഴുന്നേറ്റ് കാറുകൾക്ക് കൈ കാണിച്ചെങ്കിലും ആരും നിർത്തിയില്ല. ശരീരം ഏതാണ്ട് നഗ്നനായിരുന്നതിനാൽ ഞാനൊരു ഭ്രാന്തനാണെന്ന് ആളുകൾ കരുതിയിട്ടുണ്ടാകും. ഒരു മണിക്കൂർ നേരം ശ്രമിച്ച ശേഷമാണ് ആരോ ഒരാൾ

വാഹനം നിർത്തി എന്നെ വീട്ടിലെത്തിച്ചത്. ദൈവം അയാളെ അനുഗ്രഹിക്കട്ടെ. ദേഹത്തുണ്ടായ പൊള്ളലുകൾക്ക് ചികിത്സ തേടാനായി അയൽക്കാരിലൊരാൾ എന്നെ ആശുപത്രിയിലേക്ക് കൊണ്ടുപോയി.

"ഞാൻ നടന്ന കാര്യങ്ങൾ വിശദീകരിച്ചുപറഞ്ഞിട്ടും അമേരിക്കക്കാർ എന്റെ കാറിനെ ആക്രമിച്ചതെന്തിനാണെന്ന് മാത്രം ആരും മറുപടി പറഞ്ഞില്ല. നഷ്ടപരിഹാരം ലഭിക്കാനായി ഒരു പരാതി കൊടുക്കാൻ ആരോ പറഞ്ഞു. ഞാനപ്രകാരം ചെയ്തു. പക്ഷേ ഒന്നും സംഭവിച്ചില്ല. എങ്കിലും കാറിനുള്ളിൽ കത്തിയമർന്ന മനുഷ്യന്റെ ചിത്രം എന്നെ വേട്ടയാടിക്കൊണ്ടേയിരുന്നു. ഞാൻ പൊലീസിൽ വിവരമറിയിച്ചു. ഒരു മനുഷ്യന്റെ മൃതദേഹം ഹൈവേയിൽ അനാഥമായിക്കിടക്കുകയാണെന്നും തെരുവുനായ്ക്കൾ കടിച്ചുകീറുന്നതിന് മുമ്പ് ആ മൃതദേഹം അവിടെ നിന്നും മാറ്റണമെന്നും ഞാനവരോട് പറഞ്ഞു. തങ്ങളുടെ കൈയിൽ ആവശ്യത്തിന് സേനാംഗങ്ങളില്ലാത്തതിനാൽ ഇത്തരം കാര്യങ്ങൾ ചെയ്യാനാകില്ലായെന്നായിരുന്നു പൊലീസുകാരുടെ പ്രതികരണം. ഞാൻ പറയുന്ന കാര്യം കേട്ടിട്ട് നിങ്ങൾക്ക് വിശ്വസിക്കാൻ കഴിയുന്നുണ്ടോ?

"ജീവിച്ചിരിക്കുന്ന നമ്മൾക്ക് വിലയില്ലായെങ്കിൽ പിന്നെ മരിച്ചവർക്ക് എന്ത് വിലയാണുള്ളത്? എന്നെ ഇന്ന് ഇവിടേക്കു കൂട്ടിക്കൊണ്ടുവന്ന ഡ്രൈവറായ സഹോദരനൊപ്പം ഞാൻ മിസൈൽ ആക്രമണം നടന്ന സ്ഥലത്തേക്ക് പോയി. തകർന്ന കാറിന്റേതായി വല്ലതും അവശേഷിക്കുന്നുണ്ടോ, മരിച്ചയാളിന്റെ മൃതദേഹം ആരെങ്കിലും എടുത്തുമാറ്റിയോ എന്നറിയണമായിരുന്നു. എന്നാൽ ആ മൃതദേഹം അപ്പോഴും റോഡരികിൽ കിടക്കുകയായിരുന്നു. അത് കണ്ടുനിൽക്കാൻ കഴിയില്ലായിരുന്നു. അതിനാൽ ഞങ്ങൾ ആ ശരീരം കാറിന്റെ ഡിക്കിയിലെടുത്തിട്ട് മോർച്ചറിയിലേക്ക് കൊണ്ടുപോയി. എന്നാൽ അവിടെ കണ്ട കാഴ്ച ഉറ്റവർ ആരെന്നറിയാത്ത മൃതദേഹങ്ങൾ കുന്നുകൂടിക്കിടക്കുന്നതായിരുന്നു. കൂടുതൽ മൃതദേഹങ്ങൾ സൂക്ഷിക്കാൻ കഴിയാത്ത അവസ്ഥ. അവർ ഈ മൃതദേഹങ്ങളുടെ ചിത്രമെടുത്ത് കമ്പ്യൂട്ടറിൽ സൂക്ഷിക്കും. ബന്ധുക്കളാരെങ്കിലും വന്ന് മൃതദേഹം തിരിച്ചറിഞ്ഞാൽ ശവസംസ്കാരത്തിനായി അവരുടെ പക്കൽ ഏല്പിക്കും.

"ഈ മനുഷ്യൻ രണ്ട് മാസത്തോളം മോർച്ചറിയിൽ കിടന്നിട്ടും ഒരാൾ പോലും അന്വേഷിച്ചെത്തിയില്ല. ഈ മനുഷ്യന്റെ മൃതദേഹം മറമാടാതിരിക്കുന്നത് ഒരു വലിയ തെറ്റല്ലേ? അതിനാൽ മൃതദേഹം ഏറ്റെടുത്ത് സംസ്കരിക്കുന്ന കാര്യം ഞാൻ ഏല്ക്കാമെന്ന് പറഞ്ഞു. വേണ്ട രേഖകളിലൊക്കെ ഒപ്പിട്ടു നല്കി. അപകടം പതിയിരിക്കുന്ന പാതയായതിനാൽ എനിക്ക് ഇയാളെ നജഫിലേക്ക് കൊണ്ടുപോകാൻ എന്തായാലും സാധിക്കില്ല. അപ്പോഴാണ് അജ്ഞാത മൃതദേഹങ്ങൾ മറമാടാനുള്ള ഒരു പുതിയ ശവപ്പറമ്പ് ഇവിടെ ഉണ്ടെന്നും എനിക്ക് ഈ മൃതദേഹം അവിടെ കൊണ്ടുപോകാമെന്നും ആരോ പറഞ്ഞത്. അതിന് മുമ്പ് മൃതദേഹം കുളിപ്പിച്ച് കഫൻ ചെയ്യണമല്ലോ? അങ്ങനെയാണ് ഞാൻ ഇവിടെ എത്തിച്ചേർന്നത്."

അയാളുടെ കഥ കേട്ട് ആഴത്തിലൊരു നെടുവീർപ്പോടെ ഞാൻ പറഞ്ഞു:

"അല്ലാഹു നിങ്ങളെ അനുഗ്രഹിക്കട്ടെ. നിങ്ങളെപ്പോലുള്ള സുമനസ്സുകൾ ഈ ലോകത്ത് ധാരാളമുണ്ടായിരുന്നെങ്കിൽ!"

അന്ന് വൈകുന്നേരം ഞാൻ ഈ കഥ എന്റെ ഉമ്മയോടും ഗയ്ദായുടെ ഉമ്മയോടും പറഞ്ഞു. ശിയാക്കളായ ഇവർക്ക് സുന്നികളായ 'അവരെ' സംബന്ധിച്ച മുൻവിധികളും അഭിപ്രായങ്ങളുമൊക്കെ മാറ്റിമറിക്കാൻ ഈ സംഭവം ഇടയാക്കിയാലോ എന്ന ചിന്തയിലായിരുന്നു ഞാൻ.

എന്നാൽ അതുകൊണ്ട് യാതൊരു പ്രയോജനവും ഉണ്ടായില്ല എന്നതാണ് സത്യത്തിൽ നടന്നത്.

നാല്പത്തിനാല്

സ്ഥാനത്തും അസ്ഥാനത്തുമൊക്കെയായി എന്റെയും ഗയ്ദായുടേയും കണ്ണുകൾ തമ്മിൽ കൂട്ടിമുട്ടാൻ തുടങ്ങി. എന്റെ കണ്ണുകൾ ചില കുരുവികളെപ്പോലെയായിത്തീർന്നു. അവ എന്റെ കണ്ണുകൾക്കും പിന്നെ മോഹിപ്പിക്കുന്നതെല്ലാം നിറഞ്ഞ അവളുടെ ശരീരമാകുന്ന ഉദ്യാനങ്ങൾക്കുമിടയിൽ പാറിപ്പറന്നു നടക്കുകയായിരുന്നു. ചിലപ്പോഴൊക്കെ എന്റെ നോട്ടങ്ങളെ അവൾ കണ്ടില്ലെന്ന് നടിക്കും. മറ്റു ചിലപ്പോൾ തന്റെ കണ്ണുകൾ കൊണ്ട് അവൾ എന്റെ കുരുവികളെ വലയിൽ വീഴ്ത്തും. ആ കുരുവികളാകട്ടെ ക്ഷണനേരം കൊണ്ട് അവളുടെ ദേഹത്തേക്ക് പറന്നിറങ്ങി ആവശ്യമുള്ളത് കൊത്തിത്തിന്നുകയോ, വെള്ളം നുകരുകയോ ചെയ്യും. അപ്പോഴും അവൾ ചിരിക്കുക തന്നെയാകും.

നൽകിയ വാഗ്ദാനം പൂർത്തീകരിക്കാനായി ഞാനവൾക്ക് കുറച്ച് അറബിനോവലുകളും വിദേശ നോവലുകളുടെ അറബി വിവർത്തനങ്ങളും തിരഞ്ഞെടുത്ത് നൽകി. അവൾ നന്ദി പറഞ്ഞുകൊണ്ട് അവ വാങ്ങുമ്പോൾ ഞങ്ങളുടെ കൈകൾ തമ്മിൽ സ്പർശിച്ചു. അന്നേരം ഞരമ്പുകളിലെ രക്തം ഉണർന്നെഴുന്നേല്ക്കുന്നതുപോലെ തോന്നി.

ഗയ്ദാ വീട് വൃത്തിയാക്കുന്നതിലും മറ്റും എന്റെ ഉമ്മയെ സഹായിക്കാൻ തുടങ്ങി. പഴയപാത്രങ്ങളും കടലാസുകളും പുസ്തകങ്ങളും മറ്റും ചിതറിക്കിടക്കാറുണ്ടായിരുന്ന എന്റെ മുറിയിലെ മേശ വളരെ മനോഹരമായി അടുക്കിവച്ചിരിക്കുന്നത് കണ്ടു. അതിനർത്ഥം ഗയ്ദാ എന്റെ മുറിയിൽ കയറിയിരിക്കുന്നു എന്നാണ്.

ഒരു ദിവസം അവൾ ചോദിച്ചു ഞാൻ ചിത്രം വരയ്ക്കാറുണ്ടോയെന്ന്. അതെങ്ങനെ അറിഞ്ഞുവെന്നായി എന്റെ ചോദ്യം. എന്റെ മുറിയിൽ സ്വന്തം കൈയൊപ്പോടുകൂടിയ ഒരു പെയിന്റിംഗ് തൂക്കിയിട്ടിരിക്കുന്നത് അവൾ കണ്ടത്രേ. ജിയോകോമെത്തിയുടെ ശില്പങ്ങളുടെ മാതൃകയിലുള്ള ഒരു വകഭേദമായിരുന്നു ആ പെയിന്റിംഗ്. നഗ്നയായൊരു മെലിഞ്ഞ യുവതി

അഭ്രചക്രവാളത്തിന് നേരെ നടന്നുനീങ്ങുന്ന ചിത്രം. വളരെക്കാലം മുമ്പ് വരച്ചതാണെന്നും, യുവത്വത്തിന്റെ അവിവേകങ്ങളിലൊന്നാണെന്നും പറഞ്ഞപ്പോൾ ഗയ്ദാ ചിരിച്ചു. 'യുവത്വത്തിന്റെ അവിവേകം' എന്ന പ്രയോഗം കൊള്ളാമെന്ന് പറഞ്ഞശേഷം വരയ്ക്കുന്നത് നിർത്തിക്കളഞ്ഞതെന്തു കൊണ്ടാണെന്ന് അവൾ തിരക്കി. അതൊരു നീണ്ട കഥയാണെന്നും മറ്റൊരു ദിവസം ആ കഥ പറയാമെന്നുമായിരുന്നു എന്റെ മറുപടി.

പിന്നീട് കാണുന്നത് മരിച്ചവരുടെ വിവരങ്ങൾ രേഖപ്പെടുത്തുന്ന പുസ്തകത്തിൽ ഞാനവളുടെ മുഖത്തിന്റേയും ശരീരത്തിന്റേയും ചിത്രങ്ങൾ വരയ്ക്കുന്നതായിരുന്നു. മരിച്ചവരുടെ പേരുകൾക്കൊപ്പം അവളുടെ ചിത്രങ്ങൾ വരയ്ക്കുന്നതിൽ കുറ്റബോധം തോന്നിയപ്പോൾ ഗയ്ദായുടെ ചിത്രങ്ങൾ മാത്രം വരയ്ക്കാനായി ഞാൻ വേറൊരു പുസ്തകം വാങ്ങി. എല്ലാ ദിവസവും ആ പുസ്തകം മഗൈസിലിലേക്ക് കൊണ്ടുപോകും. അവൾ ഉറങ്ങാറുള്ള സ്വീകരണമുറിയുടെ വാതിൽ അല്പം തുറന്നു കിടന്നൊരുനാൾ യാദൃച്ഛികമായി ഞാൻ കണ്ടൊരു ദൃശ്യം ആ പുസ്തകത്തിലേക്ക് പകർത്താൻ ശ്രമിച്ചു. ഇടത്തേക്കാലിന്മേൽ വലത്തേക്കാൽ കയറ്റി വെച്ച് നഖങ്ങളിൽ പോളിഷ് ചെയ്യുകയായിരുന്നു ഗയ്ദാ. മുട്ടുവരെയുള്ള ഭാഗത്തെ വസ്ത്രം മാറിക്കിടന്നതിനാൽ എനിക്കവളുടെ മിനുസമുള്ള തുടഭാഗം കാണാൻ സാധിച്ചു. ഒരു നിമിഷം ഞങ്ങളുടെ കണ്ണുകൾ തമ്മിൽ ഉടക്കി. പുഞ്ചിരിച്ചതല്ലാതെ അവൾ ഇരിക്കുന്ന ഭാവം മാറ്റിയതേയില്ല.

പിന്നീട് മൂന്നോ നാലോ തവണ ഞാനും ഗയ്ദയും രാത്രിയിൽ കണ്ട് സംസാരിക്കാനിടയായി. സ്വന്തം കഥകളും വേദനകളും പങ്കുവെച്ചതല്ലാതെ കൂടുതലൊന്നും സംഭവിച്ചില്ല. അവളുടെ ചില ചോദ്യങ്ങളൊക്കെ ഒരു കൂസലുമില്ലാത്തവയായിരുന്നു. ഉദാഹരണമായി ഒരു ദിവസം രാത്രി അവളെന്റെ പ്രണയബന്ധങ്ങളെക്കുറിച്ച് ചോദിച്ചു. ഞാനവളോട് റീമുമായുള്ള ബന്ധത്തെക്കുറിച്ച് തുറന്ന് പറഞ്ഞു. കഥാന്ത്യം അവളെ വല്ലാതെ സ്വാധീനിച്ചതുപോലെ. എന്നാൽ ഗയ്ദായ്ക്ക് റീമിനോട് അല്പം അസൂയയുണ്ടോ എന്നും തോന്നിപ്പോയി. അവൾക്ക് എന്തെങ്കിലും പ്രണയബന്ധങ്ങളുണ്ടായിരുന്നോ എന്ന് ഞാൻ തിരിച്ച് ചോദിച്ചപ്പോൾ പൊട്ടിച്ചിരിയോടെ ഗയ്ദാ പറഞ്ഞു:

"ഞാനൊരു നല്ലകുട്ടിയായിരുന്നു. അതിനാൽ ബന്ധങ്ങളിലൊന്നും പോയിച്ചാടിയില്ല."

സർവ്വകലാശാലയിൽ പഠിക്കാൻ പോകാത്തതിനാൽ തനിക്ക് ഇത്തരം ബന്ധങ്ങളിൽ അകപ്പെടാനുള്ള അവസരമൊന്നും ലഭിച്ചില്ല എന്ന് ഗയ്ദാ കൂട്ടിച്ചേർത്തു. പിന്നെ ആകെക്കൂടിയുണ്ടായിട്ടുള്ളത് കൗമാരകാല ബന്ധങ്ങൾ മാത്രമാണ്. അവയാകട്ടെ കാണുമ്പോഴുള്ള സംസാരങ്ങൾക്കപ്പുറം നീങ്ങാത്ത ബന്ധങ്ങളുമായിരുന്നു.

ഞാനും ഗയ്ദായും തമ്മിലുള്ള ഈ ബന്ധം ശ്രദ്ധിച്ചത് അവളുടെ സഹോദരൻ ഗൈസ് മാത്രമായിരുന്നു. അവനാകട്ടെ ഒന്നും പറഞ്ഞതുമില്ല.

ഗയ്ദായുടെ ബുദ്ധിശക്തിയും പക്വതയുമൊക്കെ എന്നെ വളരെയധികം ആകർഷിച്ചു. അതെനിക്ക് അവളിൽ കുറച്ച് പ്രതീക്ഷ സമ്മാനിക്കുകയും ചെയ്തു. ആഭ്യന്തരയുദ്ധവും വംശീയസംഘർഷങ്ങളും കാരണം ദുരിത മനുഭവിക്കുന്നുണ്ടെങ്കിൽപോലും തന്റേയും എന്റെയും ഉമ്മമാരെപ്പോലെ സർവ്വകാര്യത്തിലും സുന്നി വിഭാഗക്കാരെ പഴിക്കാനും ചരിത്രനിഷേധം പ്രകടിപ്പിക്കാനും ഗയ്ദാ ശ്രമിച്ചില്ല. ഞാൻ ഈ രണ്ടു ഉമ്മമാരോട് തർക്കി ക്കുമ്പോഴൊക്കെ ഗയ്ദാ എന്റെ പക്ഷം ചേരുമായിരുന്നു.

ഒരിക്കൽ ഗയ്ദാ തന്റെ ഉമ്മ പറഞ്ഞതിനെ എതിർത്ത് സംസാരിച്ചു. കഴിഞ്ഞ ആയിരത്തിനാനൂറ് വർഷക്കാലം നീണ്ട അറബി-ഇസ്‌ലാമിക ചരിത്രകാലം മുഴുവനും ശിയാ വിഭാഗക്കാർക്ക് മുസ്‌ലീം ലോകം ഭരിക്കാ നവസരം കിട്ടിയില്ലെന്നും വിട വാങ്ങിയ സദ്ദാം ഹുസൈന്റെ ഭരണകൂടവും സുന്നികളുടേതായിരുന്നുവെന്നുമായിരുന്നു ഗയ്ദായുടെ ഉമ്മയുടെ വാദം. അപ്പോൾ ഗയ്ദാ തന്റെ ഉമ്മയെ ഓർമ്മിച്ചത് സദ്ദാം ഭരണകൂടത്തിലെ 'തലയ്ക്ക് വിലയിട്ടവരുടെ പട്ടിക' അമേരിക്കക്കാർ തയ്യാറാക്കിയതിനെ ക്കുറിച്ചായിരുന്നു. ചിത്രങ്ങളോട് കൂടിയ ഈ സുപ്രധാന ഉദ്യോഗസ്ഥരുടെ കൂട്ടത്തിൽ സുന്നിവിഭാഗക്കാരേക്കാൾ കൂടുതൽ ശിയാക്കളായിരുന്നു അധികവും.

ശിയാക്കളെ കൂട്ടക്കൊല ചെയ്യാനാണ് സുന്നികൾ എപ്പോഴും ശ്രമി ക്കുന്നതെന്നാണ് ഗയ്ദായുടെ ഉമ്മയുടെ പക്ഷം. ശിയാക്കൾ അധികാര ത്തിലെത്തുന്നത് സുന്നികൾക്ക് സഹിക്കില്ലത്രെ. അപ്പോൾ ഞാനവരെ ഓർമ്മിപ്പിച്ചത് 'അഇമ്മ' പാലത്തിൽ നടന്ന അപകടത്തെക്കുറിച്ചായിരുന്നു. 2005 ഓഗസ്റ്റിൽ കാസിമിയ്യയിലെ ശിയാ തീർത്ഥാടനകേന്ദ്രത്തിലേക്ക് വരികയായിരുന്ന ശിയാക്കൾ തിക്കിലും തിരക്കിലും പെട്ട് പേടിച്ചോടി ട്രൈഗ്രിസിൽ ചാടിയപ്പോൾ അവരിൽ പലരേയും രക്ഷപ്പെടുത്തിയത് സുന്നികളായിരുന്നു.

ഒപ്പം സുന്നി വിഭാഗക്കാരുടെ പള്ളികൾ ചുട്ടെരിച്ച ശിയാ അക്രമി സംഘങ്ങളേയും സുന്നികളെ പീഡിപ്പിക്കാൻ തയ്യാറാക്കിയ രഹസ്യ കാരാ ഗൃഹങ്ങളേയും പിന്നെ സുന്നികളും കുർദുകളും ക്രിസ്ത്യാനികളുമായ ബഅസ് പാർട്ടിക്കാരെയെല്ലാം വൈദ്യുതി ഡ്രില്ലർ ഉപയോഗിച്ച് പീഡിപ്പിച്ച കഥകളേയുംകുറിച്ച് ഞാൻ അവരോട് പറഞ്ഞു. അവസാനമായി എനി ക്കേറ്റവും ഇഷ്ടപ്പെട്ട ഒരു ഉദാഹരണത്തെക്കുറിച്ചായിരുന്നു സംസാരിച്ചത്. സദ്ദാമിന്റെ അഴിമതിക്കാരനായിരുന്ന വാർത്താവിനിമയവകുപ്പ് മന്ത്രി മുഹ മ്മദ് സഈദ് അൽ-സഹ്ഹാഫിന്റെ കാര്യം: "അൽ-സഹ്ഹാഫ് എന്താ ശിയാ ആയിരുന്നില്ലേ?"

വിചിത്രമായതെന്തോ കേട്ട മട്ടിൽ കൺപുരികങ്ങൾ വളച്ച് അവർ പ്രതികരിച്ചു.

"നീ ഞങ്ങൾക്കൊപ്പമാണോ, അതോ അവർക്കൊപ്പമാണോ?"

പിന്നീട് സംസാരിച്ചത് എന്റെ ഉമ്മയായിരുന്നു

“അയാൾ സുന്നികൾക്ക് വേണ്ടി മാത്രം വാദിച്ച ആളാണെന്ന് നിനക്കറിയില്ലേ?”

“ഞാനാരുടേയും പക്ഷത്തല്ല. നിങ്ങളുടേയുമല്ല, അവരുടേയുമല്ല”

പിന്നീട് ഞാൻ നിശ്ശബ്ദത പാലിച്ചതേയുള്ളൂ. ഇത്തരം ഉപയോഗശൂന്യമായ ചർച്ചകളിൽ ഇടപെടാതിരിക്കാനാണ് പിന്നീട് ശ്രമിച്ചത്.

ഞങ്ങളുടേയും നാട്ടിലെ വംശീയസംഘർഷങ്ങളുടെയും വിവരങ്ങൾ ആരാഞ്ഞുകൊണ്ട് സ്വബ്രി അങ്കിൾ ഒരു ഇ-മെയിൽ അയച്ചു. എല്ലാം മാറ്റിമറിച്ചൊരു ഭൂകമ്പം ഈ നാട്ടിലുണ്ടായതുപോലെ മറ്റ് വംശീയ വിഭാഗങ്ങൾക്കുമിടയിലും അനായാസം മറികടക്കാനാകുന്നതോ, ചിലപ്പോൾ ഉണ്ടെന്ന് തന്നെ കാണാനാകാത്തതോ ആയ കുഞ്ഞരുവികളുണ്ടായിരുന്നു. എന്നാൽ ഈ വൻഭൂകമ്പത്തിനിപ്പുറം ഭൂമി വിണ്ടുകീറി വൻനദികൾ രൂപപ്പെട്ടിരിക്കുന്നു. പിന്നെയവ രക്തത്തിന്റെ മലവെള്ളപ്പാച്ചിലായി മാറിയിരിക്കുന്നു. മുറിച്ചുകടക്കാൻ ശ്രമിക്കുന്നവർക്കൊക്കെ അതിൽ മുങ്ങിച്ചാകാനായിരിക്കും വിധി. ഒരു താഴ്വരയിൽ നിൽക്കുന്നവർക്ക് അപ്പുറത്തുള്ളവരുടെ വികൃതവും വീർത്തതുമായ രൂപങ്ങൾ മാത്രമേ കാണാൻ കഴിയുന്നുള്ളൂ. പണ്ടെങ്ങോ വംശനാശം നേരിട്ടതോ, അല്ലെങ്കിൽ അങ്ങനെ നാം കരുതിയിരുന്നതോ ആയ കുറേ ജന്തുക്കൾ ഈ താഴ്വരകളിൽ പ്രത്യക്ഷപ്പെട്ടിരിക്കുന്നു. സൂര്യനെ തങ്ങളുടെ ഇരുൾകൊണ്ട് മൂടാനും, വിവിധ കഷണങ്ങളായി പിച്ചിച്ചീന്താനുമായി പഴകിയ കെട്ടുകഥകൾ വീണ്ടും തിരിച്ചെത്തിയിരിക്കുന്നു. അതോടെ ഓരോ വിഭാഗത്തിനും സ്വന്തം സമൂഹവും സൂര്യനും ചന്ദ്രനും ലോകവുമൊക്കെ ഉണ്ടായിരിക്കുന്നു. ഒടുക്കം ഈ ദുരന്ത പർവ്വത്തിന്റെ അവസാനത്തെ ആണിയെന്നോണം കോൺക്രീറ്റ് ചുമരുകളും ഉയർന്നു കഴിഞ്ഞിരിക്കുന്നു.

നാല്പത്തിയഞ്ച്

ഗയ്ദായ്ക്കായുള്ള ദാഹം എന്നിൽ ദിനേനെയെന്നോണം വർദ്ധിക്കുകയായിരുന്നു. അവളും എന്നിലേക്ക് ആകർഷിക്കപ്പെടുന്നതായി തോന്നിത്തുടങ്ങി. എങ്കിലും അവളിലേക്കൊരു നിർണായക ചുവട് വയ്പ് നടത്താനുള്ള ധൈര്യം എനിക്കില്ലായിരുന്നു. കൂടുതൽ കുരുക്കുകളിൽ ചെന്ന് ചാടാനോ, പരിണതഫലങ്ങൾ സഹിക്കാനാകാത്ത കുടുംബപ്രശ്നങ്ങളുണ്ടാക്കാനോ ഞാനാഗ്രഹിച്ചില്ല എന്നതാണ് വാസ്തവം. അതിതീവ്രമായ വികാരങ്ങൾ ഭാവനയുടെ കടിഞ്ഞാൺ ഊരിവിടുകയായിരുന്നു.

പേടിസ്വപ്നങ്ങളൊഴിഞ്ഞ രാത്രിനേരങ്ങളിലൊക്കെ എന്റെ ഓർമ്മകളിലെ രാജ്ഞിയായി മാറുകയായിരുന്നു ഗയ്ദാ. അവൾക്കായി ദാഹിക്കുകയായിരുന്നു എന്റെ ശരീരം. സ്വന്തം കിടക്കയിൽ കിടന്നുറങ്ങുമ്പോൾ തന്നെ ഞാൻ ആ വികാരത്തള്ളിച്ചയുടെ മലവെള്ളപ്പാച്ചിലിൽ മുങ്ങിത്താഴാൻ തുടങ്ങി. ഒരു നാൾ ഇതേ കിടക്കയിൽ അവൾക്കൊപ്പം ശയിക്കാനാകുമെന്ന് ഞാൻ കരുതിയതേയില്ല.

ഒരു രാത്രിയിൽ ദുഃസ്വപ്നം കണ്ടു ഞെട്ടിയുണർന്നപ്പോൾ വല്ലാത്ത ദാഹം തോന്നി. പതിവ് പോലെ വൈദ്യുതി ബന്ധം നിലച്ചിരുന്നു. ഞാനൊരു മെഴുകുതിരി കത്തിച്ച് പടികളിറങ്ങി വന്നു. അടുക്കളയിൽ പോയി അല്പം വെള്ളം കുടിക്കണം. അപ്പോഴതാ ഗയ്ദാ എന്റെ നേരെ ഓടി വരുന്നു. അവൾ എന്നെ കെട്ടിപ്പുണർന്നപ്പോൾ ഞാൻ സ്തംഭിച്ചുപോയി. ശിരസ്സ് എന്റെ മാറിൽ ഒളിപ്പിച്ച് കിതച്ചുകൊണ്ട് അവൾ മന്ത്രിച്ചു:

"ജവാദ്, എനിക്ക് പേടിയാകുന്നു"

എന്റെ കൈയിലിരുന്ന മെഴുകുതിരി താഴെ വീണ് കെട്ടുപോയിക്കഴിഞ്ഞിരുന്നു. അവളെ കൈകൊണ്ട് വലയം ചെയ്ത് ഞാൻ ചോദിച്ചു.

"എന്ത് പേടി?"

"ദുഃസ്വപ്നങ്ങൾ"

ഞാൻ വലതുകൈ ഗയ്ദായുടെ ശിരസിൽ വെച്ചശേഷം തലമുടിയിൽ തഴുകി:

"പേടിക്കണ്ട. സ്വപ്നം തീർന്നല്ലോ?"

എന്റെ നെഞ്ചിൽ ചേർന്നിരിക്കുന്ന ഗയ്ദായുടെ മാറിടങ്ങളുടെ മൃദുലത തിരിച്ചറിയാൻ കഴിയുന്നു. ഒപ്പം ആ ശരീരത്തിലെ ഊഷ്മളത എന്റെ സിരകളിലേക്ക് പകരുകയായിരുന്നു. അവളുടെ ശിരസ്സിൽ ചുംബിച്ചപ്പോൾ മുടിയിലെ മൈലാഞ്ചി മണത്തു. അവളുടെ ദേഹത്തേക്ക് ചേർന്നുനിൽക്കുമ്പോൾ വല്ലാത്ത വൈകാരികവിക്ഷോഭമാണ് അനുഭവപ്പെട്ടത്.

എന്റെ കഴുത്തിൽ ചുംബിച്ച ശേഷം അവൾ തലയുയർത്തി എന്റെ മുഖത്തേക്ക് നോക്കി. ഞാൻ ആ നെറ്റിയിൽ പതിയെ ചുംബിച്ചു. ആ മുഖം എന്നിലേക്ക് കൂടുതൽ അടുപ്പിച്ചു. മുഖാമുഖം എത്താനായി അവൾ കാൽവിരൽ നിലത്തൂന്നി നിൽക്കുന്നതായി എനിക്ക് മനസ്സിലായി. ഞാൻ ആ കവിളുകളിൽ അവശേഷിച്ച കണ്ണുനീർതുള്ളികൾ വിരൽകൊണ്ട് തുടച്ചുമാറ്റി. എന്റെ ഇടത്തേ കവിളിൽ സ്പർശിച്ച അവളുടെ കൈയിൽ ഞാൻ ചുംബിച്ചു. താടിയിൽ അവളുടെ ഊഷ്മളമായ നിശ്വാസം പതിഞ്ഞു. ഗയ്ദായുടെ അധരങ്ങളിൽ ചുംബിച്ചപ്പോൾ അവളും അതേ രീതിയിൽ പ്രതികരിച്ചു. ഞങ്ങളുടെ ചുണ്ടുകൾ കൂടുതൽ ശക്തിയോടെ പരസ്പരം ഒട്ടിച്ചേർന്നു. എന്റെ മുതുകിൽ അവളുടെ കരങ്ങൾ തൊട്ടപ്പോൾ ഞാൻ ഗയ്ദായെ ശക്തിയോടെ കൂടുതൽ അണച്ചുപിടിച്ചു.

നിർവൃതിയുടെ പാരമ്യത്തിൽ നിൽക്കുമ്പോഴായിരുന്നു ഇക്കാര്യം പുറത്തറിഞ്ഞാലുള്ള ദുരന്തത്തെക്കുറിച്ചോർമ്മ വന്നത്. കുറച്ച് വാരയകലെയാണ് അവളുടെ സഹോദരൻ ഗൈസ് കിടന്നുറങ്ങുന്നത്. ഉമ്മയാകട്ടെ മുകളിലത്തെ നിലയിലാണ്. ഇനിയും വൈകുന്നതിന് മുമ്പേ ഈ അവിവേകം അവസാനിപ്പിച്ചേ തീരൂ എന്ന് മനസ്സ് പറഞ്ഞു. അധരങ്ങളിൽ ഒരിക്കൽ കൂടി ചുംബിച്ചശേഷം ഞാനവളുടെ ചെവിയിൽ മന്ത്രിച്ചു:

"എന്നോട് ക്ഷമിക്കണം"

എന്റെ മാറിൽ ശിരസ്സ് ചേർത്തുകൊണ്ട് അവൾ പറഞ്ഞത്, തനിക്ക് ക്ഷമിക്കാനാകില്ലെന്നാണ്. ഞാനവളുടെ തലമുടിയിൽ പതിയെ തഴുകിയ ശേഷം പറഞ്ഞു:

“ശരി, ശുഭരാത്രി”

അവൾ ഒന്നും മിണ്ടിയില്ല. ഞാൻ അടുക്കളയിൽനിന്നും പുറത്തേക്കിറങ്ങിയശേഷം ഇരുളിൽ പതിയെ പടികയറി എന്റെ മുറിയിലേക്ക് പോയി. കിടക്കയിൽ പോയി നിവർന്ന് കിടക്കുമ്പോൾ വൈകാരികതീവ്രതയും കുറ്റബോധവും കലർന്നൊരു വികാരത്തിനടിമപ്പെടുകയായിരുന്നു. ഞങ്ങൾ തമ്മിലുള്ള ചുംബനരംഗങ്ങൾ ടേപ്പിലേത്പോലെ മനസ്സിലൂടെ കടന്നു പോയി.

മുറിയുടെ വാതിൽ പതിയെ തുറക്കുന്ന ശബ്ദമാണ് പിന്നീട് കേട്ടത്. ഗയ്ദാ എന്റെ മുറിയിൽ കയറിയിരിക്കുന്നു. അവൾ വാതിലടച്ചപ്പോൾ ഞാൻ കിടക്കയിൽ നിന്നെഴുന്നേറ്റ് അരികിലേക്ക് ചെന്നു.

അവൾ മന്ത്രിച്ചു:

“എനിക്ക് നിങ്ങൾക്കൊപ്പം കഴിയണം”

ഞാൻ അവളെ കെട്ടിപ്പിടിച്ചു. ഞങ്ങൾ പരസ്പരം ചുംബിച്ചു. ഞാൻ വാതിൽ താക്കോലുപയോഗിച്ച് പൂട്ടിയശേഷം ഗയ്ദായെ കിടക്കയിലേക്ക് കൂട്ടിക്കൊണ്ടുപോയി. കിടക്കയിൽ തള്ളിയിട്ട് അവളുടെ ശരീരത്തിന്റെ സർവ്വഭാഗങ്ങളിലും ചുംബിക്കുമ്പോൾ വർഷങ്ങളായി നഷ്ടപ്പെട്ടതിന്നൊക്കെ നഷ്ടപരിഹാരം തേടുകയായിരുന്നു ഞാൻ.

പിന്നീട് എല്ലാദിവസവും രാത്രി രണ്ടിനും നാലിനുമിടയിലെ രണ്ട് മണിക്കൂറുകളിൽ ഞങ്ങൾ സ്വന്തം രഹസ്യലോകം പണിയുകയായിരുന്നു. സ്വന്തം ശരീരങ്ങളിൽനിന്നും പേടിപ്പെടുത്തുന്ന സ്വപ്നങ്ങളെ ആട്ടിയകറ്റാനുള്ള ശ്രമം. അപകടവും അപവാദവും പതിയിരിക്കുന്ന രഹസ്യലോകം. അവളുടെ ശരീരവും രാസമ്പർക്കങ്ങളും എന്റെ കിടക്കയെ ആസ്വാദനങ്ങളുടെ ഒരഗ്നിപർവ്വതമാക്കി മാറ്റുകയായിരുന്നു. ദിവസത്തിൽ രണ്ടുമണിക്കൂർ നേരത്തേക്കാണെങ്കിൽകൂടിയും ജീവിതത്തിന് കൂടുതൽ ഔദാര്യം കാട്ടാനാകുമെന്ന് എന്നെ ഓർമ്മപ്പെടുത്തുകയായിരുന്നു അത്. ഞാൻ മൂളിപ്പാട്ട് പാടാൻ തുടങ്ങി. ഈ ലോകം മുഴുവൻ അലിഞ്ഞുപോകുകയും ഞങ്ങളുടെ ഉമ്മമാരും സമൂഹവും അതിന്റെ നിയമങ്ങളും രാജ്യവുമൊക്കെ അപ്രത്യക്ഷമാകുകയും എന്റെയും ഗയ്ദായുടേയും ശരീരങ്ങൾ മാത്രം അവശേഷിക്കുകയും ചെയ്തെങ്കിലെന്ന് ഞാൻ എത്രമാത്രം കൊതിച്ചിട്ടുണ്ടെന്നോ? സത്യത്തിൽ അവളെന്റെ മേൽ ശക്തിയോടെ കടിച്ചു തൂങ്ങിക്കിടക്കുകയായിരുന്നു. വിശന്നു വലഞ്ഞൊരു പൂച്ചയെപ്പോലെ എന്റെ കഴുത്തിൽ കടിച്ചു തൂങ്ങിയിരിക്കുന്നു.

ഗയ്ദായുടെ മാറിടങ്ങളിൽ സ്പർശിച്ചിട്ടുള്ള സ്വന്തം കരങ്ങളിലേക്ക് ഞാനൊന്ന് നോക്കി. കുറച്ച് സമയം കഴിയുമ്പോഴേക്കും ഏതെങ്കിലും ഒരു

പുരുഷന്റെ ശവശരീരത്തെയായിരിക്കും ആ കൈകൾ സ്പർശിക്കുക എന്നോർത്തപ്പോൾ എനിക്ക് വിശ്വസിക്കാൻ പോലും സാധിച്ചില്ല.

മഗൈസിലിൽ മൃതദേഹങ്ങളെ കുളിപ്പിക്കുമ്പോൾപോലും എന്റെ മനസ്സിൽ പ്രതിഫലിച്ചിരുന്നത് ഗയ്ദായുടെ ശരീരമായിരുന്നു. ഇക്കാര്യത്തിൽ കുറ്റബോധവുമുണ്ടായിരുന്നു. അവൾ പറയുമായിരുന്നു

"എന്നെ കൊണ്ടുപോകൂ"

"എവിടേക്ക്?"

ഒന്നും മനസ്സിലാകാത്തതുപോലെ ഞാൻ ചോദിക്കുമ്പോൾ അവൾ മറുപടി പറഞ്ഞു

"നിങ്ങളിലേക്ക്"

ഒരിക്കൽ 'എനിക്ക് നിങ്ങളെ വേണ' മെന്ന് ഗയ്ദാ പറഞ്ഞപ്പോൾ ഞാൻ ചോദിച്ചു:

"നീ എന്നിൽ നിന്ന് എന്താണ് പ്രതീക്ഷിക്കുന്നത്? ഞാനൊരു വയസ്സനാണ്. ഒരു ഇരുപത് വയസ്സ് കഴിഞ്ഞാൽ എന്നെക്കൊണ്ട് ഒരുപയോഗവും ഉണ്ടാകില്ല."

" ഈ വയാഗ്ര കണ്ടുപിടിച്ചിരിക്കുന്നത് പിന്നെ എന്തിനാണെന്നാണ് നിങ്ങൾ കരുതിയിരിക്കുന്നത്?"

ഹൃദയം തുറന്നു പൊട്ടിച്ചിരിച്ചുകൊണ്ടാണ് ഗയ്ദാ അങ്ങനെ പറഞ്ഞത്

പ്രണയസല്ലാപം കഴിഞ്ഞാൽ ഒന്ന് സംസാരിച്ചിരിക്കാനാണ് ഗയ്ദായ്ക്ക് ഇഷ്ടം. എന്നാൽ അധികം നീണ്ടുനിൽക്കാത്തതും മറ്റൊന്നിനാലും തടസ്സപ്പെടാൻ ആഗ്രഹിക്കാത്തതുമായ ശൂന്യതയുടെ ആനന്ദം നുകരാനായിരുന്നു എനിക്കിഷ്ടം. ഞങ്ങളുടെ ഈ രഹസ്യം പുറത്തറിയുമോ എന്ന ഭയമായിരുന്നു എനിക്ക്. സഹോദരൻ ഉണരുന്നതിന് മുമ്പേ സ്വീകരണമുറിയിലേക്ക് തിരിച്ചുപോകാൻ ഞാൻ ഗയ്ദായെ നിർബന്ധിക്കും. ഗൈസ് നന്നായി ഉറക്കശീലമുള്ളവാണെന്നും പറഞ്ഞ് അവൾ എന്റെ ദേഹത്തോട് പറ്റിച്ചേർന്നുകിടക്കും. പോരാത്തതിന് താൻ അവിടെത്തന്നെ കിടന്നുറങ്ങുകയാണെന്ന് തോന്നിക്കാനായി പുതപ്പിനടിയിൽ രണ്ട് തലയണ എടുത്തുവയ്ക്കുകയും ചെയ്യുമത്രേ.

ഗയ്ദായും കുടുംബവും വീട്ടിലെത്തിയിട്ട് രണ്ട് മാസം കഴിഞ്ഞിരിക്കുന്നു. ഇതിനിടയ്ക്ക് അവളും ഞാനും തമ്മിലുള്ള ബന്ധം ശ്രദ്ധയിൽപെട്ടതോടെ ഞങ്ങളെ തമ്മിൽ വിവാഹം കഴിപ്പിക്കാനുള്ള ആലോചന രണ്ടുപേരുടേയും ഉമ്മമാർ തുടങ്ങിക്കഴിഞ്ഞതായി എനിക്ക് തോന്നി. ഒരു ദിവസം ഇക്കാര്യത്തെക്കുറിച്ച് ഉമ്മ സംസാരിച്ചതോടെ ഊഹം ഉറപ്പായി മാറി:

"ഗയ്ദാ നല്ല സൗന്ദര്യമുള്ള കുട്ടിയല്ലേ?"

"അതെ. അതിനെന്താ?"

"നിനക്കവളെ ഇഷ്ടമല്ലേ?"

"അതെന്താ അങ്ങനെ ചോദിച്ചത്?"

"നിനക്കിഷ്ടമാണെങ്കിൽ ഞാനവളുടെ ഉമ്മയോട് സംസാരിക്കാം"

"എന്താ ഉമ്മാ, ഞാൻ വിവാഹം കഴിക്കാൻ പോകുന്നുവെന്ന് ആരാ പറഞ്ഞത്?"

"നീ എന്താണീ പറയുന്നത് മോനേ? ജീവിതകാലം മുഴുവൻ ഇങ്ങനെ ഒറ്റയ്ക്ക് കഴിയാനാണോ ഭാവം? എന്റെ മരണത്തിന് മുമ്പ് നിന്റെ വിവാഹം കാണണമെന്ന മോഹമുണ്ട്"

"നിങ്ങൾക്കിനിയും എത്രയോ കാലം ജീവിക്കാനുള്ള ആയുസ്സ് ദൈവം നൽകട്ടെ, ഉമ്മാ"

സാധാരണ ഇത്തരം സംഭാഷണങ്ങൾ കഴിഞ്ഞാൽ ശിരസ്സ് കുലുക്കിയ ശേഷം ഉമ്മ കൈ കവിളിനോട് ചേർത്തുവയ്ക്കും.

എന്റെ ശരീരം നിറയെ ഗയ്ദാ തന്നെയായിരുന്നു. എന്നാൽ മനസ്സ് നിറയെ മൃത്യുവായിരുന്നു. അവളുടെ ഹൃദയമാകട്ടെ എന്നെക്കുറിച്ചുള്ള ചിന്തകളിൽ നിറഞ്ഞു കവിയുകയായിരിക്കും. എന്നാൽ എന്റെ ഹൃദയം മരണത്തിന്റെ അല്ലെങ്കിൽ ശൂന്യതയുടെ സ്പന്ദനങ്ങളാൽ മുഖരിതമാണ്.

"ഞാൻ നിങ്ങളെ പ്രണയിക്കുന്നു"

ഗയ്ദായുടെ വാക്കുകളോട് വാക്കാൽ പ്രതികരിക്കാനാകാത്തനിലയിലാണ് ഞാൻ. ചുംബനങ്ങൾ മാത്രമായിരുന്നു എന്റെ മറുപടി. ഞാൻ ഇപ്പോഴും റീമിനെ സ്നേഹിക്കുകയായിരിക്കും എന്നായിരുന്നു ഗയ്ദാ കരുതിയത്. പല തവണ അവൾ ചോദിച്ചിട്ടുമുണ്ട്:

"അവർ ഇപ്പോഴും നിങ്ങളുടെ മനസ്സിലുണ്ടോ?"

ഞാൻ വളരെ സത്യസന്ധമായിട്ടായിരിക്കും പ്രതികരിക്കുക:

"അതിന് എനിക്ക് മനസ്സെന്ന വസ്തുതന്നെയില്ലല്ലോ, ഗയ്ദാ?"

എനിക്കും ഗയ്ദായ്ക്കും ഇടയിലെ പ്രധാന പ്രതിബന്ധമെന്ന് അവൾ കരുതുന്ന റീമിനെക്കുറിച്ചുള്ള ഓർമ്മകൾ സത്യത്തിലൊരു തടസ്സമേയല്ലെന്ന് ഞാൻ ഗയ്ദയോട് പറയണോ? എന്നെ സ്നേഹിക്കാൻ ശ്രമിക്കരുതെന്ന് ഞാൻ അവളോട് പറഞ്ഞു. അതാണവൾക്ക് സ്വന്തം മനസ്സിനെ തകർച്ചയിൽ നിന്നും രക്ഷിക്കാനുള്ള വഴി. ഞാനവളോട് സത്യം തുറന്നു പറയണോ? സത്യത്തിൽ എന്താണ് യഥാർത്ഥ കാരണമെന്ന് എനിക്ക് തന്നെ അറിയാമോ? ഞാൻ എന്നിലും പിന്നെ സർവ്വ വസ്തുക്കളുടെ കാര്യത്തിലും പൂർണമായും തളർന്നവശനായിരിക്കുന്നു. അത് മാത്രമാണ് എനിക്കറിയാവുന്ന കാര്യം. എന്റെ ഹൃദയമൊരു ഗർത്തമായിരിക്കുന്നു. അതിലൂടെ ചാടിക്കടന്ന് പോകാം. പക്ഷേ അതിനുള്ളിൽ കുടിയിരിക്കുക എന്നത് അസാധ്യമായ കാര്യമായിരിക്കും. ഞാൻ ഗയ്ദായെ കൊതിക്കുന്നുവെന്നത് നേരാണ്. അവളെ ആഗ്രഹിക്കുന്നു. അവൾക്കൊപ്പം കഴിയണമെന്ന് മോഹിക്കുന്നു. എങ്കിലും ആകെ പരിക്ഷീണനായിത്തീർന്ന

എനിക്ക് ഒരു ഭർത്താവാകാനോ, കുടുംബജീവിതം നയിക്കാനോ കഴിയാത്ത അവസ്ഥയാണ്. എന്റെ മനസ്സൊരു ടൈംബോംബായിരിക്കുമോ? അതോ ശൂന്യമായൊരു ഗർത്തമോ?

വികസിതഭാഷയോ, വ്യക്തിത്വമോ, ചരിത്രമോ ഇല്ലാത്തെ വെറും മൃഗങ്ങളെപ്പോലെ ആയിരുന്നെങ്കിൽ നാം! തിന്നുക, ഉറങ്ങുക, പ്രത്യുൽപാദനം നടത്തുക, അത്യാവശ്യത്തിനല്ലാതെ വിനോദത്തിനായി മാത്രം മറ്റ് മൃഗങ്ങളെ വേട്ടയാടാതിരിക്കുക. അങ്ങനെ ജീവിക്കാമായിരുന്നു. ഉള്ളിന്റെ ഉള്ളിൽ തളംകെട്ടി നിൽക്കുന്ന രക്തപങ്കിലമായ ഈ ലോകത്തുനിന്നും പുറത്തേക്ക് രക്ഷപ്പെടാൻ ആത്മഹത്യയല്ലാതെ എന്തെങ്കിലുമൊരു മാർഗമുണ്ടോ? വറ്റിവരണ്ട ആത്മാവിന്റെ കിണറുകൾക്കു മുകളിൽ കുന്നുകൂടിയ കല്ലുകൾ പെറുക്കിമാറ്റി അവയ്ക്കുള്ളിലെ സർവ്വതും പുറത്തേക്ക് കൊണ്ടുവരുവാനൊരു വലിയ മുറിവുണ്ടാക്കാൻ സാധിക്കുമോ? മനുഷ്യന് സ്വന്തം അസ്ഥികൾ ഒടിക്കാതെയും വാരിയെല്ലുകൾ തകർക്കാതെയും ഇതിനൊക്കെ സാധിക്കുമോ?

ഒരിക്കൽ ഇന്റർനെറ്റ് കഫെയിലെ കമ്പ്യൂട്ടർ വളരെ ഇഴയാനും പിന്നെ പ്രവർത്തനരഹിതമാകാനും തുടങ്ങി. ഞാനിക്കാര്യം കഫെയുടെ ഉടമസ്ഥനെ അറിയിച്ചപ്പോൾ അയാൾ കമ്പ്യൂട്ടർ 'ഷട്ട്ഡൗൺ' ചെയ്തശേഷം 'റീ സ്റ്റാർട്ട്' ചെയ്തു. അപ്പോൾ ഞാനോർത്തത് ഇങ്ങനെയായിരുന്നു. എന്റെ ജീവിതത്തെ ഇപ്രകാരം ഒരു തവണ 'ഷട്ട് ഡൗൺ' ചെയ്തശേഷം ഒന്ന് 'റീസ്റ്റാർട്ട്' ചെയ്യാൻ ആരെങ്കിലും ശ്രമിച്ചരുന്നെങ്കിൽ എത്ര നന്നായേനെ. ഇനി അതല്ലെങ്കിൽ സർവ്വതും എരിഞ്ഞടങ്ങുന്നതുവരെ എനിക്ക് വിസ്മൃതിയിൽ തന്നെ തുടരാനായെങ്കിൽ! ഇനി അതുമല്ലെങ്കിൽ ഈ ദുഃസ്വപ്നങ്ങളില്ലാതെ എനിക്കൊന്നുറങ്ങാൻ സാധിച്ചെങ്കിൽ!

രാവിന്റെ മറവിൽ ഞാനും ഗയ്ദായും തമ്മിൽ കാണാൻ തുടങ്ങി രണ്ടര മാസം കഴിഞ്ഞപ്പോഴേക്കും ഗയ്ദായുടെ ഉമ്മയുടെ സഹോദരൻ അവരുമായി ബന്ധപ്പെട്ടു. സ്വീഡനിൽ കഴിയുന്ന അയാൾ സഹോദരിയോട് മക്കളേയും കൂട്ടി ജോർദ്ദാനിലെ അമ്മാനിലേക്ക് വരാൻ ആവശ്യപ്പെട്ടു. അവർക്ക് സ്വീഡനിലേക്ക് കുടിയേറാൻ വേണ്ട നടപടിക്രമങ്ങൾ പൂർത്തിയാക്കാനാണത്രേ. മറ്റ് യൂറോപ്യൻ രാജ്യങ്ങളെ അപേക്ഷിച്ച് ഇറാഖി അഭയാർത്ഥികൾക്ക് കൂടുതൽ സ്വീകാര്യത ലഭിക്കുന്ന രാജ്യം സ്വീഡനാണെന്ന് അയാൾ അറിയിച്ചു. കൂടാതെ ഇവരെ സ്പോൺസർ ചെയ്യാൻ തനിക്ക് സാധിക്കുകയും ചെയ്യും. ഈ വാർത്തയറിഞ്ഞപ്പോൾ ആ മൂന്നുപേരുടെ കൂട്ടത്തിൽ തീരെ സന്തോഷമില്ലാത്തത് ഗയ്ദായ്ക്കായിരുന്നു. അവൾ എന്നോട് ചോദിച്ചു:

"നിങ്ങൾക്ക് എന്നെ വേണ്ടേ?"

ആ ചോദ്യം എന്നെ വളരെയധികം വേദനിപ്പിച്ചു.

"അതെ, എനിക്ക് നിന്നെ വേണം. പക്ഷേ ഒരു വിവാഹം കഴിക്കാൻ എന്നെക്കൊണ്ടാവില്ല.'

"നിങ്ങളൊരു ഭീരുവാണ്"

അസ്വസ്ഥതയോടെയായിരുന്നു ഗയ്ദാ അങ്ങനെ പറഞ്ഞത്. ജീവിതത്തിൽ അവൾ എന്നെ അധിക്ഷേപിച്ച ഒരേയൊരവസരമായിരുന്നു അത്.

ഗയ്ദാ എന്നെ വിട്ടുപോയ ആദ്യ ആഴ്ചകളിൽ എനിക്കവളെ വല്ലാതെ നഷ്ടപ്പെട്ടതായി തോന്നി. അവളുടെ ഗന്ധം എന്റെ കിടക്കയിൽ നിന്നും വിട്ടുമാറിയതേയില്ല. പിന്നീട് അവളൊരു മേഘത്തെപ്പോലെ അകന്നു പോകാൻ തുടങ്ങി.

ഒരു കാറ്റ് ആ മേഘത്തെ എന്റെ കിടക്കയിൽ വീണലിയാനായി നയിക്കുകയായിരുന്നു. ഇപ്പോഴാ കാറ്റ് തിരിച്ചെത്തി ആ മേഘത്തെ ദൂരേക്ക് കൂട്ടിക്കൊണ്ടുപോയിരിക്കുന്നു. അതോടെ ഞാനെന്റെ ഏകാന്തതയിലേക്ക് വീണ്ടും ഒതുങ്ങിക്കൂടാൻ തുടങ്ങി. ഞാൻ ഗയ്ദായെ പിടിച്ചുനിർത്തണമായിരുന്നോ? അങ്ങനെ ആഗ്രഹിച്ചാൽ തന്നെ എനിക്കതിന് സാധിക്കുമായിരുന്നോ?

അമ്മാനിലേക്ക് പോയശേഷവും ഞങ്ങൾ പലതവണ സ്കൈപ്പിലൂടെ സംസാരിച്ചു. ഇടയ്ക്കിടയ്ക്ക് അവൾ എനിക്ക് മൊബൈൽ ഫോണിലൂടെ മെസേജുകൾ അയച്ചുകൊണ്ടിരുന്നു. സാധാരണ ആളുകൾ അയയ്ക്കുന്ന തരത്തിലുള്ള പ്രണയലേഖനങ്ങളും അവളിൽനിന്നും ലഭിച്ചു. ചിലതിലൊക്കെ അല്പം നർമ്മവും ഉണ്ടാകും:

"ഈ ലോകമൊരു മരീചികയായി മാറിയാലും ജോർജ് ബുഷ് കബാബ് ഭക്ഷണം വിൽക്കുന്നവനായി മാറിയാലും ലബനീസ് ഗായിക നാൻസി അജ്റം ഹിജാബ് ധരിച്ചാലും ഞാൻ നിങ്ങളെ മറക്കില്ല, കേട്ടോ?"

ചിലതിലൊക്കെ ആഭ്യന്തരയുദ്ധത്തിന്റെ പദാവലി കടന്നുവരും. ഒരിക്കൽ അവൾ അയച്ച സന്ദേശത്തിൽ ഇങ്ങനെയൊരു വരിയുണ്ടായിരുന്നു:

"ഒരു വെടിയുണ്ടയാകാൻ സാധിച്ചാൽ എനിക്ക് നിങ്ങളുടെ ഹൃദയത്തിനുള്ളിലേക്ക് കടന്ന് അതിന്റെ ധമനികളിൽ എഴുതാമായിരുന്നു : നിങ്ങളുടെ പ്രണയം എന്നെ തകർത്തുകളഞ്ഞുവെന്ന്"

സ്കൈപ്പിലൂടെ അവസാനമായി സംസാരിച്ചപ്പോൾ അവളുടെ സ്വരം വളരെ ദുഃഖമയമായിരുന്നു. ഇറാഖ് വിട്ടുപോകുവാൻ ഞാൻ തീരുമാനമെടുത്തുവെന്ന് അവളോട് പറഞ്ഞു. ഒന്നോ രണ്ടോ മാസങ്ങൾക്കുള്ളിൽ ഞാനും അമ്മാനിലേക്ക് വരും. അവിടെ അഭയം നേടാൻ ശ്രമിക്കണം. അല്ലെങ്കിൽ മറ്റേതെങ്കിലും രാജ്യത്ത് പോയി പഠിക്കാനുള്ള സ്കോളർഷിപ്പ് സ്വന്തമാക്കണം. ഉമ്മ സഹോദരിക്കൊപ്പം പോയി താമസിക്കും. വീണ്ടും കണ്ടുമുട്ടുവാൻ സാധിക്കുമെന്നതിനാൽ ഈ വാർത്തയറിയുമ്പോൾ ഗയ്ദാ വളരെ സന്തോഷിക്കുമെന്നാണ് ഞാൻ കരുതിയത്. പക്ഷേ അവൾ ഒന്നും പറഞ്ഞില്ല. ഇങ്ങനെ നിശ്ശബ്ദയാകാനുള്ള കാരണമെന്തെന്ന് ഞാൻ തിരക്കി:

"നമ്മൾ ഒരുമിച്ചുണ്ടായിരുന്ന പല മുഹൂർത്തങ്ങളിലും നിങ്ങൾ നിശ്ശബ്ദനായിരുന്നിട്ടില്ലേ? അതേ നിശ്ശബ്ദതയ്ക്കുള്ള അവകാശം എനിക്കുമുണ്ടല്ലോ?"

പിന്നീട് ഗയ്ദാ പറഞ്ഞത് കുറച്ച് ആഴ്ചകൾ കഴിയുമ്പോഴേക്കും തങ്ങൾ സ്വീഡനിലെ മാതൃസഹോദരന്റെ അരികിലേക്ക് പോകുമെന്നായിരുന്നു. അവിടെ അഭയം തേടാനുള്ള നടപടിക്രമങ്ങളൊക്കെ പൂർത്തിയായത്രേ. അവസാനം അവളെന്നോടൊരു കാര്യം മാത്രമാണ് ചോദിച്ചത്. അതിനൊരുത്തരം നൽകാൻ എനിക്ക് സാധിച്ചതേയില്ല

"എന്റെ ജവാദ്, നിങ്ങളെന്തിനാ എന്നെ പോകാനനുവദിച്ചത്?"

നാല്പത്തിയാറ്

മഗൈസിലിലെ കുളിപ്പുരയോട് ചേർന്ന മുറിയിൽ ഞാനും മഹദിയും ഇരിക്കുമ്പോഴായിരുന്നു പുറംവാതിലിൽ മുട്ട് കേട്ടത്. അതോടെ മഹദി വാതിൽ തുറക്കാനായി പുറത്തേക്ക് പോയി. ഇത് മഗൈസിൽ തന്നെയാണോ എന്ന് ആരോ ചോദിക്കുന്നത് കേട്ടു, അമ്പതുകാരനായ ഒരാൾ അകത്തേക്ക് കയറി വന്നു. പരസ്പരം സാമ്യമുള്ള രണ്ട് ചെറുപ്പക്കാരുമുണ്ടായിരുന്നു. നരച്ച തലമുടിയും അറ്റംകൂർത്ത മൂക്കും വെളുത്തമീശയും കാപ്പി നിറത്തിലുള്ള വലിയ കണ്ണുകളും, വീർത്ത കൺപോളകളുമായിരുന്നു ആ മനുഷ്യന്. ധരിച്ചിരിക്കുന്ന നീല ഷർട്ടും കറുത്ത പാന്റ്സും കാണുമ്പോൾ ആളൊരു സമ്പന്നനാണെന്ന് തോന്നും. ഞാനവരെ മഗൈസിലിലേക്ക് ക്ഷണിച്ചു.

"ഞങ്ങൾക്കൊരാളെ കുളിപ്പിച്ച് കഫൻ ചെയ്യണം"

"അതിനെന്താ? എവിടെ മൃതദേഹം"

അത് കേട്ട് കൂടെവന്ന ചെറുപ്പക്കാരിലൊരാൾ തലതാഴ്ത്തി. മറ്റേയാൾ എന്നെത്തന്നെ നോക്കുന്നുണ്ട്. മധ്യവയസ്കൻ തന്റെ കൈയിലിരിക്കുന്ന കറുത്ത സഞ്ചി എന്റെ നേർക്ക് നീട്ടി. ശേഷം വിറയാർന്ന ശബ്ദത്തിൽ പറഞ്ഞു:

"ഞങ്ങളുടെ കൈയിൽ ശിരസ്സ് മാത്രമേയുള്ളൂ"

ഒന്ന് ചലിക്കാൻ പോലുമാകാതെ ഞാൻ മരവിച്ചു നിന്നു. കുറച്ച് നിമിഷങ്ങളോളം ഒന്നും മിണ്ടാനാകാത്ത അവസ്ഥ. രണ്ട് മാസം മുമ്പ് ശിരസ്സും ഉടലും വേർപെട്ടൊരു മൃതദേഹം കുളിപ്പിച്ചിരുന്നു. എന്നാൽ ഇതാദ്യമായിട്ടാണ് ശിരസ് മാത്രമുള്ള ഒരു ദേഹം എന്റെ മുന്നിലേക്കെത്തുന്നത്. ആ ആഘാതത്തിന്റെ ഞെട്ടലിൽ നിന്നുണർന്ന് ഞാൻ പറഞ്ഞു:

"ശക്തിയും, അധികാരവും ദൈവമല്ലാതെ മറ്റാർക്കുമില്ല. എന്നോട് ക്ഷമിക്കൂ. ദൈവം നിങ്ങളെ സഹായിക്കട്ടെ"

ഞാൻ ആ കറുത്ത സഞ്ചി അയാളുടെ കൈയിൽ നിന്നും വാങ്ങി മാർബിൾ ബെഞ്ചിന്മേൽ വച്ചു. ശിരസ് ബെഞ്ചിൽ മുട്ടിയപ്പോൾ വല്ലാത്തൊരു ശബ്ദം കേട്ടു. അടുത്തുള്ള ബെഞ്ചിലേക്ക് ചൂണ്ടിയശേഷം ഞാനവരോട് പറഞ്ഞു:

"നിങ്ങൾ അവിടെ ഇരുന്നോളൂ"

മധ്യവയസ്കൻ അവിടെത്തന്നെ നിന്നതേയുള്ളു. തലകുനിച്ച് നിൽക്കുകയായിരുന്ന ചെറുപ്പക്കാരൻ പറഞ്ഞു:

"വാപ്പാ ഞാൻ പുറത്ത് നില്ക്കാം"

പതിഞ്ഞ സ്വരത്തിൽ പിതാവ് പറഞ്ഞു

"ശരി"

മറ്റേ ചെറുപ്പക്കാരനാകട്ടെ ബെഞ്ചിന് നേരെ പതിയെ നടന്നടുത്തശേഷം അവിടെ ഇരുന്ന് ഞങ്ങളെത്തന്നെ നോക്കിക്കൊണ്ടിരുന്നു. ഞാൻ ആ പിതാവിനോട് പറഞ്ഞു:

"ഇത് താങ്കളുടെ ആരാണ്?"

"എന്റെ മകനാണ്"

"ദൈവം ഇയാളുടെ ആത്മാവിന് ശാന്തി നൽകട്ടെ"

"നിങ്ങളുടെ ബന്ധുക്കളിൽ മരണപ്പെട്ടവർക്കും ദൈവശാന്തി ലഭിക്കട്ടെ"

ഞാൻ അയാളോട് മരണസർട്ടിഫിക്കറ്റ് എവിടെ എന്ന് തിരക്കിയില്ല. ഈ മനുഷ്യൻ മരണപ്പെടാനിടയായ സാഹചര്യത്തെക്കുറിച്ച് ചോദിക്കണമെന്ന് കരുതിയതായിരുന്നു. എന്നാൽ എന്റെ ചോദ്യവും അതിന്റെ ഉത്തരവുമൊക്കെ അയാളുടെ ദുഃഖം ഇരട്ടിയാക്കുമോ എന്ന് ചിന്തിച്ചപ്പോൾ ഞാൻ ആ ചോദ്യത്തിൽ നിന്നും പിന്മാറി.

"ഇയാളുടെ പേരെന്താണ്?"

"ഹബീബ്"

ഞാൻ പൈപ്പിനരികിലേക്ക് ചെന്നശേഷം കൈകൾ മുട്ടുവരെ കഴുകി. ചുമരലമാരയിൽ നിന്നും കുറേയേറെ പഞ്ഞിയും ഒരു കത്രികയുമെടുത്ത് മേശമേൽ വച്ചു. കൈകഴുകിയ ശേഷം മഹദി ബക്കറ്റിൽ വെള്ളം നിറയ്ക്കാൻ തുടങ്ങി. ഞാൻ കത്രിക ഉപയോഗിച്ച് സഞ്ചിയുടെ മുകൾഭാഗം മുതൽ കീറാൻ തുടങ്ങി. മധ്യഭാഗമായപ്പോൾ ശിരസിന്റെ വലതുഭാഗം പുറത്ത് കണ്ടു. കറുത്ത് ചുരുണ്ട തലമുടിയിൽ അഴുക്ക് പുരണ്ടിരിക്കുന്നു. വിളറിയ മഞ്ഞനിറമുള്ള ചർമ്മവും ക്ഷൗരം ചെയ്യാത്ത താടിയും. പതിയെ കൈ സഞ്ചിക്കുള്ളിലേക്ക് കടത്തി. തൊട്ടുനോക്കിയപ്പോൾ കട്ടിയേറിയ പ്ലാസ്റ്റിക്ക് പോലെ ഉറച്ച വിചിത്രമായ ചർമ്മമാണെന്ന് തോന്നിപ്പോയി. വല്ലാത്ത അസ്വസ്ഥതയോടെയാണ് ഞാൻ ആ ശിരസ്സ് പുറത്തേക്കെടുത്തത്. അതെങ്ങനെ ബെഞ്ചിന്മേൽ വയ്ക്കുമെന്നായി അടുത്ത ആശങ്ക. സാധാരണ ശവശരീരങ്ങൾ കിടത്തുമ്പോൾ ശിരസ്സ് എങ്ങനെ ഇരിക്കുമോ അതുപോലെ

വയ്ക്കാൻ ശ്രമിച്ചു. എന്നാൽ വലത് കവിൾഭാഗം ബഞ്ചിനോട് ചേർന്ന നിലയിൽ ശിരസ്സ് ചരിഞ്ഞ് വീണുപോയി. പിതാവ് നെടുവീർപ്പോടുകൂടി പറഞ്ഞു:

"ശക്തിയും, അധികാരവും ദൈവമല്ലാതെ മറ്റാർക്കുമില്ല"

ബഞ്ചിലിരിക്കുകയായിരുന്ന ചെറുപ്പക്കാരൻ കണ്ണുകൾ പൂട്ടി കൈകളിൽ തലചായ്ച്ച് ഇരുന്നു. മഹദി മാർബിൾ ബഞ്ചിനരികിലുള്ള സ്റ്റൂളിൽ ബക്കറ്റ് കയറ്റി വെച്ചു. വെള്ളത്തിലേക്ക് കുറച്ച് താമരപ്പൂ ഇതളുകൾ ചേർത്ത് ഇളക്കി. പത രൂപപ്പെട്ടപ്പോൾ ഒരു കപ്പ് എടുത്ത് ബക്കറ്റിലിട്ടു. കുറച്ച് വെള്ളം പുറത്തേക്ക് തെറിക്കുകയും ചെയ്തു. ഞാൻ മഹദിയെ നോക്കി. ശിരസ്സിലേക്ക് നോക്കി നിൽക്കുന്ന അവനും ആകെ വിരണ്ട നിലയിലായിരുന്നു.

മുഖത്തിന്റേത്പോലെ ഛേദിക്കപ്പെട്ട ശിരസ്സിന്റെ അരികുകൾക്കും മഞ്ഞനിറമായിരുന്നു. ഛിന്നഭിന്നമായ ചർമ്മവും മാംസവും പിന്നെ ഞരമ്പുകളുടെ പിങ്കും തവിട്ടും നിറത്തിലുള്ള അറ്റങ്ങളും കാണാം. കവിളിലൊരു മുറിപ്പാടും നെറ്റിയിൽ മർദ്ദനമേറ്റ അടയാളവുമുണ്ട്. വലതുഭാഗത്തു നിന്ന് കഴുകൽ തുടങ്ങാനായി ശിരസ്സ് മറുവശത്തേക്ക് തിരിക്കേണ്ടി വന്നു. താമര ഇതളുകൾ കലർത്തിയ വെള്ളം ആ ശിരസ്സിലേക്ക് ഒഴിക്കുന്നതിനിടയിൽ ഞാൻ സ്വയം ചോദിച്ചത് തന്റെ ശിരസ്സറുക്കുന്നതിന് മുമ്പ് ഈ മനുഷ്യൻ അനുഭവിച്ച യാതനകളെന്തൊക്കെയായിരിക്കും എന്നായിരുന്നു. അവസാനമായി ഈ ശിരസ്സിലൂടെ കടന്നുപോയ ചിന്തയെന്തായിരിക്കും? തനിക്ക് മുന്നിൽ നിൽക്കുകയായിരുന്ന ആരെയെങ്കിലും കാണാൻ അയാൾക്ക് സാധിച്ചിട്ടുണ്ടാകുമോ? അതോ തന്റെ കൊലയാളിയുടെ മുഖമൊന്നു കാണാനോ, അവർ പറയുന്നത് കേൾക്കാനോ ഉള്ള അവകാശം പോലും ഇയാൾക്ക് നിഷേധിക്കപ്പെട്ടിട്ടുണ്ടാകുമോ? എന്തിനായിരിക്കും അവർ ഇയാളുടെ കഴുത്തറുത്ത് മാറ്റിയത്? ആർക്ക് വേണ്ടി? ആരുടെ പേരിൽ? വംശീയ യുദ്ധത്തിന്റെ ഇരയാണോ ഈ മനുഷ്യൻ? അതോ വെറുമൊരു കൊള്ളസംഘത്തിന് മുന്നിൽപ്പെട്ടുപോയ ആളോ?

കൈകൊണ്ട് മുറുകെ പിടിച്ചില്ലെങ്കിൽ ശിരസ്സ് ആടിക്കൊണ്ടിരിക്കും. അതിനാൽ മഹദിയോട് വെള്ളം കോരി ഒഴിക്കാൻ ആവശ്യപ്പെട്ടു.

"ദൈവമേ, മാപ്പ് നൽകണേ.....മാപ്പ് നൽകണേ.." ഞാൻ പ്രാർത്ഥിച്ചുകൊണ്ടിരുന്നു.

ഇടത്തേ കൈകൊണ്ട് ശിരസ്സിൽ പിടിച്ചശേഷം വലത്തേകൈ കൊണ്ട് വലതുഭാഗത്തെ തലമുടി താമരഇതളുകൾ ചേർത്ത വെള്ളം ഉപയോഗിച്ച് തേച്ചു കഴുകി. നെറ്റിയും ചെന്നിയും കൺകുഴിയും മൂക്കും വായയും കവിളും ചെവിയും കഴുത്തിന്റെ അറ്റവുമൊക്കെ വെള്ളമൊഴിച്ച് തേച്ചു കഴുകി. കഴുത്തിന്റെ അടിഭാഗത്ത് നിന്ന് കുറച്ച് ഉണങ്ങിയ രക്തത്തുള്ളികൾ ഇളകി വീണു. ശിരസ്സ് മറ്റേ വശത്തേക്ക് തിരിച്ചശേഷം ഇടതുവശം കഴുകി. മഹദി വെള്ളം ഒഴിച്ചുതന്നു. കർപ്പൂരം കലർന്ന വെള്ളംകൊണ്ട്

ഇതുപോലെ രണ്ടാമതും കഴുകി. മൂന്നാം കഴുകലിൽ വെറും വെള്ളം മാത്ര മാണ് ഉപയോഗിച്ചത്. ടവ്വൽ ഉപയോഗിച്ച് ഈർപ്പം ഒപ്പിയെടുത്തശേഷം മൂക്കിൽ പഞ്ഞിവച്ചു. മുറിഞ്ഞ കഴുത്തിന്റെ ഭാഗത്ത് കുറേയേറെ പഞ്ഞി വച്ചു. എന്നാൽ അത് ഒട്ടിയിരിക്കാത്തതിനാൽ കഫൻ ചെയ്യുമ്പോൾ വച്ച് കെട്ടാമെന്ന് കരുതി.

മഹദി മാർബിൾ ബഞ്ച് തുടയ്ക്കുമ്പോഴേക്കും ഞാൻ ശിരസ്സിന്റെ നെറ്റി യിലും മൂക്കിലും കവിളുകളിലും കർപ്പൂരം പുരട്ടി. മഹദി കഫൻ തുണി യുമായി വന്നു. രണ്ടായി മടക്കിയശേഷം ബഞ്ചിന്മേൽ വെച്ചു. ഞാനതി ന്മേൽ കുറച്ച് കർപ്പൂരം തളിച്ചു. പിന്നെ ശിരസ്സെടുത്ത് കഫൻ തുണിയുടെ മധ്യഭാഗത്ത് വെച്ചു. ഒരു നീണ്ട തുണിക്കഷണം മുറിച്ചുതരാൻ മഹദിയോട് പറഞ്ഞു. ഒരു കൈ കൊണ്ട് ശിരസ്സിൽ പിടിച്ച് ഈ തുണിക്കഷണത്തിന്റെ ഒരു വശം ശിരസ്സിന്റെ തലഭാഗത്തേക്ക് ചേർത്തുവെച്ചു. ശേഷം മറുകൈ കൊണ്ട് തുണി അമർത്തിപ്പിടിച്ചു. കഴുത്തിനടിയിൽ കുറേ പഞ്ഞിവച്ചിട്ട് അമർത്തിപ്പിടിക്കാൻ മഹദിയോട് പറഞ്ഞു. ഈ സമയത്ത് ഞാൻ കഫൻ തുണി കഴുത്തിനും ശിരസ്സിനും ചുറ്റും രണ്ട് തവണ ചുറ്റിക്കെട്ടി. ശിരസ്സി ന്റേയും മുഖത്തിന്റേയും മിക്കവാറും സ്ഥലങ്ങൾ തുണിയാൽ മൂടപ്പെട്ടു കഴിഞ്ഞിരുന്നു. അവശേഷിച്ചത് അടഞ്ഞിരിക്കുന്ന കണ്ണുകളും മൂക്കും വായ യും കവിളിന്റെ അല്പഭാഗവും മാത്രമായിരുന്നു. മൂന്നാമതൊരു കഫൻ തുണികൂടി മുറിച്ചെടുക്കേണ്ട ആവശ്യം തോന്നാത്തതിനാൽ കഫൻ ചുറ്റു ന്നത് രണ്ടിലൊതുക്കി. ശിരസ്സിന്റെ ഭാഗത്ത് നാടകൊണ്ട് കെട്ടുകയും ചെയ്തു.

ശവപ്പെട്ടി വേണോ വേണ്ടയോ എന്ന് അയാളോട് ചോദിക്കാൻ തുനി ഞ്ഞതായിരുന്നു. പിന്നീടാണ് മനസ്സിലായത് അതൊരു വിഡ്ഢിചോദ്യമായി രിക്കുമെന്ന്. മഹദി എന്റെ നേരെ നോക്കിയപ്പോൾ മൂലയിലിരിക്കുന്ന പെട്ടി കളുടെ നേരെ ഞാൻ വിരൽ ചൂണ്ടി. ഞങ്ങൾ ഇരുവരും കൂടി ഒരു പെട്ടി യെടുത്ത് ബഞ്ചിനരികിലേക്ക് കൊണ്ടുവന്നു. മറ്റൊരാളുടെ സഹായം കൂടാതെ മൃതദേഹം തനിയെ പെട്ടിയിലേക്ക് എടുത്തുവെച്ച അപൂർവ്വ അവസരങ്ങളിലൊന്നായിരുന്നു ഇത്. കഴിഞ്ഞ രണ്ട് വർഷത്തിനിടയ്ക്ക് കുഞ്ഞുങ്ങളുടെ ശവശരീരങ്ങൾ കുളിപ്പിച്ച ശേഷം മഹദി നോക്കിനിൽക്കെ ഞാനൊറ്റയ്ക്കായിരിക്കും പെട്ടിയിലേക്ക് എടുത്തു വയ്ക്കുക. കഫൻ തുണി പൊതിഞ്ഞ ആ ശിരസ്സ് എടുത്ത് ശവപ്പെട്ടിക്കുള്ളിലേക്ക് വച്ചു. മഹദി അതിന്റെ അടപ്പ് എടുത്തുകൊണ്ട് വന്ന് തന്നപ്പോൾ ഞാൻ അതുപയോ ഗിച്ച് പെട്ടിമൂടി. ജോലി കഴിഞ്ഞുവെന്ന സൂചനയായി ഞാൻ മധ്യവയസ്ക നോട് പറഞ്ഞു :

"ദൈവം ഈ മനുഷ്യന് ശാന്തി നൽകട്ടെ"

അടുത്ത ബഞ്ചിൽ ഇരിക്കുകയായിരുന്ന ചെറുപ്പക്കാരൻ എഴുന്നേറ്റ് അരികിലേക്ക് വന്നു. മധ്യവയസ്കൻ നന്ദി പറഞ്ഞുകൊണ്ട് എനിക്ക് കൂലി നൽകിയ ശേഷം എന്റെ കണ്ണുകളിലേക്ക് നോക്കി.

"അവർ എന്റെ മകനോട് ചെയ്തതെന്താണെന്ന് നിങ്ങൾക്കറിയാമോ സഹോദരാ?"

"ആര്?"

'അതാരാണെന്ന് എനിക്കുമറിയില്ല"

"അവനൊരു എഞ്ചിനീയറായിരുന്നു. ആരോ അവനെ തട്ടിക്കൊണ്ടു പോയി. അവനെക്കുറിച്ച് ഒരു വിവരവും കിട്ടാത്ത അവസ്ഥ. സർവ്വപൊലീസ് സ്റ്റേഷനുകളിലും ആശുപത്രികളിലും പോയി അന്വേഷിച്ചു. ഒരു ദിവസം രാവിലെ ഉറക്കമെഴുന്നേറ്റപ്പോൾ ഞങ്ങളുടെ വീടിന്റെ മുറ്റത്ത് ഈ സഞ്ചി കിടക്കുന്നു. അവന്റെ ഉമ്മയാണ് അതാദ്യം കണ്ടത്. അതു തുറന്നുനോക്കി യതും അവൾ ബോധം കെട്ടുവീണു. ആ ആഘാതത്തിൽ നിന്നും അവൾ ഇപ്പോഴും ഉണർന്നിട്ടില്ല. സഞ്ചിക്കുള്ളിൽ ഒരു കുറിപ്പുമുണ്ടായിരുന്നു :

"ഈ ശിരസ്സിന്റെ ബാക്കി ശരീരം ആവശ്യമുണ്ടെങ്കിൽ ഇരുപതിനായിരം ഡോളർ നൽകണം. സമ്മതമാണെങ്കിൽ ഈ നമ്പറിലേക്ക് വിളിക്കുക"

"രണ്ട് ദിവസത്തോളം ഞങ്ങൾ ആ നമ്പറിലേക്ക് വിളിച്ചു. പക്ഷേ ആരും ഫോണെടുത്തില്ല. അവസാനം ആരോ ഫോണെടുത്തു. മദീനതുൽ അൽആബിന് പിറകിൽ വെച്ച് കാണാമെന്ന് അയാൾ പറഞ്ഞു. സർവ്വതും വിൽക്കുകയും കടം വാങ്ങുകയും ചെയ്തെങ്കിലും പതിനായിരം ഡോളർ സംഘടിപ്പിക്കാനേ ഞങ്ങൾക്ക് കഴിഞ്ഞുള്ളൂ. എന്റെ ഈ രണ്ടു മക്കളാണ് അവരെ കാണാൻ പോയത്. എന്നാൽ അപഹർത്താക്കൾ എന്റെ മക്കളെ ഭീഷണിപ്പെടുത്തുകയായിരുന്നു. പണം കൈക്കലാക്കിയശേഷം മൃതദേഹ ത്തിന്റെ ബാക്കി ഭാഗം ഞങ്ങളുടെ വീടിന് മുന്നിൽ കൊണ്ടിടുമെന്ന് അവർ പറഞ്ഞു. പക്ഷേ പിന്നീട് അവർ വന്നതേയില്ല. ഞങ്ങളുടെ മകന്റേതായി ആകെക്കൂടി ലഭിച്ചത് ഈ ശിരസ്സ് മാത്രമായിരുന്നു. ഒന്നാലോചിച്ചു നോക്കിക്കേ. ഏതെങ്കിലുമൊരു മതമോ വംശമോ ഇത്തരമൊരു പ്രവൃത്തി ചെയ്യാൻ പ്രേരിപ്പിക്കുമോ? ദൈവത്തിന് നിരക്കുന്ന പ്രവൃത്തിയാണോ ഇത്?"

"ദൈവം നിങ്ങളെ സഹായിക്കട്ടെ. ഈ മനുഷ്യന്റെ ആത്മാവിന് ശാന്തി ലഭിക്കട്ടെ"

അത്ര മാത്രമേ എനിക്ക് പറയാൻ കഴിയുമായിരുന്നുള്ളൂ

"നമുക്കു പോയാലോ വാപ്പാ?"

ചെറുപ്പക്കാരിലൊരാൾ പറഞ്ഞു:

ഞങ്ങൾ യാത്ര പറഞ്ഞു. ശവപ്പെട്ടിപുറത്തേക്ക് കൊണ്ടുപോകാൻ മഹദി അവരെ സഹായിച്ചു. ശേഷം ഒരുമിച്ചിരുന്നപ്പോഴൊന്നും ഞാനും മഹദിയും ഈ ശിരസ്സിനെക്കുറിച്ചൊന്നും സംസാരിച്ചില്ല. പഴയ പുസ്തക ത്തിലെ താളുകൾ തീർത്തതിനെത്തുടർന്ന് ഞാൻ പുതിയൊരു പുസ്തകം വാങ്ങിയിരുന്നു. അതിൽ 'ഹബീബ്' എന്ന പേര് രേഖപ്പെടുത്തിയ ശേഷം അരികിലായി വീണ്ടും എഴുതി. 'ഉടലില്ലാത്ത ശിരസ്സ്'.

നാല്പത്തിയേഴ്

പാസ്പോർട്ട് ഓഫീസിലെ നീണ്ടവരിയിൽ നിൽക്കുകയാണ് ഞാൻ. ഇത്രയും വർഷങ്ങൾക്കിപ്പുറം അവസാനം രാജ്യത്തിന് പുറത്തേക്ക് പോകുന്നു എന്ന കാര്യം വിശ്വസിക്കാൻ തന്നെ കഴിയുന്നില്ല. പിതാവിന്റെ സഹോദരൻ കമ്മ്യൂണിസ്റ്റായതിനാൽ ഇത്രയും കാലം എന്റെ യാത്ര കൂടി നിരോധിക്കപ്പെട്ടിരിക്കുകയായിരുന്നു. എല്ലാ നടപടിക്രമങ്ങളും പൂർത്തിയാക്കി, ഫീസും അടച്ച്, പാസ്പോർട്ട് കൈപ്പറ്റുന്ന കൗണ്ടറിന് മുന്നിലെ വരിയിൽ ക്യൂ നിൽക്കുകയാണ് ഞാൻ. എനിക്ക് മുന്നിൽ എത്രയോ ആളുകളുണ്ട്. എങ്കിലും വളരെ പെട്ടെന്ന് ആളുകൾ കടന്നുപോകുന്നുണ്ട്. ഉമ്മയെ തനിച്ചാക്കി പോകുന്നതിൽ എനിക്ക് കുറ്റബോധം തോന്നി. പക്ഷേ എനിക്കിനിയുമേറെ സഹിക്കാൻ വയ്യ.

വരിയിൽ എന്റെ മുന്നിൽ നിൽക്കുന്ന ചെറുപ്പക്കാരനെ ശ്രദ്ധിച്ചു. നല്ല ചൂടായിരുന്നെങ്കിൽപോലും അയാൾ കോട്ടായിരുന്നു ധരിച്ചിരുന്നത്. ഇടയ്ക്കിടയ്ക്ക് അയാൾ തിരിഞ്ഞുനോക്കുന്നുണ്ട്. പിറകിലേക്കെവിടെയോ നോക്കുന്നു. എന്തിനേയോ തേടുന്നത് പോലെ. പലതവണ അയാൾ കൈയിലെ വാച്ചിലേക്ക് നോക്കിക്കൊണ്ടിരുന്നു. അല്പം കഴിഞ്ഞപ്പോഴേക്കും വരിയിൽ നിന്നും മാറി നിന്നശേഷം അയാൾ കോട്ടിന്റെ പോക്കറ്റിലേക്ക് കൈയിട്ടു. എന്തോ പുറത്തേക്കെടുക്കാനായുന്നതുപോലെ. പെട്ടെന്നൊരു ഭീകരസ്ഫോടനമുണ്ടായി. ചെറുപ്പക്കാരന്റെ രക്തം മുഖത്തേക്ക് തെറിച്ചു വീണതായി തോന്നി. അയാളുടെ ചിതറിയ ശരീരാവശിഷ്ടങ്ങൾ ദേഹത്തേക്ക് വന്നുവീണു. വരിയിൽ നിൽക്കുകയായിരുന്ന മനുഷ്യരുടെ ശവശരീരങ്ങൾ ചിതറിക്കിടക്കുകയാണ് സർവ്വയിടത്തും. ജനം പേടിച്ച് നിലവിളിക്കുന്നു. വിചിത്രമായൊരു ചൂളം വിളിയൊഴികെ മറ്റൊന്നും കേൾക്കാനേ സാധിക്കുന്നില്ല. ഞാൻ സ്വന്തം ശരീരത്തിൽ സ്പർശിച്ചു നോക്കി. അതിനൊന്നും പറ്റിയിട്ടില്ല എന്നറിഞ്ഞപ്പോൾ അതിശയം തോന്നിപ്പോയി. ആ ഹാളിന്റെ പ്രധാന വാതിലിലൂടെ തെരുവിലേക്ക് ഓടുകയായിരുന്നു ഞാൻ. മഗൈസിലിലേക്ക് ഓടിക്കയറിയ ശേഷം പൈപ്പ് തുറന്ന് ദേഹം മുഴുവൻ കഴുകാൻ തുടങ്ങി. പിന്നീട് മാർബിൾ ബഞ്ചിൽ കയറി കിടന്നു. എനിക്ക് മരിക്കണമായിരുന്നു. എന്നാൽ ഉറക്കത്തിൽ നിന്നും ഞെട്ടിയുണരുകയായിരുന്നു ഞാൻ.

നാല്പത്തിയെട്ട്

രക്തപങ്കിലമായൊരു ദിവസത്തിനൊടുവിൽ മഗൈസിൽ പൂട്ടി വീട്ടിലേക്ക് മടങ്ങാനൊരുങ്ങുകയായിരുന്നു ഞാൻ. എന്നോട് പറയാതെ മഹദി പൊയ്ക്കളഞ്ഞതിൽ ശരിക്കും അതിശയം തോന്നിപ്പോയി. പൊടുന്നനേ മെഷീൻ ഗണ്ണുകളേന്തിയ അഞ്ചാളുകൾ കുളിപ്പുരയുടെ വാതിൽ തള്ളിത്തുറന്ന് അകത്തേക്ക് ഇരച്ചുകയറി. അവരെന്നെ വലയം ചെയ്തു. രണ്ടാളുകൾ

എന്റെ കൈകളിൽ പിടിച്ച് മുതുകിൽ കെട്ടിയിട്ടു. പിന്നെ എന്റെ ഇരുവശത്തുമായി നില്പുറപ്പിച്ചു. മറ്റാളുകൾ മഗൈസിലിലെ സർവ്വവസ്തുക്കളും പരിശോധിക്കാൻ തുടങ്ങി. ചുമരലമാരകളിലിരുന്ന വസ്തുക്കളെല്ലാം വലിച്ച് പുറത്തേക്കിട്ടു. ശേഷം ചുമലിൽ നക്ഷത്രചിഹ്നങ്ങൾ പതിച്ചൊരു പട്ടാള ഉദ്യോഗസ്ഥൻ പ്രത്യക്ഷപ്പെട്ടു. എന്റെ ഇരുവശത്തുമായി നിൽക്കുകയായിരുന്ന ആയുധധാരികളോട് എന്നെ മുട്ടുകുത്തി നിർത്താൻ ആജ്ഞാപിച്ചു. ശിരസ്സ് മറച്ചിരുന്ന അയാളുടെ കറുത്ത ബൂട്ടുകൾ തിളങ്ങുന്നുണ്ട്. സ്വന്തം റിവോൾവറിൽ പിടിമുറുക്കിയിരിക്കുകയാണയാൾ. റിവോൾവർ എന്റെ നെറ്റിയിൽ ചേർത്തുവെച്ച് ട്രിഗറിൽ വിരലമർത്തുമ്പോൾ അയാളുടെ കണ്ണുകൾ തിളങ്ങി. ഈ കുളിപ്പുരയുടെ ഉടമസ്ഥൻ ഞാനാണോ എന്നയാൾ ചോദിച്ചു. മറുപടി പറയുന്നതിനെ കുറിച്ചോർത്തപ്പോൾ പേടിയായി. എന്ത് ചെയ്യണമെന്നറിയാത്ത അവസ്ഥ. സത്യം പറയണോ?

അയാൾ റിവോൾവർ എന്റെ നെറ്റിയിൽ ചേർത്തമർത്തിയപ്പോൾ ശിരസ്സ് പിറകിലേക്കാഞ്ഞു

"അതെ, ഞാനാണ് ഉടമസ്ഥൻ"

"നിനക്ക് മന്ത്രാലയത്തിൽനിന്നും ഈ കുളിപ്പുര നടത്താനുള്ള ലൈസൻസ് ലഭിച്ചിട്ടുണ്ടോ?"

പതിറ്റാണ്ടുകളായിട്ട് ലൈസൻസുകളൊന്നുമില്ലാതെ പാരമ്പര്യമായി നടക്കുന്ന സ്ഥാപനമാണിത്.

"ഇല്ല....കാരണം...."

വാചകം മുഴുവനാക്കുന്നതിനു മുമ്പേ അയാൾ എന്നെ റിവോൾവർ കൊണ്ട് ആഞ്ഞടിച്ചു. ഞാൻ പിറകിലേക്ക് തെറിച്ചു വീണു.

"ഇവനെ പിടിച്ചു കൊണ്ടുവാ"

ഓഫീസറുടെ വാക്ക് കേട്ട് ആയുധധാരികൾ എന്നെ കൈയിൽപിടിച്ച് വലിച്ചിഴയ്ക്കാൻ തുടങ്ങി. സ്വപ്നത്തിൽ നിന്നുണർന്നതും അപ്പോഴായിരുന്നു.

നാല്പത്തിയൊമ്പത്

മൃതദേഹങ്ങളൊന്നുമില്ലാത്ത ഒരൊഴിവ് വേള മഗൈസിലിൽ വീണുകിട്ടിയപ്പോൾ മെസപ്പൊട്ടോമിയൻ സൃഷ്ടിപുരാണങ്ങളെ സംബന്ധിച്ച ഒരു പുസ്തകം വായിച്ചുകൊണ്ടിരിക്കുകയായിരുന്നു ഞാൻ. അപ്പോഴാണ് ബാഗ്ദാദിലെ അൽ-മുതനബ്ബി തെരുവിൽ ഒരു ചാവേർ പൊട്ടിത്തെറിച്ചുവെന്ന വാർത്ത റേഡിയോയിൽ കേട്ടത്. അവിടെയുള്ള ധാരാളം കടകളും പുസ്തകശാലകളും അൽ-ഷഹ്ബന്തർ കഫെയുമൊക്കെ തകർന്നടിഞ്ഞത്രേ. മുപ്പതിലധികം ആളുകൾ കൊല്ലപ്പെട്ടു. നെഞ്ചിൽ വല്ലാത്തൊരു വിങ്ങലാണ് അനുഭവപ്പെട്ടത്. സ്ഫോടനങ്ങളും ചാവേർ പൊട്ടിത്തെറികളുമൊക്കെ

ഞങ്ങളുടെ ജീവിതത്തിൽ വളരെ പരിചിതമായിരിക്കുന്നു. എന്നാൽ അൽ-മുതനബ്ബി തെരുവിനോട് എന്തെന്നില്ലാത്ത ഒരു സ്നേഹം മനസ്സിലുണ്ടായിരുന്നു. ഈ ഏകാന്തതയിൽ നിന്നും വന്യതയിൽ നിന്നുമൊക്കെ രക്ഷപ്പെടാനായി ഏതെങ്കിലുമൊരു പുസ്തകം സ്വന്തമാക്കാൻ ഞാൻ സ്ഥിരമായി ആ തെരുവിലേക്ക് കുതിച്ചെത്താറുണ്ട്. കഴിഞ്ഞ വെള്ളിയാഴ്ച പോയപ്പോൾ കിട്ടിയതാണ് ഇപ്പോൾ കൈയിലിരിക്കുന്ന പുസ്തകം. വെള്ളിയാഴ്ച മഗൈസിൽ തുറക്കേണ്ടതില്ല എന്ന് ഞാൻ തീരുമാനിച്ചിരുന്നു. വാപ്പാ ജീവനോടെ ഉണ്ടായിരുന്നെങ്കിൽ അതിനെ അനാചാരമെന്ന് വിളിച്ചേനേ.

എനിക്ക് പുസ്തകം വിറ്റ ആ ചെറുപ്പക്കാരനും കൊല്ലപ്പെട്ടിട്ടുണ്ടാകുമോ? ഇത്തരം വാർത്തകൾ കേട്ട് പരിചിതമായെങ്കിൽകൂടിയും സ്വയം ചോദിച്ചു പോകുന്നു. എന്തിനാണ് ഈ സ്ഥലം തന്നെ തിരഞ്ഞെടുക്കപ്പെട്ടത്? ഈ ലോകത്ത് നഷ്ടം മാത്രം സ്വന്തമാക്കുന്ന പുസ്തകങ്ങളേയും പുസ്തകം വിറ്റ് ജീവിക്കുന്നവരേയും നശിപ്പിക്കാൻ എന്തിന് ഇങ്ങനെ ചാവേർ ലക്ഷ്യമിട്ടു? എല്ലാ ആക്രമണങ്ങൾക്കു ശേഷവും പതിവുള്ളതുപോലെ സ്ഫോടനാന്തരമുള്ള ദൃശ്യങ്ങൾ ടെലിവിഷൻചാനലുകൾ സംപ്രേഷണം ചെയ്യുന്നത് വൈകീട്ട് വീട്ടിലെത്തിയപ്പോൾ കണ്ടു. രക്തം തളംകെട്ടി കിടക്കുന്ന സ്ഥലങ്ങൾ, ചിന്നിച്ചിതറിയ ശരീരഭാഗങ്ങൾ, ഉപേക്ഷിക്കപ്പെട്ട ചെരുപ്പുകൾ, തകർന്ന കെട്ടിടാവശിഷ്ടങ്ങൾ, പുകച്ചുരുളുകൾ, പിന്നെ കുറേ മനുഷ്യരും. സ്തംഭിച്ചു നിൽക്കുന്ന ആളുകൾ കണ്ണുനീർ തുടയ്ക്കുന്നുണ്ട്. ചിലർ മുഖം പൊത്തിപ്പിടിച്ചിരിക്കുന്നു. എന്നാൽ ഇത്തവണ മറ്റൊന്നുകൂടി കണ്ടു. രക്തവും കരിയും പറ്റി ചിന്നിച്ചിതറിക്കിടക്കുന്ന പുസ്തകങ്ങളുടെ ഭാഗങ്ങളും കടലാസുകളും. ആരെങ്കിലും തങ്ങളെ എടുത്തുകൊണ്ടുപോയി കുഴിച്ചിടുമോ എന്ന് കാത്ത് കിടക്കുകയാണ് അവ.

അന്ന് വൈകുന്നേരം പ്രൊഫസർ ഇസാം അൽ-ജനാബി ഫോണിൽ വിളിച്ചു. വിറയാർന്ന സ്വരത്തിൽ അദ്ദേഹം പറഞ്ഞത് ആർട്ട് അക്കാദമിയിൽ പഠിക്കുന്ന കാലത്തെ എന്റെ സഹപാഠികളിലൊരാളായിരുന്ന ആദിൽ മഹൈബിസും ഈ ചാവേർ സ്ഫോടനത്തിൽ കൊല്ലപ്പെട്ടുവെന്നാണ്. ചാവേർ പൊട്ടിത്തെറിക്കുമ്പോൾ അയാൾ അൽ-ഷഹ്ബന്തർ കഫെയിൽ ഇരിക്കുകയായിരുന്നത്രെ. അടുത്ത സുഹൃത്തൊന്നുമായിരുന്നില്ലെങ്കിൽ പോലും എനിക്ക് ആദിലിനെ അറിയാമായിരുന്നു. അക്കാദമിയിൽ പഠിക്കുന്ന കാലത്ത് ധാരാളം സംസാരിച്ചിട്ടുമുണ്ട്. പിന്നീട് ഈ അവസാന വർഷങ്ങളിൽ പല ചടങ്ങുകളിൽ വച്ചും കണ്ടിട്ടുണ്ട്. പ്രത്യേകിച്ച് ഹിവാർ ആർട്ട് ഗ്യാലറിയിൽ വച്ച്. വളരെ ബുദ്ധിമാനും ഭാവിയെ സംബന്ധിച്ച് നല്ല കാഴ്ചപ്പാടുകളുമുണ്ടായിരുന്ന മനുഷ്യൻ. പ്രസിദ്ധീകരണങ്ങളിലും മറ്റും ലേഖനങ്ങളും നിരൂപണങ്ങളും എഴുതുകയും അറിയപ്പെട്ടൊരു കലാനിരൂപകനായി മാറുകയും ചെയ്തയാളാണ് ആദിൽ. വിവാഹിതനാണോ എന്ന് ചോദിച്ചപ്പോൾ പ്രൊഫസർ അതേ എന്ന് പറഞ്ഞു. മൂന്ന് കുട്ടികളുമുണ്ടത്രേ. ഞങ്ങൾ പരസ്പരം ആ മരണത്തിൽ അനുശോചിച്ചു.

ശവസംസ്കാരച്ചടങ്ങുകൾ എപ്പോഴാണെന്ന് ഞാൻ തിരക്കി. ബന്ധുക്കളോട് അന്വേഷിച്ചശേഷം വിവരങ്ങൾ അറിയിക്കാമെന്ന് പ്രൊഫസർ പറഞ്ഞു.

ശവസംസ്കാരവുമായി ബന്ധപ്പെട്ട ചടങ്ങുകൾ തുടങ്ങുന്ന ദിവസം വൈകീട്ട് മഗൈസിലിലെ ജോലികൾ തീർത്തശേഷം ഞാൻ ആദിലിന്റെ വീട്ടിലേക്കു പോയി. വീടിനുമുന്നിൽ കെട്ടി ഉയർത്തിയ പന്തലിന്റെ മുൻവശത്ത് പിതാവിനേയും സഹോദരന്മാരേയും കണ്ടു. അവരുടെ മുൻവശത്തായി ആദിലിന്റെ ഒരു ചിത്രം വച്ചിരുന്നു. അതിനുകീഴെ മരിച്ചയാളുടെ പേരും മരണപ്പെട്ട തീയതിയും "അൽ-മുതനബ്ബി തെരുവിൽ നടന്ന ഭീരുത്വം നിറഞ്ഞ ഭീകരാക്രമണത്തിൽ രക്ഷസാക്ഷിയായി" എന്നും രേഖപ്പെടുത്തിയിരിക്കുന്ന ബാനറും ഉണ്ട്. ഞാൻ ബന്ധുക്കളെ ഓരോരുത്തരെയായി അനുശോചനം അറിയിച്ചശേഷം പന്തലിന്റെ ഒരു മൂലയിൽ പോയി ഇരുന്നു. പരേതന്റെ ആത്മശാന്തിക്കായി വിശുദ്ധ ഖുർആനിലെ ആദ്യ അദ്ധ്യായമായ 'അൽ-ഫാത്തിഹാ" പാരായണം ചെയ്തു. നല്ല ഏലക്കായയുടെ സുഗന്ധം പരക്കുന്ന ഒരു കപ്പ് കാപ്പി കുടിച്ചു.

പ്രൊഫസർ അൽ-ജനാബി എന്തായാലും വരേണ്ടതാണ്. എന്നാൽ റോഡിലെ തിരക്കും ചെക്കിംഗ് പോയിന്റുകളും കാരണം താൻ എത്താൻ വൈകുമെന്ന് അദ്ദേഹം ഫോൺ ചെയ്ത് പറഞ്ഞു. ചുറ്റും നോക്കിയെങ്കിലും പരിചയമുള്ള മുഖങ്ങളൊന്നും കണ്ടില്ല. പ്രശസ്ത ഈജിപ്ഷ്യൻ ഖുർ-ആൻ പാരായണ വിദഗ്ദ്ധൻ മുഹമ്മദ് സ്വിദ്ദിഖ് അൽ-മിൻശാവിയുടെ ശബ്ദം ലൗഡ്സ്പീക്കറിലൂടെ കേൾക്കാം. ഖുർആനിലെ 'യൂസുഫ്' അദ്ധ്യായം പൂർത്തിയാക്കിയ ശേഷം ഇപ്പോൾ അദ്ദേഹം എന്റെ വാപ്പയ്ക്ക് ഏറെ പ്രിയങ്കരമായ 'അൽ-റഹ്മാൻ'അദ്ധ്യായം പാരായണം ചെയ്യുകയാണ്. ആ ശബ്ദം തുടക്കത്തിൽ ആത്മാവിനെ പതിയെ സ്പർശിക്കും. പിന്നെയത് നമ്മെ കടലോളങ്ങളിലേക്കായിരിക്കും കൂട്ടിക്കൊണ്ടു പോകുക. അവിടെ ശബ്ദമാകുന്ന കാറ്റും വാക്കുകളാകുന്ന പായകളും മാത്രമേ അവശേഷിക്കൂ. അതിൽ ഒരു സൂക്തം എന്റെ ശ്രദ്ധയാകർഷിച്ചു.

"മൺപാത്രംപോലെ നാദമുള്ള കളിമണ്ണിൽനിന്നും മനുഷ്യനെ അവൻ സൃഷ്ടിച്ചു"

അപ്പോൾ നാം മനുഷ്യരെല്ലാം പ്രതിമകൾ തന്നെയാണ് ഒരർത്ഥത്തിൽ. എന്നാൽ സൃഷ്ടിച്ചവന്റെ പേരിൽ നാം പരസ്പരം പ്രതിമ തകർക്കുന്നത് അവസാനിപ്പിക്കുന്നതേയില്ല. നാം പ്രതിമകൾ തന്നെയാണ്. നിരന്തരം മണ്ണിനെ പ്രദർശിപ്പിക്കുന്ന പ്രതിമകൾ.

"അപ്പോൾ നിങ്ങളുടെ നാഥന്റെ അനുഗ്രഹങ്ങളിൽ ഏതിനെയാണ് നിങ്ങൾക്ക് നിഷേധിക്കാനാകുക?"

"ഭൂമുഖത്തുള്ളവരെല്ലാം നാശമടയുകതന്നെ ചെയ്യും."

"ആകാശം പൊട്ടിപ്പിളരുകയും അത് പനിനീർപോലെ ചുവപ്പും എണ്ണപോലെ കറുപ്പുമായിത്തീർന്നാൽ..."

സ്വയം പൊട്ടിത്തെറിച്ച് ആദിലടക്കമുള്ള മനുഷ്യരുടെ ജീവനെടുത്ത ആ ചാവേറിനെക്കുറിച്ച് ഞാനൊന്ന് ചിന്തിച്ചു. ആരായിരിക്കും അയാൾ? ഇത്തരം പ്രവൃത്തികളെ സംബന്ധിച്ച യുക്തിപരമായൊരു വിശദീകരണം കണ്ടെത്താൻ ഞാനെപ്പോഴും ശ്രമിക്കാറുണ്ട്. മനുഷ്യൻ വിദ്വേഷത്തിന്റേയും നിരാശയുടേയും അതിർവരമ്പുകളിലെത്തിച്ചേർന്നാൽ അയാളുടെ ജീവിതത്തിന് പിന്നെ എടുത്തു പറയാൻതക്കമുള്ള ഒരു മൂല്യവും ഉണ്ടാകില്ലെന്നത് അറിയാവുന്ന കാര്യമാണ്. അതോടെ അയാൾ തന്റെ ജീവനോ മറ്റുള്ളവരുടെ ജീവനോ യാതൊരു വിലയും കല്പിക്കുകയുമില്ല. എന്നാൽ അനന്തമായ കാലം മുതലേ മനുഷ്യൻ പരസ്പരം കൊല്ലാനോ, ആത്മാഹൂതികൾക്കോ ഒക്കെ തുനിയുന്നത് ആശയങ്ങൾക്കോ, ചിഹ്നങ്ങൾക്കോ ഒക്കെ വേണ്ടിയല്ലേ? പിന്നെ ഇതിലെന്ത് പുതുമയാണുള്ളത്? എന്നിട്ടും ചിലതൊക്കെ ഇപ്പോഴും എത്ര ആലോചിച്ചിട്ടും മനസ്സിലാക്കാൻ സാധിക്കാതെ ദുരൂഹമായിത്തന്നെ തുടരുന്നു. ഒപ്പം ചാവേറുകളായി മാറുന്ന ശരീരങ്ങളുടെ എണ്ണം പ്രളയ സമാനം വർദ്ധിച്ചതാണ് പുതിയതെന്ന് പറയാൻ സാധിക്കുന്ന കാര്യം.

'കുറ്റവാളികളെ അവരുടെ അടയാളങ്ങൾകൊണ്ടു തന്നെ അന്ന് തിരിച്ചറിയാനാകും. അപ്പോൾ കുടുമകളും പാദങ്ങളും ചേർത്തായിരിക്കും അവരെ പിടികൂടുക'

മനുഷ്യബോംബായി പൊട്ടിത്തെറിച്ച ഈ മനുഷ്യൻ ഇപ്പോൾ അവിടെയുണ്ടാകുമോ? കത്തിയാളുന്ന നരകത്തിലേക്ക് അയാളുടെ ശിരസ്സും പാദങ്ങളും വലിച്ചിഴച്ചു കൊണ്ട് മാലാഖമാർ പോകുകയായിരിക്കുമോ?

'നരകത്തീയുടേയും തിളയ്ക്കുന്ന വെള്ളത്തിനുമിടയിൽ അവർ ചുറ്റിത്തിരിയും.'

'കുറ്റവാളികൾ നിഷേധിച്ചുകൊണ്ടിരുന്ന നരകമാണിതെന്ന് അവരോട് പറയപ്പെടും.'

തന്റെ വിധിയെക്കുറിച്ചോർത്ത് ആ മനുഷ്യൻ അദ്ഭുതപ്പെടുമോ? അതോ എതിർപ്പ് പ്രകടിപ്പിക്കുമോ? സ്വർഗീയാരാമങ്ങളിലേക്കായിരിക്കും തന്റെ പ്രയാണമെന്നായിരിക്കുമല്ലോ അയാൾ ഇതുവരെ ധരിച്ചുവച്ചിരുന്നത്?

'ആ സ്വർഗീയാരാമങ്ങളിൽ എല്ലാ പഴവർഗങ്ങളിലും ഇണകളുണ്ടാകും'

'നന്മയുടെ പ്രതിഫലം നന്മയല്ലാതെ മറ്റെന്തെങ്കിലുമായിരിക്കുമോ?'

പാവം ആദിൽ ഇപ്പോൾ ഏതെങ്കിലുമൊരു ഈന്തപ്പനയുടെ കീഴിൽ ഇരിക്കുകയായിരിക്കുമോ, അതോ...

'ഉൾഭാഗം തടിച്ച പട്ടുകൊണ്ടുള്ള പരവതാനികളിൽ അവർ കിടക്കും. സ്വർഗീയാരാമങ്ങളിലെ പഴവർഗങ്ങൾ പറിച്ചെടുക്കാൻ മാത്രം അടുത്തായിരിക്കും.'

നരകത്തിലേക്ക് വലിച്ചിഴച്ചു കൊണ്ടുപോകവേ തന്റെ ഘാതകന് നേരെ ആദിൽ കാർക്കിച്ചു തുപ്പുമോ? അതോ പുച്ഛത്തോടെ നോക്കുക മാത്രമേ

ചെയ്യുകയുള്ളോ? അവർ തമ്മിൽ സംസാരിക്കുമോ? സ്വർഗ-നരക ങ്ങൾക്കിടയിലുള്ള ഒരിടത്തുവെച്ച് അവർ തമ്മിൽ തർക്കിക്കുമോ? ഇനി അതോ സ്വർഗപ്രവേശനത്തിനായി അവർ തമ്മിൽ മല്ലിടേണ്ടിവരുമോ?

'അപ്പോൾ നിങ്ങളുടെ നാഥന്റെ അനുഗ്രഹങ്ങളിൽ ഏതിനെയാണ് നിങ്ങൾക്ക് നിഷേധിക്കാനാകുക?'

ആദിലിന്റെ വിധിയെന്താകുമെന്നതിനെസംബന്ധിച്ച തൃപ്തികരമാ യൊരു വിശദീകരണം ലഭിക്കുന്നതിനുമുമ്പ് ഒരു യുവ കലാകാരൻ അനു ശോചന പന്തലിലേക്ക് കയറി വരുന്നത് കണ്ടു. വർഷങ്ങൾക്ക് മുമ്പ് ഫ്രഞ്ച് കൾച്ചറൽ സെന്ററിൽ വെച്ച് നടന്ന കലാപ്രദർശനത്തിനിടയ്ക്കാണ് അയാളെ പരിചയപ്പെട്ടത്. ആദിലിന്റെ വീട്ടുകാർക്ക് അനുശോചനമറിയിച്ചു കഴിഞ്ഞപ്പോഴായിരുന്നു അയാൾ എന്നെ കണ്ടത്. കൈവീശിക്കാണിച്ച പ്പോൾ അയാൾ എനിക്കരികിൽ വന്നിരുന്നു. 'അൽ-ഫാത്തിഹ' അദ്ധ്യായം പാരായണം ചെയ്തശേഷം ഞങ്ങൾ അനുശോചനം കൈമാറി. കാപ്പി കുടിച്ചു കൊണ്ടാണ് ഞങ്ങൾ സംസാരിച്ചത്. മൂന്നാമത്തെ കപ്പ് കാപ്പിയാ യിരുന്നു എന്റെ കൈയിലിരുന്നത്. വളരെ അസ്വസ്ഥനും ക്ഷീണിതനുമാ യിരുന്നു ആ മനുഷ്യൻ.

ആദിൽ അടുത്ത സുഹൃത്തായിരുന്നോ എന്ന് ഞാൻ തിരക്കി. അല്ല എന്നായിരുന്നു മറുപടി. പരിചയക്കാരനായതിനാൽ വരേണ്ടത് ബാധ്യത യാണെന്ന് തോന്നി. അതുകൊണ്ടാണ് വന്നത്. ജീവിത സാഹചര്യങ്ങളെ ക്കുറിച്ച് ഞാൻ തിരക്കി. തന്റെ സാഹചര്യങ്ങൾ അങ്ങേയറ്റം മോശ മാണെന്നും രണ്ട് ദിവസത്തിനുള്ളിൽ സിറിയയിലേക്ക് പോകുക യാണെന്നുമായിരുന്നു അയാൾ പറഞ്ഞത്. അയാൾക്ക് ഭീഷണി സന്ദേശ ങ്ങൾ ലഭിച്ചുവത്രേ. ഖേദം പ്രകടിപ്പിച്ച ഞാൻ കാരണമന്വേഷിച്ചു.

'സഹോദരാ, അങ്ങേയറ്റം അസംബന്ധമായൊരു നാടകം എന്നല്ലാതെ എന്തുപറയാൻ. ഞാനൊരു ശിയാ വിഭാഗക്കാരനാണ്. എന്നാൽ എന്റെ മകന്റെ പേര് ഉമർ എന്നായിപ്പോയി. എന്റെ ഏറ്റവും പ്രിയങ്കരനായൊരു സുഹൃത്തിന്റെ പേര് ഉമർ എന്നായതിനാലാണ് മകനും അതേ പേരിട്ടത്. അതോടെ അവർ എന്റെ വീടിന് മുന്നിൽ ഒരു കുറിപ്പ് കൊണ്ടിട്ടിട്ട് പോയി. ഞാൻ ആ പ്രദേശം വിട്ടുപോകണമെന്ന ഭീഷണിസന്ദേശമായിരുന്നു അത്. ഞാനൊരു സുന്നിവിഭാഗക്കാരനാണെന്നാണ് അവർ കരുതിയിരിക്കുന്നത്."

"ആരാണ് ഈ ആളുകൾ"

"സത്യത്തിൽ എനിക്കറിയില്ല! ആ പ്രദേശം നിയന്ത്രിക്കുന്ന സായുധ സംഘമാണവർ. കണ്ണിൽ കണ്ടവരെയൊക്കെ കൊല്ലുകയാണവർ. ഉമറിന്റെ പിതാവായ ഞാനൊരു സുന്നിയല്ല എന്ന് അവരോട് പറയാൻ പറ്റിയൊരാളെ സർവ്വസ്ഥലത്തും തിരഞ്ഞു. ഒരു ഫലവുമുണ്ടായില്ല. പിന്നീട് എനിക്ക് മറ്റൊരു കത്തുകൂടി ലഭിച്ചു.

"ഇത് അവസാന മുന്നറിയിപ്പാണ്. അടുത്ത കത്ത് കടലാസിലായിരി ക്കില്ല എഴുതുക. നിന്റെ തല തകർക്കും ഞങ്ങൾ."

"ഒരാഴ്ച കഴിഞ്ഞപ്പോൾ ഞങ്ങളുടെ കിടപ്പുമുറിയുടെ ജനാലയിൽ രണ്ട് വെടിയുണ്ടകൾ തറച്ചു. ദൈവത്തിന് നന്ദി. അന്നേരം ഞങ്ങളാരും വീട്ടിലില്ലായിരുന്നു. ധാരാളം സുന്നി വിഭാഗക്കാരെ ആ സ്ഥലം വിട്ടുപോകാൻ നിർബന്ധിക്കുകയാണവർ. ഭാര്യയുടെ ബന്ധുക്കൾക്കൊപ്പമാണ് ഞങ്ങൾ ഇപ്പോൾ താമസിക്കുന്നത്. കാര്യങ്ങളൊന്ന് ശാന്തമാകുന്നത് വരെ സിറിയയിലേക്ക് പോകാനാണ് തീരുമാനം. നിങ്ങൾക്ക് വിശ്വസിക്കാനാകുന്നുണ്ടോ ഇതൊക്കെ മൂന്നക്ഷരങ്ങൾ മാത്രമുള്ള ഒരു പേരിനെ ചൊല്ലിയാണെന്ന്? സത്യത്തിൽ അവരെപ്പോലെ ഞാനും ശിയാവിഭാഗക്കാരൻ തന്നെയാണെന്ന് പറയണമെന്നുണ്ടായിരുന്നു. മകന്റെ പേരാണ് പ്രശ്നമെങ്കിൽ അത് മാറ്റാൻ പോലും ഞാൻ തയ്യാറാണ്. ഞങ്ങളെ ജീവിക്കാൻ അനുവദിച്ചാൽ മതിയായിരുന്നു."

അയാൾ തന്റെ കഥ പറഞ്ഞു കഴിയുമ്പോൾ അൽ-മിൻശാവിയുടെ ഖുർആൻ പാരായണം 'ഇബ്റാഹീം' അദ്ധ്യായത്തിലെത്തിയിരുന്നു.

'മനുഷ്യൻ നിശ്ചയമായും അക്രമകാരിയും, സത്യനിഷേധിയുമാണ്. ഇബ്റാഹീം പ്രാർത്ഥിച്ചനേരം ഓർക്കുക: എന്റെ രക്ഷിതാവേ, നീ ഈ നാടിനെ സുരക്ഷിതഗേഹമാക്കണേ. എന്നേയും സന്തതികളേയും വിഗ്രഹങ്ങളെ പൂജിക്കുന്നതിൽ നിന്നും അകറ്റിനിർത്തുകയും ചെയ്യണേ"

"ഞാനും ഈ നാടുവിട്ട് ജോർദ്ദാനിലേക്ക് പോകുന്നതിനെക്കുറിച്ച് ചിന്തിച്ചുകൊണ്ടിരിക്കുകയാണ്. അസഹനീയമായിരിക്കുകയാണ് ഇവിടുത്തെ സാഹചര്യം."

"ക്ഷമിക്കണം, എനിക്ക് അത്യാവശ്യമായി ചെയ്തുതീർക്കേണ്ട കുറേ ക്കാര്യങ്ങളുണ്ട്. പൊയ്ക്കോട്ടെ?"

അയാൾക്കൊപ്പം പുറത്തേക്കിറങ്ങാനവസരും കിട്ടിയപ്പോൾ ഞാനുമത് ഉപയോഗപ്പെടുത്തി. പന്തലിന് പുറത്ത് വച്ച് യാത്ര പറയുമ്പോൾ സിറിയയിൽ അയാൾക്ക് നല്ലതുമാത്രം സംഭവിക്കട്ടെ എന്ന് ആശംസിച്ചു.

അമ്പത്

വാപ്പാ, ഞാൻ താങ്കളെ മഗൈസിലിൽ വച്ച് കണ്ടു. ഒപ്പം ജോലി ചെയ്യാനായി ഞാനാദ്യമായി അവിടേക്ക് വന്ന ദിവസമായിരുന്നു അത്.

ഹമ്മൂദി നമുക്കൊപ്പമില്ലായിരുന്നു. കൂരിരുട്ട്. താങ്കളുടെ കൈയിലൊരു മെഴുകുതിരിയുണ്ട്.

"പ്രഭാതമാകുന്നതുവരെ എന്തുകൊണ്ട് കാത്തിരുന്നുകൂടാ? അതിന് ശേഷം തുടങ്ങിയാൽ പോരേ ജോലി?"

എന്റെ ചോദ്യം കേട്ട് താങ്കൾ പുഞ്ചിരിച്ചു.

"ഇവിടെ രാത്രിയല്ലാതെ വേറൊന്നുമുണ്ടാകില്ലല്ലോ?"

എനിക്കാകെ അതിശയമായി.

“അതെന്താ വാപ്പാ അങ്ങനെ?”

“നാം ഇപ്പോൾ പാതാളത്തിലാണെന്ന് നിനക്കറിയില്ലേ? ഇവിടെ സൂര്യൻ ഉദിക്കാറേ ഇല്ല.”

തൊണ്ടയിൽ വല്ലാത്തൊരു വിങ്ങൽ തോന്നി. ഒരു തുള്ളി കണ്ണുനീർ കവിളിലേക്ക് ഒലിച്ചിറങ്ങി. അത് സ്വന്തം കൈകൊണ്ട് തുടച്ചുതന്ന ശേഷം താങ്കളെന്നെ കെട്ടിപ്പിടിച്ചു. പിന്നെ മുമ്പൊരിക്കലും കണ്ടിട്ടില്ലാത്ത വാത്സല്യത്തോടെ താങ്കൾ പറഞ്ഞു:

“വിഷമിക്കേണ്ട പൊന്നുമോനേ, നമുക്ക് ജോലിചെയ്യാനും മാന്യമായി ജീവിക്കാനും മെഴുകുതിരിവെട്ടം തന്നെ ധാരാളം. നിനക്കത് പതിയെ പരിചയമായിക്കോളും.”

‘പൊന്നുമോനേ’ എന്ന് താങ്കൾ എന്നെ വിളിക്കുന്നത് ആദ്യമായിട്ടായിരുന്നു. തന്നെ പിന്തുടരുവാൻ ആവശ്യപ്പെട്ടശേഷം താങ്കളെനിക്ക് മാർബിൾ ബഞ്ച് കാണിച്ചു തന്നു.

‘അൽ-ഫർത്തൂസി ദിവസവും കൊണ്ടുവരുന്ന ശരീരഭാഗങ്ങൾ നാം കൂട്ടിയോജിപ്പിക്കുന്നത് ഇവിടെ വെച്ചായിരിക്കും.”

അൽ-ഫർത്തൂസിയും അവിടെ ഉണ്ടായിരുന്നത് എന്നെ അതിശയിപ്പിച്ചു. വ്യക്തമായി കാണാൻ സാധിക്കാതിരുന്ന ചുമരലമാരകളിലേക്ക് ചൂണ്ടിക്കൊണ്ട് താങ്കൾ പറഞ്ഞു

“സൂചി, നൂല്, പശ, എല്ലാം ഇവയ്ക്കകത്തുണ്ട്”

ശേഷം നിലത്ത് അടുക്കിവെച്ചിരുന്ന തടിപ്പെട്ടികളിലേക്ക് ചൂണ്ടി വീണ്ടും പറഞ്ഞു:

“മരിച്ചവരുടെ ശരീരം മൂടാനുള്ള തൂവലുകൾ ഈ പെട്ടികൾക്കുള്ളിലാണ്.”

“നാമെന്തിനാണ് മരിച്ചവരുടെ ശരീരങ്ങൾ തൂവലുകൾകൊണ്ട് മൂടുന്നത്?”

“നീ ഇപ്പോഴും ധാരാളം ചോദ്യങ്ങൾ ഉന്നയിക്കുകയാണല്ലോ മോനേ? നമ്മുടെ പൂർവ്വികർ ചെയ്തതാണിത്. പിൻഗാമികൾ ചെയ്യാൻ പോകുന്നതും ഇത് തന്നെയായിരിക്കും.”

താങ്കൾ ഒരു ചുമരലമാരയുടെ അടുക്കലേക്ക് ചെന്നശേഷം അതിൽ നിന്നൊരു മെഴുകുതിരി പുറത്തെടുത്തു. ശേഷം കൈയിലിരുന്ന മെഴുകുതിരി ഉപയോഗിച്ച് അതിന് തീ പകർന്നു. എന്റെ നേരെ മെഴുകുതിരി വച്ചു നീട്ടിയപ്പോൾ ഞാനത് കൈയിൽ വാങ്ങി. അതോടെ കുറേക്കൂടി വെളിച്ചം അവിടെ നിറഞ്ഞു.

ഒരു മൂലയിൽ കുറേ കൈകാലുകൾ വെട്ടി കൂട്ടിയിട്ടിരിക്കുന്നത് കണ്ടപ്പോൾ ഞാൻ അതിനെ സംബന്ധിച്ച് തിരക്കി.

"ദിവസവും ഇവിടെ എത്തുന്ന ശവശരീരങ്ങൾക്കുള്ളിൽവെച്ച് ഒഴിപ്പിക്കേണ്ട അവശിഷ്ടങ്ങളാണവ."

"അമ്മൂരിയും ഹമ്മൂദിയും ബാസിമും പിന്നെ മറ്റുള്ളവരുമൊക്കെയോ? അവരും ഇവിടെയുണ്ടോ?"

പക്ഷേ താങ്കൾ മറുപടി പറഞ്ഞില്ല. ചുമരിൽ നൂലിൽ കെട്ടിയിട്ടിരിക്കുന്ന ഒരു കണ്ണ് കണ്ടു. അത് കണ്ണുനീർ വാർക്കുന്നുണ്ടായിരുന്നു. ഞാനതിനെക്കുറിച്ച് ചോദിച്ചപ്പോൾ താങ്കൾ പറഞ്ഞു

"മറ്റൊരു കണ്ണിനായി കേഴുകയായിരിക്കും അത്. ചിലപ്പോൾ സൂര്യന് വേണ്ടിയും ആകാം."

"വാപ്പാ, നമുക്ക് ജീവനുണ്ടോ? അതോ നാം മരിച്ചോ?"

താങ്കൾ ഉത്തരം പറഞ്ഞില്ല. പിന്നെ താങ്കൾ ചെയ്തത് നമ്മുടെ രണ്ടു പേരുടേയും കൈകളിലിരുന്ന മെഴുകുതിരികൾ ഊതിയണയ്ക്കുകയായിരുന്നു. ആ കണ്ണിൽനിന്നും ചുമരിലേക്ക് ഇറ്റ് വീണുകൊണ്ടിരുന്ന കണ്ണുനീർ തുള്ളികളുടെ ശബ്ദം കേട്ടുകൊണ്ട് ഞാൻ ആ ഇരുളിൽ തനിച്ചുനിന്നു. ഉറക്കമുണർന്നു നോക്കുമ്പോൾ എന്റെ ശിരസ്സിനരികിൽ കത്തിച്ചുവച്ചിരിക്കുകയായിരുന്ന മെഴുകുതിരി ശ്വാസംമുട്ടലോടെ അണയാൻ തുടങ്ങുകയായിരുന്നു.

അമ്പത്തിയൊന്ന്

തന്റെ കറുത്ത അബായ കുപ്പായം ധരിച്ചുകൊണ്ട് ഉമ്മ പറഞ്ഞു

'ജവാദ്, ഞാൻ ഇമാം മൂസാ അൽ-കാസിമിന്റെ ശവകുടീരത്തിലേക്ക് പോകുകയാണ്. ഇന്ന് അദ്ദേഹത്തിന്റെ ഓർമ്മ ദിവസമാണ്. ബാസിം അൽ -കർബലാഇ അവിടെ വിലാപഗാനം അവതരിപ്പിക്കാനെത്തുന്നുണ്ട്."

"നില്ക്കൂ ഉമ്മാ, നമുക്കൊരുമിച്ച് പോകാം"

"സത്യമാണോ നീ പറയുന്നത്?"

എന്റെ തീരുമാനമറിഞ്ഞപ്പോൾ ഉമ്മ അതിശയിച്ചുപോയി. ഒപ്പം സന്തോഷവും. അവരുടെ മുഖം വിടർന്നു. ഞാൻ ഈ ശവകുടീരം ഏറ്റവും അവസാനം സന്ദർശിച്ചതെപ്പോഴാണെന്ന് ഉമ്മയ്ക്ക് ഉറപ്പായിട്ടും ഓർമ്മയുണ്ടാകാൻ ഇടയില്ല. എനിക്കു പോലും അതോർമ്മയില്ല. കുട്ടിയായിരിക്കെ അവിടേക്ക് ഉമ്മയോടൊപ്പം കുറേ തവണ പോയിട്ടുണ്ട്. ശേഷം മറ്റുള്ളവരെപ്പോലെ കുടീരത്തിന്റെ അഴികളിൽ പിടിച്ചുനിൽക്കും. വാപ്പയോടൊപ്പവും ഒന്നുരണ്ടു തവണ പോയിട്ടുണ്ട്. എന്നാൽ ഹൈസ്കൂളിൽ പഠിക്കാൻ തുടങ്ങിയതോടെ ഞാനവിടേക്ക് പോകുന്നത് അവസാനിപ്പിച്ചു. അവിടെയുള്ള അന്തരീക്ഷത്തോടും ആചാരാനുഷ്ഠാനങ്ങളോടും അകലാൻ തുടങ്ങിയതോടെ എനിക്കവയിലുള്ള വിശ്വാസവും നഷ്ടപ്പെട്ടു കഴിഞ്ഞിരുന്നു.

എന്റെ വാക്കുകൾ കേട്ടിട്ട് സോഫയിൽ ചെന്നിരുന്നശേഷം ഉമ്മ പറഞ്ഞു:

"ശരി, ഞാൻ കാത്തിരിക്കാം."

ഞാനെന്റെ മുറിയിലേക്ക് ചെന്ന് വസ്ത്രം മാറി. ഷൂസ് ധരിച്ച് താഴേക്ക് വരുന്നത് കണ്ട് ഉമ്മ തിരക്കി:

"ഇതെങ്ങനെ സംഭവിച്ചു? നീ ഇപ്പോഴും ഇമാം അൽ-കാസിമിനെ ഓർക്കുന്നുണ്ടോ? അതോ ബാസിമിന്റെ ഗാനം കേൾക്കാൻ മാത്രമാണോ വരുന്നത്?"

"അറിയില്ല. ഇനി ഇത് രണ്ടും ആയിക്കൂടേ കാരണം?"

"ആയിക്കോട്ടെ! അൽ-കാസിമിന്റെ കുടീരത്തിലേക്കുള്ള സന്ദർശനം എന്തുകൊണ്ടും സ്വീകാര്യമായൊരു കാര്യം തന്നെയായിരിക്കും."

എന്നെന്നേക്കുമായി മഗൈസിൽ ഉപേക്ഷിച്ച് പോകുന്നതിനെക്കുറിച്ച് ഗൗരവമായി ആലോചിക്കുകയാണെന്ന് ഞാൻ ഉമ്മയോട് പറയണമായിരുന്നു. ശേഷം ഇവിടെനിന്ന് ജോർദ്ദാനിലേക്ക് പോകണം. അവിടെനിന്നും മറ്റേതെങ്കിലും രാജ്യത്തിലേക്കും. എന്നാൽ ഈ വിഷയം അവതരിപ്പിക്കാൻ യോജിച്ച സമയമോ, അനുയോജ്യമായ വാക്കുകളോ ഇതുവരെ കിട്ടിയിട്ടില്ല. ഇനി കുറേ കാലത്തേക്ക് ഇറാഖിലേക്ക് തിരികെ വരികയേ ഇല്ലെന്ന് എനിക്കറിയാം. അതുതന്നെ എന്നെങ്കിലും തിരികെ വരുന്ന പക്ഷമായിരിക്കും. അൽ-കാസിമിന്റെ കുടീരം സന്ദർശിക്കാൻ പോകുന്നത് ഒരുപക്ഷേ ഇതവസാനത്തെ തവണയായിരിക്കും. അതുപോലെ ഉമ്മ സ്ഥിരമായി വളരെയധികം ശ്രവിച്ചിരുന്ന ബാസിം അൽ-കർബലാഇയുടെ രാഗാർദ്രമായ ശബ്ദം ഒന്നുകൂടി കേൾക്കണമെന്നുണ്ട്.

രാജ്യത്തിന്റെ വിവിധഭാഗങ്ങളിൽ നിന്നുള്ള സന്ദർശകരെക്കൊണ്ട് നിറഞ്ഞ് കവിഞ്ഞിരിക്കുകയാണ് കാസിമിയ്യയിലെ തെരുവോരങ്ങൾ. മുൻവർഷങ്ങളേക്കാൾ ശക്തമായ സുരക്ഷാക്രമീകരണങ്ങളുണ്ട്. ഒരു സ്ഥലത്ത് ഇത്രയേറെ ജനങ്ങൾ തടിച്ചുകൂടുന്ന ചടങ്ങുകളിലൊക്കെ ഈയടുത്തകാലത്തായി ഭീകരാക്രമണങ്ങൾ നടക്കുന്നതിന്റെ മുൻകരുതലെടുത്തിട്ടുണ്ട്. കഴിഞ്ഞ വർഷങ്ങളിൽ ഈ കുടീരത്തിന് നേരെ ഷെല്ലാക്രമണങ്ങൾ നടന്നിട്ടുണ്ട്. അതുപോലെ തൊട്ടടുത്ത് പലതവണ കാർബോംബുകൾ പൊട്ടിത്തെറിച്ചിട്ടുമുണ്ട്.

സന്ദർശകർക്ക് വെള്ളവും ഭക്ഷണവും വിതരണം ചെയ്യാൻ ധാരാളം സ്വീകരണകേന്ദ്രങ്ങൾ തുറന്നിരിക്കുന്നു. അതുപോലെ ഏഴാമത്തെ ശിയാ ഇമാം മൂസ അൽ-കാസിമിന്റെ മരണത്തിൽ അനുശോചിക്കുന്ന ബാനറുകൾ കാണാം. മധ്യകാല പേർഷ്യൻ ഭരണകൂടമായിരുന്ന അബ്ബാസി സാമ്രാജ്യത്തിലെ ഖലീഫാ ഹാറൂൺ അൽ-റഷീദിന്റെ ഭരണകാലത്ത് ജയിലിൽ വിഷബാധയേറ്റാണ് അൽ-കാസിം മരണപ്പെട്ടത്. ഖലീഫയുടെ ജയിൽകാര്യമേധാവിയായിരുന്ന അൽ-സിൻദി ബിൻ ഷാഹക് എന്നയാളാണത്രേ ഇമാമിന് വിഷം നൽകിയത്.

“കാരാഗൃഹങ്ങളുടെ അന്ധകാരത്തിൽ പീഡനമനുഭവിച്ച താങ്കൾക്ക് ദൈവത്തിന്റെ സമാധാനം ലഭിക്കട്ടെ”

“അല്ലാഹുവേ, നീ പ്രവാചകൻ മുഹമ്മദ് നബിക്കും കുടുംബത്തിനും ഭക്തരുടെ പാലകനും സുമനസുകളുടെ വഴികാട്ടിയും നീണ്ട നേരം പ്രാർത്ഥിച്ച് കണ്ണുനീർ വാർക്കുന്നവരുടെ തോഴനുമായ ഇമാം മൂസാ അൽ -കാസിമിനും അനുഗ്രഹം ചൊരിയണമേ”

ഒപ്പം പ്രശസ്ത ശിയാ അറബി കവി അൽ-ശരീഫ് അൽ-റദിയുടെ രണ്ട് വരി കവിത അടങ്ങിയ ബാനറും കണ്ടു. മൂസാ അൽ-കാസിം, മുഹമ്മദ് അൽ-ജവാദ് എന്നീ ഇമാമുമാരുടെ കുടീരങ്ങളെക്കുറിച്ചാണ് ആ വരികൾ:

‘ബാഗ്ദാദിൽ രണ്ട് കുടീരങ്ങളുണ്ടെനിക്ക്. അവ എന്റെ ദുഃഖങ്ങളെയും വിഷാദത്തെയും ഭേദമാക്കുന്നു. അവയിലേക്കായിരിക്കും ഞാനെന്റെ ആത്മാവിനെ നയിക്കുക. നാളെ ശാന്തി തേടുന്നതും അവിടെയായിരിക്കും.’

ചെറിയ പാലങ്ങൾ പോലെ കെട്ടിത്തൂക്കിയിരിക്കുന്ന സീരിയൽ ബൾബുകളുടെ പ്രഭാവത്തിൽ തീർത്ഥാടന കേന്ദ്രത്തിന്റെ രണ്ട് സുവർണ മകുടങ്ങളും നാല് മിനാരങ്ങളും തിളങ്ങിനിൽക്കുകയാണ്. കുടീരത്തിൽ നിന്നും പ്രസരിക്കുന്ന അത്യുജ്ജ്വലപ്രകാശത്തിൽ മുകളിലെ ആകാശ ത്തിനും പ്രഭയേറി. ഇരുമ്പ് വേലിക്കരികിലെത്തിയതോടെ ഞാനും ഉമ്മയും രണ്ട് വഴികളിലേക്ക് തിരിഞ്ഞു. ഉമ്മയ്ക്ക് പോകാനുള്ളത് സ്ത്രീകളുടെ ഗേറ്റിലേക്കാണ്. ഒന്നര മണിക്കൂർ കഴിയുമ്പോൾ പുറത്ത് വന്നാൽ മതി യെന്നും ഞാൻ കാത്തുനിൽക്കാമെന്നും സമ്മതിച്ചു. കിഴക്കേ ഭാഗത്ത് അൽ -മുറാദ് ഗേറ്റിലൂടെ കുടീരത്തിനുള്ളിലേക്ക് കടക്കാൻ നീണ്ടൊരു വരിയു ണ്ട്. ഗേറ്റിനരികെ ദേശീയ സുരക്ഷാസേനയിലെ ആയുധധാരികളായ ഭട ന്മാർ കൂടിനിൽക്കുന്നു. കമാനത്തിൽ രേഖപ്പെടുത്തിയിരിക്കുന്ന സൂക്തങ്ങ ളും മുദ്രണങ്ങളും പച്ച നിയോൺ ബൾബുകളുടെ വെളിച്ചത്തിൽ വെട്ടി ത്തിളങ്ങുന്നുണ്ട്. അതിന് മുകളിലായി ഒരു ഖുർആൻ സൂക്തം രേഖപ്പെടു ത്തിയിരിക്കുന്നു.

‘ക്ഷമ കൈകൊണ്ടതിനാൽ നിങ്ങൾക്ക് സമാധാനമുണ്ടാകട്ടെ. അപ്പോൾ ലോകത്തിന്റെ പര്യവസാനം എത്ര വിശിഷ്ടമായിരിക്കും!’

മൂന്നാളുകൾ ചേർന്നാണ് പരിശോധനകൾ നടത്തുന്നത്. ശരീരത്തിന്റെ ഏതാണ്ട് എല്ലാ ഭാഗത്തുകൂടിയും കൈയോടിച്ച അവർ പോക്കറ്റുകളിലോ, സോക്സിനുള്ളിലോ ഒന്നും ഒളിപ്പിച്ചു വച്ചിട്ടില്ലെന്ന് ഉറപ്പുവരുത്തുകയായി രുന്നു. ശേഷം തടിയിൽ തീർത്ത മകുടത്തിനുള്ളിലേക്ക് കയറി. ഷൂസ് ഊരി കൗണ്ടറിൽ നിൽക്കുന്ന ചെറുപ്പക്കാരിലൊരാളെ ഏല്പിച്ചു. വെള്ള മാർബിൾ പതിച്ച ചുമരുകളിലേക്കും വാസ്തുവിദ്യാരൂപങ്ങളും അലങ്കാര ങ്ങളും നിറഞ്ഞ മകുടത്തിന്റെ മട്ടുപ്പാവിലേക്കും കണ്ണോടിച്ചു. സ്വർണം പൂശിയ കവാടം കടന്ന് ഞാൻ കുടീരത്തിന്റെ വിശാലമായ മുറ്റത്തേ ക്കെത്തിച്ചേർന്നു. കറുത്തവസ്ത്രം ധരിച്ച നൂറുക്കണക്കിന് പുരുഷന്മാരും

യുവാക്കളുമായിരുന്നു അവിടം നിറയെ. ധാരാളമാളുകൾ കുടീരത്തിനുള്ളി ലേക്ക് നയിക്കുന്ന ഇടനാഴിയുടെ കമാനങ്ങൾക്ക് ചുറ്റും കൂടിയിരിക്കുന്നു. ഇത് കാണുമ്പോൾ കുടീരത്തിനുള്ളിലേക്ക് കയറുന്ന കാര്യം ഏതാണ്ട് അസാദ്ധ്യമാണെന്നും ഇനി നടന്നാൽതന്നെ ധാരാളം സമയമെടുക്കുമെന്നും മനസ്സിലാകും. കുറേയേറെ സന്ദർശകരുടെ കൈകളിൽ പച്ചറിബ്ബണുകൾ കാണാം. വിശാലമായ മുറ്റത്തുകൂടെ നടക്കുമ്പോൾ ഞാൻ ചിന്തിച്ചുപോയി:

ഇമാം അൽ-കാസിം, ഇന്ന് ജീവനോടെ ഉണ്ടായിരുന്നെങ്കിൽ ഈ ജന ങ്ങളോട് അദ്ദേഹം എന്തായിരിക്കും പറയുക? ഈ ജനം ഇവിടെവന്ന് ചെയ്യുന്നതും പറയുന്നതുമായ കാര്യങ്ങൾ തുടർന്നും ചെയ്യണമെന്നും പറ യണമെന്നും അദ്ദേഹം ആഗ്രഹിക്കുമോ? ഇനി ഒരുപക്ഷേ അദ്ദേഹം ഇന്ന് തിരികെ എത്തുകയാണെങ്കിൽ തന്റെ കാലത്തേതുപോലെ ഒരപരിചിത നായിരിക്കുകയേ ഉള്ളൂ. ഒരുപക്ഷേ പണ്ടത്തേക്കാളുമേറെ അപരിചിതനാ യിരിക്കും.

സുവർണ്ണ മകുടങ്ങളെയും നാല് മിനാരങ്ങളെയും പിന്നെ കറുത്ത ആകാശത്തെയും നോക്കി. കണ്ണുകൾ ഒരിക്കൽകൂടി ഇരുമകുടങ്ങളിലേക്ക് നീണ്ടു. പിന്നെ കുടീരത്തിന്റെ കവാടത്തിലേക്കും.

ശേഷം മുൻകൂട്ടി തീരുമാനിക്കാത്ത തരത്തിലുള്ള ഒരു നിശ്ശബ്ദ ഭാഷണം നടത്തുകയായിരുന്നു ഞാൻ ഇമാം അൽ-കാസിമിനൊപ്പം:

“വർഷങ്ങളായി താങ്കളെ സന്ദർശിക്കാനെത്താത്തതിന് എന്നോട് ക്ഷമി ക്കണം. കാരണം ഞാൻ തിരഞ്ഞെടുത്തത് വേറൊരു പാതയായിരുന്നു. സംശയത്തിന്റെ ആ മൺപാത ഒരിക്കലും പള്ളികളിലേക്ക് നീളില്ല. ദുർഘ ടവും ബുദ്ധിമുട്ടേറിയതുമായ ആ പാത അധികം യാത്രികരും സ്വീകരി ക്കുകയുമില്ല. സഹയാത്രികരുടെ എണ്ണമാകട്ടെ തുലോം തുച്ഛമായിരിക്കും. ഞാനാകട്ടെ ആ പാതയിലൂടെ നീങ്ങുകയാണ് ഇപ്പോഴും. പ്രഭോ, അവ സാനം താങ്കളെപ്പോലെ ഞാനുമൊരു തടവുകാരനായി മാറിയിരിക്കുന്നു. എന്നാലത് ബന്ധുക്കളും സ്വന്തം ജനതയും തീർത്ത തടവാണെന്ന് മാത്രം. ഈ ലോകത്തെ ഗ്രസിച്ചു നിൽക്കുന്ന മരണത്തിന്റെ തടവുകാരനാണ് ഞാനിപ്പോൾ. ഈ ജയിലിൽ നിന്നും ഓടിയൊളിക്കാനുള്ള സമയം ആഗത മായിരിക്കുന്നു. ഈ കുടീരത്തിന്റെ മറുഭാഗത്തുനിന്ന് എന്റെ ഉമ്മ പ്രാർത്ഥി ക്കുന്നത് ഞാനെന്നും അവരുടേയും താങ്കളുടേയും അരികിലുണ്ടാകണ മെന്നായിരിക്കും. എന്നാൽ ഇവിടെ കഴിഞ്ഞാൽ ഈ ദിനേനയുള്ള മൃത്യു എനിക്ക് വിഷം തന്ന് കൊല്ലുമെന്ന് ഉമ്മ അറിയുന്നുണ്ടാകില്ല.”

ഈ നിശ്ശബ്ദ ഭാഷണം തടസ്സപ്പെടുത്തിയത് വിലാപഗായകൻ ബാസിം അൽ-കർബലാഇയുടെ സ്വരമായിരുന്നു. മൈക്രോഫോണിനു മുന്നിൽ നിൽക്കുകയായിരുന്ന അദ്ദേഹം തന്നെ കാത്തുനിൽക്കുന്ന നൂറുകണക്കിന് തീർത്ഥാടകരെ അഭിവാദ്യം ചെയ്തു. കുപ്പായത്തിന്റെ കീശയിൽ നിന്നു മൊരു കടലാസ് പുറത്തെടുത്തശേഷം ഹൃദയസ്പർശിയായ ശബ്ദത്തിൽ പാടാൻ തുടങ്ങി:

"ഈ അപരിചിതൻ എവിടെ നിന്നാണ്?
എവിടെയാണദ്ദേഹത്തിന്റെ ഉറ്റവർ?
കാരാഗൃഹത്തിൽ വിഷം കൊടുത്തുകൊല്ലുകയായിരുന്നു
അതിനുമാത്രം എന്ത് തെറ്റാണ് അദ്ദേഹം ചെയ്തത്?
വിഷം നൽകിയവന് നാശം
ഒരായുസ്സ് മുഴുവൻ ഖേദിച്ച് കഴിയേണ്ടി വന്നവൻ...
ഹേ ശിയാക്കളേ,
ഒരാളുടെ മരണാനന്തരവിലാപം കഴിയുമ്പോൾ
പ്രിയപ്പെട്ടവർ ചുറ്റിനും കൂടും
ചിലർ ചുംബിക്കും, ചിലർ ആലിംഗനം ചെയ്യും
മറ്റു ചിലർ ആ കണ്ണുകൾ തിരുമ്മിയടയ്ക്കും."

ശേഷം അദ്ദേഹം ആൾക്കൂട്ടത്തോട് തനിക്കൊപ്പം ആലപിക്കാൻ പറഞ്ഞു:

"ഈ അപരിചിതൻ എവിടെ നിന്നാണ്?
എവിടെയാണദ്ദേഹത്തിന്റെ ഉറ്റവർ?"

ഇടയ്ക്കിടയ്ക്ക് അദ്ദേഹം ആളുകളെ ആലാപനത്തിന് പ്രേരിപ്പിക്കുന്നുണ്ടായിരുന്നു.

"നിങ്ങളുടെ ഇമാമിനായി വിലപിക്കൂ
അതിൽ കാട്ടരുതേ പിശുക്ക്"

ഓർമ്മകുടീരത്തിന്റെ ശിരസ്സ്, ഹൃദയമാകുന്ന രണ്ട് ആന്തരിക മകുടങ്ങൾ. എന്റെയുള്ളിൽ വിവിധ ചിത്രങ്ങളും ചിന്തകളും തിങ്ങി നിറയുകയായിരുന്നു. പണിയാത്ത സർവ്വശില്പങ്ങളും മനസ്സിൽമാത്രം രൂപകല്പന പൂർത്തിയായ ചിത്രങ്ങളുമൊക്കെ അവയിൽ തിക്കും തിരക്കും കൂട്ടുന്നു. റീമും പിന്നെ ഞങ്ങളുടെ ബന്ധത്തിന് സംഭവിച്ചതുപോലെ അറുത്തു മാറ്റപ്പെട്ട അവളുടെ മാറിടവും. ഗയ്ദായും പിന്നെ ഒരു മാടപ്രാവിനെപ്പോലെ പറന്നകന്നുപോയ അവളുടെ ശരീരവും. എന്റെ വാപ്പ, അമ്മൂരി, ഹമ്മൂദി. കുഴിമാടത്തിലേക്കുള്ള യാത്രയ്ക്കിടയിൽ ഞാൻ കുളിപ്പിച്ച് കഫൻ തുണി ചുറ്റിയ ശവശരീരങ്ങളുടെ മുഖങ്ങൾ. കണ്ണുനീർ വീണ് വീണ് എന്റെ മുഖം മുഴുവൻ മൂടിപ്പോയി. ഞാൻ ആ വിശാലമായ മുറ്റത്ത് തന്നെ തുടരുകയാണ്. പ്രത്യേകമായൊരു വിശദീകരണമോ, ലജ്ജയോ കൂടാതെ എനിക്കവിടെ ഇരുന്ന് പൊട്ടിക്കരയുവാൻ സാധിക്കും. എന്റെ വേദനകൾക്കും മുറിവുകൾക്കുമൊക്കെ ശ്വസിക്കാൻ സ്വന്തമായൊരു ശ്വാസകോശം തന്നെ ലഭിച്ചിരിക്കുന്നു. ഇമാം മൂസാ അൽ-കാസിം, താങ്കളെന്നോട് ക്ഷമിക്കണേ. കാരണം താങ്കളുടെ ഓർമ്മ ദിനത്തിൽ താങ്കളുടെ സന്നിധിയിൽ വന്ന് ഞാൻ കരയുന്നത് താങ്കൾക്ക് വേണ്ടിയല്ല. എനിക്ക് വേണ്ടിയാണല്ലോ...?

താങ്കളുടെ തീർത്ഥാടകർക്കിടയിൽ തികച്ചും അപരിചിതനാണ് ഞാൻ. താങ്കളെപ്പോലെ മറ്റൊരു അപരിചിതൻ. ആ ഞാൻ എനിക്ക് വേണ്ടി ഒന്ന് കരഞ്ഞോട്ടെ!

അമ്പത്തിരണ്ട്

"കഷ്ടമായിപ്പോയി, വളരെ കഷ്ടമായിപ്പോയി!"

മഗൈസിലിലെ ജോലി ഉപേക്ഷിച്ച് ജോർദാനിലേക്ക് പോകാനുള്ള എന്റെ തീരുമാനമറിയിച്ചപ്പോൾ ആത്മാർത്ഥമായ ദുഃഖത്തോടെയായിരുന്നു അൽ-ഫർത്ബൂസി പറഞ്ഞത്:

"എന്തിനാണിത്? എന്തിനാ നീ ഞങ്ങളെയൊക്കെ ഉപേക്ഷിച്ച് പോകുന്നത്?"

"എനിക്ക് ഈ ജോലി ഇനിയും ചെയ്യാനാകില്ല, സയ്യിദ്. ശ്വാസം മുട്ടി മരിക്കാറായിരിക്കുന്നു. ഈ ജോലി ചെയ്യാൻ വിധിക്കപ്പെട്ടയാളല്ല ഞാൻ. കഴിഞ്ഞ രണ്ടുവർഷക്കാലവും ഈ ജോലി ചെയ്യാൻ എനിക്കൊരു പദ്ധതിയുമുണ്ടായിരുന്നില്ല. രാത്രിയിൽ ഒന്നുറങ്ങാനാകുന്നില്ല. ദുഃസ്വപ്നങ്ങൾ എന്നെ ഭ്രാന്തനാക്കി മാറ്റും."

എന്റെ ചുമലിൽ തട്ടിക്കൊണ്ട് അദ്ദേഹം പറഞ്ഞു:

"എന്റെ അവസ്ഥയും ഒട്ടും നന്നല്ല. ഇക്കഴിഞ്ഞ വർഷങ്ങളിൽ കണ്ട കാഴ്ചകൾ കാരണം പ്രമേഹവും അമിതരക്തസമ്മർദ്ദവുമാണ് ലഭിച്ചത്. ഇപ്പോഴിതാ, ആ ദുഷ്ടന്മാർ എനിക്കെതിരെ വ്യാജ ആരോപണങ്ങൾ മെനഞ്ഞുണ്ടാക്കാൻ ശ്രമിക്കുന്നു."

"എന്ത് ആരോപണങ്ങൾ?"

"മനുഷ്യന്റെ അവയവങ്ങൾ കച്ചവടം ചെയ്യുന്നുവെന്ന ആരോപണം ഉന്നയിച്ച് എന്ന അസ്വസ്ഥനാക്കാൻ ശ്രമിക്കുകയാണ് സഹോദരാ. ഒന്നാലോചിച്ച് നോക്കിക്കേ. മനുഷ്യന്റെ ആന്തരികാവയവങ്ങളും മറ്റും വിൽക്കുന്ന സംഘങ്ങളുണ്ട്. ഒരു വലിയ ശൃംഖലയുടെ ഭാഗമാണവർ. പത്രങ്ങളിൽ ഇത്തരം സംഘങ്ങളെ സംബന്ധിച്ച് വാർത്തകൾ വരാറുണ്ട്. എന്നാൽ അവയെല്ലാം ആശുപത്രികളുമായി ബന്ധപ്പെട്ടാണ് പ്രവർത്തിക്കുന്നത്. ഞങ്ങൾക്കാകട്ടെ, ഇത്തരം ആശുപത്രികളുമായി യാതൊരു ബന്ധവുമില്ല. മാത്രമല്ല, മരണം സംഭവിച്ച് രണ്ട് മണിക്കൂറുകൾക്കകമായിരിക്കണം ശരീരത്തിൽനിന്നും അവയവങ്ങൾ എടുത്തുമാറ്റേണ്ടത്."

"എന്നിട്ടുമെന്തേ അവർ താങ്കൾക്കെതിരെ ആരോപണമുന്നയിക്കുന്നത്?"

"എവിടെയോ ഇരിക്കുന്ന ആർക്കോ കുറച്ച് പണമുണ്ടാക്കേണ്ടിയിരിക്കുന്നു. എന്നെ ഉപദ്രവിക്കാതെ ഇരിക്കണമെങ്കിൽ ഞാനവർക്ക് കൈക്കൂലി നൽകണമെന്നാണവരുടെ ആഗ്രഹം."

"അല്ലാഹു താങ്കളെ സഹായിക്കട്ടെ. കാര്യങ്ങളെല്ലാം കലങ്ങിത്തെളിയുമെന്ന് കരുതാം. ദൈവം തുണയ്ക്കും."

"അല്ലാഹു നിങ്ങൾക്ക് വിധിച്ചതല്ലാതെ മറ്റൊന്നും നിങ്ങളെ ബാധിക്കുകയില്ലായെന്ന് അവരോട് പറയുക' എന്നാണല്ലോ വിശുദ്ധ ഖുർആൻ

പറഞ്ഞിട്ടുള്ളത്? ഇതെന്റെ വിധിയാണ്. ഇവിടം വിട്ടുപോകാനാണ് നിന്റെ ദൃഢനിശ്ചയമെങ്കിൽ പൊയ്ക്കോളൂ. എല്ലാ ആശംസകളും നേരുകയാണ് ഞാൻ. പിന്നെ നീ എന്താ പ്രാർത്ഥിക്കാത്തത്? എന്നാൽ നിന്റെ ഈ പേക്കിനാവുകളൊക്കെ വിട്ടകലുമെന്ന് എനിക്ക് ഉറപ്പ് പറയാനാകും."

"ദൈവം സത്യത്തിൽ ഇനിയായിരിക്കും എന്നെ നേർമാർഗത്തിലേക്ക് നയിക്കേണ്ടത്. പിന്നെ എന്റെ പേക്കിനാവുകൾ വേറെന്തോ ഒക്കെയാണ്."

ചിരിച്ചുകൊണ്ട് അദ്ദേഹം തല കുലുക്കി. മഗൈസിലിന്റെ താക്കോൽ ഞാൻ അദ്ദേഹത്തിന് കൈമാറി. വാടകത്തുക എനിക്ക് ജോർദാനിലെ അമ്മാനിലേക്ക് അയച്ചുതരാമെന്ന് അദ്ദേഹം വാക്കും നൽകി. എന്റെ സഹായിയായിരുന്ന മഹദിയുടെ കാര്യം ഞാനദ്ദേഹത്തെ ഓർമ്മിപ്പിച്ചു. ഊഷ്മളതയോടെ എന്നെ ആലിംഗനം ചെയ്യുന്നതിനിടെ അൽ-ഫർത്തൂസി പറഞ്ഞു:

"ഞാനെന്റെ മകനെപ്പോലെ നോക്കിക്കോളാം അവനെ."

അമ്പത്തിമൂന്ന്

ഒരു ചക്രവാളത്തിൽനിന്നും മറ്റൊന്നിലേക്ക് പരവതാനി കണക്കെ നീണ്ടു കിടക്കുകയാണ് മണലാരണ്യം. മരുഭൂമിയിലെ മണൽപരപ്പിനെ കീറിമുറിക്കുന്നത് ടാറിട്ട ഹൈവേ മാത്രമായിരിക്കും. അതിലൂടെ നരകത്തിൽ നിന്നും അജ്ഞാത ദേശങ്ങളിലേക്ക് പായുന്ന വാഹനങ്ങൾ. നാല് ജി.എം.സി. വാഹനങ്ങളടങ്ങിയ സംഘമായിരുന്നു ഞങ്ങളുടേത്. അതിരാവിലെതന്നെ ഞങ്ങളുടെ യാത്ര തുടങ്ങിയിരുന്നു. മരുഭൂമിയുടെ ഇരുളിൽ കൊള്ളസംഘങ്ങളുടെ ഇരയാകാതെ സൂര്യാസ്തമയത്തിന് മുമ്പ് തന്നെ ജോർദാൻ അതിർത്തിയിൽ എത്തേണ്ടതുണ്ട്.

ഞങ്ങളുടെ വാഹനത്തിന്റെ ഡ്രൈവർ അബൂഹാദിക്ക് നാല്പതിനോടടുത്ത പ്രായമുണ്ടാകും. പറ്റെ വെട്ടിയ കറുത്ത തലമുടിയും ശ്രദ്ധയോടെ വെട്ടിയൊതുക്കിയ മീശയും. അതിരാവിലെ തന്നെ സൺഗ്ലാസടക്കം നന്നായി വസ്ത്രം ധരിച്ചാണ് അയാൾ പുറപ്പെട്ടത്. മറ്റു വാഹനങ്ങളുടെ ഡ്രൈവർമാരെപ്പോലെ അയാളുടെ കൈയിലുമൊരു തോക്കുണ്ട്. വാഹനം പുറപ്പെടുന്നതിനു മുമ്പ് തോക്ക് ഡ്രൈവറുടെ സീറ്റിനു താഴെ ഒളിപ്പിച്ചു വച്ചു. അയാൾക്കൊപ്പം മുൻവശത്തെ സീറ്റിലായിരുന്നു എന്റെ ഇരിപ്പിടം. ബാക്കി യാത്രക്കാർ ഒരേ കുടുംബാംഗങ്ങളായിരുന്നു. അമ്പതുകാരനായ കുടുംബനാഥനും ഭാര്യയും അവരുടെ മൂന്ന് പെൺമക്കളും. മൂത്ത കുട്ടിക്ക് പതിനേഴ് വയസ്സ് കവിയില്ല. ഇളയവൾക്ക് ഒൻപതോ പത്തോ വയസ്സാകും. എല്ലാവരും ശിരോവസ്ത്രം ധരിച്ചിരിക്കുന്നു. പെൺകുട്ടികൾ മിക്കവാറും സമയം ഉറങ്ങുകതന്നെയായിരുന്നു. പിതാവാകട്ടെ, ഭാര്യയുമായി കുറച്ചെന്തോക്കെയോ സംസാരിക്കുന്നു. ഒപ്പം കരുതിയ പഴവർഗങ്ങളേയും ഭക്ഷണ

പദാർത്ഥങ്ങളേയും കുറിച്ചായിരുന്നു അയാൾ സംസാരിച്ചത്. തന്റെ കുടുംബത്തിനൊപ്പം ഒരപരിചിതനായ പുരുഷൻ യാത്ര ചെയ്യുന്നതിൽ ആദ്യം അയാൾക്കല്പം അസ്വസ്ഥതയുണ്ടായിരുന്നു. എന്നാൽ ഡ്രൈവർ അയാളെ സമാധാനിപ്പിച്ചു. ഞാൻ പിതൃസഹോദരന്റെ മകനാണെന്നായിരുന്നു ഡ്രൈവർ പറഞ്ഞത്.

അബൂഹാദി യാത്രയിലുടനീളം മിക്കവാറും നിശ്ശബ്ദനായിരുന്നു. അതിനാൽ എനിക്കെന്റെ ചിന്തകളിലും വേദനകളിലും വിഹരിക്കാൻ സാധിച്ചു. അമ്മാനിൽ എന്തൊക്കെയായിരിക്കും സംഭവിക്കുക, ഇങ്ങനെയൊരു ചുവടുവയ്പ് നടത്തിയതിന്റെ പ്രത്യാഘാതങ്ങൾ എന്തൊക്കെയായിരിക്കും തുടങ്ങിയ കാര്യങ്ങളെ സംബന്ധിച്ചൊക്കെ ആലോചിക്കുകയായിരുന്നു ഞാൻ. ഇനി എത്രസമയം യാത്രകൂടി ബാക്കിയുണ്ട് എന്നതിനെ സംബന്ധിച്ച് ഡ്രൈവർ ഇടയ്ക്ക് ചെറിയ വാചകങ്ങളിൽ എന്തെങ്കിലും പറയും. ജോർദാനിലെത്തിയാൽ പെർമനന്റ് റെസിഡൻസ് പെർമിറ്റ് സംഘടിപ്പിക്കുക എന്നത് ഏതാണ്ട് അസാധ്യമായ കാര്യംതന്നെയാണെന്ന് എനിക്കറിയാമായിരുന്നു. അവസാന നിയമമനുസരിച്ച് ബാങ്കിൽ ഒരു ലക്ഷം ഡോളർ ഫിക്സഡ് ഡിപ്പോസിറ്റുള്ളവർക്ക് മാത്രമേ പെർമിറ്റ് ലഭിക്കുകയുള്ളൂ. എന്റെ കൈയിലാണെങ്കിൽ അതിന്റെ പത്തിലൊന്നു തുക പോലുമില്ല. ഇനി ഏതെങ്കിലുമൊരു രാജ്യത്തിലേക്ക് എൻട്രി വിസയോ, അഭയമോ ലഭിക്കുന്നതും അങ്ങേയറ്റം ദുഷ്കരമായ കാര്യമായിരിക്കും. അമ്മാനിലെത്തിയാൽ ആദ്യത്തെ കുറേ ആഴ്ചകളിൽ ഒന്ന് പിടിച്ചുനിൽക്കാൻ സഹായിക്കാമെന്ന് അവിടെയുള്ള ഒരു സുഹൃത്ത് തന്റെ ഇ-മെയിൽ സന്ദേശത്തിലൂടെ ഉറപ്പുനൽകിയിട്ടുണ്ട്. അയാളുടെ വിലാസവും ഫോൺ നമ്പറും കൈയിൽ കരുതിയിട്ടുണ്ട്.

കൈയിൽ ധാരാളം പണം കരുതുന്നത് അപകടകരമാണ്. അതിനാൽ ഞാൻ അമ്മാനിലെത്തി ഒന്ന് നിലയുറപ്പിച്ചശേഷം ഈ കഴിഞ്ഞ രണ്ടു വർഷത്തെ സമ്പാദ്യം അവിടെയുള്ള ഏതെങ്കിലുമൊരു ബാങ്ക് അക്കൗണ്ടിലേക്ക് ട്രാൻസ്ഫർ ചെയ്യുന്ന കാര്യം സഹോദരിയെ ചുമതലപ്പെടുത്തിയിരുന്നു. ജോർദാനിലേക്ക് കയറിപ്പറ്റാൻ സാധിക്കുമെന്ന് നൂറ് ശതമാനം എന്തായാലും ഉറപ്പായിട്ടുമില്ല.

വിശപ്പുതോന്നിയപ്പോൾ ഞാൻ വാഹനത്തിൽ ഇരിപ്പിടത്തിന്നരികിൽ വച്ചിരുന്ന ചെറിയ ബാഗ് തുറന്ന് കേക്കുകൾ വച്ചിരുന്ന കൂട് പുറത്തെടുത്തു. എനിക്ക് വളരെ ഇഷ്ടപ്പെട്ട ഈന്തപ്പഴവും വാൾനട്ടും ചേർത്തുണ്ടാക്കുന്ന ക്ലീഷ പാചകം ചെയ്തുതരാൻ ഉമ്മ നിർബന്ധം പിടിച്ചിരുന്നു. ഉമ്മ എന്റെ ചെറിയ ബാഗിൽ ഒരു കൂട് നിറയെ ക്ലീഷ തയ്യാറാക്കി വച്ചുതരികയും ചെയ്തു. ഞാനാകട്ടെ ആ ബാഗിൽ മെസപ്പൊട്ടോമിയൻ സൃഷ്ടിപുരാണസംബന്ധമായ ഒരു പുസ്തകവും പിന്നെ കുറച്ച് അത്യാവശ്യ സാധനങ്ങളുമായിരുന്നു വച്ചിരുന്നത്. വേറൊരു വലിയ സ്യൂട്ട്കെയ്സും കൈയിലെടുത്തിരുന്നു. എന്തൊക്കെ വീട്ടിൽതന്നെ ഉപേക്ഷിച്ച്

പോകണമെന്ന് തീരുമാനിക്കുന്നത് വളരെ ദുഷ്കരം തന്നെയായിരുന്നു. പിന്നെ അമ്മാനിലെ ശൈത്യം കഠിനമാണെന്ന് കേട്ടതിനാൽ ആവശ്യത്തിന് ശൈത്യകാല വസ്ത്രങ്ങൾ കരുതിയിരുന്നു. എന്റെ രണ്ട് ആൽബങ്ങളുമുണ്ടായിരുന്നു. അക്കാദമിയിൽ പഠിക്കുന്ന കാലത്തെ ചിത്രങ്ങളും എന്റെ തന്നെ ചില ചിത്രകലകളും സ്കെച്ചുകളും കടലാസും അടങ്ങിയ ഈ ആൽബങ്ങൾക്കൊപ്പം ചില പഴയ നോട്ടുപുസ്തകങ്ങളും. പിന്നെ ഇടയ്ക്കിടയ്ക്ക് മറിച്ചുനോക്കാൻ വളരെ ഇഷ്ടമായിരുന്ന ജിയോകോമെത്തിയുടെ വലിയ പുസ്തകത്തിന്റെ കാര്യം മറന്നതുമില്ല.

സ്യൂട്ട്കെയ്സ് വാതിലിനരികിൽ വയ്ക്കാനായി വീട്ടിലെ പടികളിറങ്ങി വന്നപ്പോൾ സ്വീകരണമുറിയിൽനിന്നും ഇറങ്ങിവന്ന ഉമ്മ തന്റെ എന്തെങ്കിലും സഹായം വേണോ എന്ന് തിരക്കിയിരുന്നു. നന്ദിയോടെ ഞാൻ വേണ്ടായെന്ന് പറഞ്ഞു. ചുമരിലേക്ക് ചാരി കവിളിൽ കൈ കൊടുത്തു കൊണ്ട് അവർ പറഞ്ഞു:

"നീ പോകുകയാണെന്ന കാര്യം എനിക്കിപ്പോഴും വിശ്വസിക്കാനേ കഴിയുന്നില്ല മോനേ"

കരയാൻ തുടങ്ങിതോടെ ഞാൻ ഉമ്മയെ കെട്ടിപ്പിടിച്ച് നെറുകയിൽ ചുംബിച്ചു.

"അമ്മാനിലാണെങ്കിലും ഇനി വേറെ എവിടെയാണെങ്കിലും ഉമ്മയ്ക്ക് എന്നെ വന്ന് കാണാമല്ലോ? ഞാൻ വന്ന് കാണുകയും ചെയ്യാം."

"ഞാൻ നിന്നെ വിശ്വസിക്കുകയേ ഇല്ല. നീ തിരിച്ചുവരികയേ ഇല്ല."

പുറപ്പെടുന്നതിനു മുമ്പുള്ള കുറേ ദിവസങ്ങളിൽ ഈ യാത്രയിൽനിന്നും എന്നെ പിൻതിരിക്കാൻ ഉമ്മ ശ്രമിച്ചിരുന്നു. ഞാനെന്റെ തീരുമാനത്തിൽ ഉറച്ചുതന്നെ നിന്നു. മഗൈസിലിലെ ജോലിയിൽ തുടരാൻ തനിക്ക് കഴിയുകയേ ഇല്ലെന്ന് ഉമ്മയോടു ഞാൻ പറഞ്ഞിരുന്നു. ശ്വാസം മുട്ടുകയാണെനിക്ക്. ഇങ്ങനെയാണെങ്കിൽ ഞാൻ പതിയെ ചാകുകയേ ഉള്ളൂ.

രാവിലെ യാത്രപുറപ്പെടാൻനേരം ഞാൻ സ്യൂട്ട്കേസ് വാതിലിനരികിൽ കൊണ്ടുവച്ചു. കുറഞ്ഞത് ഒരു വർഷത്തേക്കെങ്കിലും ആവശ്യമായ പണം ഞാൻ ഉമ്മയ്ക്കുവേണ്ടി നൽകിയിരുന്നു. കർറാദയിലുള്ള സഹോദരിയുടെ പുതിയ വീട്ടിലേക്ക് ഉമ്മയെ കൊണ്ടുചെന്നാക്കാനായി ഞങ്ങൾ പുറപ്പെട്ടു. ഈ പ്രായത്തിലും സാഹചര്യങ്ങളിലും ഉമ്മയെ തനിച്ചാക്കി പോകാനാകില്ലല്ലോ? ഞങ്ങളുടെ വീട്ടിൽനിന്നും സഹോദരിയുടെ വീട്ടിലേക്കുള്ള ഈ യാത്രയിൽ ഒരായിരം തവണ ചിന്തിച്ചത് സ്വന്തം നഗരത്തിൽ ഞാനെത്രമാത്രം അപരിചിതനായി മാറി എന്നതിനെക്കുറിച്ചായിരുന്നു. അവസാന വർഷങ്ങളിൽ ഈ ഏകാന്തത വളരെയേറെ വർദ്ധിച്ചിരിക്കുന്നു.

വളരെയധികം ഇഷ്ടമായിരുന്ന ഒരു കവിതാശകലം ഓർമ്മവന്നു.

*"സിറിയയിലോ, യമനിലോ ആയിരിക്കില്ല അപരിചിതനാകുന്നത്
സ്വന്തം ശവപ്പുടവയിലും കുഴിമാടത്തിലുമായിരിക്കും
അയാൾ ശരിക്കും അപരിചിതൻ"*

ബാഗ്ദാദിന്റെ ഇരു ധ്രുവങ്ങളായ റുസ്വാഫയിലെയും കർഖിലേയും മനുഷ്യൻ അപരിചിതരായി മാറിയിരിക്കുന്നു. ബാഗ്ദാദിലെ ഓരോരുത്തരും തങ്ങളുടെ നാട്ടിൽ പരസ്പരം അപരിചിതരായി മാറിയിരിക്കുന്നു. ജനങ്ങളെല്ലാം ക്ഷീണിതരാണ്. അവരുടെ മുഖങ്ങളിൽതന്നെ അതിന്റെ അടയാളവുമുണ്ടാകും. ഇത്രയൊക്കെയായിട്ടും ഇവർക്കെങ്ങനെ ഇങ്ങനെ തുടരാനാകുന്നു? എല്ലാ ദിവസവും ഉറക്കമുണരുമ്പോൾ പുതുതായി ജീവിതം തുടരാൻ അവർക്കെങ്ങനെ സാധിക്കുന്നു? മറ്റെന്തെങ്കിലുമൊരു വഴിയുണ്ടോ അവർക്ക് മുന്നിൽ? സത്യത്തിൽ ഞാനൊരു ദുർബലനാണോ?

ഈ നരകത്തിൽനിന്നും ആഭ്യന്തരയുദ്ധത്തിൽനിന്നും എങ്ങനെയും രക്ഷപ്പെട്ടോടാൻ ശ്രമിക്കുന്ന ആയിരങ്ങൾ വേറെയുമുണ്ട്. ഈ കൂട്ടക്കൊലകളൊക്കെ എപ്പോഴവസാനിക്കുമെന്ന് ആർക്കുമറിയില്ല. ഇടയ്ക്കൊന്ന് ശ്വാസം വിടാനായി ശ്രമിച്ചാലും. രാജ്യത്തിനെ പിച്ചിച്ചീന്താനായി ഈ കലാപങ്ങൾ വീണ്ടും തുടരുകയേ ഉള്ളൂ. സദ്ദാമിന്റെ കാലത്ത് പൗരാണിക ഭാവങ്ങളുള്ളൊരു ജയിലായിരുന്നു ബാഗ്ദാദെന്ന് ഞാൻ പറയാറുണ്ടായിരുന്നു. ഇപ്പോൾ ആ ജയിൽ വംശീയമാനങ്ങളുള്ള ധാരാളം ജയിലറകളായി വിഭജിക്കപ്പെട്ടിരിക്കുകയാണ്. ഓരോ ജയിലറകളും ഉയർന്ന കോൺക്രീറ്റ് ചുമരുകളാലും രക്തം പുരണ്ട മുള്ളുവേലികളാലും വിഭജിക്കപ്പെട്ടിരിക്കുന്നു.

സദ്ദാമിന്റെ പടുകൂറ്റൻ പ്രതിമ നിലനിന്നിരുന്ന അൽ-ഫിർ ദൗസ് ചത്വരത്തിലെത്തിയപ്പോൾ എൺപതുകളുടെ ഒടുക്കം അവിടെ ഉണ്ടായിരുന്ന അജ്ഞാതനായ സൈനികന്റെ പ്രതിമ സദ്ദാമിന്റെ ആളുകൾ തകർക്കുന്നത് നേരിട്ട് കണ്ടതോർമ്മവന്നു. റിപ്പബ്ലിക്കൻ കൊട്ടാരത്തിനടുത്തുള്ള അജ്ഞാത സൈനികന്റെ പുതിയ പ്രതിമയേക്കാൾ സുന്ദരമായിരുന്നു ആ പഴയ പ്രതിമ. ഭൂതകാലത്തെ മായിച്ചുകളയാനും വർത്തമാനത്തെ കൈയൂക്കുകൊണ്ട് വിരൂപമാക്കാനുമായി ഇറങ്ങിപുറപ്പെട്ടിരിക്കുന്ന അഭിനവ സദ്ദാമുകൾ ഇപ്പോഴും പ്രതിമകൾ തകർത്തുകൊണ്ടേയിരിക്കുന്നു. നശീകരണം തുടരാനും കുഴിമാടങ്ങൾക്ക് ആഴം കൂട്ടാനുമായി ഓരോ പുതിയ ഭരണകൂടവും തങ്ങളുടെ മുൻഗാമികളുടെ കൈകളിലെ കൂറ്റൻ മഴു തട്ടിയെടുക്കുന്നതുപോലെയാണ് കാര്യങ്ങൾ. സത്യത്തിൽ, ഈ ഉപമാലങ്കാരങ്ങൾക്കെല്ലാം എന്താണ് വിലയെന്ന് സ്വന്തം മനസ്സിനോട് ചോദിച്ചുപോകുകയാണ്.

കർറാദയിൽ വാങ്ങിയ പുതിയ വീട്ടിലേക്ക് ഭർത്താവ് സത്താറിനൊപ്പം സഹോദരി താമസം മാറ്റിയിരുന്നു. സദ്ദാമിന്റെ കാലത്ത് ചെയ്തിരുന്നത് പോലെ വളരെ വിദഗ്ധമായി പുതിയ രാഷ്ട്രീയത്തിരമാലകളോട് ഒത്തു

പോകാൻ സത്താറിന് സാധിച്ചതിന്റെ ഫലമാണ് ആ പുതിയ വീട്. പണ്ട് അയാളൊരു 'സഖാവാ'യിരുന്നു. ഈ അടുത്തകാലം വരെ സദ്ദാം ഭരണ കൂടത്തേയും അതിന്റെ നയങ്ങളേയും വീറോടെ പ്രതിരോധിച്ചിരുന്ന ആളായിരുന്നു സത്താർ. ഇത് ഇഷ്ടപ്പെടാതിരുന്ന എന്റെ വാപ്പയുമായി അയാളൊരിക്കൽ രൂക്ഷമായ വാഗ്വാദത്തിലേർപ്പെടുകയും ചെയ്തിരുന്നു. പിന്നീട് ഞങ്ങളുടെ വീടിന്റെ പടി ചവിട്ടുകപോലും ചെയ്യില്ലെന്ന് പ്രതിജ്ഞ ചെയ്തശേഷം അയാൾ ഇറങ്ങിപ്പോയി. വാപ്പ മരിച്ചശേഷം മാത്രമായി രുന്നു അയാൾ പിന്നീട് വീട്ടിൽ വന്നത്. അയാളുടെ നിർബന്ധം കാരണം ഞങ്ങളുടെ കുടുംബകാര്യങ്ങളിലൊന്നും ഇടപെടുവാൻ സഹോദരിക്ക് സാധിച്ചിരുന്നില്ല. എങ്കിലും ഇടയ്ക്കൊക്കെ അവൾ വീട്ടിൽ വരുമായി രുന്നു. സത്താറുമായുള്ള സഹോദരിയുടെ വിവാഹനിശ്ചയം നടന്നകാലം മുതലേ എനിക്കയാളെ ഇഷ്ടമായിരുന്നില്ല. എന്നാൽ അവൾക്ക് അയാളെ ഇഷ്ടമായിരുന്നു. സത്താറാകട്ടെ അവളെ ഉപദ്രവിച്ചിരുന്നതുമില്ല. വാപ്പ ജീവിച്ചിരുന്നപ്പോൾ ഉണ്ടായ മുറിവ് വാപ്പയുടെ മരണത്തോടെ ഭേദമാകു കയായിരുന്നു.

വളരെ വലിപ്പവും ഭംഗിയുമുള്ള വീടുകൾ നിറഞ്ഞ കർറാദയിലെ തെരുവുകളിൽ സഹോദരിയുടെ വീട് കണ്ടുപിടിക്കാനാകാതെ ഞങ്ങൾ കുറേ വലഞ്ഞു. വീട് എവിടെയെന്ന് പറഞ്ഞുതരാനായി ഞാനവളെ മൊബൈൽഫോണിൽ ബന്ധപ്പെട്ടു. അവൾ പറഞ്ഞുതന്ന അടയാള ങ്ങളൊക്കെ ഞാൻ കാർഡ്രൈവറിന് പറഞ്ഞുകൊടുത്തു. താൻ വീടിന് പുറത്തിറങ്ങിനിൽക്കാമെന്നും ഞങ്ങളുടെ വാഹനം കാണുമ്പോൾ കൈവീശിക്കാണിക്കാമെന്നും അവൾ പറഞ്ഞു. ഒരു പത്തുമിനിറ്റ്നേരം കഴിഞ്ഞപ്പോൾ ഞങ്ങളൊരു ഉപതെരുവിലേക്ക് തിരിയുകയായിരുന്നു. അപ്പോഴാണ് അവളെ കണ്ടത്. അതോടെ ആ ദിശയിലേക്ക് തിരിച്ചുപോകു വാൻ ഞാൻ ഡ്രൈവറോട് പറഞ്ഞു.

സഹോദരിയോട് യാത്ര പറഞ്ഞിട്ട് വരുന്നതുവരെ കാത്തുനിൽക്കണ മെന്ന് ഞാൻ ഡ്രൈവറോട് പറഞ്ഞു.

ഇതുകേട്ട ഉമ്മയ്ക്ക് അതിശയമായി.

'നിനക്കെന്താ മോനെ ഇത്ര ധൃതി?"

സഹോദരിയും എന്നെ കുറ്റപ്പെടുത്താൻ തുടങ്ങി. ഞാനിതുവരെ അവളുടെ പുതിയ വീട് കാണാൻ ചെന്നിട്ടില്ല. എത്രയോ മാസമായി അവ ളുടെ മക്കളെപ്പോലും കണ്ടിട്ടില്ല. ആകെ ആശയക്കുഴപ്പത്തോടെ ഞാൻ വീടിന്റെ പൂമുഖത്തേക്ക് നോക്കി. ഭർത്താവിന്റെ കാർ അവിടെ കണ്ടില്ല. ഞാൻ ചിന്തിക്കുന്ന കാര്യം എന്താണെന്ന് മനസ്സിലായി എന്ന മട്ടിൽ സഹോ ദരി പറഞ്ഞു:

"ഇറങ്ങിവാടാ. പോകുന്നതിനുമുമ്പ് നിന്നെ ഞങ്ങളൊന്ന് കാണട്ടെ. സത്താർ വീട്ടിലില്ല. രാത്രിയാകുമ്പോഴേ തിരിച്ചുവരൂ. കുട്ടികൾ സ്കൂളിൽ പോയിരിക്കുകയാണ്."

ടാക്സി ഡ്രൈവറിന് കൂലി നൽകിയശേഷം ഞങ്ങൾ വീട്ടിലേക്ക് കയറി.

വീടിന് മുമ്പിൽ വലിയൊരു പൂന്തോട്ടമുണ്ടായിരുന്നു. ശ്രദ്ധയോടെ വെട്ടിയൊതുക്കിയ ലോൺ. അതിന്റെ നാലുഭാഗത്തും റോസാച്ചെടികൾ വളർന്നു നിൽക്കുന്നു. ചിലതൊക്കെ പുഷ്പിച്ചിട്ടുണ്ട്. തോട്ടത്തിന്റെ ഒരു വശത്തായി വലിയൊരു ഈന്തപ്പന നിൽക്കുന്നു. അതിന്റെ കുറച്ച് ഓലമടലുകൾ രണ്ടാം നിലയിലെ ജനാലയിൽ സ്പർശിക്കുന്നുണ്ട്. വിളഞ്ഞുനിൽക്കുന്ന ഈന്തപ്പനക്കുലകൾ. ഈന്തപ്പനയുടെ കീഴിലായി വെള്ളയും മഞ്ഞയും മാർബിൾ പതിച്ച നിലത്ത്, ഒരു വെള്ള ഇരുമ്പുമേശയും ചുറ്റും നാല് കസേരകളും ഇട്ടിരിക്കുന്നു. തുറന്നുകിടക്കുകയായിരുന്ന അടുക്കളവാതിലിന് നേരെ ഞങ്ങൾ നടന്നു. വാതിലിനരികിലായി സഹോദരിക്ക് വളരെ ഇഷ്ടപ്പെട്ട കാക്റ്റസ് ചെടി നിൽക്കുന്നു.

വളരെ മനോഹരമായ പുതിയ വീട്. രണ്ട് നിലകളിലുള്ള വീട്ടിൽ അഞ്ച് ഉറക്കമുറികളും മൂന്ന് കുളിമുറികളും പിന്നെ അതിഥികൾക്കുള്ള വലിയൊരു മുറിയുമുണ്ട്. താഴത്തെ നിലയിൽ കുളിമുറിയോട് ചേർന്നുകിടക്കുന്ന ഒരു മുറിയായിരുന്നു ഉമ്മയ്ക്കായി സഹോദരി ഒരുക്കിയിരുന്നത്. അതിനാൽ വയ്യാത്ത കാൽമുട്ടുംവച്ച് അവർ മുകളിലേക്ക് കയറിയും ഇറങ്ങിയും കഷ്ടപ്പെടേണ്ടിവരില്ല. എന്നോടും കൂടിയെന്നവണ്ണം അഭിമാനത്തോടെ സഹോദരി ഉമ്മയോട് പറഞ്ഞു.

"നോക്കൂ, ഉമ്മായുടെ മുറി എത്ര സുന്ദരമാണെന്ന്!"

ഉമ്മ അവളുടെ കവിളിൽ ചുംബിച്ച് നന്ദിപറഞ്ഞു. ഉമ്മയുടെ പുതിയ കിടക്കയ്ക്കരികിലായി ഞാനവരുടെ ബാഗ് കൊണ്ടുവച്ചു. ഇടത്തരം വലിപ്പമുള്ള വസ്ത്രങ്ങൾ വയ്ക്കാനുള്ള അലമാരയും ഒരു വലിയ കണ്ണാടിയും ആ മുറിയിലുണ്ടായിരുന്നു. കണ്ണാടിക്ക് മുന്നിലായി ചുവപ്പ് തുണികൊണ്ട് മൂടി ഒരു കസേരയും പിന്നെ ടെലിവിഷൻ വച്ചിരിക്കുന്ന ചെറിയൊരു മേശയിൽനിന്നും കുറച്ച് വാര മാറി അതേ വലിപ്പത്തിലുള്ള മറ്റൊരു കസേരയുമുണ്ട്. ടെലിവിഷനു മുകളിലായി അയൽവീട്ടിലെ പൂന്തോട്ടത്തിലേക്ക് തുറക്കുന്നൊരു ജനാലയും കാണാം.

എനിക്കേറെ ഇഷ്ടപ്പെട്ട വെണ്ടക്കായ് സ്റ്റ്യൂ പാചകം ചെയ്തുതരാമെന്ന് സഹോദരി പറഞ്ഞു. ഒരു മണിക്കൂറിനുള്ളിൽ തന്നെ ഭക്ഷണം തയ്യാറാകുമത്രെ. എന്നാൽ, എനിക്ക് ചില ആളുകളെ കണ്ട് യാത്ര പറയാനുണ്ടെന്നും ചായ മാത്രം മതിയെന്നും പറഞ്ഞു.

"ആയിക്കോട്ടെ."

സഹോദരി എന്നെ ലിവിംഗ് റൂമിലേക്ക് കൂട്ടിക്കൊണ്ടുപോയി. ടെലിവിഷനിൽ ഒരു പ്രാദേശിക ചാനൽ കാണാമായിരുന്നു. അര മണിക്കൂർ മുമ്പ് കർഖിൽ ഒരു കാർബോംബ് പൊട്ടിത്തെറിച്ചതിനെത്തുടർന്നുണ്ടായ ചിത്രങ്ങൾ സംപ്രേക്ഷണം ചെയ്യുകയാണതിൽ. ഉമ്മ തന്റെ ബാഗിൽനിന്നും വസ്ത്രങ്ങൾ എടുത്ത് അലമാരയിൽ വച്ചുകൊണ്ടിരുന്നപ്പോഴായിരുന്നു

ഞാനും സഹോദരിയും കൂടി ലിവിംഗ് റൂമിലേക്ക് വന്നത്. കുറച്ചുസമയം കഴിഞ്ഞപ്പോഴേക്കും ഉമ്മ വന്ന് എന്റെ സോഫയിൽ അരികെ ഇരുന്നു. വസ്ത്രങ്ങളും മറ്റ് സാധനങ്ങളുമൊക്കെ താൻ പിന്നീട് അടുക്കി വച്ചു കൊള്ളാം എന്നവർ പറഞ്ഞു.

"എനിക്ക് നിന്റെ കൂടെ ഇരുന്നിട്ട് മതിയായില്ല, മോനേ"

പ്ലേറ്റുകളും മുള്ളും കേക്കുകളുമടങ്ങിയ ട്രേയുമായി സഹോദരി കടന്നു വന്നു. മുറിയുടെ മധ്യത്തിലുള്ള വലിയ മേശമേൽ ട്രേ വച്ചശേഷം അതിനടിയിൽനിന്നും ചെറിയ വേറൊരു മേശ പുറത്തേക്ക് വലിച്ചു. പിന്നീട് ട്രേ അതിനു മുകളിൽ വച്ചു. രണ്ടു കഷണം കേക്കെടുത്ത് ഒരു പ്ലേറ്റിൽ വച്ചശേഷം എന്റെ മുന്നിലേക്ക് നീക്കിവച്ചു. ടി.വി. സ്ക്രീനിലേക്ക് നോക്കി അവൾ പറഞ്ഞു:

"ഈ ചാവേറുകൾ നമ്മെ വെറുതെ വിടുന്നത് എപ്പോഴായിരിക്കുമോ എന്തോ? അവർക്കിനിയും മതിവന്നിട്ടില്ലേ?"

ഉമ്മ അവളുടെ കവിളിൽ ചേർത്തുവച്ച് പ്രാർത്ഥിച്ചു.

"ശക്തിയും അധികാരവും ദൈവമല്ലാതെ മറ്റാർക്കുമില്ല."

ചിതറിക്കിടക്കുന്ന ശരീരഭാഗങ്ങളുടേയും, തളംകെട്ടിയ രക്തത്തിന്റേയും ചിത്രങ്ങൾ എന്നെ ഓർമ്മിപ്പിച്ചത് ഞാൻ എന്തിൽനിന്നൊക്കെയാണോ ഓടിരക്ഷപ്പെടാൻ ശ്രമിക്കുന്നത് അവയെ ഒക്കെയായിരുന്നു. എങ്കിലും ഈ ശവശരീരങ്ങളുടെ ഗതിയെക്കുറിച്ച് ഓർക്കാതിരിക്കാനെനിക്ക് സാധിക്കുന്നില്ല. അവയെ കുളിപ്പിച്ച് വെള്ള പുതപ്പിക്കുന്നത് ആരായിരിക്കും? ഈ ചാനൽ ഒന്ന് മാറ്റാമോ എന്ന് ഞാൻ സഹോദരിയോട് തിരക്കി. റിമോട്ട് കൺട്രോളർ നൽകിയശേഷം അവൾ അടുക്കളയിലേക്ക് തിരികെപ്പോയി.

ഞാൻ ചാനലുകൾ ഓരോരോന്നോരോന്നായി മാറ്റിനോക്കാൻ തുടങ്ങി. അവസാനം പക്ഷികളേയും പ്രകൃതിയേയും സംബന്ധിച്ച ഡോക്യുമെന്ററി പ്രദർശിപ്പിക്കുന്ന ചാനൽ കണ്ടു. ഒരു കേക്ക് എടുത്ത് കഴിച്ചു. ഇൻഡ്യൻ ഓക്കിൽ പണിത വലിയ ഷെൽഫുകളിൽ മധ്യത്തേതിലായിരുന്നു ടെലിവിഷൻ വച്ചിരുന്നത്. ചില ഷെൽഫുകളിൽ പാത്രങ്ങളും കപ്പുകളും മറ്റ് ചിലതിൽ പളുങ്കിൽ തീർത്ത പുരാവസ്തുക്കളും കണ്ടു. കുറച്ച് പുസ്തകങ്ങൾ വച്ചിരുന്ന ഷെൽഫുമുണ്ട്. എന്നാൽ അവയുടെ തലക്കെട്ട് വായിക്കാനാകുന്നില്ല. ടി.വി. ഇരിക്കുന്നതിനുനേരെ മുകളിലുള്ള ഷെൽഫിൽ സഹോദരിയുടെ മക്കളായ മൈസമിന്റേയും മുസന്നയുടേയും ഫ്രെയിം ചെയ്ത ചിതങ്ങളിരിക്കുന്നു. കുടുംബത്തിന്റെ മുഴുവൻ ഫോട്ടോയുമുണ്ട്. ഒപ്പം കോട്ടും ടൈയും ധരിച്ച കുടുംബനാഥൻ സത്താർ ഒരു മന്ത്രിയുമായി ചിരിച്ച് കൈപിടിച്ച് കുലുക്കുന്ന ചിത്രവും കാണാം. അപ്പോൾ സഹോദരിയുടെ പഴയ വീട്ടിലെ ടെലിവിഷനെക്കുറിച്ചാണ് എനിക്കോർമ്മവന്നത്. ഇതിനേക്കാൾ വളരെ ചെറിയ ടി.വി.യായിരുന്നു അത്. അതിന്റെ മുകളിലായി

ചില്ലിട്ടൊരു ചിത്രവുമുണ്ടായിരുന്നു. ബഅസ് പാർട്ടിക്ക് നൽകിയ അതുല്യ സേവനങ്ങൾക്കുള്ള അംഗീകാരമെന്നോണം സത്താറിനേയും ചില സഖാക്കളേയും സദ്ദാം ഹുസൈൻ ആദരിക്കുന്ന ചിത്രം. ആ ചിത്രം സത്താർ എന്ത് ചെയ്തിരിക്കും? കത്തിച്ചുകളഞ്ഞിരിക്കുമോ? അതോ പുതിയൊരു തന്ത്രപ്രധാനമായ ചുവടുവയ്പിനായി വീട്ടിലെവിടെയെങ്കിലും ഏതെങ്കിലുമൊരു പെട്ടിയിൽ ഒളിപ്പിച്ചു വച്ചിരിക്കുകയായിരിക്കുമോ? ചായട്രേയുമായിവന്ന സഹോദരിയോട് ഈ ചിത്രങ്ങളെയും പുതിയ കൂട്ടുകെട്ടുകളെക്കുറിച്ചും ചോദിക്കാൻ തുനിഞ്ഞതായിരുന്നു. പിന്നെ എന്തിനാണ് വഴക്കുണ്ടാക്കി യാത്ര പറയുന്നതെന്നാലോചിച്ചപ്പോൾ വേണ്ടായെന്ന് വച്ചു. പഴയ ബഅസ് പാർട്ടിക്കാരെ വേട്ടയാടാനുള്ള നിയമം സത്താറിന് ബാധകമാകാത്തത് അതിശയം തന്നെയാണ്. അതേസമയം മറ്റുള്ളവർ വേട്ടയാടപ്പെടുകയും ചെയ്യുന്നു.

ഏലക്കായ് മണക്കുന്ന ചായകപ്പിലേക്ക് പകർന്നിട്ട് ഒരു സ്പൂൺ പഞ്ചസാരയും കൂടി ഇട്ടശേഷം എന്റെ മുന്നിൽകൊണ്ടുവച്ചു. ഞാൻ സഹോദരിക്ക് നന്ദി പറഞ്ഞു. സത്താറിന് സുഖമാണോ എന്ന് ഉമ്മ തിരക്കി. അതേ എന്നായിരുന്നു മറുപടി. വലിയ തിരക്കായതിനാൽ അയാൾ സാധാരണയായി ജോലി കഴിഞ്ഞെത്തുമ്പോൾ രാത്രി വളരെ വൈകിയിരിക്കും. ചിലപ്പോഴൊക്കെ ജോലി സംബന്ധമായ കാര്യങ്ങൾക്കായി തുർക്കിയിലേക്ക് പോകും. അപ്പോൾ ഈ വീട് സുരക്ഷിതമായ പ്രദേശത്താണെങ്കിൽകൂടി അവളും മക്കളും അയാളുടെ കുടുംബവീട്ടിൽ പോയി താമസിക്കുമത്രെ.

മഗൈസിലിനെക്കുറിച്ചും ഇനി ചെയ്യാൻ പോകുന്ന കാര്യത്തെക്കുറിച്ചുമൊക്കെ സഹോദരി തിരക്കി. ഒരാഴ്ചമുമ്പ് ഫോണിൽ സംസാരിച്ചപ്പോൾ മഗൈസിലിലെ ജോലി ഉപേക്ഷിക്കുന്നതിനെക്കുറിച്ച് അവൾ തിരക്കിയിരുന്നു. അന്ന് ഞാനൊരു തീരുമാനമെടുത്തിരുന്നില്ല. മഗൈസിൽ അൽ-ഫർത്യൂസിയെ ഏല്പിക്കാൻ തീരുമാനമെടുത്തുവെന്നും അദ്ദേഹം അവിടെ ജോലിക്കായി ആരെയെങ്കിലും നിയമിക്കുമെന്നും ഞാൻ പറഞ്ഞു.

കൈയിലിരുന്ന ചായക്കപ്പ് താഴെവച്ച് കണ്ണുനീർ തുടച്ചുകൊണ്ട് കഴിഞ്ഞ കുറേ ആഴ്ചകളായി പലതവണ പറഞ്ഞിട്ടുള്ള കാര്യം ആവർത്തിക്കുകയായിരുന്നു ഉമ്മ:

"നീ ഇനി എവിടെപ്പോകും മോനേ?"

ഉമ്മ പൊട്ടിക്കരയാൻ തുടങ്ങിയതോടെ എനിക്ക് പുറപ്പെടാൻ സമയമായെന്ന് തീരുമാനിച്ചു. ഇതവസാനമായാണ് എന്നെ കാണാൻ സാധിക്കുന്നതെന്ന മട്ടിൽ ഉമ്മ കെട്ടിപ്പിടിച്ച് കരയാൻ തുടങ്ങിയതോടെ ഹൃദയം തകരുന്നതുപോലെയാണ് തോന്നിയത്. കണ്ണീരോടുകൂടി ഉമ്മ പറഞ്ഞു:

"നീ എന്നെ ഇവിടെ തനിച്ചാക്കി പോകുകയാണല്ലേ? നിന്നെ ഒരിക്കൽ കൂടി കാണാനാകാതെ മരിക്കാനായിരിക്കും എന്റെ വിധി."

ഇതുകേട്ടതും സഹോദരി പരാതിയുമായി രംഗത്തെത്തി:

“ഇതെന്താ ഉമ്മാ നിങ്ങൾ പറയുന്നത്? ഞാനിവിടെ ഇല്ലേ? ഈ പറഞ്ഞതിന് ദൈവം നിങ്ങൾക്ക് മാപ്പ് നൽകട്ടെ.”

പോകാൻ നേരം സഹോദരി എന്നെ കെട്ടിപ്പിടിച്ച് ഉമ്മ വച്ചു. കരഞ്ഞുകൊണ്ട് അവൾ പറഞ്ഞു.

“ഉമ്മയെക്കുറിച്ചോർത്ത് ജവാദ് വിഷമിക്കേണ്ട.”

ഞാൻ തിരികെ വരുന്നതു ഉറപ്പുവരുത്താനായി പതിവുപോലെ ഉമ്മ വാഹനത്തിന്റെ പിറകിൽ വെള്ളം തളിച്ചു.

“നീ അവിടെ എത്തിയിട്ട് വിളിക്കണേ...”

ഉമ്മ പറഞ്ഞുകൊണ്ടേയിരുന്നു.

കൈവീശിക്കാണിച്ച് അകന്നുപോകുമ്പോൾ ഉമ്മ കരുതിയത്, വളരെ ശരിയായി മാറാനാണ് സാധ്യതയെന്ന ചിന്തയായിരുന്നു മനസ്സ് നിറയെ. എന്നെ ഇനി കുറേ കാലത്തേക്ക് അവർക്ക് കാണാനേ കഴിയില്ല. ചിലപ്പോൾ ഇനി ഒരിക്കലും കാണാൻ സാധിച്ചില്ലെന്നും വരും.

പുറപ്പെടുമ്പോൾ മനസ്സിൽ നിറഞ്ഞുകവിഞ്ഞ ചിന്തകളേതൊക്കെയെന്നത് നിശ്ചയിക്കാനാകാത്ത അവസ്ഥ. ഉമ്മയോടും സഹോദരിയോടും യാത്ര പറയുമ്പോൾ ഉമ്മയെക്കുറിച്ചും അൽ-ഫർത്വൂസിയേയും മൃതദേഹങ്ങളേയും കുറിച്ചോർത്ത് എനിക്ക് നല്ല കുറ്റബോധവും ദുഃഖവും തോന്നി. ഇനി ആ മൃതദേഹങ്ങളെ ആരായിരിക്കും കുളിപ്പിക്കാനുണ്ടാകുക? ചിന്നിച്ചിതറിയ ശവകുടീരങ്ങളുടെ ചിത്രങ്ങൾ കുന്നുകൂടുമ്പോൾ ശ്വാസം മുട്ടുന്നത് പോലെ തോന്നി. എന്തിൽനിന്നാണോ ഒളിച്ചോടുന്നത് അക്കാര്യത്തെ സംബന്ധിച്ച് സ്വന്തം ശരീരം ഓർമ്മപ്പെടുത്തുന്നതുപോലെ. ഒപ്പം ഈ നാടിനെക്കുറിച്ച് ഒരു ഗൃഹാതുരത്വം ഒരിക്കലും എനിക്കുണ്ടാകാനും പോകുന്നില്ല എന്നൊരു തോന്നലുമുണ്ട് മനസ്സിൽ.

ഇറാഖി അതിർത്തിക്കരികിലെ ത്വറൈബീലെത്തിയപ്പോൾ വാഹനങ്ങളുടെ നീണ്ട നിര കണ്ടു. യാത്രക്കാരിൽ പലരും പുറത്തിറങ്ങി നിലത്ത് കുത്തിയിരിക്കുകയാണ്. ആ വരിക്കുള്ളിലേക്കാണ് ഞങ്ങളുടെ വാഹനസംഘങ്ങളും ചെന്നുപെട്ടത്. ഡ്രൈവറോട് ചോദിച്ചപ്പോൾ അതിർത്തിയിൽ വാഹനങ്ങൾ ഇങ്ങനെ വരിവരിയായി കാത്തുകിടക്കുന്നത് പതിവാണെന്ന് അയാൾ പറഞ്ഞു. അത് കുറേ മണിക്കൂറുകൾ നീളുമത്രെ. പ്രത്യേകിച്ച് ജോർദാനിൽ അടുത്തിടെ നടന്ന സ്ഫോടനങ്ങൾക്കുശേഷം.

ഡ്രൈവർ പുറത്തേക്കിറങ്ങി. വേറൊരു വാഹനത്തിനരികിൽ കൂടിനിൽക്കുന്ന മറ്റ് ഡ്രൈവർമാരുടെ അടുക്കലേക്ക് നടന്നു. ഒന്ന് നടുനിവർത്താനായി ഞാൻ ഡോർ തുറന്ന് പുറത്തേക്കിറങ്ങി. അഞ്ച് മണിക്കൂറുകൾക്ക് മുമ്പായിരുന്നു അവസാനമായി ഞങ്ങളുടെ വാഹനം ഒരിടത്ത് നിർത്തിയത്. പിറകെ സീറ്റിലിരിക്കുകയായിരുന്ന മനുഷ്യൻ പുറത്തേക്കിറങ്ങി

വശത്തുള്ള മൺപാതയിലൂടെ ഉലാത്താൻ തുടങ്ങി. കൈയിൽ ജപമാലയുമുണ്ട്. ഈ യാത്രയിലുടനീളം ഉറങ്ങുമ്പോൾ ഒഴിച്ച് എപ്പോഴും അയാളുടെ കൈയിലെ ജപമാല ശബ്ദമുണ്ടാക്കുകയായിരുന്നു. അത് കണ്ടപ്പോൾ ഓർമ്മവന്നത് വാപ്പയുടെ ജപമാലയുടെ കാര്യമായിരുന്നു.

ഇടയ്ക്കിടയ്ക്കായി ബാഗ്ദാദിലേക്കുള്ള എതിർദിശയിലേക്ക് ചില വാഹനങ്ങൾ തിരികെപ്പോകുന്നത് ശ്രദ്ധയിൽപെട്ടു. ഒരു അരമണിക്കൂർ നേരം കാത്തിരുന്നപ്പോൾ ഞങ്ങളുടെ വാഹനനിര ചലിക്കാൻ തുടങ്ങി. ഞങ്ങളുടെ വാഹനത്തിന് മുന്നിൽ അല്പം ഇടം കണ്ടതോടെ ഡ്രൈവർ വണ്ടിക്കുള്ളിലേക്ക് കയറി വാഹനം മുന്നോട്ടെടുത്തു. എന്നോട് ഉള്ളിലേക്ക് കയറാൻ ആംഗ്യം കാട്ടിയെങ്കിലും നടന്നുവരാമെന്ന് ഞാൻ പറഞ്ഞു. വാഹനങ്ങളുടെ നിര നീങ്ങാൻ തുടങ്ങിയെങ്കിലും അല്പനേരം കഴിഞ്ഞപ്പോൾ പഴയതുപോലെ വീണ്ടും നിന്നു. ഞാൻ നടന്നുതന്നെ വന്നോളാമെന്ന് ഡ്രൈവറോട് പറഞ്ഞു. സിഗരറ്റ് കത്തിക്കുന്നതിനിടയിൽ അയാൾ പറഞ്ഞു:

'ആയിക്കോട്ടെ. തിരക്കിൽ വഴിതെറ്റിപ്പോകരുത്"

"എവിടേക്ക് പോകാനാണ്? എല്ലായിടത്തും മരുഭൂമിയല്ലേ?"

ഒരു കാൽ മണിക്കൂർ നേരം നടന്നപ്പോൾ അവിടെ നിൽക്കുന്നവരിലൊരാൾ സിഗരറ്റ് കത്തിക്കാൻ ലൈറ്റർ ചോദിച്ചു. പുകവലിക്കാറില്ലെന്ന് പറഞ്ഞപ്പോൾ ലോകത്ത് പുകവലിക്കാത്ത ഒരേയൊരാൾ ഞാനാണെന്ന മട്ടിലായിരുന്നു ആ മനുഷ്യൻ ചിരിച്ചത്.

"പുകവലിക്കാതെ നിങ്ങളെങ്ങനെയാണ് ജീവിച്ചുപോകുന്നത്?"

"അറിയില്ല. എങ്ങനെയാണ് ഞാൻ ഇങ്ങനെ ഒറ്റയ്ക്ക് ജീവിക്കുന്നത്?"

അയാൾ ചിരിയോടെ തിരക്കി:

"നിങ്ങൾ തനിച്ചാണോ വന്നിരിക്കുന്നത്?"

"അതെ"

"കുടുംബമായിട്ടല്ലാതെ തനിച്ച് വരുന്നവരെ അതിർത്തി കടത്തിവിടില്ലെന്ന് ആളുകൾ പറയുന്നത് കേട്ടു."

"അതെന്താ അങ്ങനെ?"

"എനിക്കറിയില്ല സത്യമായിട്ടും. ജോർദാനിലുള്ളവർക്ക് ശിയാ ഭീകര സംഘങ്ങളെ പേടിയാണെന്നാണ് അവർ പറയുന്നത്. എന്നാൽ നമ്മൾ ഈ ഭീകരസംഘങ്ങളുടെ കൈയിൽ നിന്നും രക്ഷപ്പെട്ടോടി വന്നതാണെന്നതല്ലോ വാസ്തവം?"

ജോർദ്ദാനിലേക്ക് പ്രവേശനം കിട്ടാതിരിക്കാൻ സാധ്യതയുണ്ടെന്ന് എനിക്ക് തോന്നിയിരുന്നു. എങ്കിലും ഇപ്പോഴനുഭവിച്ചുകൊണ്ടിരിക്കുന്ന നരകത്തിൽ നിന്നും ഏത് വിധേനയും രക്ഷപ്പെടാൻ സാധിക്കുമെന്ന് സ്വയം ബോധ്യപ്പെടുത്താൻ ശ്രമിച്ചുകൊണ്ടേയിരുന്നു. എന്നാൽ ഇപ്പോൾ

കേട്ട മനുഷ്യന്റെ വാക്കുകൾ ഓർമ്മിപ്പിക്കുന്നത് എന്റെ പദ്ധതികളൊക്കെ തകർന്നു പോകുമെന്നായിരുന്നു.

ഞാൻ വീണ്ടും വാഹനത്തിൽകയറി. രണ്ട് മണിക്കൂറുകൊണ്ടാണ് ത്വറൈബീലിലുള്ള ഇറാഖി അതിർത്തിയിലെ നടപടിക്രമങ്ങൾ പൂർത്തിയാക്കി ഞങ്ങൾ ജോർദ്ദാൻ അതിർത്തിയിലേക്ക് നീങ്ങിയത്. ജോർദ്ദാൻ അതിർത്തിയായ അൽ-റുവൈഷിദിലെത്തിച്ചേരുന്നതിന് മുമ്പ് വഴിയരികിൽ കുറേയേറെ കൂടാരങ്ങൾ കണ്ടു. അവയ്ക്കിടയിൽ കെട്ടിയിരുന്ന കയറുകളിൽ തുണികൾ ഉണങ്ങാനിട്ടിരിക്കുന്നു. അടുത്ത് തന്നെ ഐക്യരാഷ്ട്ര സഭയുടെ നീലപ്പതാക പാറിപ്പറക്കുന്നുണ്ട്. ആ കൂടാരങ്ങൾ കടന്നു പോകവേ ഞാൻ നോക്കുന്നത് ഡ്രൈവർ ശ്രദ്ധിച്ചു. ഇത് പാലസ്തീൻ അഭയാർത്ഥിക്യാമ്പാണെന്ന് അയാൾ പറഞ്ഞു. ബാഗ്ദാദിന് കിഴക്കുള്ള അൽ-ബലദിയ്യാത്ത് മേഖലയിലെ വീടുകളിൽ നിന്നും ഒളിച്ചോടിപ്പോരേണ്ടി വന്നവരാണ് ഇവിടെയുള്ളത്. അവരുടെ കൂട്ടത്തിലെ ധാരാളമാളുകൾ ബാഗ്ദാദിൽ കൊല്ലപ്പെട്ടിരുന്നു. വർഷങ്ങളായി അവർ ഈ പ്രദേശത്ത് തമ്പടിച്ചിരിക്കുകയാണ്. ഇത് കണ്ട് പിറകിലത്തെ സീറ്റിലിരുന്ന സ്ത്രീ പറഞ്ഞു:

"സദ്ദാമിന്റെ കാലത്ത് വളരെ സുഭിക്ഷമായി കഴിഞ്ഞവർക്ക് അന്ന് നാമനുഭവിച്ചിരുന്ന ദുരിതങ്ങൾ ഇപ്പോൾ അനുഭവിക്കേണ്ടി വന്നിരിക്കുന്നു."

ഭാര്യയുടെ വർത്തമാനം കേട്ട് ഉണർന്ന ഭർത്താവ് ആ സ്ത്രീയെ ശകാരിച്ചു:

"ശക്തിയും അധികാരവും ദൈവമല്ലാതെ മറ്റാർക്കുമില്ല. മറ്റ് പലരും നേടിയിട്ടുള്ളതിനേക്കാൾ കൂടുതലൊന്നും അവർ സ്വന്തമാക്കിയിട്ടില്ല. പാവം മനുഷ്യർ! നിന്റെ മനസ്സിൽ അല്പം പോലും ദയ ഇല്ലേ പെണ്ണേ?"

"എനിക്ക് മനസ്സ് തന്നെ ഇല്ല."

ആ സ്ത്രീ പറഞ്ഞ കാര്യത്തെക്കുറിച്ച് ചിന്തിക്കുകയായിരുന്നു ഞാൻ. മിക്ക മനസ്സുകളും ക്ഷീണിതരായിരിക്കുന്നു. തങ്ങളുടെ ശരീരത്തിൽ നിന്നും ഓടിയൊളിക്കാൻ ശ്രമിക്കുകയാണവ. വന്യജീവികൾ ഉറങ്ങുന്ന ഗുഹകൾ ഉപേക്ഷിച്ച്.

അൽ-റുവൈഷിദിലെ വരിയിൽ ഒരു മണിക്കൂറോളം കാത്ത് കിടന്ന ശേഷം എന്റെ ഊഴമെത്തി. ജോർദ്ദാൻകാരനായ പട്ടാള ഉദ്യോഗസ്ഥർ ക്ഷീണിച്ച കണ്ണുകളോടെ എന്റെ പാസ്പോർട്ടിലേക്ക് നോക്കി. പിന്നെ ഗൗരവത്തിൽ അയാൾ ചോദിച്ചു:

"നിങ്ങളുടെ കൂടെ വേറെയാരെങ്കിലും ഉണ്ടോ?"

"ഇല്ല. ഞാൻ മാത്രമേയുള്ളൂ"

അതോടെ അയാൾ പാസ്പോർട്ട് എന്റെ മുന്നിലേക്ക് വലിച്ചെറിഞ്ഞു:

"നിങ്ങളെ കടത്തിവിടാനാകില്ല. കുടുംബങ്ങൾക്ക് മാത്രമേ പ്രവേശനമുള്ളൂ."

"പക്ഷേ കാരണമെന്താണ്?"

"ഞങ്ങൾക്ക് നിയമം അനുസരിച്ചേ തീരൂ"

എന്നോട് മാറിനിൽക്കാൻ കൈകൊണ്ട് ആംഗ്യം കാട്ടിയിട്ട് അയാൾ അലറി:

"അടുത്തയാൾ"

ഡ്രൈവർ അബൂഹാദി സ്യൂട്ട്കേസും മറ്റും വാഹനത്തിൽ നിന്നും താഴെ ഇറക്കിവച്ച ശേഷം എന്റെ കൈയിൽ നിന്നും വാങ്ങിയ യാത്രാക്കൂലിയുടെ പകുതി തിരികെ തന്നു. ചുമലിൽ തട്ടിയിട്ട് അയാൾ പറഞ്ഞു:

"സിറിയയിലേക്ക് പോകാൻ ശ്രമിച്ചു നോക്കൂ. അവിടെ കാര്യങ്ങൾ കുറച്ചുകൂടി ലളിതമാണ്. അല്ലെങ്കിൽ കാര്യങ്ങൾ അല്പം ശാന്തമാകുന്നതു വരെ കാത്തിരിക്കുക. പിന്നീട് ഇവിടേക്ക് തന്നെ ഒന്നുകൂടി ശ്രമിച്ചു നോക്കുക"

ഞങ്ങൾ യാത്രപറയവേ വാഹനത്തിലുണ്ടായിരുന്ന മനുഷ്യൻ എന്റെ നേരെ കൈവീശി കാണിച്ചു. ഞാനും തിരിച്ച് കൈ ഉയർത്തിക്കാണിച്ചു. അബൂഹാദി വാഹനത്തിൽ കയറി ഓടിച്ചുപോയി. പ്രൊഫസർ ഇസാമിന് ഒരു മെസേജ് അയയ്ക്കാൻ ശ്രമിച്ചു. എന്നാൽ അവിടെ മൊബൈൽ ഫോണിന് നെറ്റ്‌വർക്കില്ലായിരുന്നു. ഇക്കാര്യത്തെക്കുറിച്ച് സ്വബ്രി അങ്കിളിന് ഇ-മെയിൽ അയയ്ക്കണം.

എന്നെപ്പോലെ ജോർദാനിലേക്ക് പ്രവേശനം നിഷേധിക്കപ്പെട്ടവർ ധാരാളമുണ്ടായിരുന്നു. തകർന്ന ബാഗ്ദാദിന്റെ ഹൃദയത്തിലേക്ക് തിരികെപ്പോകാനായി ഒരു വാഹനവ്യൂഹം തന്നെ ഉണ്ടായിരുന്നു. ഒരു ഡ്രൈവർ തന്റെ വാഹനത്തിന്റെ ഡോറിലൂടെ തല പുറത്തേക്കിട്ട് വിളിച്ചു പറയുന്നത് കേട്ടു:

"ബാഗ്ദാദിലേക്കൊരു സീറ്റുണ്ട്....ബാഗ്ദാദിലേക്കൊരു സീറ്റുണ്ട്."

ഞാൻ എന്റെ ബാഗുകളും പിന്നെ ഭാരമേറിയ നിരാശയുമായി ആ വാഹനത്തിന് നേരെ നടന്നു. ഈ നടന്ന കാര്യങ്ങളെക്കുറിച്ച് സ്വബ്രി അങ്കിളിനും പ്രൊഫസർ ഇസാം അൽ-ജനാബിക്കും എഴുതണം. എന്നാൽ ഇക്കാര്യമറിഞ്ഞാൽ ഗയ്ദ് വിശ്വസിക്കുമോ എന്തോ!

അമ്പത്തിനാല്

മെസപ്പൊട്ടോമിയൻ സൃഷ്ടിപുരാണങ്ങളിൽ ഒരു കഥയുണ്ട്. എത്രയോ യുഗങ്ങളായി ദൈവങ്ങളായിരുന്നു വിവിധ ധർമ്മങ്ങൾ ചെയ്തിരുന്നത്. ചിലർ വിതയ്ക്കുന്നു, ചിലർ കൊയ്യുന്നു, മറ്റ് ചിലർ സൃഷ്ടിക്കുന്നു. അങ്ങനെ ജോലി ചെയ്ത് പരിക്ഷീണരായ ദൈവങ്ങൾ ജലത്തിന്റേയും വിജ്ഞാനത്തിന്റേയും ദൈവമായ ആൻകിയോട് തങ്ങളുടെ ജോലിഭാരം കുറച്ചുതരണമെന്ന് പരാതിപ്പെട്ടു. എന്നാൽ കടലാഴിയിലായിരുന്നതിനാൽ

ആൻകി ഈ പരാതികളൊന്നും കേട്ടില്ല. അതിനാൽ ദൈവങ്ങൾ ആൻകിയുടെ മാതാവായ നമ്മൂവിനരികിൽ സഹായം തേടിയെത്തി. നമ്മൂ വന്ന് ആൻകിയെ വിളിച്ചു:

“മകനേ, ഉയർന്നു വരൂ, ദൈവങ്ങൾക്ക് വേണ്ടി അടിമകളെ സൃഷ്ടിച്ചു നൽകൂ.”

ആൻകി ഇക്കാര്യത്തെക്കുറിച്ച് ആലോചിച്ച ശേഷം കളിമണ്ണിൽ നിന്നും മനുഷ്യനെ സൃഷ്ടിക്കാനായി ശില്പികളായ ദൈവങ്ങളെ ക്ഷണിച്ചു. ശേഷം മാതാവായ നമ്മൂവിനോട് പറഞ്ഞു:

“ഞാൻ സൃഷ്ടിക്കാൻ പോകുന്ന ജീവികൾ ദൈവങ്ങളുടെ രൂപമുള്ളവരായിരിക്കും. ആഴിയിൽനിന്നും ഒരു പിടി മണ്ണെടുത്ത് ശില്പി ദൈവങ്ങൾക്ക് നൽകൂ. അവരത് കുഴച്ച് കളിമണ്ണാക്കി മാറ്റും. ശേഷം ഭൂമാതാവിന്റെ സഹായത്തോടെ നിങ്ങൾക്ക് ശരീരാവയവങ്ങളും സൃഷ്ടിക്കാം.”

അങ്ങനെയാണ് ദൈവങ്ങളുടെ ദുരിതങ്ങളും കഷ്ടപ്പാടുകളും പേറാനായി മനുഷ്യനെ സൃഷ്ടിച്ചതത്രേ.

ശേഷം ആൻകി മഹത്ദൈവങ്ങളോടായി പറഞ്ഞു:

“ഞാനൊരു വിശുദ്ധ ഇടം തയ്യാറാക്കാൻ പോകുന്നു. ശേഷം ദൈവങ്ങളിലൊരാളെ അവിടെവെച്ച് ബലിയറുക്കും. ആ ദൈവത്തിന്റെ രക്തത്തിൽ മറ്റ് ദൈവങ്ങൾ ജ്ഞാനസ്നാനം ചെയ്യും. പിന്നെ ആ രക്തവും മാംസവും കളിമണ്ണിൽ കലർത്തും. അതോടെ പുതിയ സൃഷ്ടി ഒരേ സമയം ദൈവവും മനുഷ്യനുമായിത്തീരും. രണ്ട് ഭാവങ്ങളും അനന്തമായി കളിമണ്ണിൽ സംഗമിക്കുന്ന കാഴ്ചയായിരിക്കുമത്.”

അമ്പത്തിയഞ്ച്

ഒരു ഒൻപത് വയസ്സുള്ള കുട്ടിയുടെ ശവശരീരമായിരുന്നു ഞങ്ങൾ കുളിപ്പിച്ച് വെള്ള പുതപ്പിച്ചത്. ചിറകുകളും കൂടി ഉണ്ടായിരുന്നെങ്കിൽ അവനെ കണ്ടാൽ ഒരു ചെറിയ മാലാഖയാണെന്ന് തോന്നിയേനെ. നാഷണൽ തിയേറ്ററിനരികെ നടന്ന ബോംബ് സ്ഫോടനത്തിലായിരുന്നു അവനും പിതാവും കൊല്ലപ്പെട്ടത്. വാരിയെല്ലുകൾ ഉള്ളിൽനിന്നും മാംസത്തിലേക്ക് കുത്തിയിറങ്ങുന്നത് പോലെ തോന്നി. ഉള്ളിലേക്കെടുക്കുന്ന ഓരോ ശ്വാസത്തിലും ശ്വാസം മുട്ടുന്നത് പോലെ.

സമീപത്തുള്ള മാതളമരത്തിന്റെ അരികിൽ പോയിരിക്കാമെന്ന് ഞാൻ മഹദിയോട് പറഞ്ഞു. ഈ അവസാനമാസങ്ങളിൽ അരികിൽ കസേരയിട്ടിരുന്ന് ആ മാതളമരത്തോട് സംസാരിക്കുന്നതാണ് എന്റെ പതിവ്. ഈ ലോകത്തെ എന്റെ ഒരേയൊരു തോഴനായി മാറിയിരിക്കുകയാണ് ആ മരം. അതിന്റെ ശിഖരങ്ങളിലെ ചുവന്ന പൂക്കൾ നിശ്വസിക്കുകയും. നിലവിളിക്കുകയും ചെയ്യുന്ന മുറിവുകളെപ്പോലെ വിടർന്നു നിൽക്കുന്നു.

ആഴ്ചകൾക്കു മുമ്പ് റേഡിയോയിൽ കേട്ടൊരു പഴയഗാനം ആ മരത്തിന് ചുവട്ടിലിരിക്കുമ്പോൾ ഞാൻ മൂളാൻ തുടങ്ങും. ആ ഗാനത്തിന്റെ വരികളിൽ 'തുളസി'എന്ന് വരുന്നയിടത്തെല്ലാം 'മാതളമര' മെന്ന് മനപൂർവ്വമല്ലാതെ മാറ്റിപ്പാടുകയായിരുന്നു ഞാൻ:

"മാതള മരമേ,
ഈ പ്രണയിതാവിനോടല്പം കരുണകാട്ടൂ
ശരീരം ശോഷിച്ച് ആത്മാവ് ശുഷ്കമായിരിക്കുന്നു
എല്ലുകൾ പുറത്ത് കാണാമെന്നായിരിക്കുന്നു
മനസ്സിനുള്ളിലാണെന്റെ രോഗം
എനിക്ക് സ്വന്തമായൊരഭിപ്രായവും ഇല്ലാതായിരിക്കുന്നു.
ദുരിതമയമായ രോഗം,
അതിന്റെ ശമനമെന്തെന്നാർക്കുമറിയില്ല
പ്രണയിച്ച ദിവസം തന്നെയാണ്
പ്രണയിനീ ഞാനൊരു ഭ്രാന്തനായത്
പരിഭ്രാന്തനാണിന്നു ഞാൻ
സ്വന്തം കുറ്റമെന്താണെന്നെനിക്കറിയില്ല
ഞാൻ ചെയ്ത ഒരേയൊരു കുറ്റം
പ്രണയിച്ചുവെന്നത് മാത്രമാണ്
പശ്ചാത്തപിക്കാൻ മാത്രമതൊരു കുറ്റമല്ലല്ലോ?
കരുണാമയന്റെ ക്ഷമ കാത്തിരിക്കയാണ് ഞാൻ
മാതള മരമേ,
ഈ പ്രണയിതാവിനോടല്പം കരുണ കാട്ടൂ"

മാതളമരത്തിന്റെ കീഴിലെ കറുത്ത മണ്ണിലേക്ക് നോക്കി. അല്പം മുമ്പ് കുളിപ്പിക്കാനുപയോഗിച്ച വെള്ളം ഒഴുകിയെത്തി നനഞ്ഞ് കുതിർന്ന മണ്ണ്. അദ്ഭുതം തന്നെയാണ് ഈ മരത്തിന്റെ കാര്യം. പതിറ്റാണ്ടുകളായി അത് കുടിച്ചു കൊണ്ടിരിക്കുന്നത് മൃത്യുവിന്റെ ജലമാണ്. എന്നിട്ടും എല്ലാ വസന്തങ്ങളിലും അത് ഇല പൊഴിക്കുന്നു, പുഷ്പിക്കുന്നു, ഫലങ്ങളുണ്ടാക്കുന്നു. അതുകൊണ്ടായിരിക്കുമോ വാപ്പയ്ക്ക് ഈ മരത്തെ ഇത്രയേറെ ഇഷ്ടമുണ്ടായിരുന്നത്? 'ഓരോ മാതളത്തിലും സ്വർഗത്തിൽ നിന്നൊരു വിത്തുണ്ടാകും' എന്ന പ്രവാചകന്റെ വചനം വാപ്പ ഇടയ്ക്കിടയ്ക്ക് പറയുമായിരുന്നു. എന്നാൽ സ്വർഗം എപ്പോഴും ദൂരെയെങ്ങോ ആയിരിക്കുമല്ലോ? അതേ സമയം നരകം മുഴുവനും ഇവിടെത്തന്നെ ആയിരിക്കുകയും ചെയ്യും. നാൾക്കുനാൾ വലുതാകുന്ന നരകം. എന്നെപ്പോലെ ഈ മാതളമരത്തിന്റേയും വേരുകൾ നരകത്തിന്റെ ആഴങ്ങളിലേക്കായിരിക്കും നീളുക. ആ വേരുകൾ ശിഖരങ്ങളോട് എല്ലാം തുറന്നുപറയുമായിരിക്കുമോ? അതോ, വേദനാജനകമായ കാര്യങ്ങൾ മറച്ചുവയ്ക്കുകയായിരിക്കുമോ? തലയുയർത്തി നിൽക്കുന്ന ശിഖരങ്ങൾ. അവ കാറ്റടിക്കുമ്പോൾ ആടുന്നത്

കണ്ടാൽ തോന്നുക വിഹായസ്സിലേക്ക് പറന്നുയരാൻ ശ്രമിക്കുന്നത് പോലെയായിരിക്കും. എന്നാൽ എന്തൊക്കെയായാലും അതൊരു മരമാണല്ലോ? അതിന്റെ വിധി ഒരു മരമായിരിക്കുക എന്നതാണ്. അതും ഇവിടെ. അപ്പോൾ മനസ്സിൽ മറ്റൊരു ചോദ്യമുയർന്നു: അതിന് എനിക്ക് വിധി എന്നതിൽ വിശ്വാസമില്ലല്ലോ? അപ്പോൾ പിന്നെ എന്താ പറയുക? മാതള മരത്തിന്റെ ചരിത്രമെന്ന് വേണമെങ്കിൽ പറയാം. ചരിത്രത്തെയാണല്ലോ ജനം വിധി എന്ന് വിളിക്കുന്നത്? ചരിത്രം അന്ധവും അക്രമോത്സുകവുമായിരിക്കും. തന്റെ വഴിയിലെ സർവ്വതിനേയും അത് തകർത്തെറിയും. പിറകിലേക്ക് തിരിഞ്ഞുനോക്കാതെ സർവ്വതിനേയും വേരോടെ പിഴുതെറിയും.

മാതളമരത്തിന്റെ മുകളിലെ ശിഖരങ്ങളിലൊന്നിൽ ഒരു ഭംഗിയുള്ള വാനമ്പാടി വന്നിരുന്നു. അതോടെ ശിഖരം അല്പം താഴേക്ക് ചാഞ്ഞു. തന്റെ കറുത്ത ശിരസ്സ് ചരിച്ചശേഷം കറുത്ത കണ്ണുകൾകൊണ്ട് ആ വാനമ്പാടി എന്നെത്തന്നെ നോക്കി. അതിന്റെ ശിരസ്സിൽ ത്രികോണാകൃതിയുള്ള ഒരു വെള്ള കിരീടമുണ്ടായിരുന്നു. ഒരിക്കൽ കൂടി അത് ശിരസ്സ ചരിച്ചപ്പോൾ കഴുത്തിനും പിന്നെ വാലിലെ തൂവലുകൾക്കും നിറം വെള്ള തന്നെയാണെന്ന് കാണാൻ സാധിച്ചു.

ആ വാനമ്പാടി പതിയെ മധുരതരമായ സ്വരത്തിൽ പാടാൻ തുടങ്ങി. സ്വർഗം വളരെ വിദൂരമാണല്ലോ എന്ന എന്റെ പരാതിയെക്കുറിച്ച് അതിന് അറിയാവുന്നത് പോലെ. അതിനാൽ സ്വർഗത്തിന്റെ ഒരു മൃദുഈണവുമായി അത് എത്തിയത് പോലെ.

ഇവിടെ ഒരു കൂടുണ്ടാക്കാൻ വല്ലതും നിനക്ക് പദ്ധതിയുണ്ടോ വാനമ്പാടി? എന്റെ സാന്നിദ്ധ്യം നിനക്കൊരു ശല്യമാകുന്നുണ്ടോ? പേടിക്കേണ്ട ഞാനൊരു ശത്രുവല്ല.

അപ്പോഴാണ് ഞാൻ കുട്ടിയായിരുന്നപ്പോൾ വീട്ടിലെ കൂട്ടിൽ വളർത്തിയിരുന്ന വാനമ്പാടിയെക്കുറിച്ച് ഓർമ്മ വന്നത്. വാപ്പ അതിന് ഈന്തപ്പഴത്തിന്റേയും ആപ്പിളിന്റേയും മുന്തിരിയുടേയും മാതളത്തിന്റേയുമൊക്കെ ചെറുകഷണങ്ങൾ തിന്നാനിട്ടു കൊടുക്കുമായിരുന്നു.

മഹദി വാതിൽ തുറന്നു.

“ജവാദ് സാർ, ഒരു മൃതദേഹം കൊണ്ടുവന്നിട്ടുണ്ട്”

ശബ്ദം കേട്ടതും വാനമ്പാടി പറന്നകന്നു. ഒന്ന് നെടുവീർപ്പിട്ട ശേഷം ഞാൻ പറഞ്ഞു.

“ശരി, ഞാനിതാ വരുന്നു. ഒരു മിനിറ്റ് ഇവിടെ ഇരുന്നോട്ടെ”

ജീവിച്ചിരിക്കുന്നവർ ഒന്നുകിൽ മരിക്കുന്നു, അല്ലെങ്കിൽ യാത്ര ചെയ്തുകൊണ്ടേയിരിക്കുന്നു. എന്നാൽ മരിക്കുന്നവരാകട്ടെ ഇവിടേയ്ക്ക് വന്നുകൊണ്ടേയിരിക്കുന്നു. മുമ്പ് ഞാൻ കരുതിയിരുന്നത് ജീവിതവും മരണവും

തികച്ചും വ്യത്യസ്തമായ ലോകങ്ങളാണ് എന്നായിരുന്നു. അവയ്ക്കിടയിൽ വ്യക്തമായ അതിർത്തികളുമുണ്ടാകും. എന്നാൽ ഇപ്പോൾ ഞാൻ തിരിച്ചറിയുന്നത് ജീവിതവും മരണവും അഭേദ്യമായി ഇണങ്ങിച്ചേർന്നിരിക്കുന്നു എന്നാണ്. ഒന്ന് മറ്റൊന്നിന്റെമേൽ കൊത്തിയുണ്ടാക്കിയതുപോലെ. ഒന്ന് മറ്റൊന്നിന്റെ പാനപാത്രമായിരിക്കും നുകരുന്നത്. എന്റെ വാപ്പയ്ക്ക് ഇക്കാര്യമറിയാമായിരുന്നു. എന്നാൽ ഇക്കാര്യം ഏറ്റവും കൂടുതൽ അറിയുക ഈ മാതള മരത്തിനായിരിക്കും.

ഞാനും ഈ മാതളമരത്തെപ്പോലെയായിരിക്കും. എന്നാൽ എന്റെ ഹൃദയമാകട്ടെ മൃത്യുവിന്റെ സ്പന്ദനം നിറഞ്ഞൊരു ഉണങ്ങിയ മാതളത്തെപ്പോലെ അടിത്തട്ടില്ലാത്ത ഗർത്തത്തിലേക്ക് പതിച്ചുകൊണ്ടിരിക്കുകയാണ് ഓരോ നിമിഷത്തിലും...

എന്നാൽ ഒരാളും അറിയുന്നില്ല എന്റെ ഈ അവസ്ഥ. ഒരാളും....

പക്ഷേ ഈ മാതള മരം മാത്രം എല്ലാമറിയുന്നു. ■

www.ingramcontent.com/pod-product-compliance
Lightning Source LLC
LaVergne TN
LVHW060608051026
849519LV00002B/522